ആധുനികതയുടെ ഉറവകൾ

INSIGHT PUBLICA

Nadakkavu, Kozhikode, Kerala, 673011
www.insightpublica.com
e-mail: insightpublica@gmail.com
Title: **Adhunikathayude Uravakal**
Authors: **Dr.K.M.Anil, Ramya K.P.**
(Malayalam)
First Edition: July 2022
Book Design: kjvj@insight

Printed and Published by
InsightinPublica Printers & Publishers Pvt. Ltd.
ISBN 978-93-5517-042-2
₹ 339

ആധുനികതയുടെ ഉറവകൾ

ഡോ. കെ.എം. അനിൽ
രമ്യ കെ.പി.

INSIGHT PUBLICA®

മലപ്പുറം ജില്ലയിലെ ചേലേമ്പ്ര സ്വദേശി. ആന്ധ്രാപ്രദേശിലെ കുപ്പം ദ്രാവിഡ സർവകലാശാല, കാലിക്കറ്റ് സർവകലാശാല എന്നിവിടങ്ങളിൽ അധ്യാപകനായിരുന്നു. നിലവിൽ മലയാള സർവകലാശാലയിൽ പ്രൊഫസറാണ്.

പാമ്പരും വഴിയമ്പലങ്ങളും, മുല്ല പൂക്കുന്ന കൽക്കരി വണ്ടികൾ, കാലത്തിന്റെ ആകാശ ഗോപുരങ്ങൾ, കടങ്കഥ: *സൗന്ദര്യവും സംസ്കാരവും*, നാടോടിക്കഥ : *ഉടലും ഉയിരും*, ഫോക് ലോർ : *ജനസംസ്കൃതിയുടെ വേരുകൾ* എന്നിവ പ്രധാന കൃതികൾ.

മികച്ച സാഹിത്യ നിരൂപണത്തിനുള്ള അബുദാബി ശക്തി തായാട്ട് അവാർഡ്, കുറ്റിപ്പുഴ എൻഡോമെന്റ് അവാർഡ്, കേരള സാഹിത്യ അക്കാദമി അവാർഡ് എന്നിവ ലഭിച്ചിട്ടുണ്ട്.

ഡോ. അനിൽ കെ. എം.

മലപ്പുറം ജില്ലയിലെ പൊന്നേംപാടം സ്വദേശി.

അച്ഛൻ രാമദാസൻ.കെ.പി. അമ്മ രമണി. കെ.വി, കോഴിക്കോട് ഗവ: ആർട്സ് ആൻഡ് സയൻസ് കോളേജിൽ നിന്ന് മലയാള സാഹിത്യത്തിൽ ബിരുദം. കാലിക്കറ്റ് സർവകലാശാലയിൽ നിന്ന് ബിരുദാനന്തര ബിരുദവും മലയാള സർവകലാശാലയിൽ നിന്ന് എം.ഫിലും നേടി. ഇപ്പോൾ പട്ടാമ്പി ശ്രീ നീലകണ്ഠ ഗവ: സംസ്കൃത കോളേജിൽ 'ഗ്രന്ഥശാലകളും കേരളീയാധുനികതയും: ചരിത്രപരവും സാംസ്കാരികവുമായ വിശകലനം' എന്ന വിഷയത്തിൽ ഗവേഷണം ചെയ്യുന്നു.

ജീവിത പങ്കാളി : അരുൺ. കെ.

മകൾ : നീഹാര

mail id: Kpramyappm@gmail.com

രമ്യ കെ.പി.

ആമുഖം

പല കാലങ്ങളിൽ പല മട്ടിൽ പഠിക്കപ്പെട്ടിട്ടുള്ള ഒന്നാണ് ആധുനികത. ആധുനികോത്തരകാലം ആഘോഷിക്കപ്പെട്ടിട്ടും ആധുനികതയെക്കുറിച്ചുള്ള പഠനങ്ങൾക്ക് കുറവു വന്നിട്ടില്ല. ആധുനികതയുടെ ധനാത്മകവും ഋണാത്മകവുമായ വശങ്ങളെക്കുറിച്ചുള്ള ചർച്ചകൾ അക്കാദമിക അന്വേഷണങ്ങളിൽ ഇപ്പോഴും നടന്നുകൊണ്ടിരിക്കുന്നു. ആദ്യകാലത്ത് ആധുനികതയുടെ ധനാത്മകവശങ്ങളെക്കുറിച്ചാണ് അക്കാദമിക സമൂഹം ചർച്ച ചെയ്തതെങ്കിൽ പിന്നീട് ഋണാത്മകവശങ്ങളെക്കുറിച്ചുള്ള ചർച്ചകൾക്ക് വഴിമാറി. ഉത്തരാധുനികചിന്തകളും വിമർശനം നേരിടുന്ന ഈ സന്ദർഭത്തിൽ ആധുനികതയെക്കുറിച്ചുള്ള പഠനങ്ങൾ വീണ്ടും പ്രസക്തമാകുന്നു.

ഇതൊരു ആധുനികതാ പഠനഗ്രന്ഥമല്ല. മറിച്ച് ആധുനികതയുടെ ഉറവിടങ്ങളെക്കുറിച്ചുള്ള ആലോചനകളുടെ സമാഹാരമാണ്. ഒന്നാമത്തെ അധ്യായം പാശ്ചാത്യാധുനികതയ്ക്ക് തുടക്കം കുറിക്കുന്ന ജ്ഞാനോദയത്തെ അഥവാ പ്രബുദ്ധതയെക്കുറിച്ചുള്ള വില്യം ബ്രിസ്റ്റോയുടെ കാഴ്ചപ്പാടുകളെ ആധാരമാക്കിയുള്ളതാണ്. രണ്ടാം അധ്യായമായ ദേശീയതയും ആധുനികതയും ലിയ ഗ്രീൻഫെൽഡിന്റെ 'നാഷണലിസം ആന്റ് മോഡേണിറ്റി' എന്ന ചെറുഗ്രന്ഥത്തെയാണ് ഉപജീവിച്ചിട്ടുള്ളത്. മൂന്നാമധ്യായമായ 'ആധുനികതയുടെ അപചുഡവൽക്കരണം' ജി. അലോഷ്യസിന്റെ 'ഡിമിസ്റ്റിഫൈയിങ് മോഡേണിറ്റി' എന്ന പ്രബന്ധത്തെ മുൻനിർത്തിയുള്ളതാണ്. ഇന്ത്യൻ അക്കാദമികരംഗത്തെ ബുദ്ധിജീവികളിലൊരാളായ ജി.അലോഷ്യസിന്റെ നേതൃത്വത്തിലുള്ള ചെറുഗ്രൂപ്പായ ക്രിട്ടിക്കൽ ക്വസ്റ്റ് ആണ് ഇവയുടെയെല്ലാം പ്രസാധകർ.

അവസാനത്തെ അധ്യായം ജെ.എൻ.യു.വിലെ പ്രൊഫസറായ അവിജിത് പതകിന്റെ 'ഇന്ത്യൻ മോഡേണിറ്റി: കോൺട്രഡിക്ഷൻ, പാരഡോക്സസ് ആന്റ് പോസിബിലിറ്റീസ്" എന്ന കൃതിയിലെ ചില ഭാഗങ്ങളെ ആധാരമാക്കിയിട്ടുള്ളതാണ്. ഇന്ത്യൻ ആധുനികതയുടെ ഉറവിടത്തെക്കുറിച്ചുള്ള ആലോചനയാണിത്. ഒന്നാമത്തെ അധ്യായം ഡോ.അനിൽ കെ.എം. അനുഭവമണ്ഡപം എന്ന കൂട്ടായ്മക്കകത്ത് നടത്തിയ ക്ലാസുകളുടെ ഭാഗമായുള്ളതാണ്. മറ്റുള്ളവ അദ്ദേഹം എന്റെ ഗവേഷണവിഷയവുമായി ബന്ധപ്പെട്ട് എടുത്ത ക്ലാസുകളുടെ ഉപോൽപന്നവുമാണ്. ആധുനികതയുമായി ബന്ധപ്പെട്ട അന്വേഷണങ്ങൾ നടത്തുന്ന മറ്റു പഠിതാക്കൾക്കുകൂടി ഇവ പ്രയോജനപ്പെടുമെന്ന തോന്നലാണ് ഇവ പുസ്തകരൂപത്തിൽ പ്രസിദ്ധപ്പെടുത്താമെന്ന ചിന്തയിലേക്ക് നയിച്ചത്. ക്ലാസ്നോട്ടുകളെ അടിസ്ഥാനമാക്കി എഴുതിയതിന്റെ ചില പരിമിതികൾ ഈ പുസ്തകത്തിനുണ്ട്.

ഈ പുസ്തകം ഒരു കൂട്ടായ്മയുടെ ഭാഗമാണ്. അതില്ലാതെ ഇത് വെളിച്ചം കാണുമായിരുന്നില്ല. ഈ പുസ്തകവുമായി ബന്ധപ്പെട്ട് പ്രവർത്തിച്ച ഡോ. കെ.മഞ്ജു, സംഗീത. എം.കെ., ഡോ. സുരേഷ് പുത്തൻപറമ്പിൽ, ഡോ. സോണിയ. ഇ.പ., ഡോ. സൗമ്യ കെ.സി., സ്മൃതി മോഹൻ ഇ., ഷഹാന കെ.ടി., അനുഭവമണ്ഡപത്തിലെ മറ്റു കൂട്ടുകാർ എന്നിവർക്കെല്ലാം നന്ദി രേഖപ്പെടുത്തുന്നു.

രമ്യ കെ.പി.

ഉള്ളടക്കം

ജ്ഞാനോദയം: പാശ്ചാത്യാധുനികതയുടെ നാന്ദി[1]

പ്രബുദ്ധത എന്നത് പാശ്ചാത്യ ചിന്തയുടെയും സംസ്ക്കാരത്തിന്റെയും ചരിത്രത്തിൽ സവിശേഷമായ ഒരുഘട്ടത്തെ പ്രതിനിധീകരിക്കുന്നതാണ്. അത് ഏറെക്കുറെ പതിനേഴാം നൂറ്റാണ്ടിന്റെ മധ്യത്തിൽ തുടങ്ങി പതിനെട്ടാം നൂറ്റാണ്ടിലൂടെ കടന്നുവരുന്നതാണ്. ശാസ്ത്രം, തത്വചിന്ത, സമൂഹം, രാഷ്ട്രീയം എന്നീ മേഖലകളിലെല്ലാമുണ്ടായ നാടകീയവും വിപ്ലവകരവുമായ ചലനങ്ങളായിരുന്നു ഇതിന്റെ ഏറ്റവും പ്രധാനപ്പെട്ട സവിശേഷത. മധ്യകാല ലോകവീക്ഷണത്തെ തൂത്തുകളഞ്ഞുകൊണ്ട് ആധുനിക പാശ്ചാത്യ ദേശങ്ങളിൽ പടർന്നു പന്തലിച്ച നാടകീയവും വിപ്ലവകരവുമായ വലിയ ചലനങ്ങളെയാണ് സാധാരണയായി പ്രബുദ്ധത എന്നു വിളിക്കുന്നത്. ഈ മുന്നേറ്റങ്ങളെല്ലാം ചരിത്രപരമായി ചെന്നുചേർന്നത് ഫ്രഞ്ചുവിപ്ലവത്തിന്റെ രാഷ്ട്രീയ മുന്നേറ്റങ്ങളിലേക്കാണ്. ഫ്രഞ്ചുവിപ്ലവത്തോടുകൂടി ഫ്രാൻസിൽ പരമ്പരാഗതമായി നിലനിന്നിരുന്ന ശ്രേണീബദ്ധമായ രാഷ്ട്രീയക്രമം അക്രാമകമായിത്തന്നെ തകർക്കപ്പെട്ടു. പകരം പ്രബുദ്ധതയുടെ ആദർശങ്ങളാൽ സൃഷ്ടിക്കപ്പെട്ട ഒരു സാമൂഹ്യക്രമവും രാഷ്ട്രീയക്രമവും ഉടലെടുത്തു. പ്രബുദ്ധതയുടെ ആദർശം എന്നാൽ സ്വാതന്ത്ര്യത്തെപ്പറ്റിയും സമത്വത്തെപ്പറ്റിയുമുള്ള ആദർശം

1 വില്യം ബ്രിസ്റ്റോ എഴുതിയ എൻലൈറ്റൻമെന്റ് എന്ന കൃതിയുടെ പേജ് 3 മുതൽ 44 വരെയുള്ള ഭാഗമാണ് ഈ അധ്യായം തയ്യാറാക്കാൻ ഉപയോഗപ്പെടുത്തിയിട്ടുള്ളത്. (William Bristo, Enlightenment,Qritical Quest,2011)

എന്നാണർത്ഥം. മാത്രമല്ല ഈ പുതിയ രാഷ്ട്രീയക്രമത്തിന്റെ ആധാരം മനുഷ്യരുടെ യുക്തിയാണ് എന്നും വന്നു. പ്രബുദ്ധത വാസ്തവത്തിൽ ആരംഭിക്കുന്നത് പതിനാറ്, പതിനേഴ് നൂറ്റാണ്ടുകളിലെ ശാസ്ത്രവിപ്ലവത്തോടുകൂടിയാണ്. സൂര്യനെ കേന്ദ്രീകരിച്ചുകൊണ്ടുണ്ടായിരുന്ന പ്രപഞ്ചവീക്ഷണത്തെയും അതുപോലെ തന്നെ തത്വചിന്താപരമായ മുൻവിധികളെയും ഈ പുതിയ ശാസ്ത്രം തകർത്തുകളഞ്ഞു. പുതിയ ശാസ്ത്രം പ്രപഞ്ചത്തെ പുതിയരീതിയിൽ വിശദീകരിക്കാൻ ശ്രമിച്ചു. പ്രത്യേകിച്ചും പ്രപഞ്ചത്തെ ഗണിതശാസ്ത്രത്തിന്റെ അടിസ്ഥാനത്തിൽ വിശദീകരിക്കുവാനുള്ള ശ്രമം ശ്രദ്ധേയമായ ഒന്നായിരുന്നു. അതുവരെ പ്രപഞ്ചത്തെ വിശദീകരിക്കാൻ ശ്രമിച്ചത് മതങ്ങളായിരുന്നുവെങ്കിൽ, പ്രബുദ്ധതയുടെ ഘട്ടത്തോടെ ഗണിതത്തിലൂടെ പ്രപഞ്ചത്തിന്റെ ക്രമം, താളം, ഇവയെല്ലാം വിശദീകരിക്കാനുള്ള ശ്രമം നടന്നു. അക്കാലംവരെ ദൈവശാസ്ത്രത്തിന്റെ ഭാഗമായിരുന്ന തത്വചിന്ത, ഒരു സ്വതന്ത്രശക്തിയായി, അതിന്റെ തന്നെ ആധികാരികതകളോടുകൂടി ഉയിർത്തെഴുന്നേല്ക്കുന്നതും പ്രബുദ്ധതയുടെ കാലത്തോടെയാണ്. ഫ്രഞ്ചുപ്രബുദ്ധതയുടെ പ്രധാന ചിന്തകനായ ഡി.അലംബർട്ട് പതിനെട്ടാം നൂറ്റാണ്ടിനെ 'തത്വചിന്തയുടെ യുഗം' എന്നാണ് വിശേഷിപ്പിച്ചിട്ടുള്ളത്. കാരണം അക്കാലത്ത് പുരോഗതിയെപ്പറ്റിയുള്ള വലിയ ഭാവനകൾ ഉൽപ്പാദിപ്പിക്കപ്പെടുകയും ശാസ്ത്രത്തിന്റെ മുന്നേറ്റമുണ്ടാവുകയും ചെയ്തു. മാത്രമല്ല തത്വചിന്തയ്ക്ക് മനുഷ്യജീവിതത്തെ പരിവർത്തിപ്പിക്കാൻ കഴിയും എന്ന ആശയവും ആ കാലഘട്ടത്തിൽ വളരെ ശക്തമായി രൂപപ്പെട്ടുവന്നു (Britstow 2011:3).

പ്രബുദ്ധതയുടെ ചിന്തയ്ക്ക് തടസ്സമായി നിന്നിരുന്ന എല്ലാതരം രൂപങ്ങളോടും എതിരിട്ടുകൊണ്ടാണ് പ്രബുദ്ധതയുടെ തത്വചിന്ത വികസിക്കുന്നത്. പതിനെട്ടാം നൂറ്റാണ്ടിന്റെ മധ്യകാലത്തു ജീവിച്ചിരുന്ന വോൾട്ടയർ, ദിദറോ, ഡി.അലംബർട്ട്, മൊണ്ടസ്ക്ക് മുതലായ ഫ്രഞ്ച് ദാർശനികരെയാണ് പ്രബുദ്ധതയുടെ കാലത്തെ ദാർശനികർ എന്നു വിളിയ്ക്കാറുള്ളത്. അവർ വ്യത്യസ്തരീതിയിൽ വ്യത്യസ്തതലങ്ങളിലിരുന്നാണ് ചിന്തകൾക്ക് രൂപം കൊടുത്തതെങ്കിലും ഒരു പ്രത്യേക തരംഗദൈർഘ്യത്തിനകത്താണ് അവ രൂപപ്പെട്ടുവന്നത് എന്നു കാണാം (Britstow 2011:4).

ഫ്രാൻസിലെ ഒരു പ്രത്യേക കാലമെന്നു വിവക്ഷിക്കുമ്പോൾ അത് പ്രബുദ്ധതയെ സ്ഥലപരമായും കാലപരമായും പരിമിതപ്പെടുത്തുന്നുണ്ട്. അങ്ങനെ പരിമിതപ്പെടുത്താൻ കഴിയുന്ന ഒന്നല്ല പ്രബുദ്ധത. ഫ്രാൻസിലുണ്ടായതുപോലുള്ള തത്വചിന്താപരവും രാഷ്ട്രീയപരവുമായ

മുന്നേറ്റങ്ങൾ സ്കോട്ട്ലാന്റിലും ഉണ്ടായിട്ടുണ്ട്. ഡേവിഡ് ഹ്യൂം, ആഡം സ്മിത്ത്, തോമസ് റീഡ് മുതലായവരെല്ലാം സ്കോട്ടിഷ് പ്രബുദ്ധതയുടെ ഭാഗമായി ഉയർന്നുവന്ന ചിന്തകരാണ്. മറ്റൊന്ന് ജർമ്മൻ പ്രബുദ്ധതയാണ്. ഇമ്മാനുവൽ കാന്റ്, ലെസ്സിംഗ് മുതലായവരായിരുന്നു ജർമ്മൻ പ്രബുദ്ധതയുടെ പ്രധാന വക്താക്കൾ. ഇങ്ങനെ ഉണ്ടായിവന്ന ഓരോ പ്രബുദ്ധതയ്ക്കും അവയുടേതായ അനന്യതയും സവിശേഷതകളുമുണ്ടായിരുന്നെങ്കിലും അവയെല്ലാം സമാനമായ ചില സവിശേഷതകളും പങ്കുവെച്ചിരുന്നു. ഈ സമാനസവിശേഷതകളെ മുൻനിർത്തിയുള്ള ചില കാര്യങ്ങളാണ് ഈ പ്രകരണത്തിൽ പരാമർശിക്കുന്നത് (Britstow 2011:4).

പ്രബുദ്ധതായുഗത്തിന്റെ അവസാനത്തിൽ ജർമ്മൻ തത്വചിന്തകരുടെ ഇടയിൽ പ്രബുദ്ധതയെപ്പറ്റിയുള്ള ആത്മപ്രതിഫലനാത്മകമായ ഒരു വിലയിരുത്തൽ നിർവ്വഹിക്കപ്പെടുന്നുണ്ട്. അങ്ങനെ നിർവ്വഹിക്കപ്പെട്ട ഇമ്മാനുവൽ കാന്റിന്റെ ഏറ്റവും പ്രധാനപ്പെട്ട പ്രബന്ധമാണ് 'എന്താണ് പ്രബുദ്ധത' (What is Enlightenment). 1784-ൽ പ്രസിദ്ധീകരിക്കപ്പെട്ട വളരെ ചെറിയൊരു പ്രബന്ധമാണത്. 'സ്വയം വരിച്ച അപക്വതയിൽ നിന്ന് മാനവസമൂഹം സ്വതന്ത്രമാകുന്നതാണ് പ്രബുദ്ധത' എന്ന് ഇതിനകത്ത് അദ്ദേഹം പ്രബുദ്ധതയെ ലളിതമായി നിർവചിക്കുന്നു. സ്വയം ബോധ്യങ്ങളുടെ അടിസ്ഥാനത്തിൽ കാര്യങ്ങൾ ചെയ്യാനുള്ള ശേഷിയില്ലായ്മയെ ആണ് അദ്ദേഹം 'അപക്വത' എന്നതു കൊണ്ട് ഉദ്ദേശിക്കുന്നത് (Britstow 2011:4).

വോൾട്ടയർ, ദിദറോ, അലംബേർഡ്, മൊണ്ടെസ്ക്ക്, ആഡംസ്മിത്ത്, ഡേവിഡ് ഹ്യൂം തുടങ്ങിയ പ്രമുഖരെല്ലാം പ്രബുദ്ധതയുടെ തത്വചിന്തകർ എന്നറിയപ്പെട്ടു. ഇവർ വ്യത്യസ്തകാലത്ത് വ്യത്യസ്ത സ്ഥലങ്ങളിൽ ജീവിച്ചിരുന്നവരാണെങ്കിലും അവരുടെയെല്ലാം പൊതുസവിശേഷത മനുഷ്യരുടെ ബൗദ്ധികശേഷിയിലുള്ള ഉറച്ച വിശ്വാസമായിരുന്നു. പ്രപഞ്ചത്തെക്കുറിച്ചുള്ള ക്രമീകൃതമായ അറിവ് ഉണ്ടാക്കാൻ മനുഷ്യർക്ക് സാധിക്കുമെന്നും അതിന്റെ അടിസ്ഥാനത്തിൽ മനുഷ്യർക്ക് അവരുടെ പ്രായോഗിക ജീവിതം നയിക്കാൻ കഴിയുമെന്നും പറയുന്നതിനെയാണ് 'മനുഷ്യരിലുള്ള വിശ്വാസം' എന്നതുകൊണ്ടുദ്ദേശിക്കുന്നത്. ഈയൊരു വിശ്വാസം പുലർത്തുമ്പോൾത്തന്നെ ആധികാരികമെന്ന് അതുവരെ വിശേഷിപ്പിച്ചിരുന്ന രൂപങ്ങളെ അഥവാ പാരമ്പര്യം, അന്ധവിശ്വാസം, മുൻവിധികൾ, മിത്തുകൾ, അത്ഭുതങ്ങൾ തുടങ്ങി പ്രപഞ്ചത്തെ വിശദീകരിക്കാൻ മനുഷ്യർ അന്നുവരെ രൂപീകരിച്ച ചിന്താരൂപങ്ങളെയെല്ലാം പ്രബുദ്ധതാവാദികൾ സംശയത്തോടെ നോക്കിക്കണ്ടു. മനുഷ്യചിന്തക്ക്

അഥവാ യുക്തിയ്ക്കുമാത്രമേ ശരിതെറ്റുകളെ മനസ്സിലാക്കാൻ കഴിയു കയുള്ളൂവെന്നും അതിലൂടെ മാത്രമേ മനുഷ്യർക്ക് മുന്നേറാൻ കഴിയൂ എന്നും അവർ കരുതി. പ്രബുദ്ധതാവാദപരമായ തത്വചിന്ത മതവുമായി നിരന്തരം സംഘർഷത്തിൽ നിൽക്കുന്ന ഒന്നാണ്. കാരണം മനുഷ്യരെ പലപ്പോഴും അപക്വമതികളാക്കുന്നത് മതമാണെന്ന് അവർ കണ്ടെത്തി. (Britstow 2011:4). സ്വയം ചിന്തിക്കാനുള്ള ധൈര്യം ഉണ്ടാവുകയും മനുഷ്യരുടെ ബൗദ്ധികശേഷിയെ ഉണർത്തുകയും ചെയ്യുക എന്നുള്ളതാണ് പ്രബുദ്ധതാവാദപരമായ തത്വചിന്തയുടെ പ്രധാനപ്പെട്ട ആദർശം. പ്രബുദ്ധതയിലേക്ക് അടുക്കുന്നുവെന്നാൽ സ്വയം തീരുമാനമെടുക്കാനുള്ള പ്രാപ്തിയിലേക്ക് പുരോഗമിച്ചു വരിക എന്നാണർത്ഥം. അതായത്, സ്വയം തീരുമാനമെടുക്കാനുള്ള ശേഷിയിലേക്ക് അഥവാ വിവേചന ബുദ്ധിയിലേക്ക് മനുഷ്യരെ എത്തിക്കുക എന്നതാണ് പുരോഗമനം എന്നതുകൊണ്ട് അർത്ഥമാക്കുന്നത്. ഇതിന്റെയെല്ലാം അടിസ്ഥാനത്തിൽ പ്രബുദ്ധതാവാദചിന്തയുമായി ബന്ധപ്പെട്ട് പ്രധാനമായും മൂന്ന് പ്രവണതകളാണ് ഇവിടെ അവതരിപ്പിക്കുന്നത്.

1.) സത്യം: ശാസ്ത്രം, അതിന്റെ ജ്ഞാനസിദ്ധാന്തം, അതിഭൗതിക വാദചിന്ത ഇവയെല്ലാം ചേർന്നതാണ് സത്യത്തെപ്പറ്റിയുള്ള സങ്കല്പം.

2.) നന്മ: പ്രബുദ്ധതയുടെ ഘട്ടത്തിലെ രാഷ്ട്രീയസിദ്ധാന്തം, ധാർമ്മികത, മതം എന്നിവയെ ആണ് നന്മ എന്നതുകൊണ്ടുദ്ദേശിക്കുന്നത്.

3.) സൗന്ദര്യം: പ്രബുദ്ധതയുടെ കാലത്തെ സൗന്ദര്യശാസ്ത്രം (Britstow 2011:4).

1.
സത്യം: ശാസ്ത്രവും ജ്ഞാനശാസ്ത്രവും അതിഭൗതികശാസ്ത്രവും

പുരോഗതിക്കായി സമർപ്പിക്കപ്പെട്ട യുഗമാണ് പ്രബുദ്ധതയുടെ യുഗം. ഈ പുരോഗതിയുടെ മുഴുവൻ ഇന്ധനമായി പ്രവർത്തിച്ചത് പ്രകൃതിശാസ്ത്രത്തിലുണ്ടായ വികാസവും വളർച്ചയുമാണ്. ഗണിതശാസ്ത്രത്തിന്റെ ചില ഫോർമുലകളിലൂടെ പ്രപഞ്ചത്തെയും പ്രപഞ്ചപ്രതിഭാസങ്ങളെയും വിശദീകരിക്കാൻ കഴിഞ്ഞു എന്നതാണ് പ്രബുദ്ധതയുടെ സവിശേഷത. ഇതിൽ ഏറ്റവും കൂടുതൽ സംഭാവന നൽകിയ ഒരാളാണ് സർ ഐസക് ന്യൂട്ടൻ. അദ്ദേഹത്തിന്റെ ഏറ്റവും പ്രശസ്തമായ

'പ്രിൻസിപ്പിയ മാത്തമാറ്റിക്ക' (1687) എന്ന പുസ്തകത്തിൽ പ്രപഞ്ച സത്യങ്ങളെ ഗണിതശാസ്ത്രത്തിന്റെ യുക്തിയിലൂടെ അവതരിപ്പിച്ചു. ആകാശഗോളങ്ങളുടെ ചലനം, ഉപഗ്രഹങ്ങളുടെയും മറ്റും ചലനം, പ്രപഞ്ചത്തിലെ മറ്റുവസ്തുക്കളുടെ ചലനം എന്നിവയെല്ലാം ഈ ഗ്രന്ഥത്തിൽ വിശദീകരിക്കുന്നു. അതുവഴി പ്രപഞ്ചരഹസ്യത്തെ വെളിപ്പെടുത്തുക എന്നതാണ് ഗണിതശാസ്ത്രം ചെയ്തത്. അതുവരെ പ്രപഞ്ചരഹസ്യത്തെ വെളിപ്പെടുത്താൻ ദൈവശാസ്ത്രത്തിനുമാത്രമേ സാധ്യമായിരുന്നുള്ളു. ഗണിതശാസ്ത്രപരവും അതിന്റെ അടിസ്ഥാനത്തിലുള്ള ബലതന്ത്രങ്ങളും ന്യൂട്ടൻ ഈ പുസ്തകത്തിലൂടെ നിലനിൽക്കുന്ന ഒന്നാണ് പ്രപഞ്ചം എന്ന സങ്കല്പം അവതരിപ്പിച്ചു. അങ്ങനെയെങ്കിൽ ആ നിയമങ്ങൾ മനസ്സിലാക്കിയാൽ പ്രപഞ്ചത്തെ മനസ്സിലാക്കാൻ സാധിക്കും എന്നു വന്നു. പ്രപഞ്ചത്തെ പൂർണമായി മനസ്സിലാക്കി എന്നല്ല, പ്രപഞ്ചത്തെ മനസ്സിലാക്കാൻ കഴിയും എന്ന ചിന്തയാണ് ഗണിതശാസ്ത്രം മുന്നോട്ടുവെച്ചത്. ഈയൊരു സങ്കല്പത്തിന്റെ അടിസ്ഥാനത്തിലാണ് ആധുനികശാസ്ത്രം ഉണ്ടാവുന്നത്. ഇത്തരത്തിൽ പ്രബുദ്ധതാവാദപരമായ തത്വചിന്തയുമായി അഗാധമായ ബന്ധമുള്ള ഒന്നാണ് ആധുനികശാസ്ത്രം. ഇവ രണ്ടും ചേർന്നാണ് പ്രപഞ്ചത്തെക്കുറിച്ചുള്ള പുതിയ അറിവുകൾ രൂപപ്പെടുത്തിയത്. അതിലൂടെ അമൂർത്തമായ ഒരു ചട്ടക്കൂട് രൂപപ്പെട്ടുവരികയും അത് അറിവിനെത്തന്നെ പുതിയരീതിയിൽ വ്യാഖ്യാനിക്കാനുള്ള ഒരു വിചാരമാതൃകയായി വികസിക്കുകയും ചെയ്തു. ഇങ്ങനെ ശാസ്ത്രം, ശാസ്ത്രവും തത്വചിന്തയും തമ്മിലുള്ള ബന്ധം, അതുവഴി രൂപപ്പെട്ടുവന്ന ചില ജ്ഞാനമാതൃകകൾ എന്നിവയെല്ലാമാണ് പ്രബുദ്ധതയുടെ യുഗത്തിൽ ഉണ്ടായത് (Britstow 2011:5).

യുക്തിവാദവും പ്രബുദ്ധതയും

ദക്കാർത്ത് അവതരിപ്പിച്ച യുക്തിവാദപരമായ തത്വചിന്താപദ്ധതിയാണ് പ്രബുദ്ധതയുടെ ആധാരമായിത്തീർന്നത്. ഒരു സവിശേഷമായ, അതിഭൗതിക അടിത്തറയ്ക്കു മുകളിലാണ് അദ്ദേഹം ശാസ്ത്രത്തെ നിർമ്മിച്ചെടുക്കാൻ ശ്രമിച്ചത്. എല്ലാറ്റിനെയും സംശയിക്കുക എന്നതാണ് ദക്കാർത്ത് മുന്നോട്ടുവെക്കുന്ന ജ്ഞാനശാസ്ത്രപരമായ പദ്ധതി. ഒരു പ്രസ്താവനയെയോ നിഗമനത്തെയോ സ്വീകരിക്കേണ്ടത് അധികാരശക്തിയുടെ ആധാരം ഉള്ളതുകൊണ്ടായിരിക്കരുത്. മറിച്ച് സ്വയം ബോധ്യത്തിന്റെ അടിസ്ഥാനത്തിൽ ആയിരിക്കണം. അതുമാത്രമല്ല, സ്വയം ചോദ്യം ചെയ്ത് പരീക്ഷണ നിരീക്ഷണങ്ങളിലേർപ്പെടാതെ നമ്മുടെ തന്നെ ബോധ്യത്തെയും സ്വീകരിക്കരുത്. ഇന്ദ്രിയാനുഭവങ്ങളെ സംശയിക്കണം എന്ന നിലപാടിലേക്ക് ദക്കാർത്ത് എത്തുന്നത് ഇങ്ങനെയാണ്.

ഇന്ദ്രിയങ്ങൾ അറിവിന്റെ ആധികാരികമായ ഉറവിടങ്ങൾ അല്ല എന്ന് ദക്കാർത്ത് കരുതുന്നു. ശരീരം, മനസ്സ് എന്നീ രണ്ട് ഘടകങ്ങളായാണ് അദ്ദേഹം 'മനുഷ്യനെ' മനസ്സിലാക്കാൻ ശ്രമിക്കുന്നത്. മനസ്സിനും ശരീരത്തിനും അതിന്റേതായ സത്തകളുണ്ടെന്നാണ് ദക്കാർത്തിന്റെ സങ്കല്പം. ശരീരത്തിലൂടെയാണ് നാം ബാഹ്യപ്രപഞ്ചത്തെ അറിയുന്നത് എന്നതുകൊണ്ടുതന്നെ അനുഭവത്തിൽ ശരീരത്തിനാണ് പലപ്പോഴും മേൽക്കൈ ലഭിക്കുന്നത്. എന്നാൽ ഈ അനുഭവത്തെക്കുറിച്ചുള്ള ചിന്ത ഉൽപ്പാദിപ്പിക്കുന്നത് മനസ്സാണ്. അതുകൊണ്ടുതന്നെ അനുഭവത്തെക്കുറിച്ചുള്ള മനനം, അന്വേഷണം, അതിൽനിന്നുണ്ടാകുന്ന ആശയങ്ങൾ എന്നിവയ്ക്കാണ് മേൽക്കൈ ഉണ്ടാവേണ്ടതെന്ന് ദക്കാർത്ത് പറയുന്നു. ഉദാഹരണത്തിന്, ഒരു വടി ഒരു ടംബ്ലറിലെ വെള്ളത്തിൽ പാതി കുത്തി നിർത്തുമ്പോൾ അത് വളഞ്ഞതായി കാണുന്നു. എന്നാൽ തൊട്ടു നോക്കുമ്പോൾ വടി വളഞ്ഞിട്ടില്ലെന്നും കാണാം. ഇവിടെ കണ്ണിനെയാണോ ത്വക്കിനെയാണോ വിശ്വസിക്കുക എന്ന ചോദ്യം ഉയരുന്നു. അങ്ങനെ വരുമ്പോൾ ഇന്ദ്രിയങ്ങളെ മാറ്റിനിർത്തി ശാസ്ത്രപരീക്ഷണങ്ങളിലൂടെ സത്യം കണ്ടെത്തണം എന്നുവന്നു. ആത്യന്തികമായി ശാസ്ത്രതത്വമാണ് സത്യമെന്നും വന്നുചേർന്നു. ഇതുവഴി പ്രബുദ്ധതയുടെ മാത്രമല്ല ആധുനികതയുടെതന്നെ ജ്ഞാനസിദ്ധാന്തപരമായ കേന്ദ്രപ്രമേയമായി വസ്തുനിഷ്ഠതയെ സ്ഥാപിക്കുകയാണ് ദക്കാർത്ത് ചെയ്തത്. ഭൗതികമായ അനുഭവത്തെ മാനസികമായ ഉള്ളടക്കത്താൽ നിയന്ത്രിച്ചുകൊണ്ടാണ് അറിവുൽപ്പാദിപ്പിക്കേണ്ടത്. മനസ്സിന് പഠിക്കാനുള്ള ഒരു വിഷയമാണ് ശരീരത്തിലൂടെ നാം അറിയുന്ന പ്രപഞ്ചം. ഇന്ദ്രിയങ്ങളിലൂടെ അറിയുന്ന പ്രപഞ്ചത്തെ മനസ്സിന്റെ ശേഷികൊണ്ടാണ് പഠിക്കുന്നത്. ഇപ്രകാരം മനസ്സിന്റെ ശേഷിയെ മുകളിൽ പ്രതിഷ്ഠിക്കുകയാണ് ദക്കാർത്ത് ചെയ്യുന്നത്. മനസ്സുകൊണ്ട് അറിയുന്നതല്ലാതെ മറ്റൊരു പ്രപഞ്ചയാഥാർത്ഥ്യം ഉണ്ടോ? എന്ന ചോദ്യം ഉയർന്നുവരുന്നത് ഈ സന്ദർഭത്തിലാണ്. ദക്കാർത്തിനെ സംബന്ധിച്ചിടത്തോളം മനസ്സുകൊണ്ട് അറിയുന്ന ഒരു ബാഹ്യപ്രപഞ്ചമുണ്ട്. അതിഭൗതികമായ ജ്ഞാനം അഥവാ ദൈവമെന്ന സങ്കല്പമാണ് ഈ ബാഹ്യപ്രപഞ്ചത്തെ സൃഷ്ടിച്ചിരിക്കുന്നത്. ഇങ്ങനെ ദൈവമെന്ന സങ്കല്പത്തെ പ്രപഞ്ചത്തിനു പുറകിൽ നിർത്തുകയാണ് അദ്ദേഹം ചെയ്തത്. ദൈവത്തെക്കുറിച്ചുള്ള ദക്കാർത്തിന്റെ ഇത്തരം ആലോചനകൾ മാറ്റിവച്ചാൽ ആധുനികശാസ്ത്രത്തിന്റെ വികാസത്തിന് അദ്ദേഹത്തിന്റെ കാർട്ടീഷ്യൻ മാതൃക നൽകിയ സംഭാവന വളരെ വലുതാണ്. അതുവരെ നിലനിന്നിരുന്ന അരിസ്റ്റോട്ടിലിന്റെയും മറ്റും ബൗദ്ധികമായ മേൽക്കൈ ചോദ്യം ചെയ്യപ്പെട്ടുന്നത് ദക്കാർത്തിന്റെ കാലഘട്ടത്തോടുകൂടിയാണ് (Britstow 2011:5,6).

ഏതൊരു ഭൗതികശാസ്ത്ര പ്രതിഭാസത്തെയും ലളിതവും കൃത്യവുമായ ഗണിതശാസ്ത്ര ഫോർമുലകളിലൂടെ വിശദീകരിക്കാനാവും എന്ന് ദക്കാർത്ത് പറയുന്നു. മാത്രമല്ല, ഇന്നു നാം പറയുന്ന ഭൗതികശാസ്ത്രത്തിന് അടിത്തറയിടുന്നതും ദക്കാർത്ത് ആണ്. ഈ ഭൗതികശാസ്ത്രം സമഗ്രവും, മതേതരവുമായ ജ്ഞാനപദ്ധതിയുടെ രൂപമായിരുന്നു. ദക്കാർത്തിൽ നിന്നാണ് ന്യൂട്ടൻ അദ്ദേഹത്തിന്റെ ശാസ്ത്രപദ്ധതി വികസിപ്പിക്കുന്നത്. ന്യൂട്ടനിൽ നിന്നാണ് വോൾട്ടയർ അദ്ദേഹത്തിന്റെ സാമൂഹ്യശാസ്ത്രപദ്ധതികളും വികസിപ്പിക്കുന്നത്. ഇങ്ങനെ കാർട്ടീഷ്യൻ പദ്ധതി ശാസ്ത്രത്തിലാണ് ഉണ്ടായി വന്നതെങ്കിലും പിന്നീടത് സാമൂഹ്യശാസ്ത്രത്തിലേക്ക് കടന്നുവരികയും അതിന്റെ അടിത്തറയായിത്തീരുകയും ചെയ്തു. പ്രബുദ്ധതയുടെ ചിന്തകൾക്ക് തീ പിടിപ്പിച്ചുകൊണ്ട് പതിനാറാം നൂറ്റാണ്ടിലെ പലതരം ആശയങ്ങൾക്ക് ആധാരമായിത്തീർന്നത് കാർട്ടീഷ്യൻ ഫിലോസഫിയാണ്. പിൽക്കാലത്ത് ദക്കാർത്തിന്റെ ആശയങ്ങൾ വലിയ വിവാദങ്ങൾക്കും തർക്കങ്ങൾക്കും വഴിവെച്ചു. മനസ്സും ശരീരവും ദ്വൈതം എന്ന അവസ്ഥയിലുള്ളതാണോ? ആണെങ്കിൽ ഓരോന്നിന്റെയും സ്വഭാവം എന്താണ്? അവ തമ്മിൽ എങ്ങനെയാണ് ബന്ധപ്പെട്ടിരിക്കുന്നത്? മനുഷ്യനിൽ അത് എങ്ങനെയാണ് ഒരു വ്യവസ്ഥയായി നിൽക്കുന്നത്? തുടങ്ങിയ ചോദ്യങ്ങൾ ഉയർന്നുവന്നു. 'ദ്രവ്യമെന്നത് ജഡമാണ്' എന്നതായിരുന്നു ദക്കാർത്തിന്റെ പ്രധാനപ്പെട്ട ഒരു ആശയം. അങ്ങനെ ദ്രവ്യം ജഡമാണെങ്കിൽ എങ്ങനെയാണ് ഈ പ്രപഞ്ചം ചലിക്കുന്നത് എന്ന ചോദ്യവും ഉയർന്നു. ഇത്തരത്തിൽ വസ്തുനിഷ്ഠത, പ്രപഞ്ചത്തിന് പുറകിലുള്ള അതിഭൗതികശക്തിയായി ദൈവത്തെ പ്രതിഷ്ഠിച്ച സമീപനം, ആശയങ്ങൾ ആന്തരികമായ പ്രചോദനമാണ് എന്ന സങ്കല്പം തുടങ്ങിയ ദക്കാർത്തിന്റെ ആശയങ്ങളെല്ലാം പിൽക്കാലത്ത് ചോദ്യം ചെയ്യപ്പെട്ടു (Britstow 2011:7).

ദക്കാർത്തിനെ ചോദ്യം ചെയ്തുകൊണ്ടാണ് സ്പിനോസ കടന്നുവരുന്നത്. അദ്ദേഹത്തിന്റെ പ്രശസ്തമായ 'എത്തിക്സ്' എന്ന പുസ്തകം 1677-ൽ പ്രസിദ്ധീകരിക്കപ്പെട്ടു. കാർട്ടീഷ്യൻ തത്വചിന്തയുമായി ബന്ധപ്പെട്ടുകൊണ്ടാണ് സ്പിനോസ തന്റെ വിമർശന പദ്ധതികൾ വികസിപ്പിക്കുന്നത്. പ്രബുദ്ധതയുടെ മറ്റൊരു അന്തർധാര വികസിപ്പിക്കുന്നതിൽ ഇത് പ്രധാന പങ്കുവഹിച്ചു. കാർട്ടീഷ്യൻ ദ്വൈതവാദത്തിനു പകരം സത്താവാദപരമായ ഏകതാവാദമാണ് സ്പിനോസ മുന്നോട്ടുവച്ചത്. ഇതനുസരിച്ച് ദ്രവ്യത്തിന് ഒരു അവസ്ഥ മാത്രമേയുള്ളൂ. ദൈവം-പ്രപഞ്ചം, മനസ്സ്-ശരീരം എന്നിവയൊന്നും രണ്ടല്ല, ഒന്നുതന്നെയാണ്. ദൈവം എന്ന സങ്കല്പത്തെ നിഷേധിക്കുകയും ദൈവം എന്നത്

പ്രപഞ്ചം തന്നെയാണ് എന്നുമുള്ള ആശയമാണ് സ്പിനോസയുടേത്. പ്രപഞ്ചത്തിലെ ചലനഗതികൾക്ക് ഒരു ലക്ഷ്യമുണ്ട് എന്നും അദ്ദേഹം പറയുന്നു. യുക്തിവാദം, പ്രകൃതിവാദം തുടങ്ങിയവ വികസിക്കുന്നത് സ്പിനോസയുടെ ഭവശാസ്ത്രപരമായ (Ontology) ഏകതാവാദത്തിൽ നിന്നാണ് (Britstow 2011:7).

പ്രബുദ്ധതയുടെ കാലത്തെ മറ്റൊരു പ്രധാന ചിന്തകനാണ് പതിനേഴാം നൂറ്റാണ്ടിന്റെ ഉത്തരാർധത്തിൽ ജീവിച്ചിരുന്ന ലിബിനിസ് (1646- 1716). അദ്ദേഹം ഒരു യുക്തിവാദിയായ ദാർശനികനാണ്. എന്തെങ്കിലും ഒന്ന് നിലനിൽക്കുന്നുണ്ടെങ്കിൽ അതിന് ഒരു കാരണ മുണ്ടായിരിക്കും എന്നദ്ദേഹം പറയുന്നു. ഇങ്ങനെ ഒരു കാര്യത്തിനു പിന്നിൽ ഒരു കാരണമുണ്ട് എന്നു പറയുന്നതിലൂടെ ആ കാരണത്തെ നമുക്ക് കണ്ടെത്താനാവും എന്ന ധാരണ ഈ പ്രസ്താവനയിലുണ്ട്. അങ്ങനെ ഈ പ്രപഞ്ചരഹസ്യങ്ങൾ മനുഷ്യരുടെ യുക്തിപരമായ കഴിവ് ഉപയോഗിച്ച് കണ്ടെത്താനാവും എന്ന് അദ്ദേഹം കരുതുന്നു. ജർമ്മൻ പ്രബുദ്ധതയുടെ പ്രമുഖ വക്താവ് ക്രിസ്റ്റ്യൻവൂൾഫ് (1679 -1754) ലിബിനിസിനെയാണ് പിന്തുടരുന്നത്. എല്ലാത്തിനു പിന്നിലും ഒരു കാരണമുണ്ട് എന്ന ലിബിനിസിന്റെ തത്വം എല്ലാറ്റിനേയും സംശ യിക്കാനും ചോദ്യം ചെയ്യാനും പ്രേരിപ്പിക്കുന്നു. 'കാര്യത്തിനു പിന്നിൽ ഒരു കാരണമുണ്ട്' എന്നത് യുക്തിപരമായ വൈരുധ്യാത്മകതയില്ലാത്ത പ്രസ്താവനയാണ്. ലിബിനിസിന്റെ ചിന്തകളെയും കൃതികളെയും ക്രോ ഡീകരിക്കുന്നത് വൂൾഫ് ആണ്. ചോദ്യങ്ങൾക്കുത്തരം കണ്ടെത്താനു ള്ള ഒരു വഴിയായി യുക്തിചിന്തയെ മുന്നോട്ടുകൊണ്ടുപോകുന്നതിൽ ഈ ചിന്തകർ വലിയ പങ്കുവഹിച്ചു. മനുഷ്യയുക്തിയെ ഉൾക്കൊണ്ടു എന്നതായിരുന്നു വൂൾഫിന്റെ നേതൃത്വത്തിൽ രൂപപ്പെട്ടുവന്ന ജർമ്മൻ പ്രബുദ്ധതയുടെ പ്രധാന സവിശേഷത.

എല്ലാറ്റിനെയും യുക്തിപരമായി വ്യാഖ്യാനിക്കാൻ സാധിച്ചു എന്ന തല്ലാ, യുക്തിയെ മനുഷ്യാനുഭവത്തിന്റെ കേന്ദ്രപദവിയിലേക്ക് കൊണ്ടു വരാൻ സാധിച്ചു എന്നതാണ് പ്രബുദ്ധതാവാദചിന്തയുടെ പ്രത്യേകത. യുക്തിയുടെ വിജയമല്ല, യുക്തിയുടെ സാന്നിധ്യമാണ് പ്രബുദ്ധതയുടെ സവിശേഷത. ഇതുതന്നെയാണ് പതിനേഴാം നൂറ്റാണ്ടുവരെയുള്ള ചിന്ത കരുടെ പ്രത്യേകത. യാഥാർത്ഥ്യത്തിന്റെ പൂർണശാസ്ത്രം എന്ന സങ്കല്പം ഇതിലൂടെ രൂപപ്പെട്ടു. കാര്യമുണ്ടെങ്കിൽ കാരണമുണ്ട് എന്നറിയുകയും അങ്ങനെ അതിനു പിന്നിലുള്ള പദ്ധതികളാവിഷ്കരിക്കുകയും ചെയ്യു ന്നതിനെയാണ് ശാസ്ത്രം എന്നു പറയുന്നത്. എല്ലായ്പ്പോഴും വിജയിച്ചതു കൊണ്ടല്ല ശാസ്ത്രത്തെ പ്രബുദ്ധതയുടെ സവിശേഷതയായി പറയുന്നത്,

അത് ശാസ്ത്രത്തെ സവിശേഷവിചാരമാതൃകയായി കൊണ്ടുവന്നു എന്ന തിനാലാണ്. പക്ഷേ, തങ്ങളുടെ ശാസ്ത്രമെന്ന ആദർശം പലപ്പോഴും പരാജയപ്പെടുന്നതും പ്രബുദ്ധതയുടെ ചിന്തകർ തിരിച്ചറിഞ്ഞു. അതിന്റെ ഭാഗമായി ഇമ്മാനുവൽ കാന്റിന്റെ നേതൃത്വത്തിൽ പതിനെട്ടാം നൂറ്റാണ്ടോടുകൂടി ഒരു അതിഭൗതികശാഖ പ്രബുദ്ധതാവാദത്തിനകത്ത് വളർന്നുവരാൻ തുടങ്ങി. അക്കാലത്തോടെ തർക്കങ്ങളുടെതായ ഒരു യുദ്ധഭൂമി തന്നെ വളർന്നുവന്നു. ദൈവം, മനസ്സ്, ദ്രവ്യം, വസ്തു, കാരണം തുടങ്ങിയ കാര്യങ്ങളെക്കുറിച്ച് ധാരാളം ചർച്ചകൾ ഉയർന്നുവന്നു. ഈ തർക്കങ്ങളെല്ലാം ചേർന്നതാണ് പ്രബുദ്ധതാവാദപരമായ ചിന്ത. അതായത് ഭൗതികവാദവും അതിഭൗതികവാദവും ചേർന്നതാണിത് (Britstow 2011:7,8).

വസ്തുസ്ഥിതിവാദവും പ്രബുദ്ധതയും

പ്രബുദ്ധതാവാദത്തെ പലപ്പോഴും യൂറോപ്യൻ പ്രബുദ്ധതാവാദം എന്ന മട്ടിൽ ഒറ്റവാക്കിലൊതുക്കുകയാണ് ചെയ്യാറുള്ളത്. എന്നാൽ പരസ്പരവിരുദ്ധമായ പല ധാരകളും ചേർന്ന വൈവിധ്യമാർന്ന പദ്ധതികളുടെ ഒരു കാലഘട്ടമാണ് പ്രബുദ്ധതയുടേത്. വസ്തുസ്ഥിതിവാദത്തിന് പ്രാധാന്യം ലഭിച്ച കാലത്തെയാണ് യുക്തിയുടെ കാലം (Age of reason)എന്നു പറയുന്നത്. അത് പ്രബുദ്ധതാവാദകാലത്തെ മുഴുവനായി സൂചിപ്പിക്കുന്ന ഒന്നല്ല. ശാസ്ത്രത്തിന്റെ മാതൃകകൾക്ക് അറിവിന്റെ മണ്ഡലത്തിൽ പ്രാധാന്യം ലഭിച്ച കാലഘട്ടമാണ് യുക്തിയുടെ കാലം. യുക്തിയെ അറിവിന്റെ സ്വതന്ത്രമായ ഒരു ഉറവിടമായി നാം പരിഗണിക്കുന്നില്ല. പകരം മനുഷ്യന്റെ ധാരണകളെ ഉൽപ്പാദിപ്പിക്കുന്ന എല്ലാ ശേഷികൾക്കുമാണ് പ്രാധാന്യം നൽകുന്നത്. മനുഷ്യന്റെ ധാരണാശേഷികളിൽ (cognitive faculty) വിശ്വാസം കല്പിച്ച യുഗമാണ് 'യുക്തിയുടെ കാലം' (age of reason). മനുഷ്യന് കാര്യങ്ങൾ മനസ്സിലാക്കാൻ കഴിയും എന്ന ബോധ്യമുണ്ടായ കാലമാണിത്. 'യുക്തിയുടെ കാലം' 'ഇന്ദ്രിയാനുഭവങ്ങളുടെ കാലവുമായല്ല,' 'മതവിശ്വാസത്തിന്റെ കാല'വുമായാണ് എതിരുനിൽക്കുന്നത്. പലതരത്തിലുള്ള സ്വാധീനം പ്രബുദ്ധതാവാദത്തിനകത്ത് ഉണ്ടായിട്ടുണ്ട്. പതിനേഴാം നൂറ്റാണ്ടിലെ ചിന്തകരായ ദക്കാർത്ത്, ലിബിനിസ്, സ്പിനോസ എന്നിവരെല്ലാം തത്വചിന്താപരമായ സ്വാധീനമാണ് ചെലുത്തിയിട്ടുള്ളത്. വസ്തുസ്ഥിതിവാദത്തിന്റെ വക്താക്കളാണ് ഫ്രാൻസിസ് ബേക്കൺ, ജോൺലോക്ക്, ഐസക് ന്യൂട്ടൻ എന്നിവർ. പ്രബുദ്ധതാവാദത്തിന് തത്വചിന്താപരമായ അടിത്തറയിട്ടത് ദക്കാർത്താണെങ്കിൽ, വസ്തുസ്ഥിതിവാദപരമായ സമീപനത്തിന് അടിത്തറയിട്ടത് ഫ്രാൻസിസ് ബേക്കൺ (1561-1626)

ആണ്. അദ്ദേഹം ഫ്രാൻസിലെ നവോത്ഥാനകാലത്തിന്റെ ഭാഗമായിരുന്നു. ശാസ്ത്രത്തെക്കുറിച്ച് ബേക്കൺ പറഞ്ഞ കാര്യങ്ങൾ പ്രബുദ്ധതാവാദ ചിന്തകരെ വളരെയധികം സ്വാധീനിച്ചു. പരീക്ഷണ നിരീക്ഷണങ്ങളുടെ അടിസ്ഥാനത്തിലുള്ള ശാസ്ത്രം എന്ന സങ്കല്പത്തിന് അടിത്തറയിട്ടത് ബേക്കണാണ്. ആധുനിക പരീക്ഷണശാസ്ത്രത്തിന്റെ പിതാവായാണ് അദ്ദേഹം അറിയപ്പെടുന്നത്. ബേക്കൺ അവതരിപ്പിച്ച സമീപനത്തിന് മൂന്ന് പ്രത്യേകതകളുണ്ട് (Britstow 2011: 8,9).

1. വസ്തുസ്ഥിതിപരമായ നിരീക്ഷണങ്ങൾക്കും പരീക്ഷണങ്ങൾക്കും പ്രാധാന്യം കൊടുക്കുന്നത് എന്ന അർത്ഥത്തിൽ ശാസ്ത്രത്തെ അദ്ദേഹം ഉറപ്പിക്കുന്നു.
2. നിഗമനരീതി (deduction method)യിലൂടെ എത്തിച്ചേർന്ന കാര്യങ്ങളെ ആഗമികരീതിയിൽ വീണ്ടും പരിശോധിക്കുന്നു.
3. അറിവിന് പ്രയോഗക്ഷമത ഉണ്ടായിരിക്കണമെന്ന് ഉറപ്പിക്കുന്നു.

അറിവാണ് അധികാരം (knowledge is power)എന്നതായിരുന്നു ബേക്കോണിയൻ ആപ്തവാക്യം. പ്രപഞ്ചസത്യങ്ങളെ കണ്ടെത്തുന്നതിലുള്ള മനുഷ്യന്റെ ശക്തിയെ ആണ് ഇവിടെ അദ്ദേഹം അധികാരം (power) എന്നതുകൊണ്ട് ഉദ്ദേശിക്കുന്നത് (Britstow 2011: 9).

ബേക്കൺ വളരെ വിപ്ലവാത്മകമായി മുന്നോട്ടുവച്ച ഈ ആശയങ്ങളെല്ലാം പ്രകൃതിശാസ്ത്രത്തെ സ്വാധീനിച്ചു. പക്ഷേ, മറ്റു ചില കാര്യങ്ങൾ കൂടി ഇവിടെ ഓർക്കേണ്ടതുണ്ട്. ബേക്കണവതരിപ്പിച്ച ഈ ശാസ്ത്രത്തെ ന്യൂട്ടനാണ് ആദർശാത്മകമായ രീതിയിൽ പ്രയോഗിച്ചത്. ന്യൂട്ടനവതരിപ്പിച്ച രീതിയും യുക്തിവാദപരമായ രീതിയും തമ്മിൽ ചില വ്യത്യാസങ്ങളുണ്ട്. പതിനേഴാം നൂറ്റാണ്ടിലെ യുക്തിവാദ തത്വചിന്തകർ അവരുടെതായ ചില തത്വങ്ങളുടെ അഥവാ യുക്തിയുടെ അടിസ്ഥാനത്തിൽ ലോകത്തെ വ്യാഖ്യാനിക്കുകയാണ് ചെയ്തത്. ന്യൂട്ടൻ കാര്യങ്ങളെ നിരീക്ഷിക്കുകയും പിന്നീട് അവയെ ഗണിതശാസ്ത്ര ഫോർമുലകളിലേക്ക് മാറ്റുകയും ചെയ്തു. തന്റെ യുക്തിക്കനുസരിച്ച് അവയെ വിശദീകരിക്കാൻ ശ്രമിച്ചില്ല. പല പരീക്ഷണങ്ങളിലൂടെ ഒരു തത്വത്തെ രൂപപ്പെടുത്തുകയാണുണ്ടായത്. ഇതാണ് വസ്തുസ്ഥിതിവാദപരമായ രീതിയും യുക്തിവാദപരമായ രീതിയും തമ്മിലുള്ള വ്യത്യാസം. അങ്ങനെ, ചിതറിക്കിടക്കുന്ന ലോകത്തെ ഒരു ഏകതയിലേക്ക് കൊണ്ടുവരാനാണ് ആഗമികരീതിയിൽ ശ്രമിക്കുന്നത്. അനുഭവങ്ങളിൽ നിന്ന് അറിവിലേക്ക് എന്ന വസ്തുസ്ഥിതിവാദപരമായ രീതിയാണോ നിലവിലുള്ള യുക്തിയുടെ അടിസ്ഥാനത്തിൽ കാര്യങ്ങളെ വിശദീകരിക്കുകയാണോ വേണ്ടതെന്ന് അനുഭവൈകവാദികളും(Empiricist) യുക്തിവാദികളും തമ്മിൽ

തർക്കമുണ്ടായി (Britstow 2011: 9,10).

പതിനാറാം നൂറ്റാണ്ടിലും പതിനേഴാം നൂറ്റാണ്ടിലും വളർന്നുവന്ന അനുഭവൈകവാദത്തിൽ വേരൂന്നിയ പ്രകൃതിശാസ്ത്രം, അതിനുമുമ്പുണ്ടായിരുന്ന മതങ്ങളുടെ അതിഭൗതികവാദപരമായ ചിന്താപദ്ധതികളെയും രീതിശാസ്ത്രങ്ങളെയും പുറന്തള്ളി. മതങ്ങളുടെ ചിന്താപദ്ധതികൾ അതിഭൗതികാവാദപരമാണെന്നാണ് ജ്ഞാനോദയം മനസിലാക്കിയത്. അതിഭൗതികവാദപരമായതിനോടെല്ലാം ഒരു സംശയം ജ്ഞാനോദയത്തിൽ രൂപപ്പെട്ടുവന്നു. അളവുകൾ, തൂക്കങ്ങൾ, ഗണിതശാസ്ത്രമാതൃകകൾ എന്നിവയിലൂടെ സത്യം കണ്ടെത്താനുള്ള വസ്തുസ്ഥിതിവാദരീതിക്ക് വഴങ്ങാത്തവയെയെല്ലാം ജ്ഞാനോദയം സംശയത്തോടെയാണ് നോക്കിയത്. രീതിശാസ്ത്രപരമായും ജ്ഞാനശാസ്ത്രപരമായും മതത്തിന്റെ രീതിയും ശാസ്ത്രത്തിന്റെ രീതിയും വിഭജിക്കപ്പെട്ടത് പതിനാറ്-പതിനേഴ് നൂറ്റാണ്ടുകളിലാണ്. പ്രപഞ്ചത്തെപ്പറ്റി മതത്തിൽ നിന്ന് സ്വതന്ത്രമായി ചില ആധികാരിക തത്വങ്ങൾ ഉൽപ്പാദിപ്പിക്കാൻ സാധിക്കുമോ എന്ന പരിശ്രമത്തിലാണ് ന്യൂട്ടൻ ഏർപ്പെട്ടത്. ന്യൂട്ടന്റെ ഒന്നാം ചലനനിയമം തന്നെ യഥാർത്ഥത്തിൽ മതാത്മകതയെ ചോദ്യം ചെയ്തുകൊണ്ട് രൂപപ്പെട്ടുവന്നതാണ്. ആധികാരികമെന്ന് വിശേഷിപ്പിക്കപ്പെട്ട എല്ലാ മാതൃകകളെയും ജ്ഞാനോദയചിന്ത സംശയത്തോടെയാണ് നോക്കിക്കണ്ടത്. മതപരമായ ജഡിലോക്തികളെയാണ് അത് ആദ്യം നേരിട്ടത്. പിന്നീടത് അതിഭൗതികവാദപരമായ എല്ലാറ്റിനേയും ചോദ്യം ചെയ്യാൻ തുടങ്ങി. അതുകൊണ്ടുതന്നെ ജ്ഞാനോദയപദ്ധതിയുടെ പൊതുവായ ഊന്നൽ അതിഭൗതികവാദവിരുദ്ധമായ ചിന്തയിലാണ് (Britstow 2011: 10).

1690-ൽ ജോൺ ലോക്ക് എഴുതിയ 'Essay concerning Human Understanding' എന്ന പ്രബന്ധത്തിന്റെ മുഖ്യപങ്കം അതിഭൗതികവാദവിരുദ്ധമായ രീതിശാസ്ത്രത്തിന്റെ ഏറ്റവും ശക്തമായ ആശയങ്ങളാണ് ഉൾക്കൊള്ളുന്നത്. മനുഷ്യഗ്രഹണശേഷിയുടെ പരിമിതികളെല്ലാം മനുഷ്യന്റെ അറിവിനും ഉണ്ടായിരിക്കും എന്ന് അദ്ദേഹം മനസ്സിലാക്കി. അതുകൊണ്ടുതന്നെ മനുഷ്യന്റെ ഗ്രഹണശേഷിയുടെ പരിമിതികളെ മറികടക്കലായിരുന്നു ജ്ഞാനോദയത്തിന്റെ പ്രധാന ഉദ്ദേശ്യം. അറിവുൽപ്പാദിപ്പിക്കുന്നതിനുമുമ്പ് അറിവുൽപ്പാദിപ്പിക്കുന്നതെങ്ങനെ എന്ന് ജ്ഞാനോദയകാലത്ത് വിശദമായി ചർച്ച ചെയ്യപ്പെട്ടു. അറിവുൽപ്പാദനത്തിന്റെ രീതിശാസ്ത്രം പ്രധാനമായിത്തീർന്നു. ജ്ഞാനോദയപദ്ധതികാലത്തെ ജ്ഞാനശാസ്ത്രത്തിന്റെ വളരെ മുഖ്യമായ ക്രമം സ്ഥാപിച്ചെടുക്കുന്നതിൽ ലോക്കിന് വലിയ പങ്കുണ്ട്. അദ്ദേഹം

മനുഷ്യന്റെ ആശയങ്ങളുടെ ഉറവിടം കണ്ടെത്താനാണ് ശ്രമിച്ചത്. മനുഷ്യൻ ആശയങ്ങളിലൂടെയാണ് നിർമ്മിക്കപ്പെട്ടിരിക്കുന്നത് അഥവാ ആശയങ്ങൾ ആന്തരികമാണ് എന്ന വാദത്തെ ലോക്ക് വിമർശിക്കുന്നു. ഇന്ദ്രിയങ്ങളിലൂടെയാണ് ആശയങ്ങളും അനുഭവങ്ങളും നമ്മളിലേക്കെത്തുന്നത് എന്നതുകൊണ്ട് ആശയങ്ങൾക്ക് ഇന്ദ്രിയപരതയുണ്ട് എന്ന് അദ്ദേഹം പറയുന്നു. അബെ ഡി കോണ്ടിലാക്കും (Abbe de Condillac) ലോക്കിന്റെ ഈ ആശയം പങ്കുവെക്കുന്നു. Trea tise on Sensations (1754) എന്ന അദ്ദേഹത്തിന്റെ പ്രബന്ധത്തിനകത്ത് മനുഷ്യന്റെ അറിവും ഇന്ദ്രിയാനുഭവവും തമ്മിലുള്ള ബന്ധത്തെക്കുറിച്ചാണ് പറയുന്നത്. ആലോചനയാണുള്ളത്. ആധുനിക മന:ശ്ശാസ്ത്രത്തിന്റെ ആധാരശിലകളെ തന്നെ രൂപപ്പെടുത്തുന്നതിൽ ലോക്കിനും കോണ്ടിലാക്കിനുമുള്ള പങ്ക് വളരെ വലുതാണെന്ന് ഇക്കാര്യങ്ങളിലൂടെ വ്യക്തമാവുന്നു (Britstow 2011: 10).

ലോക്കും ദക്കാർത്തും ജ്ഞാനം എന്നത് അതിഭൗതികവാദപരമായി നിർമ്മിക്കപ്പെടുന്ന ഒന്നാണ് എന്ന വാദത്തെ അംഗീകരിക്കുന്നില്ല. ആശയങ്ങൾ മനസ്സിൽ മിന്നിമാഞ്ഞു എന്ന് പറയുമ്പോഴെല്ലാം അറിയാതെ നാം ദൈവത്തെ സാക്ഷ്യപ്പെടുത്തുകയാണ് ചെയ്യുന്നത്. ആശയങ്ങൾ ഇന്ദ്രിയങ്ങളിലൂടെയാണ് വരുന്നതെന്നും അവ പലപ്പോഴും വഴിതെറ്റിക്കുന്നതാണെന്നും ജ്ഞാനോദയത്തിന്റെ വക്താക്കൾ പറയുന്നു. കണ്ണിന്റെ അനുഭവവും യാഥാർത്ഥ്യവും ഒന്നാകണം എന്നില്ല. സ്പർശനത്തെയോ രുചിയെയോ ഒന്നിനെയും നമുക്ക് പൂർണമായി വിശ്വസിക്കാനാവില്ല. അതുകൊണ്ടുതന്നെ രീതിശാസ്ത്രപരമായി ബാഹ്യപ്രപഞ്ചത്തെ സമീപിക്കുന്നതിനുള്ള രീതിശാസ്ത്രം കണ്ടെത്തേണ്ടതുണ്ടെന്ന് അവർ കരുതി. വസ്തുസ്ഥിതിവാദം അതിഭൗതികവാദപരമായ ചിന്തകളുടെ ഉറവിടങ്ങളെ നിഷേധിക്കുകയും അറിവ് ഇന്ദ്രിയങ്ങളിലൂടെയാണ് മനുഷ്യരിലേക്ക് വരുന്നതെന്ന് അംഗീകരിക്കുകയും ചെയ്യുന്നു. എന്നാൽ ഈ ഇന്ദ്രിയങ്ങൾ ആത്മനിഷ്ഠമായതുകൊണ്ടുതന്നെ അവയെ പൂർണമായി വിശ്വസിക്കാൻ സാധിക്കുകയില്ലെന്നും അവർ മനസ്സിലാക്കുന്നു. അതുകൊണ്ട് ഇന്ദ്രിയങ്ങളിലൂടെയുള്ള അനുഭവങ്ങളെ പരീക്ഷണനിരീക്ഷണങ്ങളിലൂടെ ക്രമപ്പെടുത്തിക്കൊണ്ട് വസ്തുനിഷ്ഠമാക്കുവാൻ ശ്രമിക്കുന്നു. അത്തരത്തിൽ വസ്തുസ്ഥിതിവാദം അതിഭൗതികവാദത്തിനു വിരുദ്ധവും വസ്തുനിഷ്ഠമായതുകൊണ്ടുതന്നെ ഇന്ദ്രിയങ്ങളെ സംശയിക്കുന്നതുമാണ് (Britstow 2011: 10,11).

ഒരു വസ്തുവിനെ കാണുന്നതോടുകൂടി ഒരു ആശയം നമ്മുടെ മനസിലേക്ക് കടന്നുവരുന്നു. അങ്ങനെ ഒരു വസ്തുവിനെ നേരിട്ട് പ്രതിനിധാനം

ചെയ്യുന്നതാണോ ഒരു ആശയം എന്ന ചോദ്യമാണ് ജോൺലോക്കും ദക്കാർത്തും പിന്നീട് പരിഗണിക്കുന്നത്. ബാഹ്യപ്രപഞ്ചത്തിലെ വസ്തുക്കൾക്ക് ആശയങ്ങളെ പ്രതിനിധീകരിക്കാൻ കഴിയുമോ എന്ന ചോദ്യമാണവർ ഉന്നയിക്കുന്നത്. അതായത് ആശയങ്ങൾക്ക് വസ്തുപ്രപഞ്ചവുമായി രൂപസാദൃശ്യമുണ്ടോ എന്ന ചോദ്യത്തെ അവർ നിരാകരിക്കുകയാണ് ചെയ്യുന്നത്. മാത്രമല്ല, പലപ്പോഴും നാം ബാഹ്യപ്രപഞ്ചത്തെക്കുറിച്ച് മനസ്സിലാക്കിയ കാര്യങ്ങൾ, ബാഹ്യപ്രപഞ്ചത്തെതന്നെ സ്വാധീനിക്കുമെന്നും അവർ പറയുന്നു. ആശയങ്ങൾ ബാഹ്യപ്രപഞ്ചത്തിന്റെ പ്രതിബിംബമോ പ്രതിഫലനമോ അല്ല. മനസിലേക്കു വന്നിട്ടുള്ള ആശയങ്ങൾ പിന്നീട് വസ്തുവിനെ കാണുന്നതിനെ സ്വാധീനിക്കുകയും ചെയ്യും. ആശയവാദത്തെ (ആശയങ്ങളാണ് ഭൗതികലോകത്തെ സൃഷ്ടിക്കുന്നത് എന്ന സങ്കല്പം)യാണ് ഇവർ നിഷേധിക്കുന്നത്. നാം കാണുന്ന വസ്തുവിനെക്കുറിച്ച് ഒരു ധാരണ നമുക്കുണ്ടാവും. ആ ധാരണയും യഥാർത്ഥ വസ്തുതയും തമ്മിൽ പൊരുത്തമുണ്ടോ എന്ന് കണ്ടെത്തേണ്ടതുണ്ട്. പരീക്ഷണരീതി ഇവിടെയാണ് പ്രസക്തമാകുന്നത്. ഇന്ദ്രിയങ്ങൾ നമ്മുടെയുള്ളിൽ ഉൽപ്പാദിപ്പിക്കുന്ന അനുഭവം അഥവാ പ്രതീതി യാഥാർത്ഥ്യം വസ്തുയാഥാർത്ഥ്യങ്ങളുമായി പൊരുത്തപ്പെടുന്നതാണോ എന്ന് മനസിലാക്കാൻ വേണ്ടി നാം നിർവഹിക്കുന്ന പ്രക്രിയയാണ് പരീക്ഷണം. സ്കോട്ടിഷ് ജ്ഞാനോദയത്തിന്റെ വക്താക്കളിലൊരാളായ തോമസ് റീഡിന്റെ ജ്ഞാനശാസ്ത്രപരമായ പ്രശ്നത്തോടുള്ള പ്രതികരണം ജ്ഞാനോദയത്തോടുള്ള പൊതുവായ സമീപനമാണ് വ്യക്തമാക്കുന്നത്. ഏതൊരു വസ്തുവിന്റെയും യാഥാർത്ഥ്യം എന്നത് നമ്മുടെ മുന്നിലുള്ള ഭൗതികവസ്തുതയാണെന്ന് അദ്ദേഹം പറയുന്നു. നമ്മുടെ ഉള്ളിലുള്ള ആശയങ്ങൾക്കല്ല, ഭൗതികമായ വസ്തുതകൾക്കാണ് പ്രാധാന്യം. ഇങ്ങനെ തെളിവ് എന്നത് സത്യത്തിന്റെ ആധാരമായിത്തീരുന്നത് ജ്ഞാനോദയകാലത്തോടെയാണ്. മനുഷ്യന്റെ സാമാന്യബോധത്തെത്തന്നെയാണ് നാം ആശ്രയിക്കേണ്ടത്, ആശയങ്ങളെയല്ല. സാമാന്യബുദ്ധിക്കു മുന്നിൽ പ്രത്യക്ഷമാകുന്ന വസ്തുതകളിൽ നിന്നാണ് അന്വേഷണമാരംഭിക്കേണ്ടത്. അങ്ങനെ സാമാന്യബോധത്തെ ന്യായീകരിക്കുന്ന ആശയങ്ങളാണ് വസ്തുസ്ഥിതിവാദത്തിനകത്തുള്ളത്. മനുഷ്യന്റെ സാമാന്യബുദ്ധിയെ പരിഗണിക്കുന്നു എന്നാൽ ജ്ഞാനാർജ്ജനത്തിൽ നിന്ന് അവർ ആരെയും പുറത്തുനിർത്തുന്നില്ല എന്നർത്ഥം. ആശയവാദികളെ സംബന്ധിച്ചിടത്തോളം ഭൂരിഭാഗം വരുന്ന ജനങ്ങൾ അറിവില്ലാത്തവരും വലിയ ആശയങ്ങൾ ഉള്ളവർ തത്വജ്ഞാനികളുമാണ്. തത്വജ്ഞാനികൾ അറിവ് സാമാന്യജനത്തിനായി പങ്കുവെക്കുകയാണ് ചെയ്യുന്നത് എന്ന തരത്തിൽ ആശയവാദം പൗരോഹിത്യത്തെ

പിന്തുണയ്ക്കുന്നു. എന്നാൽ അറിവിനാധാരം സാമാന്യബുദ്ധിയാണെന്നു വരുന്നതോടെ ആർക്കും പരീക്ഷണ നിരീക്ഷണങ്ങളിലേർപ്പെടാനും അറിവുനേടാനും സാധിക്കുമെന്നുവന്നു. ജ്ഞാനത്തിന്റെ മണ്ഡലത്തെ ജനാധിപത്യത്തിലേക്ക് നയിക്കുന്ന യുക്തി ജ്ഞാനോദയത്തിൽ പ്രവർത്തിച്ചുവെന്ന് കാണാം (Britstow 2011: 11).

ജ്ഞാനോദയത്തിലെ സന്ദേഹവാദം

മനുഷ്യർക്ക് എത്രമാത്രം ലോകത്തെ മനസ്സിലാക്കാൻ സാധിക്കുമെന്ന ആലോചനയാണ് സന്ദേഹവാദം (Skepticism). മനുഷ്യരുടെ ബൗദ്ധികശേഷിയിലുള്ള വിശ്വാസക്കുറവിനെത്തന്നെയാണിത് അടയാളപ്പെടുത്തുന്നത്. മനുഷ്യന് ലോകത്തെ കീഴടക്കാനാവും എന്നത് ജ്ഞാനോദയത്തിന്റെയല്ല, മുതലാളിത്തത്തിന്റെ ആശയമാണ്. ജ്ഞാനോദയവും മുതലാളിത്തവും, ശാസ്ത്രവും മുതലാളിത്തവും തമ്മിലുള്ള കുഴമറിച്ചിൽ കാരണം പലപ്പോഴും മുതലാളിത്തത്തിനെതിരായ വിമർശനം ശാസ്ത്രവിമർശനമാണെന്നു വരുന്നു. അറിവുൽപ്പാദിപ്പിക്കാൻ പിന്തുടർന്ന മാർഗ്ഗങ്ങളെ നാം സംശയിക്കുമ്പോഴാണ്, മനുഷ്യർ തങ്ങളുടെ മുമ്പുണ്ടായിരുന്ന മനുഷ്യരുടെ അറിവിനെ സംശയിച്ചുകൊണ്ട് പുതിയ അറിവ് ഉൽപ്പാദിപ്പിക്കാൻ ശ്രമിക്കുന്നത്. മനുഷ്യന്റെ കഴിവുകൾക്ക് പരിമിതികളുണ്ട്. അതിനെ മറികടക്കാൻ നിരന്തരം ഉത്കണ്ഠ പൂണ്ടിരുന്ന പദ്ധതിയാണ് ജ്ഞാനോദയം. ഗവേഷണത്തിൽ പൂർവപഠനങ്ങളെ സംശയിക്കുന്നത് ജ്ഞാനോദയത്തിന്റെ ഈ സന്ദേഹവാദത്താലാണെന്ന് കാണാം. സന്ദേഹവാദത്തെ തത്വചിന്താപരമായ ഒരു പ്രശ്നമായാണ് അവതരിപ്പിക്കുന്നത്. യൂറോപ്പിലെ ആശയവാദതത്വചിന്തയ്ക്കുള്ളും സന്ദേഹവാദം മറ്റൊരു ധാരയാണ്. എന്നാൽ ഇവയിൽ നിന്നെല്ലാം വ്യത്യസ്തമാണ് ജ്ഞാനോദയ സന്ദേഹവാദം. അത് രീതിശാസ്ത്രപരമാണ്, തത്വചിന്താപരമല്ല, സന്ദേഹവാദത്തെക്കുറിച്ച് വിശദമായി ചർച്ച ചെയ്തിട്ടുള്ള പുസ്തകമാണ് ദക്കാർത്തിന്റെ 'മെഡിറ്റേഷൻസ് ഓൺ ഫസ്റ്റ് ഫിലോസഫി' (Meditations on First Philosophy). 1641ൽ പ്രസിദ്ധീകരിച്ച പുസ്തകത്തിനകത്ത് ദക്കാർത്ത് പ്രധാനമായും മുൻവിധികളെ ചോദ്യം ചെയ്യുന്ന യുക്തിപരമായ സന്ദേഹവാദത്തെയാണ് മുന്നോട്ടുവെക്കുന്നത്. മനുഷ്യരുടെ ഇന്ദ്രിയാനുഭവങ്ങളുടെ ഭാഗമായും ചിലപ്പോൾ പഠനങ്ങളിലൂടെ കണ്ടെത്തുന്ന തത്വങ്ങൾ വഴിയും മുൻവിധികൾ രൂപപ്പെടാം. ഇങ്ങനെ രൂപപ്പെടുന്ന മുൻവിധികളെ സംശയിക്കണമെന്നാണ് ദക്കാർത്ത് പറയുന്നത്. അങ്ങനെ മാത്രമേ നമുക്ക് അറിവിന്റെ ഒരു പുതിയ വ്യവസ്ഥയെ രൂപപ്പെടുത്തിയെടുക്കാനാവൂ. അടിയുറച്ചതെന്ന് പാരമ്പര്യം സമർത്ഥിച്ചുവച്ചിട്ടുള്ള ആശയങ്ങളെ

ഋണാത്മകമായും വിമർശനാത്മകമായും സംശയത്തോടുകൂടിയും സമീപിക്കുന്ന സമ്പ്രദായമാണ് ജ്ഞാനോദയം. സന്ദേഹത്തിന്റേതായ ചട്ടക്കൂടിലൂടെയാണ് പരമ്പരാഗതമായ ശാസ്ത്രത്തിന്റെയോ മതത്തിന്റെയോ അതിഭൗതികതയുടേതോ ആയ ജഡിലോക്തികളെ ജ്ഞാനോദയചിന്തകർ ചോദ്യം ചെയ്യുന്നത് (Britstow 2011: 11,12).

സന്ദേഹവാദം എന്നത് രീതിശാസ്ത്രപരം മാത്രമായ ഒരു കാര്യമല്ല. അത് മനസ്സിന്റെ ഒരു സവിശേഷതയായിക്കൂടി ജ്ഞാനോദയ പദ്ധതി കാലത്ത് കടന്നുവരുന്നു. ജ്ഞാനോദയം കിട്ടിയ ഒരു മനസ്സിന്റെ സവിശേഷതയായി അവർ സന്ദേഹവാദത്തെ സ്വീകരിക്കുന്നു. ഈയൊരു ആശയത്തിന്റെ വക്താവാണ് പിയറി ബെയ്ൽ (Pierre Bayle). കത്തോലിക്കാമതത്തിനകത്തു രൂപപ്പെട്ടുവന്ന വിമർശനധാരയായ പ്രൊട്ടസ്റ്റന്റ് മതത്തിൽപ്പെട്ട ആളായിരുന്നു അദ്ദേഹം. ഫ്രഞ്ച് പ്രൊട്ടസ്റ്റന്റ് ആയ അദ്ദേഹത്തിന് അക്കാലത്തെ മറ്റു തത്വചിന്തകരെപ്പോലെ, ജീവിക്കാനും ജോലി ചെയ്യാനും വേണ്ടി ലിബറലിസം അംഗീകരിച്ച നാടായ ഹോളണ്ടിലേക്ക് പോകേണ്ടിവന്നു. ബെയിലിന്റെ 'ഹിസ്റ്റോറിക്കൽ ആൻഡ് ക്രിട്ടിക്കൽ ഡിക്ഷണറി' (Historical and critical dictionary-1697) എന്ന കൃതി ജ്ഞാനോദയ കാലഘട്ടത്തിൽ വളരെയധികം സ്വാധീനം ചെലുത്തിയ ഒന്നാണ്. ആ പുസ്തകത്തിന്റെ സംവിധാനം തന്നെ വളരെ വിചിത്രമാണ്. യൂറോപ്യൻ ചരിത്രത്തിൽ അറിയപ്പെടാതെ പോയ കുറേ മനുഷ്യരുടെ ജീവചരിത്രമാണ് ആ കൃതി. പണ്ഡിതോചിതവും സൂക്ഷ്മവുമായി എഴുതിയിട്ടുള്ള കൃതിയിൽ അടിക്കുറിപ്പുകളും, അടിക്കുറിപ്പുകൾക്ക് അടിക്കുറിപ്പുകളും ഉണ്ട്. പുസ്തകത്തിന്റെ രചന തന്നെ സംസ്കാരത്തിന്റെ മണ്ഡലത്തിൽ എത്രമാത്രം സ്വാതന്ത്ര്യവാഞ്ഛ രൂപപ്പെട്ടു വരുന്നുണ്ട് എന്നു കാണിക്കുന്നു. കത്തോലിക്കാമതത്തിന്റെ സാംസ്കാരികധാരകൾ ദമനം ചെയ്ത നിരവധി മനുഷ്യരെ ഓർമ്മയിലേക്ക് കൊണ്ടുവരാനാണ് അദ്ദേഹം ശ്രമിച്ചത്. അത് സംസ്കാരത്തിനകത്ത് ഒരു പുതിയ സ്വാതന്ത്ര്യബോധം ഉണ്ടാക്കി. ആ പുസ്തകത്തിനകത്ത് അദ്ദേഹം മതത്തിന്റെയും അതിഭൗതികവാദചിന്തയുടെയും ശാസ്ത്രത്തിന്റെയും ജഡിലോക്തികളെ ചോദ്യം ചെയ്യാൻ ശ്രമിക്കുന്നു. പലതും മിശ്രണം ചെയ്ത ഒരു ചിന്താപദ്ധതിയാണ് അദ്ദേഹം പിന്തുടരുന്നത് എന്നതുകൊണ്ടു തന്നെ പലതും മനസ്സിലാക്കാൻ ബുദ്ധിമുട്ടാണ്. പിയറിബെടൽ ഏതെങ്കിലുമൊരു ചിന്തകനെ പിന്തുടരുകയല്ല, സ്വയം ചിന്തിക്കുകയാണ് ചെയ്യുന്നത്. അദ്ദേഹം അവതരിപ്പിച്ച ഒരു മാതൃകയാണിത്. മതത്തിനകത്തെ ജഡിലോക്തികളെ വിമർശിക്കുന്നതിന് അദ്ദേഹം ഭയപ്പെട്ടില്ല (Britstow 2011: 12).

What is Enlightenment എന്ന പേരിൽ കാന്റും ഫൂക്കോയും ലേഖനങ്ങൾ എഴുതിയിട്ടുണ്ട്. ചിന്തിക്കാനുള്ള ധീരതയാണ് ജ്ഞാനോദയം എന്ന് കാന്റ് കരുതി. യുക്തിയെക്കുറിച്ചാണ് ഈ ലേഖനത്തിൽ പറയുന്നത്. യുക്തിയുടെ സ്വകാര്യപ്രയോഗം (Private use of reason), യുക്തിയുടെ പൊതുപ്രയോഗം (Public use of reason) എന്നിങ്ങനെ യുക്തി രണ്ടുതരത്തിലുണ്ടെന്ന് അദ്ദേഹം പറയുന്നു. നമ്മുടെ സ്വകാര്യജീവിതത്തിൽ നാം നൽകുന്ന ന്യായീകരണമാണ് യുക്തിയുടെ സ്വകാര്യപ്രയോഗം. അതേസമയം സാമാന്യമായ സമൂഹത്തിനുവേണ്ടി വ്യക്തിയുടെ യുക്തിയെ ഉപയോഗിക്കുന്നതാണ് യുക്തിയുടെ പൊതുപ്രയോഗം. സമൂഹത്തെ മാറ്റുന്നതും പരിഷ്കരിക്കുന്നതും പുതിയ യുഗത്തിലേക്ക് സമൂഹത്തെ കടത്തിക്കൊണ്ടുപോകുന്നതും യുക്തിയുടെ പൊതുപ്രയോഗമാണ്. ഒരു സ്ഥാപനത്തിൽ നിന്നുകൊണ്ടുതന്നെ ആ സ്ഥാപനത്തെ വിമർശിക്കാനുള്ള സ്വാതന്ത്ര്യമാണത്. ഈ സ്വാതന്ത്ര്യം ഇല്ലാതായാൽ ജ്ഞാനോദയം തന്നെ ഇല്ലാതാവും. ഈ സ്വാതന്ത്ര്യമാണ് ജ്ഞാനോദയത്തിന്റെ സ്വഭാവമെന്നാണ് കാന്റ് ഈ ലേഖനത്തിൽ പറയാൻ ശ്രമിക്കുന്നത്. കാന്റിന്റെ ഈ ആശയവുമായി പിയറി ബെയ്‌ലിന്റെ ആശയങ്ങൾക്ക് പൊരുത്തമുണ്ട്. മനുഷ്യർ തങ്ങളുടെ വിവേചനശേഷിയെ പ്രയോഗിച്ചുകൊണ്ട് മറ്റൊരാളുടെ സഹായമില്ലാതെ കാര്യങ്ങളിൽ തീരുമാനമെടുക്കുന്നു എന്നതാണ് ജ്ഞാനോദയത്തിന്റെ സവിശേഷത. അത്തരത്തിൽ എല്ലാ ആധികാരികതയിലും അവിശ്വാസമുണ്ടാവുകയും വ്യക്തിയുടെ വിവേചനശേഷിയിൽ ഉറച്ച ബോധ്യമുണ്ടാവുകയും ചെയ്യുന്നു.

ഈ സന്ദേഹവാദസമീപനമാണ് അക്കാലത്ത് സംഭവിച്ച എല്ലാ സംഘർഷങ്ങളുടെയും അടിയിൽ പ്രവർത്തിച്ചത്. എല്ലാതരം ആധികാരികതകളെയും അസ്ഥിരപ്പെടുത്തി എന്നതാണ് ജ്ഞാനോദയത്തിന്റെ ഒരു സവിശേഷത. എന്നാൽ യുക്തിയെ കേന്ദ്രപ്രമേയത്തിലേക്ക് കൊണ്ടുവരുന്നതിനേയും സംശയിച്ച ചിന്താപദ്ധതിയാണ് സന്ദേഹവാദം. ഡേവിഡ് ഹ്യൂമിന്റെ 'മനുഷ്യപ്രകൃതത്തെക്കുറിച്ചുള്ള പ്രമാണം' (A Treatise of Human Nature (1739-40), മനുഷ്യൻ എങ്ങനെയാണ് കാര്യങ്ങൾ വിവേചിച്ചറിയുന്നത് എന്നതിനെക്കുറിച്ചുള്ള അന്വേഷണങ്ങൾ (Enquiries is concerning human understanding - 1748) എന്നീ രണ്ടു പുസ്തകങ്ങളിലാണ് അദ്ദേഹം സന്ദേഹവാദത്തെക്കുറിച്ചുള്ള ആശയങ്ങൾ അവതരിപ്പിച്ചിട്ടുള്ളത്. വാസ്തവത്തിൽ ഡേവിഡ് ഹ്യൂം ജ്ഞാനോദയത്തിനകത്തു വളർന്നുവന്ന പ്രതിസന്ധിയുടെ ഒരു പ്രതിനിധിയാണ്. ഒരർത്ഥത്തിൽ ജ്ഞാനോദയത്തിനു പുറത്തുനിന്ന ആളായും അദ്ദേഹത്തെ കരുതാം. കാരണം ജ്ഞാനോദയത്തെ നാം

യുക്തിയുടെ പദ്ധതി എന്നാണ് വിളിക്കാറുള്ളത്. എന്നാൽ അദ്ദേഹം അതിനെ ചോദ്യം ചെയ്ത ആളാണ്. വിശ്വാസത്തെ വിമർശിച്ചുകൊണ്ട് രൂപപ്പെട്ടുവന്ന ജ്ഞാനോദയപദ്ധതിയ്ക്കകത്ത് എല്ലാത്തിനേയും ചോദ്യം ചെയ്യുന്ന സന്ദേഹവാദിയായി ഹ്യൂം വരുന്നത് ജ്ഞാനോദയത്തിന്റെ തന്നെ ആന്തരപ്രതിസന്ധിയുടെ പ്രകടനമാണെന്നാണ് വില്യം ബ്രിസ്റ്റോ സമർത്ഥിക്കുന്നത്. പല തരത്തിലുള്ള സന്ദേഹങ്ങളാണ് ഹ്യൂം ആവിഷ്ക്കരിക്കുന്നത് (Britstow 2011: 12,13).

മനുഷ്യന്റെ ഇന്ദ്രിയങ്ങളുമായി ബന്ധപ്പെട്ടുകൊണ്ടുള്ള സംശയങ്ങളാണ് ഒന്നാമത്തേത്. ഇന്ദ്രിയങ്ങളും ലോകവുമായുള്ള ബന്ധമാണ് നമുക്ക് പലതരത്തിലുള്ള അറിവുകൾ നൽകുന്നത്. എന്നാൽ ഇന്ദ്രിയങ്ങളിലൂടെയുള്ള അറിവുകൾ നമുക്ക് ആശ്രയിക്കാവുന്നവയല്ല, ഇന്ദ്രിയങ്ങളിലൂടെയുള്ള അറിവുകളെ മുൻനിർത്തിക്കൊണ്ട് ജ്ഞാനോദയ ഘട്ടത്തിൽ വികസിച്ചു വന്ന എല്ലാ പദ്ധതികളെയും സംശയത്തോടെയാണ് നോക്കേണ്ടതെന്ന് ഹ്യൂം കരുതി. പ്രകൃതിശാസ്ത്രത്തിന്റേതായ തത്വങ്ങളും നിയമങ്ങളും തെറ്റില്ലാത്തതാണെന്നും നിയതമാണെന്നും നാം പറയാറുണ്ട്. പക്ഷെ കാര്യങ്ങളെ മനസിലാക്കാനുള്ള മനുഷ്യന്റെ ബൗദ്ധികശേഷി പരിമിതമായാൽ പിന്നെ എങ്ങനെയാണ് ഈ തത്വങ്ങളെ നമുക്ക് ശരിയായ രീതിയിൽ പ്രയോഗിക്കാൻ കഴിയുക എന്ന് ഹ്യൂം ചോദിക്കുന്നു. മനുഷ്യന്റെ ഇന്ദ്രിയങ്ങൾക്കും ബൗദ്ധികശേഷികൾക്കും പരിമിതികൾ ഉണ്ട് എന്നതുകൊണ്ട് ആത്യന്തികമായി ലോകതത്വം ഉണ്ടാക്കാൻ മനുഷ്യന് കഴിയില്ല. മാത്രമല്ല അതിനകത്ത് തെറ്റുകൾ കടന്നുവരാമെന്നും അവയ്ക്ക് തീർച്ച കൽപ്പിക്കാനാവില്ലെന്നും ഹ്യൂം പറയുന്നു. ശാസ്ത്രത്തിലെ പരീക്ഷണ നിരീക്ഷണങ്ങളിലൂടെ നാമെത്തിച്ചേരുന്ന നിഗമനങ്ങളെ നമ്മുടെ യുക്തിക്കകത്ത് ഒരു തെറ്റു സംഭവിച്ചിട്ടുണ്ടാകാമെന്ന ബോധ്യത്തോടുകൂടി എല്ലായ്പ്പോഴും നമുക്ക് തിരുത്തേണ്ടിവരും. മനുഷ്യപ്രകൃതിയുടെ ഒരു പരിമിതിയാണിത്. മനുഷ്യപ്രകൃതിക്ക് പരിമിതികൾ ഉള്ളതുകൊണ്ട് ശാസ്ത്രകാരന്മാർ കണ്ടെത്തുന്ന ലോകതത്വങ്ങളിൽ എപ്പോഴും തെറ്റിന്റെ ഘടകമുണ്ടാവാൻ വഴിയുണ്ട്. അതുകൂടി പരിഗണിച്ചുകൊണ്ടുള്ള ഒരു വിലയിരുത്തൽ ഏത് ശാസ്ത്രതത്വത്തിന്റെ കാര്യത്തിലും പ്രധാനമാണെന്ന് വരുന്നു. 'എല്ലാ അർത്ഥവും ഒരർത്ഥത്തിൽ ഒരു സാധ്യത മാത്രമായി ചുരുങ്ങുന്നു' എന്ന് അദ്ദേഹം പറയുന്നു. അറിയുന്നു എന്നതിന് ഒരു സാധ്യത അറിയുന്നു എന്നു മാത്രമേയുള്ളൂ. അതാണ് അറിവ് എന്നുറപ്പിച്ചു പറയാനാവില്ല. ഓരോ ഘട്ടത്തിലും നാം എത്തിച്ചേരുന്ന വിശകലനത്തിലും നിഗമനത്തിലും ഉണ്ടാകാവുന്ന വീഴ്ചകളെയും പരിമിതികളെയും കുറിച്ച്

ബോധമുള്ളവരായിരിക്കണം. അതിനനുസരിച്ച് അവയെ വീണ്ടും പരിശോധനക്ക് വിധേയമാക്കുകയും അത് നമ്മെ മറ്റു ചില പരിമിതികളിലേക്ക് നയിച്ചുകൊണ്ടിരിക്കുകയും ചെയ്യും. അതുകൊണ്ട് ജ്ഞാനോദയം മുന്നോട്ടുവെച്ചതുപോലെ കൃത്യമായി പ്രപഞ്ചത്തെ അറിയാനോ നിയമങ്ങൾ നിർദ്ധരിച്ചെടുക്കാനോ സാധിക്കില്ലെന്നതാണ് ഹ്യൂമിന്റെ വാദം. പല ഉദാഹരണങ്ങളിലൂടെ ഒരു പൊതുതത്വം നിർദ്ധരിച്ചെടുക്കുന്ന ആഗമികരീതി (inductive reasoning) യിൽ ഹ്യൂമിന് ഒരു വിശ്വാസവും ഉണ്ടായിരുന്നില്ല. കാര്യകാരണങ്ങൾ കണ്ടെത്താൻ വേണ്ടി മനുഷ്യൻ നടത്തുന്ന യുക്തിപരമായ ശ്രമങ്ങൾ ഒരു പരാജയമായിരിക്കുമെന്നാണ് ഹ്യൂമിന്റെ വാദം. ആഗമികരീതിയിൽ വ്യത്യസ്തമായ പല സന്ദർഭങ്ങളിലുള്ള അനുഭവങ്ങളിൽനിന്ന് ഒരു പൊതുതത്വം നിർദ്ധരിച്ചെടുക്കുകയാണ് ചെയ്യുന്നത്. ഒരു അനുഭവത്തിൽനിന്നു മറ്റൊരനുഭവത്തിലേക്ക് പോകുമ്പോൾ, പഴയ അനുഭവത്തിന്റെ ഓർമ്മയെയാണ് നാം ആശ്രയിക്കുന്നത്. അതുകൊണ്ടുതന്നെ മനുഷ്യന്റെ ഓർമ്മയെ എത്രമാത്രം ആശ്രയിക്കാം എന്ന ചോദ്യം ഉയരുന്നു. മാത്രമല്ല ഭാവിയിൽ വരാനിരിക്കുന്ന ഒരു അനുഭവത്തിനു സമാനമായിരിക്കുമെന്നു കരുതിയാണ് ഒരു തത്വം നിർദ്ധരിച്ചെടുക്കുന്നത്. അത് മനുഷ്യന്റെ ഭാവനയുമാണ്. മനുഷ്യന്റെ ശേഷി(faculty)യെ എത്രമാത്രം ആശ്രയിക്കാം എന്ന പ്രശ്നവും കടന്നുവരുന്നു. ആഗമികയുക്തിയിലൂടെ നാമെത്തിച്ചേരുന്ന നിഗമനങ്ങൾക്ക് ഒരു യുക്തിയുമില്ല എന്ന് ഹ്യൂം വാദിക്കുന്നു. ന്യൂട്ടന്റെ ചലനനിയമങ്ങളെയും ഹ്യൂം ചോദ്യം ചെയ്യുന്നു. കാര്യകാരണങ്ങൾ കണ്ടെത്തുകയെന്നത് മനുഷ്യനെ സംബന്ധിച്ച് പരിമിതമാണ്. ഈയൊരു കാഴ്ചപ്പാടോടുകൂടി വിമർശനവിധേയമല്ലാത്ത ഒരു ജ്ഞാനപദ്ധതിയും നിലനിൽക്കുന്നില്ല എന്ന് ഹ്യൂം പറയുന്നു (Britstow 2011: 13).

എല്ലാറ്റിനേയും സംശയത്തോടെ നോക്കിക്കൊണ്ടുതന്നെയാണ് ജ്ഞാനോദയത്തിന്റെയും ആരംഭം. അതായത് സന്ദേഹവാദത്തിൽ നിന്നുതന്നെയാണ് ജ്ഞാനോദയത്തിന്റെയും ആരംഭം എന്നു പറയാം. എന്നാൽ കുപ്പിയിൽ നിന്നഴിച്ചുവിട്ട ഭൂതം പോലെ അത് കുപ്പിയിൽ നിന്നു പറത്തുവന്നു കഴിഞ്ഞാൽ എല്ലാറ്റിനേയും സംശയിക്കാൻ തുടങ്ങും. അപ്പോഴത് യുക്തിയെയും സംശയിക്കാൻ തുടങ്ങി എന്നതിന്റെ പ്രതിഫലനമാണ് ഹ്യൂമിൽ കാണുന്നത്. അതുകൊണ്ടുതന്നെ ഒരർത്ഥത്തിൽ പറഞ്ഞാൽ നിരാശാവാദ(Pessimism)മാണ് ഹ്യൂം മുന്നോട്ടു വെക്കുന്നത്. സാധാരണ ജ്ഞാനോദയവുമായി ബന്ധിപ്പിക്കാറുള്ള ആത്മവിശ്വാസം, പ്രത്യാശ എന്നിവയുമായി ഇടഞ്ഞുകൊണ്ടാണ് ഡേവിഡ്

ഹ്യൂം അദ്ദേഹത്തിന്റെ ആശയങ്ങൾ അവതരിപ്പിച്ചത്. ജ്ഞാനോദയത്തിന്റെ സവിശേഷമായ പ്രശ്നപരിസരത്തിനകത്തുതന്നെ പര്യാലോചനകളെ അവതരിപ്പിക്കുകയാണ് ഹ്യൂം ചെയ്യുന്നതെന്നർത്ഥം. ഡേവിഡ് ഹ്യൂമിന്റെ ഈ ചർച്ചകൾ ജ്ഞാനോദയത്തിനകത്തേക്ക് സാമൂഹ്യശാസ്ത്രചിന്തകളെക്കൂടി കടത്തിവിടുന്നു. മനുഷ്യന് പരിമിതികളുണ്ട് എന്ന വാദം മനുഷ്യപ്രകൃതത്തെക്കുറിച്ചുള്ള ആലോചനകൾ ജ്ഞാനോദയത്തിലേക്ക് കൊണ്ടുവന്നു.

ശാസ്ത്രവും മനുഷ്യനും : ജ്ഞാനോദയത്തിലെ ആത്മപരത

'മനുഷ്യപ്രകൃതത്തെക്കുറിച്ചുള്ള പ്രമാണം' (A Treatise of Human Nature) എന്ന പുസ്തകത്തിൽ ഹ്യൂ സന്ദേഹവാദവുമായി വലിയ സംഘർഷത്തിലേർപ്പെടുന്നുണ്ട്. പിൽക്കാലത്ത് അദ്ദേഹത്തിന്റെ സന്ദേഹവാദത്തിന് വലിയ പ്രാമാണ്യം ലഭിക്കുകയുണ്ടായില്ല. എന്നിരിക്കിലും മനുഷ്യമനസ്സിന്റെ ശാസ്ത്രം കണ്ടെത്താനും സ്ഥാപിച്ചെടുക്കാനും ജ്ഞാനോദയപദ്ധതിക്കകത്ത് ശ്രമമുണ്ടായി. അതായത് മനശ്ശാസ്ത്രത്തെ സ്ഥാപിച്ചെടുക്കുന്നതിന് ഹ്യൂമിന്റെ ശ്രമങ്ങൾക്ക് സാധിച്ചുവെന്നർത്ഥം. മറ്റു പലരെപ്പോലെയും മനസ്സിന്റെ ചലനനിമയങ്ങൾ കണ്ടെത്തിയ ആളാണ് താൻ എന്ന് വാദിക്കാനായിരുന്നു ഹ്യൂം ആഗ്രഹിച്ചത്. മനഷ്യർ യഥാർത്ഥത്തിൽ പഠിക്കേണ്ടത് മനുഷ്യരെക്കുറിച്ചാണ് എന്ന ആശയം അവതരിപ്പിച്ച വ്യക്തിയാണ് കവിയായ അലക്സാണ്ടർ പോപ്പ് (Britstow 2011: 14).

ജ്ഞാനോദയത്തിനുമുൻപ് ദൈവത്തെക്കുറിച്ചുള്ള അറിവിനെയാണ് അറിവായി പരിഗണിച്ചിരുന്നത്. ദൈവത്തെക്കുറിച്ചുള്ള താൽപര്യത്തിനു പകരം മനുഷ്യനെക്കുറിച്ചുള്ള താൽപര്യം സൃഷ്ടിച്ചെടുത്തത് ജ്ഞാനോദയമാണ്. കോപ്പർ നിക്കസ് ഭൂമിക്കുപകരം സൂര്യനെ കേന്ദ്രത്തിൽ നിർത്തിയതുപോലെ ദൈവത്തിനു പകരം മനുഷ്യനെ കേന്ദ്രമാക്കി, കാണുകയാണ് ഹ്യൂമിനുശേഷം വന്ന പല ദാർശനികരും ചെയ്തത്. ശാസ്ത്രത്തോട് വൈകാരികമായ അഭിവാഞ്ഛയാണ് അക്കാലത്തുണ്ടായിരുന്നത്. അതുപോലുള്ള താൽപര്യം മനുഷ്യരെക്കുറിച്ചുള്ള ശാസ്ത്രീയ പഠനത്തിലും പതിയെ കൈവരാൻ തുടങ്ങി.

മനുഷ്യരെക്കുറിച്ചുള്ള ശാസ്ത്രീയ പഠനത്തിൽ എന്താണ് ഈ പ്രപഞ്ചത്തിലുള്ള മനുഷ്യന്റെ സ്ഥാനം എന്ന ചോദ്യം ജ്ഞാനോദയം ഉന്നയിച്ചു. സങ്കീർണ്ണമായ പ്രപഞ്ചത്തെ ന്യൂട്ടൻ വളരെ ലളിതമായ ഗണിതശാസ്ത്ര ഫോർമുലകൊണ്ട് വിശദീകരിക്കാൻ ശ്രമിച്ചു. അതുപോലെ മനുഷ്യന്റെ

മനസ്സ്, ബൗദ്ധികശേഷി എന്നിവയെക്കുറിച്ച് ലളിതമായ ചില ഫോർമുലകളുണ്ടാക്കാനാവുമോ? എന്ന ചോദ്യം ഉന്നയിക്കപ്പെട്ടു. അവയെ നിർണയിക്കുന്ന ഘടകങ്ങൾ കണ്ടെത്തുക എന്നത് ജ്ഞാനോദയത്തിന്റെ ഘട്ടത്തിൽ വളരെ പ്രധാനപ്പെട്ട ഒരു സങ്കല്പമായിരുന്നു. പ്രപഞ്ചം എന്നത് ഭൗതികവസ്തുക്കളാൽ നിർമ്മിതമാണ്, ആ പ്രപഞ്ചത്തെ സ്വാധീനിക്കുന്ന ചില യാന്ത്രിക നിയമങ്ങളുണ്ട് എന്നെല്ലാം പറഞ്ഞു കഴിഞ്ഞാൽ മനുഷ്യന്റെ സ്ഥാനം പിന്നെ എവിടെയാണ് എന്ന ചോദ്യമുയരുന്നു. മനുഷ്യശേഷിയെപ്പറ്റി അഭിമാനം തോന്നുന്ന ഘട്ടമായിരുന്നു പ്രകൃതിശാസ്ത്രത്തിന്റെ വളർച്ചയിലൂടെ വളരെയധികം നേട്ടങ്ങളുണ്ടാക്കിയ ജ്ഞാനോദയഘട്ടം. അതുപോലെ, മനുഷ്യന് അഭിമാനിക്കാൻ കഴിയുന്ന മറ്റൊരു ഘടകം, 'മനുഷ്യൻ' തന്നെ മനുഷ്യരുടെ അന്വേഷണത്തിന്റെ പ്രാഥമികവിഷയമായി വന്നു എന്നതാണ്. ഈ രണ്ട് കാര്യങ്ങൾ കൊണ്ടാണ് ജ്ഞാനോദയം ശ്രദ്ധേയമായത്. പ്രപഞ്ചത്തെക്കുറിച്ചുള്ള അടിസ്ഥാന നിയമങ്ങളുണ്ടാക്കുന്നതിൽ മനുഷ്യർ നേടിയ മികവ് ജ്ഞാനോദയത്തെ സംബന്ധിച്ച മുന്നേറ്റം തന്നെയായിരുന്നു. പക്ഷേ, മനുഷ്യരെക്കുറിച്ച് ജ്ഞാനോദയം അറിവുൽപ്പാദിപ്പിക്കാൻ തുടങ്ങിയപ്പോഴാണ് അതിനകത്ത് വളരെയധികം സങ്കീർണതകളുണ്ടായത്. ജ്ഞാനോദയം വിമർശിക്കപ്പെടാനാരംഭിക്കുന്നതു തന്നെ അതോടുകൂടിയാണ്. മനുഷ്യർ എന്ന ജന്തുവർഗത്തെക്കുറിച്ചാണ് സാമൂഹ്യശാസ്ത്രം ആദ്യം പഠിച്ചത്. സ്വയം നിർണയിക്കാൻ പറ്റുന്ന ഇച്ഛാശക്തിയുള്ള ജീവി എന്ന നിലയ്ക്കല്ല നശ്വരമായ ആത്മാവുള്ള, നശിച്ചുപോകാവുന്ന, സവിശേഷമായ ബുദ്ധിയുള്ളതായി കണക്കാക്കാത്ത ജീവിയായാണ് ആദ്യകാലത്ത് ജ്ഞാനോദയം മനുഷ്യരെ കണ്ടത്. ഉദാഹരണമായി 1748ൽ ജെ.ഒ. ലാമെട്രി എഴുതിയ 'മനുഷ്യൻ എന്ന യന്ത്രം' (Man a Machine) എന്ന പുസ്തകം അതിന്റെ പേരുകൊണ്ടുതന്നെ ഇതാണ് സൂചിപ്പിക്കുന്നത്. മനുഷ്യനെക്കുറിച്ചുള്ള ശാസ്ത്രമാണ് ഈ പുസ്തകത്തിൽ ചർച്ച ചെയ്യുന്നത്. ഫ്രഞ്ച് ജ്ഞാനോദയകാലത്തുണ്ടായ ഹെൽവിഷ്യസിന്റെ 'ഓഫ് ദ സ്പിരിറ്റ്' (1758) ബാരോൺ ഡി ഹൊൽബക്കിന്റെ 'സിസ്റ്റം ഓഫ് നാച്ചർ' (1770) എന്നീ പുസ്തകങ്ങളെല്ലാം മനുഷ്യരെക്കുറിച്ച് ജ്ഞാനോദയം പഠിക്കാൻ തുടങ്ങി എന്നതിന്റെ തെളിവുകളാണ്. മനുഷ്യരെക്കുറിച്ച് പഠിക്കാൻ തുടങ്ങി എങ്കിലും മനുഷ്യരെ യന്ത്രം പോലെയും പ്രകൃതിയിലെ മറ്റു ജീവിവർഗത്തെപ്പോലെയും കാണുന്ന മട്ടിലുള്ള പഠനങ്ങളാണ് ആദ്യകാലത്തുണ്ടായത് എന്നതാണ് ഇവയുടെ പരിമിതി.

'ഞാൻ ചിന്തിക്കുന്നു അതുകൊണ്ട് ഞാനുണ്ട്' എന്ന പ്രസിദ്ധമായ ദക്കാർത്തിന്റെ വാക്കുകൾക്കകത്തു തന്നെ മനുഷ്യകേന്ദ്രിതമായ ഒരു ചിന്താപദ്ധതി വരുന്നുണ്ട്. ദൈവകേന്ദ്രിതമായ പ്രപഞ്ചസങ്കല്പത്തിനു പകരം മനുഷ്യകേന്ദ്രിതമായ പ്രപഞ്ചസങ്കല്പത്തെ ദക്കാർത്ത് ആവിഷ്ക്കരിച്ചിരുന്നു. എന്നാൽ ഇതേ ദക്കാർത്തു തന്നെ ദൈവത്തിന്റെ സാന്നിധ്യത്തെ തള്ളിക്കളഞ്ഞിട്ടില്ല എന്നതു പ്രധാനമാണ്. മനുഷ്യരുടെ എല്ലാ അറിവിന്റെയും ആധാരം ദൈവമാണ് എന്ന സങ്കല്പത്തെ അദ്ദേഹം ചോദ്യം ചെയ്തില്ല. ഈയൊരു സന്ദർഭത്തിലാണ് ഹ്യൂമിന്റെ മനുഷ്യനെക്കുറിച്ചുള്ള സങ്കല്പങ്ങൾ കടന്നുവരുന്നത്. അദ്ദേഹം ഒരു സന്ദേഹവാദിയായിരുന്നു. മനുഷ്യനെക്കുറിച്ചോ മനുഷ്യമനസ്സിനെക്കുറിച്ചോ ഉള്ള പഠനമാണ് ഹ്യൂം നിർവഹിച്ചിട്ടുള്ളത്. പ്രപഞ്ചത്തെ മനസിലാക്കാൻ ശാസ്ത്രം ഏതു രീതിയിലാണോ ശ്രമിച്ചത് അതേ വിചാരമാതൃകയിലൂടെ മനുഷ്യനെ മനസിലാക്കാൻ ശ്രമിക്കുകയാണ് ആദ്യകാലചിന്തകർ ചെയ്തതെങ്കിൽ, ഹ്യൂം അതിനെ ചോദ്യം ചെയ്യുകയും ശാസ്ത്രം തന്നെ മനുഷ്യന്റെ ബോധത്തിൽനിന്നു രൂപപ്പെടുന്നതാണെന്നും അതുകൊണ്ടുതന്നെ പൂർണമായും സത്യമായി കരുതാനാവില്ലെന്നും പറയുന്നു. ന്യൂട്ടോണിയൻ ശാസ്ത്രത്തെപ്പോലും ഹ്യൂം തള്ളിക്കളയുന്നതിലെ ന്യായം ഇതാണ്. ശാസ്ത്രത്തിന്റെ കേന്ദ്രപദവിയെ മാറ്റിക്കൊണ്ട് മനുഷ്യന്റെ ബൗദ്ധികശേഷിയെ കേന്ദ്രത്തിൽ നിർത്തുകയാണ് ഹ്യൂം ചെയ്യുന്നത്. എല്ലാ ശാസ്ത്രങ്ങളുടെയും അടിസ്ഥാനം മനുഷ്യനെക്കുറിച്ചു പഠിക്കുന്ന ശാസ്ത്രമാണ്. എല്ലാ ശാസ്ത്രവും മനുഷ്യജ്ഞാനമാണ് ഉല്പാദിപ്പിക്കുന്നത് എന്നതുകൊണ്ട് മനുഷ്യനെക്കുറിച്ചുള്ള ജ്ഞാനമാണ് എല്ലാറ്റിന്റേയും ആധാരം. ചിന്തയുടെ സംവർഗങ്ങളെ വിമർശിക്കുകയും അവയുടെ അതിരുകളെ മാറ്റി വരയ്ക്കുകയും ചെയ്യുന്നതിനെയാണ് പ്രശ്നവൽക്കരണം എന്നു പറയുന്നത്. ഇത്തരത്തിലൊരു പ്രശ്നവൽക്കരണമാണ് ഹ്യൂം നടത്തുന്നത്. ഹ്യൂമിന്റെ മനുഷ്യനെക്കുറിച്ചുള്ള ശാസ്ത്രത്തിൽ, ആത്യന്തികമായ മനുഷ്യശേഷിയായി യുക്തിയെക്കാണുന്നതിനെ ചോദ്യം ചെയ്യുന്നുണ്ട്. സന്ദേഹത്തോടെ അവയെ ആക്രമിക്കുകയും യുക്തിയെ അരികിലേക്ക് മാറ്റി നിർത്തുകയും ചെയ്തു. യുക്തിയെന്നത് എല്ലാ ജന്തുക്കൾക്കും ഉണ്ട് എന്നാണ് ഹ്യൂമിന്റെ വാദം. വിശ്വാസം എന്നത് ആചാരങ്ങളിലും ശീലങ്ങളിലും നിലയുറപ്പിച്ചിട്ടുള്ള ഒന്നാണ്. ആചാരാനുഷ്ഠാനങ്ങളിലൂടെ പലതരം വിശ്വാസങ്ങളുടെ ഭാഗമാകുന്നതോടെ സ്വതന്ത്രമായ ഇച്ഛ എന്നത് അസാധ്യമായിത്തീരുന്നു. ചിന്തയിൽ നിന്നു രക്ഷപ്പെടാനുള്ള എളുപ്പമാർഗം വിശ്വാസത്തിന്റെയും ആചാരത്തിന്റെയുമൊപ്പം ചേരുകയെന്നതാണ്. ഇതെല്ലാം മനുഷ്യന്റെ

ചില പരിമിതികളായാണ് ഹ്യൂം വിലയിരുത്തുന്നത് (Britstow 2011: 15,16).

ഹ്യൂമിനുശേഷം ഈ ചിന്തയുടെ മണ്ഡലത്തിലേക്കു കടന്നുവരുന്ന ചിന്തകൻ ഇമ്മാനുവൽ കാന്റാണ്. അദ്ദേഹമാണ് ജ്ഞാനോദയകാലത്തെ ജ്ഞാനപദ്ധതിക്കകത്ത് വിപ്ലവകരമായ ഇളക്കം സൃഷ്ടിച്ചത്. ജ്യോതിശാസ്ത്രത്തിൽ കോപ്പർ നിക്കസ് സൃഷ്ടിച്ച വിപ്ലവം പോലെ പ്രധാനപ്പെട്ടതാണ് മനുഷ്യനെക്കുറിച്ചുള്ള സങ്കല്പത്തിൽ കാന്റിന്റെ സംഭാവന. കാന്റിന്റെ 1781 ലെ 'ക്രിട്ടിക് ഓഫ് പ്യൂർ റീസൺ' എന്ന പുസ്തകത്തിൽ ഹ്യൂം ഉന്നയിച്ച (മനുഷ്യജ്ഞാനത്തിന് പരിമിതികളുണ്ടെന്ന സങ്കല്പം, പ്രപഞ്ചത്തെ ശാസ്ത്രീയമായി മനസ്സിലാക്കാനാവും എന്ന വാദം) രണ്ട് പ്രമേയങ്ങളേയും പരിഗണിച്ചിട്ടുണ്ട് (Britstow 2011: 16). ഹ്യൂമിനെപ്പോലെ മനുഷ്യജ്ഞാനത്തെ മുഴുവൻ കാന്റ് തള്ളിക്കളഞ്ഞില്ല. എങ്കിലും ഹ്യൂം അവതരിപ്പിച്ച പ്രശ്നത്തെ അദ്ദേഹം സ്വീകരിച്ചു.

യുക്തിയുടെ അടിസ്ഥാനത്തിലുള്ള അറിവുകൾക്ക് പരിമിതിയുണ്ടെന്ന് കാന്റ് സമ്മതിക്കുന്നു. അതേസമയം അറിവിന്റെ ഉപാധിയെന്ന നിലയ്ക്ക് യുക്തിയെ കാണുന്നതിനെ അദ്ദേഹം നിരാകരിക്കുന്നില്ല. യുക്തി മനുഷ്യന്റെ ബൗദ്ധികശേഷിയാണ്. യുക്തിയുടെ പരിമിതികളെ അംഗീകരിക്കുമ്പോഴും അതിന്റെ സാധ്യതകളെ കണ്ടെത്താനും കാന്റ് ശ്രമിക്കുന്നു. ഹ്യൂമിൽ കാണുന്ന നിരാശാവാദം കാന്റിലില്ല. പ്രകൃതിയെക്കുറിച്ചുള്ള ശാസ്ത്രജ്ഞാനം എന്നത് പ്രകൃതിയിൽ സംഭവിക്കുന്ന ചില കാര്യങ്ങളെക്കുറിച്ചുള്ള കേവലമായ അറിവു മാത്രമല്ല. കാര്യകാരണബന്ധിയായ അറിവിനെയാണ് നാം ശാസ്ത്രജ്ഞാനം എന്നു പറയുന്നത്. അങ്ങനെ വരുമ്പോൾ കാര്യകാരണസംബന്ധിയായി നാം കണ്ടെത്തുന്ന ഒരു കാര്യം സംഭവിക്കുക തന്നെ വേണം. അപ്പോൾ മാത്രമേ നമുക്ക് കാര്യകാരണബന്ധം കണ്ടെത്തിയെന്നവകാശപ്പെടാനാവൂ (Britstow 2011: 16). (മനുഷ്യന്റെ യുക്തി ഹ്യൂം കരുതുന്നതുപോലെ പൂർണമായും അനിശ്ചിതമായ ഒന്നല്ല.)

പ്രകൃതിയെക്കുറിച്ചും പ്രകൃതിയിലെ ചലനങ്ങളെക്കുറിച്ചും നാമുണ്ടാക്കുന്ന സാമാന്യതത്വങ്ങളെ അദ്ദേഹത്തിന്റെ ആദ്യകാലങ്ങളിൽ കാന്റ് വിമർശിച്ചിട്ടുണ്ട്. യുക്തിയിലൂടെ മനുഷ്യനുണ്ടാക്കുന്ന സാമാന്യ നിയമങ്ങൾ പ്രപഞ്ചത്തെക്കുറിച്ചുള്ള 'യാഥാർത്ഥ്യ'ത്തെ പ്രതിനിധീകരിക്കണം എന്നില്ല എന്നാണ് അദ്ദേഹത്തിന്റെ ബോധ്യം. മുൻപ് ഉണ്ടാക്കിയെടുത്ത ഒരു പൊതുതത്വം മറ്റൊരു സന്ദർഭത്തിൽ ഉപയോഗിക്കാൻ സാധിക്കുന്ന രീതിയാണ് (deduction അഥവാ നിഗമനം) കാന്റ് മുന്നോട്ടു വെക്കുന്നത്. ശാസ്ത്രം നൽകുന്ന അറിവുകളെല്ലാം

യഥാർത്ഥത്തിലുള്ളതാവണം എന്ന സങ്കല്പത്തെ കാന്റ് ചോദ്യം ചെയ്യുന്നുണ്ട്. അതേസമയം മനുഷ്യന് അറിവിനുള്ള സാധ്യത യുക്തി മാത്രമേയുള്ളൂ. യുക്തിയിലൂടെ മനുഷ്യന് ചില പൊതുനിയമങ്ങളിലെത്തിച്ചേരാനാവും. ആ നിയമങ്ങൾ മറ്റൊരു സന്ദർഭം വരുമ്പോൾ ഉപയോഗിക്കാൻ സാധിക്കുകയും അതിനെ പരിഷ്ക്കരിക്കുകയും ചെയ്യും. ദൈവത്തിന് പ്രപഞ്ചത്തെ അറിയാം എന്നതുപോലെ മനുഷ്യന് ശാസ്ത്രത്തിലൂടെ പ്രപഞ്ചത്തെ അറിയാൻ കഴിയുമെന്നർത്ഥം (Britstow 2011: 16). യുക്തി എന്നാൽ നിഗമനയുക്തി എന്നാണ് അർത്ഥം. ഹ്യൂം മുന്നോട്ടുവച്ച മനുഷ്യചിന്തയുടെ പരിമിതിയെയും അതിന്റെ സാധ്യതയെയും ഒരുമിച്ചുകൊണ്ടുവരാനുള്ള ശ്രമമാണ് കാന്റ് നടത്തിയത്.

കാന്റിനെ നാം ആശയവാദിയായാണ് കരുതാറുള്ളത്. മനുഷ്യന്റെ അറിവ് എവിടെ നിന്നാണുണ്ടാകുന്നത് എന്ന ചോദ്യമാണ് അദ്ദേഹം ഉന്നയിക്കുന്നത്. മനുഷ്യൻ പ്രപഞ്ചത്തെ അറിയുന്നത് ചില കാറ്റഗറികളിലൂടെയാണെന്ന് കാന്റ് പറയുന്നു. പ്രപഞ്ചത്തിലെ വസ്തുക്കളും പ്രതിഭാസങ്ങളും മനുഷ്യചിന്തയിലെ സംവർഗങ്ങൾക്ക് അനുപൂരകമായിത്തീരുമ്പോൾ നമുക്കവയെ അറിയാനാവും. അറിവിന്റെ ഉറവിടം ഈ കാറ്റഗറിയാണ്. അറിവുണ്ടാകുന്നത് മനുഷ്യന്റെ ബുദ്ധിയിൽ നിന്നാണെന്നർത്ഥം. ഈ ആശയത്തിന്റെ അടിസ്ഥാനത്തിലാണ് കാന്റിനെ ആശയവാദി എന്നു വിളിക്കുന്നത്. വസ്തുവിനനുസരിച്ച് കാറ്റഗറി രൂപപ്പെടുകയല്ല, കാറ്റഗറിയ്ക്കനുസരിച്ച് വസ്തു പരുവപ്പെടുകയാണ് ചെയ്യുന്നത് എന്നാണ് കാന്റിന്റെ വാദം. സംവർഗത്തിന്റെ ഉറവിടം മനുഷ്യന്റെ ബുദ്ധിയാണ്. മനുഷ്യമനസ്സിൽ ചില ധാരണാരൂപങ്ങൾ അഥവാ വിചാരമാതൃകകൾ നിലനിൽക്കുന്നുണ്ട്. പദാർത്ഥങ്ങളെപ്പറ്റിയുള്ള സങ്കല്പനങ്ങൾ വ്യത്യസ്ത പദാർത്ഥങ്ങളെ തിരിച്ചറിയാനുള്ള മനുഷ്യമനസ്സിന്റെ ശേഷി, കാര്യ-കാരണങ്ങളെ മനസ്സിലാക്കാനുള്ള ശേഷി, സ്ഥലവും കാലവും മനസ്സിലാക്കാനുള്ള ശേഷി തുടങ്ങി ഇത്തരം ശേഷികളിലൂടെയാണ് മനുഷ്യാനുഭവം രൂപപ്പെടുന്നത്. സംവർഗങ്ങളാണ് അനുഭവങ്ങളുടെ ആധാരം; ഇന്ദ്രിയങ്ങളല്ല എന്ന് കാന്റ് പറയുന്നു. ഇത്തരത്തിൽ നമുക്ക് പ്രപഞ്ചത്തെ മനസ്സിലാക്കാം. അതുകൊണ്ടുതന്നെ പ്രപഞ്ചത്തെക്കുറിച്ച് കാര്യകാരണബന്ധിയായ ആശയം കുറിക്കാൻ മനുഷ്യന് സാധിക്കും. അറിവിന്റെ വസ്തുനിഷ്ഠഘടകമായാണ് കാന്റ് കാറ്റഗറിയെ മുന്നോട്ടുവെക്കുന്നത്. ഇന്ദ്രിയാനുഭവത്തിന്റെ ഉൽപ്പന്നമല്ല മനുഷ്യന്റെ ശേഷി തന്നെയാണ് കാറ്റഗറി. ദൈവത്തിലൂടെയും ആത്മാവിലൂടെയുമാണ് നാം പ്രപഞ്ചത്തെയറിയുന്നത് എന്ന സങ്കല്പത്തിനുപകരം കാറ്റഗറി എന്ന സങ്കല്പനത്തിന്റെ പിന്തുണയോടെ മനുഷ്യനെത്തന്നെ

അറിവിന്റെ കേന്ദ്രത്തിലേക്ക് കൊണ്ടുവരാൻ അദ്ദേഹം ശ്രമിക്കുന്നു. അനുഭവങ്ങൾ സൃഷ്ടിക്കുന്നത് മനസ്സിന്റെ ശേഷിയാണ് എന്ന് കാന്റ് പറയുന്നു. മനുഷ്യർ കാണുന്നതെല്ലാം ഓരോരുത്തരുടെയും കാറ്റഗറികളുള്ളിലൂടെ കാണുന്നതെന്താണോ അതാണ്. അത് യഥാർത്ഥത്തിൽ എന്താണോ അതുപോലെയാകണം എന്നില്ല (Britstow 2011: 16). അറിവിന്റെ ആത്മനിഷ്ഠതയെ കാന്റ് അദ്ദേഹത്തിന്റെ വാദത്തിനുള്ളിലേക്ക് കൊണ്ടുവരികയാണ് ഇതിലൂടെ ചെയ്യുന്നത്. ഇതിലൂടെ ആത്മനിഷ്ഠവാദത്തിലേക്കു തന്നെയാണ് കാന്റ് വീണ്ടും ചെന്നെത്തുന്നത്. മനുഷ്യകേന്ദ്രിതമായ ആത്മനിഷ്ഠവാദമാണ് കാന്റിന്റെ ആശയവാദം മുന്നോട്ടുവെക്കുന്നത്.

പ്രപഞ്ചമെന്നത് കാറ്റഗറികൾക്കുള്ളിലൂടെ മനുഷ്യന് കാണാൻ കഴിയുന്നതാണെന്നു വന്നു. കാണാൻ കഴിയാത്ത കാര്യങ്ങളെക്കുറിച്ചും മനുഷ്യൻ അന്വേഷിക്കാറുണ്ട്. സാഹിത്യം, കല, സ്വാതന്ത്ര്യം, സൗന്ദര്യം, സത്യം, ധർമ്മം തുടങ്ങി കാണാൻ കഴിയാത്ത സങ്കല്പനങ്ങളെക്കുറിച്ചും മനുഷ്യർ ചിന്തിക്കുന്നുണ്ട്. ഇതിനെക്കുറിച്ചാണ് അദ്ദേഹം 'ക്രിട്ടിക് ഓഫ് ജഡ്ജ്മെന്റ്' എന്ന കൃതിയിൽ 'ഈസ്തെറ്റിക്' എന്ന വാക്കു കൊണ്ടു പഠിക്കാൻ ശ്രമിക്കുന്നത്. 'ഈസ്തെറ്റിക്' മനുഷ്യന്റെ മറ്റൊരു ശേഷി (ഫാക്കൽട്ടി)യാണ്. അഥവാ കാറ്റഗറിയാണ്. വസ്തുതാപരമായി കാണാൻ കഴിയാത്ത സംഗതികളെക്കുറിച്ച് മനസ്സിലാക്കാനും മനുഷ്യന് കഴിവുണ്ട് എന്നതാണ് 'ഈസ്തെറ്റിക്' എന്നുള്ള വാക്കുകൊണ്ട് ഉദ്ദേശിക്കുന്നത്. സൗന്ദര്യബോധം എന്നതു തെരഞ്ഞെടുക്കാനുള്ള ശേഷിയാണ്. അതിനെയാണ് 'ജഡ്ജ്മെന്റ്' എന്നു പറയുന്നത്. നല്ലതും ചീത്തയും തിരിച്ചറിയാനുള്ള ശേഷി ഇതിലുൾപ്പെടുന്നു. സാമാന്യമായി വിമർശനങ്ങൾക്ക് വിധേയമായിട്ടുള്ളതാണ് കാന്റിന്റെ വാദങ്ങളെങ്കിലും, ജ്ഞാനോദയം മനുഷ്യനെക്കുറിച്ചും പ്രപഞ്ചത്തെക്കുറിച്ചും മനസ്സിലാക്കാൻ ശ്രമിച്ചപ്പോഴുണ്ടായ വൈരുധ്യങ്ങളെ പരിഹരിക്കുകയാണ് കാന്റ് ചെയ്തത് (Britstow 2011: 17).

ശാസ്ത്രങ്ങളുടെ ഉദയവും സർവവിജ്ഞാനകോശവും

ശാസ്ത്രത്തിന്റെ സവിശേഷത അതിന്റെ നിരീക്ഷണ പാടവമാണ്. നിരീക്ഷിക്കുകയും നിരീക്ഷണത്തിന്റെ അടിസ്ഥാനത്തിൽ പ്രതിഭാസങ്ങളെ വിശദീകരിക്കുകയും ചെയ്യുന്ന ശാസ്ത്രത്തിന്റെ വഴിയിൽ ക്രമാനുഗതമായി വികസിച്ചുവന്ന രീതിയെ ആണ് ആഗമികരീതി (induction method) എന്നു പറയുന്നത്. നിരവധി പരീക്ഷണങ്ങൾ നടത്തുകയും അവയെ നിരീക്ഷിച്ച് നിഗമനങ്ങളിൽ എത്തിച്ചേരുകയും ചെയ്യുന്ന

രീതിയാണിത്. ജ്ഞാനോദയത്തെ അടക്കിവാഴുന്ന രീതിയായി ഇത് പരിണമിച്ചു. ഈ കാലഘട്ടത്തിലാണ് ചരിത്രം, നരവംശശാസ്ത്രം, സൗന്ദര്യശാസ്ത്രം, മനശ്ശാസ്ത്രം, സാമ്പത്തികശാസ്ത്രം, സാമൂഹ്യശാസ്ത്രം തുടങ്ങിയ വിഷയങ്ങളെല്ലാം ഉണ്ടായിവരുന്നത്. പതിനെട്ടാം നൂറ്റാണ്ടോടെ ഉണ്ടായിവന്ന ഈ വിഷയങ്ങളെയാണ് നാം മാനവിക ശാസ്ത്രവിഷയങ്ങൾ എന്നു പറയുന്നത്. പിൽക്കാലത്ത് സർവകലാശാലകളിൽ സ്വാധികാരമുള്ള വിഷയങ്ങളായി ഇവ സ്ഥാപിക്കപ്പെട്ടു. ശാസ്ത്രീയമായ വിശകലനമാണ് ഇവയിൽ സ്വീകരിച്ചത്. ഗണിതശാസ്ത്രത്തിന്റെ ചിന്താരൂപമാണ് ഈ വിഷയങ്ങളിൽ ഉപയോഗിക്കാൻ തുടങ്ങിയത്. ഗണിതശാസ്ത്രത്തിന്റെ യുക്തി സമൂഹത്തെക്കുറിച്ചും മനുഷ്യനെക്കുറിച്ചും പഠിക്കാനുള്ള ഒന്നായിത്തീർന്നപ്പോൾ അതിനു വലിയ ബഹുമാന്യതയാണ് ലഭിച്ചത്. സാമൂഹ്യശാസ്ത്ര-മാനവിക വിഷയങ്ങൾക്ക് മാന്യത ലഭിച്ചത് അവ പിൻപറ്റിയ ഗണിതശാസ്ത്ര ചിന്താരൂപങ്ങളുടെ മാതൃകകളിലൂടെയാണ്. ധാരാളം ശാസ്ത്രങ്ങൾ ഇക്കാലത്ത് രൂപപ്പെട്ടു വന്നിരുന്നുവെങ്കിലും അവയെയെല്ലാം പൊതിഞ്ഞുനിൽക്കുന്ന ഏകാത്മകമായ ഒരു ബൃഹദാഖ്യാനമായി ശാസ്ത്രം പ്രവർത്തിച്ചു. എല്ലാറ്റിനേയും നിയന്ത്രിക്കുന്നതിനുള്ള പദവി അതിന് ലഭിക്കുകയും ചെയ്തു (Britstow 2011: 18).

1751-നും 1772 നും ഇടയ്ക്ക് 28 വാല്യങ്ങളിലായി പ്രകാശനം ചെയ്ത 'എൻസൈക്ലോപീഡിയ' എന്ന പുസ്തകം 'സിസ്റ്റമാറ്റിക് ഡിക്ഷണറി ഓഫ് ദ സയൻസസ്, ആർട്സ് ആൻഡ് ക്രാഫ്റ്റ്സ്' എന്ന ഉപശീർഷകത്തോടെ പുറത്തിറങ്ങി. 140 ലേഖകരുടേതായി 70000 ലേഖനങ്ങൾ ഇതിലുണ്ടായിരുന്നു. ഈ ലേഖകരിൽ ഭൂരിപക്ഷം പേരും ഫ്രഞ്ച് ജ്ഞാനോദയവുമായി ബന്ധപ്പെട്ട ദാർശനികരോ ചിന്തകരോ ആയിരുന്നു. മനുഷ്യർ അന്നുവരെ നേടിയ എല്ലാ അറിവും സമാഹരിക്കുക എന്നതാണ് ഈ കൃതിയുടെ ദൗത്യമെന്ന് കൃതിയുടെ ആമുഖത്തിൽ പറഞ്ഞിരുന്നു. സമാഹരിക്കപ്പെട്ട അറിവ് അടുത്ത തലമുറയ്ക്ക് പകർന്നുനൽകുകയാണ് ലക്ഷ്യമെന്നും ആമുഖം വ്യക്തമാക്കുന്നു. ഈ അറിവിലൂടെ മനുഷ്യരെ പരിവർത്തിപ്പിക്കുക എന്നതും തങ്ങളുടെ സർവ്വവിജ്ഞാനകോശത്തിന്റെ ലക്ഷ്യമാണെന്നവർ പറയുന്നു. വ്യവസ്ഥാവിരുദ്ധവും അധികാരവിരുദ്ധവും മാത്രമല്ല മതത്തിനു പുറത്താണ് അറിവ് എന്ന നിലപാടുമാണ് സർവവിജ്ഞാനകോശം മുന്നോട്ടുവെച്ചത്. ഇതിലെ ഓരോ പേജും അക്കാലത്തെ ഫ്രഞ്ച് ഗവൺമെന്റിന്റെ സെൻസർഷിപ്പിനു വിധേയമായിട്ടുണ്ട്. സ്റ്റേറ്റ് ഇതിലിടപെടാൻ തുടങ്ങിയതോടെ ഈ കൃതിയിലെ വ്യത്യസ്തവും വൈവിധ്യവുമാർന്ന വിഷയങ്ങൾക്ക് ഒരു പൊതുഅജണ്ട

രൂപപ്പെട്ടുവരാൻ തുടങ്ങി. 'എഴുത്തുകാരുടെ ഒരു സമൂഹം' എന്നാണ് ഇതിന്റെ ലേഖകരെ കൃതിയുടെ ആമുഖത്തിൽ വിശേഷിപ്പിച്ചിരിക്കുന്നത്. സമൂഹത്തിന്റെ പുരോഗതിക്കുവേണ്ടിയും ആളുകളെ വിദ്യാഭ്യാസം ചെയ്യിക്കുന്നതിനുമാണ് ഈ എൻസൈക്ലോപീഡിയ തയ്യാറാക്കുന്നതെന്നും ഇതിന്റെ ഗുണഭോക്താക്കളെക്കുറിച്ചും ഇതിൽ പറഞ്ഞിരിക്കുന്നു. മാറേണ്ട സമൂഹം ഒരു വശത്തും സമൂഹത്തെ മാറ്റാൻ കഴിയുന്ന ആശയങ്ങളുൽപ്പാദിപ്പിക്കുന്ന ബുദ്ധിജീവി സമൂഹം മറുവശത്തുമുള്ള, സ്റ്റേറ്റിനെ പരിഗണിക്കാത്ത ഒരു സവിശേഷരൂപമായി പതിനെട്ടാം നൂറ്റാണ്ടിൽ എൻസൈക്ലോപീഡിയ അവതരിപ്പിക്കപ്പെട്ടു. ഇത് അറിവിനെ സംബന്ധിച്ച ഒരു പുതിയ കാഴ്ചപ്പാട് മുന്നോട്ടുവെക്കുകയാണ് ചെയ്തത്. ഈ പുസ്തകത്തെ പൊതിഞ്ഞുനിന്ന ഏറ്റവും സവിശേഷമായ ബൃഹദാഖ്യാനം എന്നത് ബേക്കോണിയൻ ശാസ്ത്രമാണ്. പ്രായോഗികവും സാങ്കേതികവും സൈദ്ധാന്തികവുമായ എല്ലാ അറിവുകളെയും സ്വാധീനിക്കാൻ കഴിയുന്ന വിധത്തിലുള്ള ഒരു ബൃഹദാഖ്യാനമായിരുന്നു ബേക്കോണിയൻ ശാസ്ത്രം (Bristow 2011:18-19).

2.
ജ്ഞാനോദയത്തിന്റെ രാഷ്ട്രീയ സിദ്ധാന്തം

ജ്ഞാനോദയമെന്നത് രാഷ്ട്രീയമണ്ഡലത്തിൽ നാം നേടിയ നേട്ടം കൂടിയാണ്. പ്രധാനമായും മൂന്ന് രാഷ്ട്രീയ വിപ്ലവങ്ങളാണ് ജ്ഞാനോദയകാലത്തെ രാഷ്ട്രമീമാംസയെ സ്വാധീനിച്ചത്. 1688-ലെ ഇംഗ്ലീഷ് വിപ്ലവം,1775 നും 1783 നുമിടയിൽ നടന്ന അമേരിക്കൻ വിപ്ലവം, 1789-നും 1799 നും ഇടയിൽ നടന്ന ഫ്രഞ്ച് വിപ്ലവം എന്നിവ ചേർന്നാണ് ജ്ഞാനോദയത്തിന്റെ രാഷ്ട്രമീമാംസക്ക് രൂപം നൽകിയത്. ഈ സമരങ്ങളുടെ ഭാഗമായി ഉയർന്നുവന്ന ആശയലോകത്തിൽ നിന്നാണ് നാം ആധുനികവും റിപ്പബ്ലിക്കൻ സ്വഭാവമുള്ളതും ഭരണഘടനാബന്ധിയുമായ ജനാധിപത്യമൂല്യങ്ങളെക്കുറിച്ച് മനസിലാക്കുന്നത്.

ശാസ്ത്രമെന്ന വ്യവഹാരരൂപം വളർന്നുവന്നതോടുകൂടി പ്രകൃതിയെക്കുറിച്ചുള്ള പലതരം നിഗൂഢതകളും നമുക്ക് അനാവരണം ചെയ്യാൻ സാധിച്ചു. അതോടുകൂടിത്തന്നെ യുക്തിയെ ആധാരമാക്കിയുള്ള മാതൃകയിൽ സാമൂഹ്യവും രാഷ്ട്രീയവുമായ ലോകത്തെ പുനർനിർമ്മിക്കുവാനും ഈ കാലഘട്ടത്തിൽ യത്നം നടന്നു. തങ്ങൾ ജീവിക്കുന്ന ഫ്യൂഡൽ കാലഘട്ടത്തിലെ ക്രമങ്ങളെ സാമൂഹ്യവും രാഷ്ട്രീയവുമായി ചോദ്യം ചെയ്യാതിരിക്കുന്നത് ശരിയല്ലെന്ന ആലോചന ജ്ഞാനോദയ ചിന്തകരിലുണ്ടായി. ഈ കാലഘട്ടത്തിലെ രാഷ്ട്രീയവും സാമൂഹ്യവുമായ

അധികാരം മതത്തിന്റെ മിത്തുകൾക്കും നിഗൂഢതകൾക്കുമകത്ത് നില യുറപ്പിച്ചതാണെന്നും അതിന്റെ അടിത്തറ നിഗൂഢമായ പാരമ്പര്യങ്ങ ളാണെന്നും അവർ മനസ്സിലാക്കി. നിലവിലുള്ള വ്യവസ്ഥയെ പ്രതിപ ക്ഷത്തു നിന്നുകൊണ്ട് വിമർശിക്കുമ്പോൾത്തന്നെ ഒരു പുതിയ വ്യവസ്ഥ എങ്ങനെയായിരിക്കണം എന്നതിനെപ്പറ്റിയുള്ള സങ്കല്പ്പങ്ങളും അവർ മുന്നോട്ടുവച്ചു. ഭരിക്കപ്പെടുന്നതാരാണോ അവരുടെ സമ്മതിയുടെ അടി സ്ഥാനത്തിലായിരിക്കണം ഒരു ഭരണകൂടം നിലനിൽക്കേണ്ടത്. സ്വാ തന്ത്ര്യം, സമത്വം തുടങ്ങിയ രാഷ്ട്രീയാദർശങ്ങൾ ഈ കാലഘട്ടത്തിന്റെ സവിശേഷതകളാണ്. ഈ ആശയങ്ങൾ പ്രയോഗിക്കാനാവശ്യമായ സ്ഥാപനങ്ങളെയും അവർ വിഭാവനം ചെയ്തു. ആദരിക്കപ്പെടേണ്ട അടിസ്ഥാനപരമായ മനുഷ്യാവകാശങ്ങൾ എന്ന സങ്കല്പ്പനവും ജ്ഞാ നോദയത്തിന്റേതാണ്. ഏതൊരു രാഷ്ട്രീയസംവിധാനവും സാധൂകരിക്ക പ്പെടേണ്ടത് അവ എത്രമാത്രം മനുഷ്യാവകാശത്തെ സംരക്ഷിക്കുന്നു എന്നതിന്റെ അടിസ്ഥാനത്തിലായിരിക്കണം. ഒരു സമൂഹത്തിനകത്തെ വിവിധ മതങ്ങളെ തുല്യനിലയിൽ പരിഗണിക്കുക എന്ന ആദർശവും ജ്ഞാനോദയകാലത്ത് വളർന്നുവന്നതാണ്. രാഷ്ട്രീയാധികാരം എന്നത് നിരുപാധികമായ ഒന്നല്ല എന്നതും അധികാരികൾ നിരന്തരമായി ചോദ്യം ചെയ്യപ്പെടുകയും വിമർശിക്കപ്പെടുകയും ചെയ്യേണ്ടതുണ്ട് എന്ന സങ്കല്പ്പവും ജ്ഞാനോദയകാലത്ത് രൂപപ്പെട്ടുവന്നു. ഇതു കൂടാതെ പാശ്ചാത്യ ജനാധിപത്യ സങ്കല്പ്പങ്ങൾക്കകത്തുള്ള മറ്റെല്ലാ സവിശേഷതകളും ജ്ഞാനോദയത്തിന്റെ സന്ദർഭത്തിൽ സംജാതമായതാണ്. യുക്തി എന്നതിന്റെ അടിസ്ഥാനത്തിൽ മാത്രം സ്വാതന്ത്ര്യം, സമത്വം, ജനാധിപത്യം, മനുഷ്യാവകാശം എന്നീ സങ്കല്പ്പ നങ്ങളെ സാധൂകരിക്കാനാവില്ല. നിലനിൽക്കുന്ന നാടുവാഴിക്രമത്തെ ചോദ്യം ചെയ്യുന്നിടത്ത് യുക്തി സഹായകമാണെങ്കിലും ഒരു പുതിയ വ്യവസ്ഥയെ സങ്കല്പ്പിക്കുന്നതിൽ യുക്തികൊണ്ട് മാത്രം മുന്നേറാ നാവില്ല. ഫ്രഞ്ചുവിപ്ലവത്തിന്റെ ഘട്ടത്തിൽ തന്നെ ഈ പരിമിതികൾ പ്രകടമായിരുന്നു. വ്യക്തിസ്വാതന്ത്ര്യം, സമത്വം എന്നിവയുടെ പേരിൽ ഫ്രാൻസിൽ നടന്ന സമരം അവിടെയുണ്ടായിരുന്ന ഭരണകൂടത്തെ പുറ ന്തള്ളി പുതിയ ഭരണകൂടത്തെ സ്ഥാപിച്ചു. പക്ഷേ ആ ഭരണകൂടത്തിനും ജനങ്ങളെ നിയന്ത്രിക്കുന്നതിനും ഭരിക്കുന്നതിനും അക്രമവും ഭീകരതയും നടത്തേണ്ടിവന്നു. വ്യക്തിസ്വാതന്ത്ര്യത്തെ ഹനിക്കേണ്ടിവന്നു എന്നർ ത്ഥം. ജ്ഞാനോദയ യുക്തി എത്രമാത്രം കാപട്യം നിറഞ്ഞതാണെന്ന് ജ്ഞാനോദയഘട്ടത്തിൽത്തന്നെ മനസിലാക്കപ്പെട്ടു. ജ്ഞാനോദയ ത്തിനെതിരായുള്ള ആശയ പ്രപഞ്ചം രൂപപ്പെടുന്നതിന് ഇതിടയാക്കി (Bristow 2011:19,20).

ഫ്രഞ്ചുവിപ്ലവവും അമേരിക്കൻ വിപ്ലവവും അതിനുമുമ്പ് സൃഷ്ടിക്കപ്പെട്ട ചില രാഷ്ട്രീയ ചിന്തകളുടെ വെളിച്ചത്തിലാണ് നയിക്കപ്പെട്ടത്. 1651-ൽ തോമസ് ഹോബ്സ് എഴുതിയ 'ലെവിയാതൻ' (Leviathan) എന്ന പുസ്തകത്തിൽ അവതരിപ്പിച്ച അമിതാധികാരത്തെ വിമർശിച്ചുകൊണ്ടുള്ള ആശയങ്ങൾ വലിയ അളവിൽ ഫ്രഞ്ച് വിപ്ലവത്തെ സഹായിച്ചു. ഈ കൃതിയിൽ വ്യക്തിയും ഭരണകൂടവും തമ്മിലുള്ള ബന്ധമെന്തായിരിക്കണമെന്ന് വ്യക്തമാക്കുന്നുണ്ട്. സാമൂഹ്യകരാർ (Social contract) എന്നാണിത് പൊതുവെ അറിയപ്പെടുന്നത്. ഈ ആശയങ്ങളും ഫ്രഞ്ചു വിപ്ലവത്തിന് ഊർജം പകർന്നു. ഈ സാമൂഹ്യകരാർ മാതൃക അനുസരിച്ച് എല്ലാ രാഷ്ട്രീയാധികാരരൂപങ്ങളും വ്യക്തിയുടെ സമ്മതിയുടെ മുകളിലാണ് നിലനിൽക്കുന്നത്. ഭരിക്കുന്നവർക്ക് ഭരിക്കപ്പെടുന്നവരുടെ സമ്മതി ആവശ്യമാണെന്നർത്ഥം. ഈ സാമൂഹ്യകരാർ സിദ്ധാന്തം (Social contract theory) ജോൺലോക്ക്, റൂസ്സോ എന്നിവരാണ് പിന്നീട് വികസിപ്പിച്ചത്. (ഈ സിദ്ധാന്തത്തിനകത്തെ വൈരുധ്യങ്ങളെ പുറത്തുകൊണ്ടുവരികയാണ് ഗവൺമെന്റാലിറ്റി എന്ന ആശയത്തിലൂടെ ഫൂക്കോ ചെയ്യുന്നത്). അതുവരെയുണ്ടായിരുന്ന ഭരണകൂടങ്ങളെല്ലാം അതിന്റെ ആധാരമായി സ്വീകരിച്ചിരുന്നത് കീഴ്പ്പെടുത്തുക എന്ന യുക്തിയാണ്. കീഴടക്കൽ, പാരമ്പര്യ പിൻതുടർച്ച, ദൈവഹിതം എന്നിവയാണ് ജ്ഞാനോദയത്തിനു മുമ്പുള്ള ഭരണകൂടങ്ങളെ നിർമ്മിച്ചത്. എന്നാൽ ഇവയേക്കാൾ ഭരിക്കപ്പെടുന്നവരുടെ സമ്മതി ഭരണകർത്താക്കൾക്കുണ്ടോ എന്നതാണ് പ്രധാനമെന്ന് ഹോബ്സ് പറയുന്നു. വാസ്തവത്തിൽ രാഷ്ട്രീയസമൂഹത്തെ സംബന്ധിച്ചുള്ള ശാസ്ത്രീയസമീപനം വികസിപ്പിച്ചുകൊണ്ടുവരാനാണ് ഹോബ്സ് ശ്രമിച്ചത്. മതനിരപേക്ഷതപോലുള്ള ആശയങ്ങൾ ഉണ്ടായിവരുന്നത് ഇതിൽ നിന്നാണ്. രാഷ്ട്രീയവും സാമൂഹികവുമായ തത്വചിന്തയിൽ യുക്തി എന്ന സങ്കല്പത്തെ കൊണ്ടുവരാൻ ശ്രമിക്കുന്നതും ഹോബ്സാണ് (Bristow 2011: 20).

ജ്ഞാനോദയത്തിന്റെ രാഷ്ട്രീയതത്വചിന്തയെ വളരെയധികം സ്വാധീനിച്ച ഒരു ചിന്തകനാണ് സ്പിനോസ. അദ്ദേഹത്തിന്റെ 'ട്രാക്റ്ററ്റസ് തിയോളജികോ പൊളിറ്റിക്കസ്' (Tractatus Theologico-Politicus 1677) എന്ന കൃതിയിൽ ധാർമ്മികതയെക്കുറിച്ചു പറയുന്നു. അതിന്റെ പ്രമാണങ്ങളെല്ലാം അതിഭൗതികവാദപരമാണ്. ദ്വന്ദാത്മകവാദമാണ് എല്ലാ പ്രശ്നത്തിനും കാരണമെന്ന് സ്പിനോസ പറയുന്നു. ഏകാത്മകവാദമാണ് അദ്ദേഹം മുന്നോട്ടുവെക്കുന്നത്. നാം കാണുന്ന ലോകത്തിനെ അതിവർത്തിച്ചു കൊണ്ട് ഒരു സ്രഷ്ടാവ് നിലനിൽക്കുന്നില്ല എന്ന്

സ്പിനോസ വാദിച്ചു. ദൈവം, മനുഷ്യൻ എന്നിങ്ങനെയുള്ള ദ്വന്ദ്വാത്മക വാദത്തെ അദ്ദേഹം തള്ളിക്കളയുകയും പ്രകൃതിയാണ് യാഥാർത്ഥ്യം എന്ന് സങ്കല്പ്പിക്കുകയും ചെയ്യുന്നു. അതുകൊണ്ട് അദ്ദേഹത്തിന്റെ സിദ്ധാന്തത്തെ 'യുക്തിവാദപരമായ പ്രകൃതിവാദം' (rationalist naturalism) എന്നു വിളിക്കുന്നു. എല്ലാവിധ അന്ധവിശ്വാസങ്ങളെയും ഈ സിദ്ധാന്തം തള്ളിക്കളയുന്നു. മതങ്ങളെല്ലാം ഭരണകൂടത്തിനു കീഴ്പ്പെട്ടുകൊണ്ടുവേണം പ്രവർത്തിക്കാൻ എന്നും സ്പിനോസ പറയുന്നു. ജനാധിപത്യം എന്ന ആശയത്തിനുവേണ്ടിയും അദ്ദേഹം വാദിക്കുന്നു. ലിബറലിസത്തിന്റെ പ്രോദ്ഘാടകനും സ്പിനോസയാണ് (Bristow 2011: 20,21).

ജ്ഞാനോദയത്തിന്റെ മറ്റൊരു പ്രമുഖനായ ചിന്തകൻ 'സെക്കന്റ് ട്രീറ്റിസ് ഓഫ് ഗവൺമെന്റ്" (1690) എന്ന കൃതി രചിച്ച ജോൺലോക്ക് ആണ്. ലിബറൽ രാഷ്ട്രീയചിന്തയുടെ ക്ലാസിക്കൽ ആകരമാണ് അദ്ദേഹത്തിന്റെ ഈ കൃതി. റോബർട്ട് ഫിൽമറുടെ 'പട്രിയാർക്ക' (Patriarcha-1680) എന്ന കൃതിയെ വിമർശിച്ചുകൊണ്ടാണ് ജോൺലോക്ക് തന്റെ ഗ്രന്ഥം രചിക്കുന്നത്. പ്രഭുവാഴ്ചയെ ന്യായീകരിക്കുന്ന കൃതിയാണ് 'പട്രിയാർക്ക'. രാജാവിന് ഭരിക്കാനുള്ള അധികാരമുണ്ട്; അതു ദൈവം നൽകിയതാണ് എന്നാണ് ഫിൽമർ ഈ കൃതിയിൽ വാദിക്കുന്നത്. സ്പിനോസയുടെ വഴിയിൽ നിന്നു വ്യത്യസ്തമായാണ് ലോക്കിന്റെ പുസ്തകം എഴുതപ്പെട്ടിട്ടുള്ളത്. ഫിൽമറെപ്പോലെ ലോക്കും ദൈവത്തെ അംഗീകരിക്കുന്നുണ്ട്. എന്നാൽ ഫിൽമറിന്റെ വാദത്തെ അദ്ദേഹം എതിർക്കുന്നു. ദൈവമാണ് എല്ലാവരെയും സൃഷ്ടിച്ചതെങ്കിൽ അവർക്കിടയിലെന്തിനാണ് വ്യത്യാസം എന്ന് അദ്ദേഹം ചോദിക്കുന്നു. ആരും മറ്റൊരാൾക്ക് മുകളിലല്ല. പ്രകൃതി എന്നതുതന്നെ നമ്മെ സ്വാതന്ത്ര്യത്തെക്കുറിച്ച് ഓർമ്മിപ്പിക്കുകയും പഠിപ്പിക്കുകയും ചെയ്യുന്നതാണ് (Second Treatise, Section 4). പ്രകൃതിയുടെ നിയമങ്ങൾക്കനുസരിച്ചാണ് നാം നമ്മുടെ വ്യവസ്ഥയെയോ ഘടനയെയോ നിർമ്മിക്കേണ്ടത്. മറ്റുള്ള സഹജീവികളെ ദ്രോഹിക്കരുത്, അവരുടെ ജീവൻ, ആരോഗ്യം, സ്വാതന്ത്ര്യം, കൈവശമുള്ള വസ്തുക്കൾ എന്നിവയെയൊന്നും ആക്രമിക്കാൻ പാടില്ല എന്നെല്ലാമാണ് പ്രകൃതി നമ്മെ പഠിപ്പിക്കുന്നത് എന്ന് ലോക്ക് പറയുന്നു (Second Treatise, Section 6). ദൈവം നമ്മെ പഠിപ്പിക്കുന്ന പാഠം നമുക്ക് പ്രകൃതിയിൽ നിന്നു പഠിക്കാം. അതുകൊണ്ട് സമത്വമാണ് മനുഷ്യർക്കിടയിലുണ്ടാകേണ്ടത്. ഭരിക്കുന്ന ആളുകൾ ഭരിക്കപ്പെടുന്നവരുടെ സമ്മതിയോടെ ഭരിക്കുമ്പോൾ അത് പ്രകൃതി നിയമത്തോട് അടുത്തു നിൽക്കുന്നു എന്നാണ് ലോക്കിന്റെ വാദം.

പ്രകൃതിയോടടുത്തു നിൽക്കുന്നതാവും എന്നതുകൊണ്ടാണ് ജനാധിപത്യ മെന്ന സങ്കല്പം ലോക്ക് മുന്നോട്ടുവെക്കുന്നത്. ചില അസൗകര്യങ്ങൾ രൂപപ്പെട്ടുവരുമ്പോഴാണ് ഭരണകൂടം എന്നത് അനിവാര്യമായിത്തീരുന്നത്. ഒരുപോലെ എല്ലാവർക്കും സ്വാതന്ത്ര്യമുണ്ടാവുമ്പോൾ അവ തമ്മിൽ പരസ്പരം ഇടയും. അപ്പോഴുണ്ടാകുന്ന അസൗകര്യങ്ങൾ തീർക്കുന്നതിനാണ് ഭരണകൂടം. അതിന്റെ ഭാഗമായി സാമൂഹ്യകരാറിന്റെ അടിസ്ഥാനത്തിൽ ഉണ്ടാകുന്നതാണ് നിയമങ്ങൾ. അവ പ്രകൃതിനിയമങ്ങളാൽ നയിക്കുന്ന ഒരു സമൂഹത്തോട് നമ്മെ അടുപ്പിക്കും. എപ്പോഴൊക്കെ ഈ നിയമങ്ങൾ ലംഘിക്കപ്പെടുന്നുവോ അപ്പോഴൊക്കെ ആ ജനതയ്ക്ക് ഗവൺമെന്റിനെ നിഷ്കാസനം ചെയ്യാനാവും. ലോക്ക് ഈ ആശയങ്ങൾ അവതരിപ്പിച്ചതോടെ അവയ്ക്ക് വലിയ സ്വാധീനമാണ് പല ജനതകളിലും ചെലുത്താൻ സാധിച്ചത്. അങ്ങനെയാണ് ഇംഗ്ലീഷ് കലാപം തൊട്ടടുത്ത കാലത്തായി നടക്കുന്നത്. അമേരിക്കൻ വിപ്ലവത്തെയും ഈ ആശയങ്ങൾ സ്വാധീനിക്കുകയുണ്ടായി (Bristow 2011: 22).

ജ്ഞാനോദയകാലത്തെ ധാർമ്മികതയെക്കുറിച്ചും ഭരണകൂടത്തെക്കുറിച്ചുമുള്ള ആശയങ്ങളിൽ പ്രകൃതി (natural) എന്ന സങ്കല്പം വലിയ അളവിൽ സ്വാധീനിച്ചിട്ടുണ്ട്. മനുഷ്യർക്കിടയിലുള്ള ബന്ധമാണ് സദാചാരത്തിന്റെ ആധാരം. മനുഷ്യബന്ധങ്ങളെ നിയന്ത്രിക്കുന്ന തത്വചിന്ത, വീക്ഷണം എന്നിവയെ ആണ് ധാർമ്മികത എന്നതുകൊണ്ടുദ്ദേശിക്കുന്നത്. ആധുനിക പൂർവ്വസമൂഹത്തിൽ അതു മനുഷ്യരെ പഠിപ്പിച്ചിരുന്നത് മതങ്ങളാണ്. ആധുനിക മതങ്ങളിൽ ധാർമികത പ്രകടമാണ്. ഇന്ത്യൻ ജാതിസമൂഹത്തിനകത്ത് ഈ ധാർമ്മികതയാണില്ലാത്തത്. അനുഷ്ഠാനങ്ങൾക്കായിരുന്നു അവയിൽ പ്രധാന്യം. അനുഷ്ഠാനത്തെ ധർമ്മമെന്ന് പേരിട്ട് ധാർമ്മികതയെ അടിച്ചമർത്തുകയാണ് അവ ചെയ്തത്. ഇങ്ങനെ പൗരോഹിത്യം ധാർമ്മികതയെ അടിച്ചമർത്തുകയും അനുഷ്ഠാനങ്ങൾക്ക് പ്രാധാന്യം നൽകുകയും ചെയ്തു. വാസ്തവത്തിൽ ആധുനിക പൂർവ്വസമൂഹത്തിൽ ധാർമ്മികത എന്നത് മതങ്ങൾ കൈകാര്യം ചെയ്യുന്നതാണ്. ആധുനിക സമൂഹത്തിൽ ഈ ധാർമ്മികതയുടെ ഉള്ളടക്കത്തെ ഭരണകൂടം ഏറ്റെടുക്കുന്നു. ഈ ധാർമ്മികതയുടെ ആധാരം പ്രകൃതിയാണെന്നാണ് ലോക്ക് മുന്നോട്ടുവെക്കുന്നത്. പ്രത്യേകിച്ച് പഠിപ്പിച്ചെടുക്കേണ്ടതല്ല ധാർമ്മികത; അത് പ്രകൃതിയിൽനിന്നു പഠിക്കാൻ കഴിയും എന്ന ആദർശമാണിത്. ശാസ്ത്രം പ്രകൃതിയെ കൂടുതൽ മനസിലാക്കാൻ മനുഷ്യരെ സഹായിക്കുകയാണ് ചെയ്യുന്നത്. അതുകൊണ്ട് ശാസ്ത്രത്തിന്റെ യുക്തിയിൽ പ്രപഞ്ചത്തെ

കൂടുതൽ മനസിലാക്കുന്തോറും അഥവാ പ്രകൃതിനിയമങ്ങൾ നമുക്ക് കൂടുതൽ വ്യക്തമാകുന്തോറും നാം കൂടുതൽ ധാർമ്മികതയുള്ളവരായിത്തീരും. അതുകൊണ്ട് ശാസ്ത്രമാണ് ആധുനികലോകത്തുള്ളവരെ പഠിപ്പിക്കേണ്ടത്, ശാസ്ത്രബോധം ഒരു പുതിയ ധാർമ്മികബോധമായി പ്രവർത്തിക്കും എന്നാണ് അവർ കരുതിയത്. 1795-ൽ മാർക്വിസ് ഡി കോൺഡർസെറ്റ് (Marquis de Condorcet) എഴുതിയ 'സ്കെച്ച് ഫോർ എ ഹിസ്റ്റോറിക്കൽ പിക്ചർ ഓഫ് ദ പ്രോഗ്രസ് ഓഫ് ദ ഹ്യൂമൻ മൈൻഡ്' (Sketch for a Historical picture of the Progress of the Human Mind) എന്ന കൃതി ശാസ്ത്രത്തിൽ വരുന്ന പുരോഗതി മനുഷ്യന്റെ ധാർമ്മികമായ പുരോഗതിയയെ ഉറപ്പിക്കുമെന്ന വാദം അവതരിപ്പിക്കുന്നു. പക്ഷേ, ശാസ്ത്രത്തിന്റെ മേഖലയിലെ പുരോഗതിയും ധാർമ്മികതയുടെ മേഖലയിലെ പുരോഗതിയും തമ്മിൽ ബന്ധമില്ലെന്നു മാത്രമല്ല ശാസ്ത്രം പുരോഗമിക്കുന്തോറും ധാർമ്മികത തകർന്നുവരുന്നതായാണ് നമുക്ക് കാണാൻ കഴിയുന്നത്. ധാർമ്മികതയുടെ ആധാരം വ്യവസ്ഥയാണ്. ലോക്കിന്റെ തുല്യത, വ്യക്തിസ്വാതന്ത്ര്യം തുടങ്ങിയ ആദർശങ്ങൾ ഇപ്പോഴും പ്രചോദിപ്പിക്കുന്നവയാണെങ്കിലും ഈ ആശയങ്ങളുടെ ആധാരം പ്രകൃതിയാണ് എന്നു പറയുന്നതിനെ ഇന്ന് ആരും അംഗീകരിക്കുന്നില്ല (Bristow 2011: 22,23).

ജ്ഞാനോദയ ഘട്ടത്തിലെ യൂറോപ്യൻ സമൂഹത്തിൽ വളർന്നു വന്ന വാണിജ്യവർഗവുമായി ഉദാരതാവാദം (liberalism) എന്ന ആശയത്തിന്റെ ഉദയത്തിനും വളർച്ചക്കും ബന്ധമുണ്ട്. പൗരസമൂഹം എന്ന സങ്കല്പം വളർന്നുവരുന്നതിന്റെ പിറകിലുള്ള താൽപര്യം ഈ വാണിജ്യസമൂഹമാണ്. സ്വകാര്യസ്വത്തിനുവേണ്ടി അദ്ധ്വാനിക്കുകയും അതന്വേഷിക്കുകയും ചെയ്യുന്ന സമൂഹം എന്ന അർത്ഥത്തിലാണ് പൗരസമൂഹം എന്ന വാക്ക് ആദ്യമായി ജ്ഞാനോദയ ചിന്തയിൽ കടന്നുവരുന്നത്. ജോൺ ലോക്കിന്റെ 'സെക്കന്റ് ട്രീറ്റിസ്' (Second Treatise) എന്ന പുസ്തകത്തിൽ വാണിജ്യസമൂഹത്തിന്റെ താൽപര്യങ്ങളും മൂല്യങ്ങളും സംരക്ഷിക്കപ്പെടേണ്ടതാണെന്ന ആശയമാണ് അവതരിപ്പിക്കുന്നത്. സ്വകാര്യസ്വത്തിനെ സംരക്ഷിക്കാനും നിലനിർത്താനും സഹായിക്കുന്ന ഒന്നിനെയാണ് ഭരണകൂടം എന്നു പറയുന്നത്. ജീവിതം, സ്വാതന്ത്ര്യം, ഭൗതികമായ സ്വത്തുക്കൾ എന്നിവയെല്ലാം ഇതിലുൾപ്പെടുന്നു. അവയെല്ലാം സംരക്ഷിക്കുക എന്നതാണ് ഭരണകൂടത്തിന്റെ ഉത്തരവാദിത്തം. ദൈവസഹായത്താലാണ് സ്വകാര്യസ്വത്ത് ലഭിക്കുന്നത്. ഭരണകൂടത്തിന് വ്യക്തികളുടെ സ്വകാര്യസ്വത്ത് വർധിപ്പിക്കുന്നതിന് ഒരു സഹായവും നൽകാനാവില്ല. വ്യക്തിയുടെ അധ്വാനവും

ദൈവസഹായവുമാണ് അതിനാധാരം. എന്നാൽ ലഭിക്കുന്ന ആ സ്വത്തിനെ സംരക്ഷിക്കാൻ സഹായിക്കേണ്ടത് ഭരണകൂടമാണ്. ഒരു രാഷ്ട്രത്തിനകത്ത് സ്വതന്ത്രമായി കച്ചവടം നടത്താനും സ്വത്ത് സമ്പാദിക്കാനുമുള്ള അവസ്ഥയുണ്ടാകണമെന്നതാണ് പൗരസമൂഹത്തിന്റെ സ്വാതന്ത്ര്യം എന്നതുകൊണ്ടുദ്ദേശിക്കുന്നത്. സ്വത്ത് ആർജ്ജിക്കുന്നതിനകത്ത് ഭരണകൂടം ഇടപെടാൻ പാടില്ല എന്നതാണ് ലോക്ക് മുന്നോട്ടുവെക്കുന്ന ആദർശം. അതായത് സ്വകാര്യസ്വത്ത് ആർജിക്കാനുള്ള സ്വാതന്ത്ര്യത്തെയാണ് ലോക്ക് സ്വാതന്ത്ര്യം എന്നു വിളിച്ചത്. ഒരു വ്യക്തിയുടെ സ്വാതന്ത്ര്യം എന്നത് സാമ്പത്തിക സ്വാതന്ത്ര്യമാണ് എന്ന ആശയം ജ്ഞാനോദയ കാലഘട്ടം മുതൽ പ്രബലമായിരുന്നു എന്ന് ഇതിൽ നിന്നു വ്യക്തമാണ്. 1776 ലെ വെൽത്ത് ഓഫ് നേഷൻസ്' (An inquiry in to the Nature and Causes of the Wealth of Nations)എന്ന കൃതിയിൽ സ്കോട്ടിഷ് ജ്ഞാനോദയ വക്താവായ ആഡംസ്മിത്ത്, പൗരസമൂഹത്തിലേയും രാഷ്ട്രസമൂഹത്തിലേയും നിയമങ്ങൾ വേറിട്ടു നിൽക്കേണ്ടതാണ് എന്നും അങ്ങനെയായാൽ മാത്രമേ രാഷ്ട്രീയ സമ്പദ്‌വ്യവസ്ഥയ്ക്ക് അസ്തിത്വമുള്ളൂ എന്നും പറയുന്നു. സ്വതന്ത്ര വ്യാപാരവും അതിനകത്തുള്ള രാഷ്ട്രീയ ഭരണകൂടത്തിന്റെ നാമമാത്രമായ ഇടപെടലുമാണ് വേണ്ടത് എന്ന ആശയമാണ് ആഡംസ്മിത്ത് മുന്നോട്ടുവെക്കുന്നത്. സമ്പത്തിനും സ്വത്തിനും വേണ്ടിയുള്ള രാജാക്കന്മാരുടെ പടയോട്ടമാണ് ജ്ഞാനോദയത്തിനു മുമ്പ് യൂറോപ്പിലെ സ്വകാര്യസ്വത്തിന്റെ ചരിത്രം. അതിൽനിന്നു വ്യത്യസ്തമായ കാഴ്ചപ്പാടാണ് സ്മിത്തിനെപ്പോലുള്ളവർ മുന്നോട്ടുവെക്കുന്നത്. കമ്പോളമെന്നത് വിവിധ ദേശീയതകളും സംസ്കാരങ്ങളും മതങ്ങളും ഒരുമിച്ച് വരികയും കച്ചവടത്തിൽ ഇടപെടുകയും ചെയ്യുന്ന ഇടമാണ്. കമ്പോളമാണ് ആദ്യത്തെ ഒരു മതേതരമായ(Secular)ഇടം. അവിടെ വരുന്ന ആളുകൾ അവരവരുടെ താൽപ്പര്യവുമായി വരുന്നവരാണ്. കച്ചവടത്തിലൂടെ ആ രാഷ്ട്രത്തിന്റെ സ്വത്ത് വർധിക്കുകയും അതിന്റെ ഭാഗമായി കാരുണ്യപ്രവർത്തനങ്ങൾ സംഭവിക്കുകയും ചെയ്യാമെന്നാണ് വിഭാവനം ചെയ്തത്. വളരെ സമാധാനപൂർണമാണ് കമ്പോളമെന്നർത്ഥം. അവിടെ പ്രവർത്തിക്കുന്നത് സാർവലൗകികമായ യുക്തിയാണ് (Bristow 2011: 23,24).

ഭരണകൂടം എന്നത് വ്യക്തികളുടെ സ്വകാര്യസ്വത്തിനെ സംരക്ഷിക്കാനും, സ്വകാര്യ സ്വത്ത് സമാർജിക്കാനുള്ള അവരുടെ സ്വാതന്ത്ര്യത്തെ സംരക്ഷിക്കാനുമുള്ള ഒന്നാണ് എന്ന സങ്കല്പവും ഈ ജ്ഞാനോദയം മുന്നോട്ടു വെച്ച ജനാധിപത്യം എന്ന സങ്കല്പവും തമ്മിൽ ഇടയുന്ന ഒരു ഘട്ടം ഉണ്ടായി. ജനാധിപത്യത്തിൽ വ്യക്തിസ്വാതന്ത്ര്യം പലപ്പോഴും

നിഷേധിക്കപ്പെട്ടു. കമ്പോളത്തിൽ വ്യക്തിസ്വാതന്ത്ര്യം സംരക്ഷിക്കപ്പെടുകയും ചെയ്തു. ഇതേക്കുറിച്ചുള്ള ചർച്ചകളാണ് പിന്നീടുണ്ടായത്. അമേരിക്കൻ ഭരണഘടന നിർമ്മിക്കുന്നതിൽ പ്രധാന പങ്കുവഹിച്ച ജെയിംസ് മാഡിസൺ ഈയൊരു സംഘർഷത്തെ സമീകരിക്കാൻ ശ്രമിച്ചു. ജനാധിപത്യത്തിനകത്ത് എല്ലായ്പ്പോഴും ഒരു വിഘടനം ഉണ്ട്. അത് അതിനകത്തുതന്നെയുള്ള ഒരു തിന്മയാണ്. ജനാധിപത്യത്തിനകത്ത് സമൂഹത്തിലെ ഭൂരിപക്ഷം വരുന്ന ഒരു ഗണത്തിന്റെ താൽപര്യം മറ്റുള്ളവരുടെ മേൽ അടിച്ചേൽപ്പിക്കപ്പെടുകയാണ്. ഉദാഹരണത്തിന് ഒരു സമൂഹത്തിലെ ഭൂരിപക്ഷത്തിന്റെ താൽപര്യം, ന്യൂനപക്ഷം കൈവശം വച്ചിരിക്കുന്ന ഭൂരിഭാഗം സ്വത്തും ഗവൺമെന്റ് ഏറ്റെടുത്ത് വിതരണം ചെയ്യണം എന്നതാണ്. ജ്ഞാനോദയത്തിന്റെ സമത്വം എന്ന ആദർശപ്രകാരം ഇതു സാധുവാണ്. എന്നാൽ സമത്വം എന്ന ആദർശം നടപ്പിലാക്കുമ്പോൾ കമ്പോളത്തിന്റെ ഭാഗമായി രൂപപ്പെട്ടുവന്ന ഉദാരതയെ നടപ്പാക്കാനാവില്ല. ജനാധിപത്യവും ഉദാരതയും തമ്മിലും ഒത്തുപോവുകയില്ല. ഇങ്ങനെ പരസ്പരം യോജിക്കാത്ത മൂന്ന് ആശയങ്ങളാണ് ആധുനിക ഭരണകൂടത്തിന് അടിത്തറയായിത്തീരുന്നത്. ഉദാരതാവാദത്തെ അട്ടിമറിക്കുന്നതാണ് എന്നതുകൊണ്ട് മാഡിസൺ ഈ ശുദ്ധ ജനാധിപത്യവാദത്തോട് എതിർപ്പുള്ളയാളായിരുന്നു. ജനങ്ങളുടെ ഇച്ഛ ഔദ്യോഗികമായി നിർണയിക്കപ്പെടണം എന്നാണ് അദ്ദേഹം പറയുന്നത്. ഗവൺമെന്റിന്റെ തന്നെ ഇടപെടലുകളിലൂടെ ജനങ്ങളുടെ ഇച്ഛയെ പ്രകടിപ്പിക്കാനാവണം എന്നാണ് അദ്ദേഹം പറയുന്നത് (Bristow 2011: 24).

1762-ൽ റൂസ്സോ തന്റെ 'ഓൺ ദ സോഷ്യൽ കോൺട്രാക്ട്' എന്ന പുസ്തകത്തിൽ ലോക്കിന്റെ ഉദാരതാവാദത്തിന് വിരുദ്ധമായ ഒരു ആശയമാണ് പങ്കുവെക്കുന്നത്. ജ്ഞാനോദയഘട്ടത്തിലെ രാഷ്ട്രീയ മീമാംസയുടെ അടിസ്ഥാന ആദർശം എന്നു പറയുന്നത് സ്വാതന്ത്ര്യം, സമത്വം എന്നിവയാണെങ്കിലും അവയ്ക്ക് ഒരുമിച്ച് നിലനിൽക്കാനാവില്ല. ഈയൊരു പ്രശ്നത്തെയാണ് റൂസ്സോ ചർച്ച ചെയ്യുന്നത്. ഇവയെ എങ്ങനെയാണ് സമതുലിതമാക്കുക എന്ന് റൂസ്സോ അന്വേഷിക്കുന്നു. മാഡിസൺന്റെ അഭിപ്രായത്തിൽ നിന്നു വ്യത്യസ്തമായി റൂസ്സോ, ശുദ്ധ ജനാധിപത്യത്തിനു മാത്രമേ സ്വാതന്ത്ര്യത്തെ സാക്ഷാത്ക്കരിക്കാനാവൂ എന്ന സങ്കല്പമാണ് മുന്നോട്ടുവച്ചത്. മനുഷ്യന്റെ സ്വാതന്ത്ര്യം നിയന്ത്രണത്തിലൂടെ മാത്രം സാധ്യമാകുന്നതാണ്. സമൂഹത്തിന്റെ പൊതുവായ ഇച്ഛയുടെ അടിസ്ഥാനത്തിൽ നിയന്ത്രിക്കപ്പെടുന്ന ഒരിടത്തു മാത്രമേ സ്വാതന്ത്ര്യം നിലനിൽക്കൂ. ഒരു സമൂഹത്തിലെ ഓരോ മനുഷ്യരും

പരസ്പരം ഉണ്ടാക്കുന്ന ഒരാളുടെ സ്വാതന്ത്ര്യം മറ്റൊരാളുടെ സ്വാതന്ത്ര്യത്തെ ഹനിക്കരുത് എന്ന മൗലികകരാർ (original contract) ഉള്ളിടത്തോ ഇത് നിലനിൽക്കു. ഭൂരിപക്ഷം, ന്യൂനപക്ഷം എന്ന അർത്ഥത്തിൽ വിഘടിച്ചുനിൽക്കുന്ന ഒരു സമൂഹത്തിന്റെ തിന്മകളെ മൗലികമായ കരാറിന്റെ (original contract) ഘടനാപരമായ ഘടകങ്ങൾ ഉപയോഗിച്ചു കൊണ്ടുമാത്രമേ മറികടക്കാനാവൂ. രാഷ്ട്രശരീരത്തോട് (body politic) ഓരോ വ്യക്തികളും ബന്ധപ്പെട്ടിരിക്കുന്നുവെങ്കിലും അതെല്ലാം വ്യക്തിയുടേതല്ലതാനും. ഇവിടെ ഒരു അന്യവൽക്കരണം നടക്കുന്നുണ്ട്. സ്വയം അന്യവൽക്കരിക്കപ്പെടുന്ന ഒരു അവസ്ഥ ഇവിടെയുണ്ട്. നാം സ്വയം സൃഷ്ടിച്ചെടുക്കുന്ന അവസ്ഥയോട് ആഭിമുഖ്യമുള്ളപ്പോൾത്തന്നെ അകന്നു നിൽക്കുകയും അതെല്ലാവരുടേതുമാണ് എന്ന സങ്കല്പത്തിലേക്ക് നാമെത്തിച്ചേരുകയും ചെയ്യും. അങ്ങനെയുള്ള ഒന്നിനെയാണ് മൗലിക കരാർ (original contract) എന്നു പറയുന്നത്. രാഷ്ട്രശരീര(body politic)ത്തോടുള്ള നമ്മുടെ ബന്ധം അന്യവൽകൃതമായ ഒന്നാണ്. ഇത്തരത്തിൽ ഒരു വ്യക്തിയുടെ സ്വാതന്ത്ര്യം മറ്റൊരു വ്യക്തിയുടെ സ്വാതന്ത്ര്യത്തെ ഹനിക്കരുത് എന്ന ബോധം, രാഷ്ട്രശരീരവുമായുള്ള അന്യവൽകൃത ബന്ധം എന്നിവയാണ് മൗലിക കരാറിന്റെ പ്രത്യേകതകൾ. പൊതുവായ ഇച്ഛ (general will) യാണ് രാഷ്ട്രശരീരത്തിന്റെ ഗതിയെ നിർണയിക്കുന്നത് എന്നു മനസ്സിലാക്കിക്കഴിയുമ്പോൾ, എല്ലാ പൗരരുടെയും നന്മയെന്താണോ അതാണ് പ്രധാനം എന്നുപറയുന്ന ഒന്നാണ് (പൊതു നന്മയെയാണ്) നാം മുന്നിൽ വയ്ക്കുന്നത് എങ്കിൽ ഏതെങ്കിലുമൊരു വിഭാഗത്തിന്റെ താൽപര്യം മറ്റൊരു വിഭാഗത്തിനുമേൽ അടിച്ചേൽപ്പിക്കുക എന്ന പ്രതിസന്ധി ഇല്ലാതാവും എന്ന് റൂസ്സോ പറയുന്നു (Bristow 2011: 24,25).

രാഷ്ട്രത്തിനകത്ത് ഭരണഘടന പോലെ ഒരു കരാറുണ്ടാക്കുമ്പോൾ പൊതുനന്മയെ മുൻനിർത്തിയാവണം നിയമനിർമ്മാണം നടത്തേണ്ടത്. ഈ കരാറിനകത്തെ സമത്വം എന്ന ആശയം അത് സംരക്ഷിക്കണം. സാമ്പത്തികമായ സമത്വം എന്ന ആശയത്തെ പുലർത്തിക്കൊണ്ട് വേണം വാസ്തവത്തിൽ ഈ നിയമനിർമ്മാണം നടത്തേണ്ടത്. അതായത് നിയമനിർമ്മാണം പൊതുനന്മയെ മുൻനിർത്തിക്കൊണ്ടും സാമ്പത്തികമായ സമത്വത്തിലൂന്നിക്കൊണ്ടുമായിരിക്കണം എന്ന് റൂസ്സോ പറയുന്നു. ലോക്ക് വ്യക്തിയുടെ താൽപര്യമാണ് പ്രധാനമെന്ന് പറഞ്ഞപ്പോൾ റൂസ്സോ പൊതുനന്മയാണ് പ്രധാനം എന്നു പറയുന്നു. ഒരു സമൂഹത്തിൽ തന്റെ വ്യക്തിതാൽപര്യങ്ങളെ പൊതുതാൽപര്യങ്ങളുമായി സാത്മീകരിക്കാൻ രാഷ്ട്രീയ പ്രവർത്തനത്തിൽ നിരന്തരം

പങ്കാളികളാകാത്തവർക്ക് സാധിക്കുകയില്ല. പൊതുനന്മയുമായി അവരുടെ താൽപ്പര്യങ്ങളെ ഏകീഭവിപ്പിക്കാൻ സാധിക്കില്ലെന്നർത്ഥം. ഭരണകൂടം വ്യക്തികളുടെ എല്ലാ താൽപ്പര്യങ്ങളും സംരക്ഷിക്കുകയും വ്യക്തികളുടെ സ്വതന്ത്രമായ വ്യവഹാരങ്ങളിൽ ഇടപെടാതിരിക്കുകയും വേണം എന്നാണ് ലോക്ക് പറയുന്നത്. ജ്ഞാനോദയഘട്ടത്തിൽ ഏറ്റ വുമധികം സ്വീകരിക്കപ്പെട്ടത് ലോക്കിന്റെ ആശയങ്ങളാണ്. എന്നാൽ പിന്നീട് റൂസ്സോ മുന്നോട്ടുവച്ച ആശയങ്ങളും ലോകരാഷ്ട്രങ്ങളുടെ ചരിത്ര ത്തിൽ വലിയ സംവാദങ്ങൾക്ക് വഴിവെച്ചിട്ടുണ്ട്. സ്വാതന്ത്ര്യത്തെയും സമത്വത്തെയും മുൻനിർത്തിക്കൊണ്ടുള്ള ഈ ചോദ്യങ്ങളൊന്നും ഇന്നും നിലച്ചിട്ടില്ല. ഇവയെ സംബന്ധിച്ച വിവിധ വ്യാഖ്യാനങ്ങൾ ആധുനിക രാഷ്ട്രരൂപങ്ങളിലെല്ലാം നിരന്തരം ഉന്നയിക്കപ്പെട്ടുകൊണ്ടിരിക്കുന്നു.

ആധുനിക രാഷ്ട്രീയസിദ്ധാന്തങ്ങളെ നിർമ്മിച്ചെടുക്കുന്നതിൽ മൗലികമായ സംഭാവനകൾ നൽകിയ കൃതിയാണ് ബാരൻ ഡി മോണ്ടെ സ്ക്കി (Baron de Montesquieu)ന്റെ 'ദ സ്പിരിറ്റ് ഓഫ് ലോ' (The Spirit of the Laws-1748). ലിബറലിസത്തിന്റെ പാരമ്പര്യം പിന്തുടരു ന്ന മൊണ്ടെസ്ക്ക് സാമൂഹ്യവും നിയമപരവും രാഷ്ട്രീയവുമായിട്ടുള്ള സംവി ധാനങ്ങളെ ശാസ്ത്രീയമായ സമീപനത്തിലൂടെയാണ് വ്യാഖ്യാനിക്കാൻ ശ്രമിക്കുന്നത്. അതിലൂടെ അദ്ദേഹം ലിബറൽ പാരമ്പര്യത്തെ അതി വർത്തിക്കുന്നുണ്ട്. ഒരു ജനതയുടെ നിയമനിർമ്മാണമെന്ന ഘടനയും സ്വാതന്ത്ര്യവും സാർവലൗകികമാകാൻ വയ്യ എന്ന് അദ്ദേഹം പറയുന്നു. ഒരോ സമൂഹത്തിന്റെയും സമത്വം, സ്വാതന്ത്ര്യം എന്നീ സങ്കല്പ്പങ്ങൾ വ്യത്യസ്തമാണ്. അതുകൊണ്ട് സമൂഹങ്ങളുടെയും സംസ്കാരങ്ങളുടെയും വ്യതിരിക്തതകളെക്കൂടി പരിഗണിച്ചുവേണം ഈ സങ്കല്പ്പനങ്ങളെ കാണുകയും നിയമനിർമ്മാണം നടത്തുകയും ചെയ്യേണ്ടത് എന്ന് മൊണ്ടെസ്ക് വ്യക്തമാക്കുന്നു. നിയമനിർമ്മാണം നടത്തുമ്പോൾ ജനത ജീവിക്കുന്ന സ്ഥലത്തെ കാലാവസ്ഥ, മണ്ണിന്റെ ഫലഭൂയിഷ്ഠത, ജനസംഖ്യ എന്നീ ഘടകങ്ങളെയെല്ലാം പരിഗണിക്കണം. രാഷ്ട്രീയത്തി ന്റെ ആപേക്ഷികതയിലാണ് മൊണ്ടെസ്ക്ക് ഊന്നുന്നത്.

അദ്ദേഹം മൂന്നുതരം ഭരണകൂടങ്ങളെക്കുറിച്ച് പറയുന്നു. റിപ്പബ്ലിക് (ഇത് ജനാധിപത്യത്തിന്റെയോ പ്രഭുവാഴ്ചയുടെയോ രൂപത്തിലുള്ളതാ വാം), ഏകാധിപത്യം (Monarchy), സ്വേച്ഛാധിപത്യം എന്നിവയാണവ. ഇവ ഓരോന്നിന്റെയും സവിശേഷതകൾ അദ്ദേഹം തന്റെ കൃതിയിൽ വ്യക്തമാക്കുന്നുണ്ട്. ഉയർന്ന പൗരബോധമുള്ള ഒരു ജനതയ്ക്കു മാത്രമേ ജനാധിപത്യത്തെ പുലർത്താനാവൂ എന്ന വാദം അദ്ദേഹം മുന്നോട്ടുവെ ക്കുന്നു. 'വ്യക്തിപരവും സ്വകാര്യവുമായ താൽപര്യങ്ങൾക്ക് ഉപരിയാണ്

പൊതുനന്മ' എന്ന ബോധത്തെയാണ് പൗരബോധം എന്നു പറയുന്നത്. ഈ ആശയം പിന്നീട് റൂസ്സോയുടെയും മാഡിസന്റെയുമെല്ലാം ദർശനങ്ങൾ രൂപപ്പെടുത്തുന്നതിൽ നിർണായകമായി സ്വാധീനിച്ചിട്ടുണ്ട്. ജനാധിപത്യത്തിനകത്തു വളർന്നുവരുന്ന വിഭാഗീയതകളെ എങ്ങനെ മറികടക്കാം എന്ന കാര്യവും തന്റെ കൃതിയിൽ മൊണ്ടസ്ക്ക് വിവരിക്കുന്നുണ്ട്. (Bristow 2011:25)

ധാർമ്മിക (സദാചാര) സിദ്ധാന്തം

ധാർമ്മികതയെക്കുറിച്ച് ഇന്ന് നാം ചിന്തിക്കുന്ന പല കാര്യങ്ങളും ജ്ഞാനോദയഘട്ടത്തിൽ ആരംഭിച്ചവയാണ്. ജ്ഞാനോദയത്തിനു മുമ്പ് ധാർമ്മികത പടിഞ്ഞാറൻ നാടുകളിൽ പ്രധാനമായും ദൈവം, പരലോകം തുടങ്ങിയവയുമായി ബന്ധപ്പെടുത്തിയാണ് നിലനിന്നിരുന്നത്. (മനുഷ്യനന്മയുടെ ഏറ്റവും ഉയർന്ന രൂപവും ധാർമ്മികമായ ഉത്തരവാദിത്തങ്ങളുടെ ഉള്ളടക്കവും അതിന്റെ ആധാരവും മതപരമായ സങ്കല്പനങ്ങളായിരുന്നു). ജ്ഞാനോദയ ഘട്ടത്തിൽ ഒരു ജ്ഞാനവിഷയം എന്ന നിലയിൽ തത്വചിന്തക്കകത്തേക്കും പൊതുജനങ്ങൾക്കിടയിലേക്കും പുതിയ ആശയങ്ങൾ കടന്നുവന്നു. വ്യവസായവൽക്കരണം പുരോഗമിച്ചപ്പോൾ നഗരവൽക്കരണം പുരോഗമിക്കുകയും വിദ്യാഭ്യാസം വ്യാപിക്കുകയും ചെയ്തു. ഈ സമയത്ത് ജീവിതത്തിലെ സന്തുഷ്ടിയെന്ത് എന്ന ചോദ്യം ഉയർന്നു. അത് പരമാത്മാവുമായി ജീവാത്മാവ് ലയിക്കലല്ല എന്നും, ഈ ലോകത്തു തന്നെ നിർവഹിക്കേണ്ട ഒന്നാണെന്നുമുള്ള ജ്ഞാനോദയത്തോടെ ആശയങ്ങൾ കടന്നുവന്നു. അതിനു മുൻപ് യൂറോപ്പ് മതങ്ങളുടെ പേരിൽ രക്തരൂക്ഷിതമായ കലാപങ്ങൾ നടന്ന ഇടമായിരുന്നു. ദൈവത്തിനും മതത്തിനുമൊന്നും നമ്മെ രക്ഷിക്കാനാവില്ല അതിനാൽ അതിന്റെ അടിസ്ഥാനത്തിലുള്ള ധാർമ്മികതക്ക് നിലനിൽപ്പില്ല. (അതുകൊണ്ടുതന്നെ മതത്തിന്റെ വഴിയിലൂടെയുള്ള ധാർമ്മികതയേക്കാൾ പ്രധാനമാണ് മതനിരപേക്ഷമായ ധാർമ്മികത എന്നു വന്നു.) ഇതായിരുന്നു യൂറോപ്യൻ ജ്ഞാനോദയം മുന്നോട്ടുവച്ച ആദർശം. യൂറോപ്പിൽ ഏറ്റവും പ്രധാനമായ ധാർമ്മിക വ്യവസ്ഥ രൂപപ്പെടുത്തിയത് ക്രിസ്തുമതമാണ്. എന്നാൽ അതിനുശേഷം ഒരു ധാർമ്മിക സമൂഹം രൂപപ്പെടുത്തുന്നതിൽ നിർണായക പങ്കുവഹിച്ചത് ജ്ഞാനോദയമാണ്. ക്രിസ്തുമതത്തിന്റെ ഭാവനയിലുണ്ടായ ധാർമ്മിക വ്യവസ്ഥയെയാണ് ക്ലാസിക്കൽ ധാർമ്മികവ്യവസ്ഥ എന്നു പറയുന്നത്. നന്മയും യാഥാർത്ഥ്യവും ഒന്നായിത്തീരുക എന്ന പ്ലാറ്റോണിയൻ ആദർശം (എന്താണോ പ്രകൃതി അതാണ് നന്മ), ഒരു ലക്ഷ്യത്തോടുകൂടി ചലിച്ചുകൊണ്ടിരിക്കുന്നതാണ് പ്രപഞ്ചം അഥവാ പ്രപഞ്ചത്തിന്

ഒരു ലക്ഷ്യമുണ്ട് എന്ന അരിസ്റ്റോട്ടിലിന്റെ ആദർശം (സ്വയം നിയമങ്ങ ളുള്ളതും ചലിക്കുന്നതും ആത്മാവുള്ളതുമാണ് പ്രപഞ്ചം) എന്നീ രണ്ടു സങ്കല്പങ്ങളും ജ്ഞാനോദയഘട്ടത്തിലെ പ്രകൃതി സങ്കല്പവുമായി യോജിക്കുന്നില്ല. ധർമ്മം എന്നതിനകത്ത് രണ്ട് ഘടകങ്ങളാണ് ഉള്ളത്. മനുഷ്യനും മനുഷ്യനും തമ്മിലുള്ള ബന്ധം, മനുഷ്യനും പ്രകൃതിയും തമ്മിലു ള്ള ബന്ധം. ഇവ രണ്ടും തമ്മിൽ ചേരുന്നതാണ് ധാർമ്മികത. മനുഷ്യനും പ്രകൃതിയും തമ്മിലുള്ള ബന്ധത്തെപ്പറ്റി പ്ലാറ്റോയും അരിസ്റ്റോട്ടിലും മുന്നോട്ടുവെച്ച ആശയങ്ങളിൽ നിന്ന് വ്യത്യസ്തമാണ് ജ്ഞാനോദയം മുന്നോട്ടുവച്ച ആശയം. മതേതരവും പ്രകൃതിയോടിണങ്ങി നിൽക്കുന്ന തുമായ സന്ദർഭത്തിൽ ജ്ഞാനോദയ ആധുനികതയുടെ ആധാരം എന്താണ്? അതുപോലെ തന്നെ മനുഷ്യസമൂഹത്തിൽ എല്ലാവർക്കും ഗുണമാവുന്നതെന്താണ് തുടങ്ങിയ ചോദ്യങ്ങൾ ഉയർന്നുവന്നു. പ്രകൃ തിക്ക് കീഴടങ്ങി നിൽക്കുകയാണ് മനുഷ്യൻ ചെയ്യേണ്ടത് എന്നതിനു പകരം മനുഷ്യൻ പ്രകൃതിയെ നിർമ്മിക്കുകയാണ് ചെയ്യുന്നത് എന്ന ധാരണ ജ്ഞാനോദയം ഉണ്ടാക്കിയതാണ്. ശാസ്ത്രയുക്തി നമ്മുടെ ധാർമ്മികതയുടെ ഭാഗമായിത്തീരുന്നത് ഇതോടെയാണ് (Bristow 2011:25,26).

തോമസ് ഹോബ്സ് എന്ന രാഷ്ട്രമീമാംസകൻ അദ്ദേഹത്തിന്റെ 'ലെവിയാതൻ' (Leviathan) എന്ന കൃതിയിൽ മനുഷ്യധാർമ്മികത യെക്കുറിച്ച് പറയുന്നു. മനുഷ്യന്റെ പ്രവൃത്തികളുടെ ലക്ഷ്യമെന്താണ് എന്നതിന് മനുഷ്യന്റെ ആഗ്രഹങ്ങളും ഇച്ഛകളുമാണ് മനുഷ്യന്റെ കർമ്മങ്ങളെ നിർണയിക്കുന്നത് എന്ന് ഹോബ്സ് പറയുന്നു. (മനുഷ്യ പ്രവൃത്തികളെ നിർണയിക്കുന്നത് എന്ത് എന്നതാണ് ധാർമ്മികതയുടെ ആധാരം. സമൂഹമാണ് വ്യക്തികളുടെ ധാർമ്മികതയെ നിർണയിക്കുന്ന തിൽ ഒരു പ്രധാന ഘടകം) വെറുപ്പും അകൽച്ചയുമാണ് ആധുനിക സമൂ ഹത്തിൽ തിന്മ എന്നു പറയുന്നത്. പ്രകൃതിക്കകത്തു നിന്ന് നന്മതിന്മകൾ കണ്ടെത്താനാവില്ല എന്നാണ് അദ്ദേഹത്തിന്റെ പറയുന്നത്. പ്രകൃതി യല്ല ധാർമ്മികതയുടെ ഉറവിടം. അത് മനുഷ്യസമൂഹവും നാം തന്നെ സൃഷ്ടിച്ചെടുക്കുന്ന വ്യവസ്ഥകളുമാണ് എന്നാണ് ഹോബ്സിന്റെ പക്ഷം. വ്യക്തിയുടെ അവബോധത്തിൽ നിന്നാണ് ധാർമ്മികബോധം ഉണ്ടാ വുന്നത്. നീതിയും നന്മയും അതിന്റെ അടിസ്ഥാനത്തിൽ നിർമ്മിച്ചെടു ക്കുന്നതാണ്. മനുഷ്യന്റെ പ്രവൃത്തികളെ നിങ്ങൾക്ക് മനസ്സിലാക്കാനും അവയെ മറ്റു ജന്തുക്കളിലേക്ക് പകരാനും സാധിക്കും എന്ന് ഹോബ്സ് പറയുന്നു. മനുഷ്യപ്രവൃത്തികളെ ആധാരമാക്കിയുണ്ടാക്കിയ ധർമ്മബോ ധത്തെയും നമുക്ക് അപഗൂഢവൽക്കരിക്കാൻ (Demystification)

സാധിക്കും. (Leviathan, chapter 6) മനുഷ്യപ്രകൃതത്തെ മനസ്സിലാക്കാൻ സാധിക്കുമെന്നർത്ഥം. ഹോബ്സിനെപ്പോലെ സമാനചിന്തകൾ പങ്കുവെച്ച ചിന്തകനാണ് മാൻഡിവില്ലി. മാൻഡിവില്ലി (Mandeville) യുടെ 'ഫേബിൾ ഓഫ് ദ ബീസ് ഓർ പ്രൈവറ്റ് വൈസസ്, പബ്ലിക് ബെനഫിറ്റ്സ്' (1714) എന്ന കൃതിയിൽ ആത്മപ്രചോദകമായാണ് മനുഷ്യരെല്ലാം പ്രവർത്തിക്കുന്നത് എന്നു പറയുന്നു. സ്വന്തം താൽപ്പര്യങ്ങളുടെ അടിസ്ഥാനത്തിൽ പ്രവർത്തിക്കുമ്പോൾത്തന്നെ മറ്റുള്ളവരുടെ താൽപര്യങ്ങളെക്കൂടി പരിഗണിച്ചുകൊണ്ട് എങ്ങനെയാണ് മനുഷ്യൻ കർമ്മങ്ങളിലേർപ്പെടേണ്ടതെന്ന് ഈ പുസ്തകത്തിൽ വിവരിക്കുന്നു (Bristow 2011: 26,27).

ജ്ഞാനോദയഘട്ടത്തിലെ പ്രമുഖനായ ബ്രിട്ടീഷ് ചിന്തകനാണ് സാമുവൽ ക്ലർക്ക് (Samuel Clarke). അദ്ദേഹത്തിന്റെ 1706-ൽ എഴുതിയ 'ഡിസ്കോഴ്സ് കൺസേണിംഗ് ദ അൺചേഞ്ചബിൾ ഒബ്ലിഗേഷൻസ് ഓഫ് നാച്ചറൽ റിലീജിയൻ' എന്ന കൃതിയിൽ തോമസ് ഹോബ്സിന്റെ ആശയങ്ങളെ വിമർശിക്കുന്നു. ധർമ്മവും അധർമ്മവും തമ്മിലുള്ള വ്യത്യാസം എന്നു പറയുന്നത് വസ്തുപ്രപഞ്ചത്തിനെ ആശ്രയിച്ചിരിക്കുന്നു. ദൈവമോ മനുഷ്യരോ തീരുമാനിക്കുന്നതല്ല ധാർമ്മികമായ ശരിയും തെറ്റും എന്ന് അദ്ദേഹം പറയുന്നു. മനുഷ്യസമൂഹത്തിന്റെ സാമൂഹ്യമായ നന്മയ്ക്കുവേണ്ടി എല്ലാ മനുഷ്യരും പ്രവർത്തിക്കണം. മനുഷ്യന്റെ ചുറ്റുമുള്ള വസ്തുക്കൾക്ക് ഒരു പ്രകൃതമുണ്ട്. ആ പ്രകൃതത്തെ മനസ്സിലാക്കുകയും അതിനനുസരിച്ച് പ്രവർത്തിക്കുകയും ചെയ്താൽ മനുഷ്യർക്ക് ധാർമ്മികമായ മൂല്യമുണ്ടാവും. ഒരർത്ഥത്തിൽ ശാസ്ത്രബോധം എന്നതുകൊണ്ടുദ്ദേശിക്കുന്നത് ഇതാണ്. ശാസ്ത്രം നമുക്കു നൽകുന്നത് വസ്തുപ്രപഞ്ചത്തെക്കുറിച്ചുള്ള അടിസ്ഥാനപരമായ ധാരണകളാണ്. ഈ ധാരണകൾ പ്രകൃതിയെ മനസിലാക്കുന്നതിനും അതിന്റെ പ്രകൃതത്തിനനുസരിച്ച് കാര്യങ്ങളിൽ തീരുമാനമെടുക്കുന്നതിനും നമ്മെ സഹായിക്കുന്നു. അതുകൊണ്ട് മനുഷ്യരുടെ ധാർമ്മികതയുടെ ആധാരം നാം ഇടപെടുന്ന വസ്തുപ്രപഞ്ചത്തിലെ വസ്തുക്കളുടെ പ്രകൃതമാണ്. പ്രപഞ്ചത്തിലെ വസ്തുക്കൾ ഒന്ന് മറ്റൊന്നിനെ ആശ്രയിച്ചും പൂരിപ്പിച്ചുമാണ് നിലനിൽക്കുന്നത്. ആ ക്രമം നമുക്ക് മനസിലാക്കാൻ കഴിഞ്ഞാൽ, അഥവാ വസ്തുക്രമത്തിന്റെ സ്വഭാവം മനസിലാക്കിക്കൊണ്ടാണ് മനുഷ്യൻ പെരുമാറുന്നതെങ്കിൽ മനുഷ്യർക്ക് ധാർമ്മികമായ ഒരു ജീവിതം നയിക്കാനാവുമെന്നാണ് അദ്ദേഹത്തിന്റെ പക്ഷം. ഈ വസ്തുപ്രപഞ്ചത്തിന്റെ ക്രമം അട്ടിമറിക്കാത്ത ഒന്നാണ് മനുഷ്യന്റെ പ്രവൃത്തികളെങ്കിൽ അത് ധാർമ്മികമാണ് എന്നാണ് ക്ലർക്ക് പറയുന്നത്.

ഒരർത്ഥത്തിൽ യുക്തിവാദത്തിന്റെ വക്താവാണ് ക്ലർക്ക് എന്നു കാണാം. മനുഷ്യനെ യുക്തിയുള്ള ജീവിയായി കണക്കാക്കിയാൽ മനുഷ്യന് ഈ ക്രമം കണ്ടെത്താനും തന്റെ പ്രവൃത്തികളെ ചിട്ടപ്പെടുത്താനും സാധിക്കും. മറ്റൊരു ചിന്തകനായ ക്രിസ്റ്റ്യൻ വുൾഫും (Christian Wolff)ഇതേ കാര്യമാണ് പറയുന്നത്. വസ്തുനിഷ്ഠമായ ഒരു യുക്തിയുടെ ക്രമത്തിലാണ് ധാർമ്മികത വാസ്തവത്തിൽ പ്രവർത്തിക്കുന്നത് എന്ന് അദ്ദേഹം പറയുന്നു. പക്ഷേ ഇവരുടെ ആശയങ്ങളിൽ ചില വ്യത്യാസങ്ങളും ഉണ്ട്. ക്ലർക്കിനെ സംബന്ധിച്ചിടത്തോളം വസ്തുക്കൾ തമ്മിലുള്ള ക്രമത്തിനാണ് പ്രാധാന്യം. എന്നാൽ വുൾഫ് പൂർണ്ണതക്കാണ് (perfection) പ്രാധാന്യം നൽകുന്നത്. പൂർണതയുള്ള പ്രാകൃതികമായ (natural) ഒന്ന് ധാർമ്മികമായിരിക്കും എന്നതാണ് അദ്ദേഹത്തിന്റെ ആശയം (Bristow 2011: 27).

ജർമ്മനിയിലെ പ്രബുദ്ധതായുഗത്തിൽ വസ്തുക്കളുടെ പൂർണ്ണതയിൽ ഊന്നിക്കൊണ്ട് ധാർമ്മികതയെ നിർവ്വചിച്ച പണ്ഡിതൻ എന്ന നിലക്ക് ആധുനിക ജർമ്മൻ ധർമ്മശാസ്ത്രത്തിന് അടിത്തറയിട്ട ചിന്തകനാണ് ക്രിസ്റ്റ്യൻ വുൾഫ്. ക്ലാർക്കും വുൾഫും തങ്ങളുടെ ആശയങ്ങൾ ദൈവത്തിന്റെ സഹായമില്ലാതെ മനുഷ്യർക്ക് തങ്ങളുടെ യുക്തിയിലൂടെ തന്നെ കണ്ടെത്താൻ സാധിക്കുന്നതാണ് എന്നു പറയുന്നു. അതായത് ധാർമ്മികതയുടെ ഉറവിടം മനുഷ്യരുടെ യുക്തിയാണ് എന്ന് ഈ ചിന്തകർ കരുതുന്നു.

ധർമ്മശാസ്ത്രത്തിനകത്ത് പ്രവർത്തിച്ച ഈ യുക്തിവാദം പല വെല്ലുവിളികളും നേരിട്ടു. ഒന്നാമത്തെ കാര്യം, ധാർമ്മികതയ്ക്ക് വസ്തുനിഷ്ഠമായ അടിത്തറ നൽകുന്നതിൽ യുക്തിവാദികൾ പരാജയപ്പെട്ടു. മനുഷ്യ പ്രകൃതത്തിന് യോജിക്കാത്ത ഒന്നായാണ് ധാർമ്മികതയെ യുക്തിവാദികൾ കണ്ടത്. മനുഷ്യന്റെ മനസ് എന്ന ഘടകം ഇവിടെ പ്രവർത്തിക്കുന്നില്ല. മനുഷ്യമനസ്സിൽ നിന്നും സ്വതന്ത്രമായി നിൽക്കുന്ന ഒന്ന് എന്ന മട്ടിലാണവർ ധാർമികതയെ പരിഗണിക്കുന്നത്. രണ്ടാമത്തെ കാര്യം, പൂർണ്ണതയോ ക്രമമോ ആണ് ധാർമ്മികതയ്ക്ക് ആധാരമെങ്കിൽ, ഇവയും മനുഷ്യന്റെ ഇച്ഛയും തമ്മിലുള്ള ബന്ധമെന്താണ് എന്ന ചോദ്യവും ഈ ചിന്തകർ പരിഗണിച്ചിട്ടില്ല. ഇത്തരത്തിലുള്ള ഒരു വിമർശനം പിന്നീട് ഉന്നയിക്കുന്നത് ഡേവിഡ് ഹ്യൂം ആണ്. എങ്ങനെയാണ് പ്രപഞ്ചത്തിൽ വസ്തുക്കൾ പരസ്പരം ബന്ധപ്പെട്ടിരിക്കുന്നത് എന്നതിനെ സംബന്ധിച്ചുള്ള ഒരു വിവരണത്തിൽ നിന്ന് എങ്ങനെയാണ് ഒരു നിർദ്ദേശാത്മകതത്വം ഉൽപ്പാദിപ്പിച്ചെടുക്കാൻ കഴിയുക എന്ന ചോദ്യം ഹ്യൂം ഉന്നയിക്കുന്നു. മനുഷ്യന്റെ ഇച്ഛയും വസ്തുനിഷ്ഠക്രമവും തമ്മിൽ ഒരു

വിടവുണ്ട് എന്ന് അദ്ദേഹം പറയുന്നു. വസ്തുക്കളുടെ ക്രമത്തിനനുസരിച്ച് മനുഷ്യർ പെരുമാറുമ്പോഴും അതിനെ നമ്മുടെ ഇച്ഛകളുമായി എങ്ങനെയാണ് ബന്ധപ്പെടുത്തുന്നത് എന്ന കാര്യം ഈ യുക്തിവാദചിന്തകരുടെ ആശയങ്ങളിൽ വ്യക്തമല്ല (Bristow 2011: 27, 28).

അനുഭവൈകവാദികൾ മനുഷ്യപ്രകൃതത്തെക്കുറിച്ചുള്ള അനുഭവൈകവാദ പഠനമാണ് മുന്നോട്ടുവെക്കുന്നത്. മനുഷ്യരുടെ വ്യത്യസ്തമായ ശേഷികൾ ശാസ്ത്രീയമായി മനസിലാക്കുന്നതിലൂടെയാണ് നാം ധാർമ്മികതയെക്കുറിച്ച് പഠിക്കേണ്ടതെന്ന് അവർ പറയുന്നു. മനുഷ്യപ്രകൃതത്തെക്കുറിച്ചുള്ള അനുഭവൈകവാദപരമായ സങ്കല്പനങ്ങളിൽ നിന്നാണ് മനുഷ്യരുടെ ഭാവുകത്വം (sensibility) എന്ന ആശയം ഉണ്ടായത്. മനുഷ്യർ തങ്ങളുടെ ഇന്ദ്രിയങ്ങളിലൂടെ പ്രപഞ്ചത്തെ മനസ്സിലാക്കുന്നു. അതുകൊണ്ട് മനുഷ്യരുടെ ഇന്ദ്രിയങ്ങളുടെ ഘടനയും ഇന്ദ്രിയങ്ങളിലൂടെയുള്ള അനുഭവങ്ങൾ എങ്ങനെയാണ് അറിവായി മാറുന്നത് എന്നും മനസിലാക്കിയാൽ മാത്രമേ ധാർമ്മികതയെ വിശദീകരിക്കാനാവൂ. ധാർമ്മികമായ പ്രവൃത്തി, ധാർമ്മികമായ പ്രചോദനം എന്നിങ്ങനെ ധാർമ്മികതയ്ക്ക് രണ്ട് ഘടകങ്ങളുണ്ട്. ധാർമ്മികമായ പ്രചോദനത്തിന്റെ അടിസ്ഥാനം മനുഷ്യപ്രകൃതമാണ്. അതുകൊണ്ട് മനുഷ്യപ്രകൃതത്തെ അനുഭവൈകവാദപരമായി മനസിലാക്കുകയാണ് വേണ്ടത്. ക്യാരക്ടറിസ്റ്റിക്സ് ഓഫ് മെൻ, മാനേഴ്സ്, ഒപിനിയൻസ്, ടൈംസ് (1711) എന്ന കൃതിയുടെ രചയിതാവായ ഷാഫ്റ്റ്സ്ബറി (Shasburry) ഹോബ്സിന്റെ ആശയങ്ങളാൽ പ്രചോദിതനായ ചിന്തകനാണ്.

ധാർമ്മികമായ മൂല്യങ്ങൾക്ക് അഹം എന്നതിൽ നിന്ന് മാറിനിൽക്കുന്ന ഒരു വിശദീകരണം നൽകുകയാണ് അദ്ദേഹം ചെയ്യുന്നത്. ഒരു കാര്യം നല്ലതാണ് അഥവാ, നന്മ എന്നു പറയുന്നതെന്താണ്? ഒരു പ്രവൃത്തി/കർമ്മം നന്മയാണ് എന്നു പറയണമെങ്കിൽ, അത് ഏത് വ്യൂഹത്തിന്റെ ഭാഗമാണോ അതിനെ പുഷ്ടിപ്പെടുത്തുന്നതും വികസിപ്പിക്കുന്നതുമായിരിക്കണം. മനുഷ്യർ ചെയ്യുന്ന പ്രവൃത്തികൾ തങ്ങളുടെ അഹത്തെ തൃപ്തിപ്പെടുത്തിയാൽ പോര, അത് ഏത് വ്യൂഹത്തിനകത്തു വെച്ചാണോ നിർവഹിക്കപ്പെടുന്നത്, ആ വ്യൂഹത്തിന്റെ പൊതു നന്മയായിരിക്കണം ലക്ഷ്യം. അങ്ങനെയുള്ള പ്രവൃത്തിയെ ആണ് ധാർമ്മിക പ്രവൃത്തി എന്നു പറയുന്നത്. കർമ്മത്തിന്റെ ഫലം അപ്പോൾത്തന്നെ അനുഭവപ്പെടണമെന്നില്ല. ഇപ്പോൾ നിങ്ങൾ ചെയ്യുന്ന പ്രവൃത്തി സമൂഹത്തിൽ എതിർപ്പുകളുളവാക്കുന്നതാണെങ്കിലും ഭാവിയിൽ അവ ഗുണകരമായിത്തീരും. അങ്ങനെയുള്ള പ്രവൃത്തിയും ധാർമ്മിക പ്രവൃത്തിയാണ്. മനുഷ്യർ എന്നത് ഒരു ജീവിവർഗമാണ്. അതുകൊണ്ട്

ശാരീരികമായ താൽക്കാലിക സന്തോഷത്തിനും ആശ്വാസത്തിനും വേണ്ടി ചെയ്യുന്ന പ്രവൃത്തികൾ ഒരു ജീവിവർഗം എന്ന നിലയ്ക്ക് മനുഷ്യരെ എങ്ങനെയാണ് സ്വാധീനിക്കാൻ പോവുന്നത് എന്നതു പ്രധാനമാണ്. ആ ജീവിവർഗത്തിന്റെ നന്മയോട് ബന്ധപ്പെട്ടതാണ് മനുഷ്യരുടെ പല പ്രവൃത്തികളും. അതുകൊണ്ട് നിങ്ങളുടെ പ്രവൃത്തി ധാർമ്മികമാണോ അധാർമ്മികമാണോ എന്ന് അനുഭവവൈകവാദപരമായിത്തന്നെ മനസിലാക്കാൻ സാധിക്കും. യുക്തിപൂർവമായി അതിനെ മനസിലാക്കാനാവും. ധാർമ്മികത എന്നത് യുക്തിക്ക് പുറത്തുനിൽക്കുന്ന ഒന്നല്ല. യുക്തി നിങ്ങളുടെ പ്രവൃത്തി ധാർമ്മികമാണോ അധാർമ്മികമാണോ എന്നു മനസിലാക്കാൻ സഹായിക്കുമെങ്കിലും ധാർമ്മികമായ പ്രവൃത്തി യുടെ പ്രചോദനം യുക്തിയല്ല എന്ന് ഷാഫ്റ്റ്സ്ബറി പറയുന്നു. മനുഷ്യ രിൽ അനന്യമായ ഒരു ധാർമ്മിക ഭാവുകത്വം (Moral sensibility) പ്രവർത്തിക്കുന്നുണ്ടെന്ന് അദ്ദേഹം അഭിപ്രായപ്പെടുന്നു. ഈ ധാർമ്മിക ഭാവുകത്വം ചിന്തിക്കാനുള്ള മനുഷ്യരുടെ ശേഷിയുമായി ബന്ധപ്പെട്ടിരി ക്കുന്നു. നന്ദി, ആദരവ്, ദയ, കാരുണ്യം തുടങ്ങിയവ ധാർമ്മികതയുമായി ബന്ധപ്പെട്ടവയാണ്. ഒരാളുടെ പ്രവൃത്തിയുടെ ആധാരം കരുണയാണെ ന്നു കണ്ടുകഴിഞ്ഞാൽ ഇത്തരം പ്രവൃത്തികളെ വിലയിരുത്തുമ്പോൾ നമു ക്കതിനോട് വൈകാരികമായ ബന്ധം തോന്നുന്നു. അത്തരത്തിലുള്ള പ്രവൃത്തികളോട് മനുഷ്യർ ചേർന്നുനിൽക്കുന്നു. എന്നാൽ ഈയൊരു കാര്യത്തെ അനുഭവൈകവാദികൾ വിശദീകരിച്ചിട്ടില്ല. ധാർമ്മികമായ പ്രവൃത്തികളോട് നാം ചേർന്നു നിൽക്കുകയും അധാർമ്മികമായ പ്രവൃത്തികളോട് നാം വിട്ടുനിൽക്കുകയും ചെയ്യുന്നു. ധാർമ്മികമായ പ്രവൃത്തികൾക്കുള്ള പ്രചോദനം എന്ന ഷാഫ്റ്റ്സ്ബറി അവതരിപ്പിച്ച ആശയങ്ങളാണ് ഡേവിഡ് ഹ്യൂം, ഫ്രാൻസിസ് ഹച്ച്സൺ (Francis Hutcheson)തുടങ്ങിയ ജ്ഞാനോദയചിന്തകരെ സ്വാധീനിച്ചത് (Bristow 2011: 28).

മനുഷ്യന്റെ എല്ലാപ്രവൃത്തിക്കകത്തും അഭിനിവേശവും (passion) യുക്തി (reason) യും തമ്മിൽ ഒരു സംഘർഷം നിലനിൽക്കുന്നുണ്ട്. തന്റെ ഇഷ്ടത്തിനും സുഖത്തിനും വേണ്ടി ചെയ്യുന്ന ഒരു പ്രവൃത്തി മനുഷ്യസമൂഹത്തിന്റെ നന്മയ്ക്കെതിരായിത്തീരാൻ സാധ്യതയുണ്ട്. ഇങ്ങനെയൊരു സംഘർഷം ഈ യുക്തിവാദപാരമ്പര്യത്തിനകത്ത് നിലനിൽക്കുന്നുണ്ട്. ഇതിനെ എങ്ങനെയാണ് പരിഹരിക്കുക എന്ന ചോദ്യം ധാർമ്മികതയെക്കുറിച്ചുള്ള യുക്തിവാദ പാരമ്പര്യത്തിനകത്ത് ഉയർന്നുവന്നു. ഷാഫ്റ്റ്സ്ബറി എന്ന ചിന്തകൻ ഈ വൈരുധ്യത്തെ കാണുന്നത് മനുഷ്യരുടെ വൈകാരികതയ്ക്കകത്തുള്ള വൈരുധ്യം അഥവാ

മനുഷ്യ പ്രകൃതത്തിനകത്തു തന്നെയുള്ള വൈരുധ്യമായാണ്. മനുഷ്യ ജീവിക്കകത്ത് രണ്ടു തരം വൈകാരികതകളുണ്ടെന്നാണ് അദ്ദേഹം കരുതുന്നത്. ഒന്ന്, സ്വാർത്ഥപരമായ അഥവാ അവരവരുടേതായ താൽപര്യങ്ങളുടെ അടിസ്ഥാനത്തിലുള്ള വൈകാരികതകളും (Self interested sentiments)അഹംഭാവമില്ലാത്തെ വൈകാരികതകളും (unegoistic sentiments) ഉണ്ട്. അത് മനുഷ്യജീവിയുടെ പ്രകൃതമാണ്. മനുഷ്യരുടെ ധാർമ്മികതയുടെ ഉറവിടം അഹം ആണെന്നാണ് ഹോബ്സ് പറഞ്ഞിരുന്നത്. എന്നാൽ ഷാഫ്റ്റ്സ്ബറിയിലേക്കെത്തുന്ന തോടെ അഹം അല്ലാത്ത മറ്റൊരു ഘടകവും മനുഷ്യരിലുണ്ട് എന്ന ചിന്ത യിലേക്കെത്തുന്നു. മനുഷ്യർക്ക് ധാർമ്മികമായ ഒരു ഭാവുകത്വമുണ്ട് എന്നു വരുന്നതോടുകൂടി ധാർമ്മികത ഒരു ചോദന (demand) അല്ലാതായി മാറി. ധാർമ്മികമായ ആവശ്യപ്പെടലിൽ (moral demand) നിന്നുമാറി ധാർമ്മികമായ ഭാവുകത്വത്തിലേക്ക് (moral sensbility) എത്തുന്ന തോടെ ധാർമ്മികതയുടെ കേന്ദ്രം മനുഷ്യർക്ക് പുറത്തുനിന്നല്ല മനുഷ്യർ ക്കകത്തുനിന്നു തന്നെയാണ് കണ്ടെടുക്കേണ്ടതെന്നുവന്നു. അങ്ങനെ വരുമ്പോൾ, അഹത്തിന്റെ ചോദനയാലുണ്ടാകുന്ന പ്രവൃത്തികളിൽ നിന്നെന്നതുപോലെ അഹംഭാവമില്ലാത്ത ധാർമ്മിക പ്രവൃത്തിക ളിൽ നിന്നും മനുഷ്യർക്ക് ആനന്ദമുണ്ടാവുന്നു. അഹംഭാവമില്ലാത്ത മനുഷ്യപ്രകൃതത്തെ ഉണർത്തുകയും അതിലൂടെ നിർവഹിക്കുന്ന പ്രവൃ ത്തികളിലൂടെ ആനന്ദം കണ്ടെത്തുകയും ചെയ്യുന്നതിനെ ധാർമ്മികപ്ര വൃത്തി എന്നു പറയുന്നു. ധാർമ്മികമായ പ്രവൃത്തികളിലൂടെ ആനന്ദം കണ്ടെത്താനാവും എന്നർത്ഥം. ആനന്ദം ഒരു സൗന്ദര്യാത്മക അനു ഭവമാണ്. അങ്ങനെ ഷാഫ്റ്റ്സ്ബറിയും ഹച്ച്സണും ധാർമ്മികതയെ സൗന്ദര്യാത്മകതയുമായി ബന്ധിപ്പിക്കുന്നു. ഈ ആനന്ദവും അഹത്തിൽ കേന്ദ്രീകരിക്കുന്നതല്ല, അതിനാൽ disinterested pleasure എന്നു പറയുന്നു. ഈ സൗന്ദര്യാത്മക ആനന്ദം എന്നത് നാം യുക്തിയി ലൂടെ എത്തിച്ചേരുന്ന ഒരു ഘടകമല്ല, അത് നമ്മുടെ പ്രകൃതത്തിന്റെ ഭാഗമാണ്. ധാർമ്മികമായ ഭാവുകത്വം എന്ന ഈ ആശയത്തെയാണ് ഷാഫ്റ്റ്സ്ബറിയും ഹച്ച്സണും വളരെ സ്വതന്ത്രമായി വികസിപ്പിച്ചിട്ടു ള്ളത്. സൗന്ദര്യശാസ്ത്രത്തിൽ നിന്നു ഭിന്നമായി ധാർമ്മികമായ ഭാവുകത്വ ത്തിന് ധാർമ്മികമായ പ്രചോദനം ആവശ്യമാണ്. ഈയൊരു ഘടകം എല്ലാ മനുഷ്യരിലുമുണ്ട്. ധാർമ്മികമായ എല്ലാ പ്രവൃത്തികളും ആനന്ദം ലഭിക്കുന്നതിനുവേണ്ടി ചെയ്യുന്നതല്ല; അത് ഒരു പ്രതികരണമാണ്. ധാർമ്മികതയെപ്പറ്റി അനുഭവൈകവാദികളായ ദാർശനികർക്ക് വിശ ദീകരിക്കാൻ സാധിക്കാതെ പോയ ഒന്ന് ധാർമ്മികമായ പ്രചോദനം എന്നുള്ളതാണ്. പ്രചോദനം എന്നത് മനുഷ്യപ്രകൃതമാണ്. പക്ഷേ മറ്റ

മനുഷ്യരുമായി ഇടപെടുമ്പോൾ മാത്രമേ അതുണ്ടാവുന്നുള്ളൂ (Bristow 2011: 29).

ഡേവിഡ് ഹ്യൂം വൈകാരികതയ്ക്കാണ് ധാർമ്മികതയുടെ കാര്യത്തിൽ ഊന്നൽ നൽകുന്നത്. ധാർമ്മികമായ ആത്മനിഷ്ഠത (ethical subjectivism) എന്ന സങ്കല്പം ഹ്യൂം മുന്നോട്ടുവെക്കുന്നു. മനുഷ്യരുടെ ധാർമ്മികമായ പ്രവൃത്തികളും മൂല്യനിർണയവും വസ്തുനിഷ്ഠമല്ല എന്നദ്ദേഹം പറയുന്നു. മനുഷ്യരുടെ സമീപനം, വികാരം എന്നിവയൊക്കെയാണ് ഇവിടെ പ്രധാനം. ധാർമ്മികമായ പ്രവൃത്തികളെ വിലയിരുത്തുമ്പോൾ, അതിലെ തെറ്റ്/വിയോജിപ്പ് രേഖപ്പെടുത്താൻ വസ്തുനിഷ്ഠത സഹായിക്കുകയില്ല. ആത്മനിഷ്ഠതയാണ് ഒരു പ്രവൃത്തിയെ ധാർമ്മികമാണോ അധാർമ്മികമാണോ എന്നു വിലയിരുത്താൻ സഹായിക്കുക. ഒരു ആദർശാത്മകമായ സാക്ഷിക്ക് (ideal observer) സ്വാഭാവികമായി ശരിയാണെന്ന് തോന്നുന്നതെന്താണോ അതാണ് ധാർമ്മികമായ ശരി. അങ്ങനെയാണ് ശരിയും തെറ്റും തീരുമാനിക്കേണ്ടത് എന്നാണ് ധാർമ്മികമായ ആത്മനിഷ്ഠത എന്ന ആശയം ഉന്നയിച്ചുകൊണ്ട് ഡേവിഡ് ഹ്യൂം പറയുന്നത്. ജ്ഞാനോദയകാലത്തെ തത്വചിന്താപരമായ ധാർമ്മികതയിലെ ശ്രേഷ്ഠമായ മാതൃകയാണ് ഹ്യൂമിന്റെ ധാർമ്മികസിദ്ധാന്തം. അത് അനുഭവൈകവാദപരമായ ശാസ്ത്രത്തിൽ അടിയുറച്ചതും അതിഭൗതികവാദപരമായ സങ്കല്പനങ്ങളിൽനിന്ന് മുക്തവുമാണ്. മനുഷ്യപ്രകൃതത്തെക്കുറിച്ചുള്ള ഫ്രഞ്ച് ജ്ഞാനോദയചിന്തകരുടെ ആശയങ്ങൾ ലോക്കിന്റെ 'ഇന്ദ്രിയബോധൈകജ്ഞാനവാദ'ത്തെ (sensationalism) വളരെയധികം സ്വാധീനിച്ചിട്ടുണ്ട്. ഇത് മനുഷ്യമനസ്സിന്റെ എല്ലാ ശേഷിയുടെയും ആധാരമായി ഇന്ദ്രിയങ്ങളെ കാണുന്നു. കോണ്ടിലാക്ക് മുന്നോട്ടുവെക്കുന്ന ലോക്കിന്റെ ഇന്ദ്രിയബോധൈകജ്ഞാനവാദത്തെയാണ് ക്ലോഡ് ഹെൽവിഷ്യസും പിന്തുടരുന്നത്. 1758-ൽ പ്രസിദ്ധീകരിച്ച അദ്ദേഹത്തിന്റെ 'ഡി ലെ സ്പിരിറ്റ്' എന്ന കൃതിയിൽ മനുഷ്യർക്ക് തങ്ങളുടെ സന്തോഷത്തെ വർദ്ധിപ്പിക്കുന്നതിനും വേദനകളെ കുറച്ചു കൊണ്ടുവരുന്നതിനുമുള്ള പ്രാകൃതികമായ ചോദനകളാലാണ് മനുഷ്യന്റെ പ്രവൃത്തികൾ പ്രചോദിപ്പിക്കപ്പെടുന്നത് എന്ന് വാദിക്കുന്നു. അക്കാലത്ത് വളരെയധികം വായിക്കപ്പെടുകയും മത-രാഷ്ട്രീയ അധികാരികളിൽനിന്ന് വിമർശനങ്ങൾ ഏറ്റുവാങ്ങുകയും ചെയ്ത കൃതിയാണിത്. എല്ലാ മനുഷ്യരുടെയും ധാർമ്മികമായ സമത്വത്തെ (Moral equality) സ്ഥാപിക്കുന്നതിനാണ് ഹെൽവിഷ്യസ് ശ്രമിക്കുന്നത്. സാമൂഹ്യശ്രേണിയിലെ അവരുടെ സ്ഥാനം എന്തുതന്നെയായാലും, അവർ ഏത് തരം കഴിവുകളും

ആനുകൂല്യങ്ങളുള്ളവരാണെങ്കിലും എല്ലാവരും തന്നെ പ്രകൃതിയുടെ ഉല്പ ന്നങ്ങളാണെന്ന് അദ്ദേഹം പറയുന്നു. ഡി ലെ സ്പിരിറ്റിനുശേഷം 1772-ൽ പ്രസിദ്ധീകരിക്കപ്പെട്ട കൃതിയാണ് 'ഡി ലെ ഹൊമ്മെ' ഈ കൃതിയിൽ അദ്ദേഹം മനുഷ്യപ്രചോദനത്തിൽ ആനന്ദത്തിനും വേദനക്കുമുള്ള പങ്കി നെക്കുറിച്ചും സാമൂഹ്യനന്മയിൽ വിദ്യാഭ്യാസത്തിനുള്ള പങ്കിനെക്കുറിച്ചും വ്യക്തമാക്കുന്നു. ഹെൽവിഷ്യസ് ആധുനിക പ്രയോജനവാദ(modern utilitarianism)ത്തിന്റെ പിതാവായാണ് അറിയപ്പെടുന്നത്. ഫ്രഞ്ച് ജ്ഞാനോദയത്തിന്റെ വക്താവായ റൂസ്സോ മനുഷ്യരുടെ സ്വാതന്ത്ര്യ ത്തിന് ഏറ്റവും കൂടുതൽ വില കല്പിച്ച ചിന്തകനാണ്. റൂസ്സോയുടെ എഴുത്തുകളാണ് ജ്ഞാനോദയത്തിനകത്തെ മറ്റു പല പ്രശ്നങ്ങളെയും അഭിമുഖീകരിക്കുന്നതിന് കാന്റിന് സഹായകമായത് (Bristow 2011:).

മതവും ജ്ഞാനോദയവും

ജ്ഞാനോദയമെന്നാൽ പൊതുവെ മതവിമർശനമാണ് എന്ന് നാം മനസിലാക്കിയിട്ടുണ്ട്. ജ്ഞാനോദയത്തിന്റെ ധാർമ്മിക ചിന്തയിൽ കേന്ദ്രപ്രമേയമായി വന്നിട്ടുള്ളത് മനുഷ്യനാണ്. ധാർമ്മികത, ശാസ്ത്രം എന്നിവയുടെയെല്ലാം കേന്ദ്രപ്രമേയം മനുഷ്യനായിത്തീരുമ്പോൾ, ദൈവം ഒരു വലിയ പ്രതിസന്ധി നേരിടുന്നുണ്ട്. ദൈവം എന്ന സങ്കല്പ്പ നത്തെ കേന്ദ്രീകരിച്ചുകൊണ്ട് മനുഷ്യർ വികസിപ്പിച്ചുകൊണ്ടുവന്ന, പദ്ധ തികളെയാണ് സാധാരണയായി മതം എന്നു പറയുന്നത്. അതുകൊണ്ട് മനുഷ്യകേന്ദ്രിതമായ രാഷ്ട്രീയം, സിദ്ധാന്തങ്ങൾ, പ്രപഞ്ചബോധം എന്നിവ വികസിച്ചു വരുന്നതോടുകൂടി, എന്താണ് മതത്തിന്റെ സ്ഥാനം എന്ന ചോദ്യം നിർണായകമായിത്തീർന്നു. മതങ്ങൾ എങ്ങനെയാണ് സമൂഹത്തിൽ ഉൾച്ചേർക്കപ്പെടേണ്ടത് എന്നതും പ്രധാനമായിത്തീർന്നു.

ജ്ഞാനോദയത്തെ സാമാന്യമായി മതത്തിന്റെ ശത്രുവായാണ് നാം മനസിലാക്കാറുള്ളതെങ്കിലും അത് പൂർണമായും ശരിയല്ല. മതത്തെ ചോദ്യം ചെയ്യുക എന്നതിലേറെ മതത്തിന്റെ പല സവിശേ ഷതകളെയുമാണ് ജ്ഞാനോദയം വിമർശവിധേയമാക്കിയിട്ടുള്ളത്. ഉദാഹരണമായി മതങ്ങൾക്കകത്ത് നിലനിൽക്കുന്ന അന്ധവിശ്വാ സങ്ങൾ, മൗലികവാദങ്ങൾ, അതിഭൗതിക ഘടകങ്ങളെപ്പറ്റിയുള്ള സങ്കല്പ്പങ്ങൾ തുടങ്ങിയവയെല്ലാം ചോദ്യം ചെയ്തുകൊണ്ടാണ് ജ്ഞാ നോദയകാലത്ത് മതവിമർശം നിർവഹിക്കപ്പെട്ടിട്ടുള്ളത്. മതങ്ങളെ ഇത്തരം സങ്കല്പ്പങ്ങളിൽനിന്നു വിമുക്തമാക്കി ശുദ്ധീകരിക്കുക എന്ന കർമ്മമാണ് ജ്ഞാനോദയം നിർവഹിച്ചത്. അല്ലാതെ മതത്തിനെ തിരായ ഒന്നായിരുന്നില്ല ജ്ഞാനോദയം. ജ്ഞാനോദയ കാലത്ത് മതത്തിനെതിരായി ഏറ്റവും ശക്തമായ വിമർശനം ഉന്നയിച്ച ഒരാൾ

വോൾട്ടയറാണ്. അദ്ദേഹവും കത്തോലിക്ക വിമർശനമാണ് പ്രധാനമായും നിർവഹിച്ചത്. അതായത് പൗരോഹിത്യ വിമർശനമായിരുന്നു അക്കാലത്തെ മതവിമർശനം. മതവിശ്വാസങ്ങളുടെ സത്യാത്മകമായ മൂല്യം എത്രത്തോളമുണ്ട്? മതങ്ങൾക്ക് സമൂഹത്തിലുള്ള സ്ഥാനമെന്ത്? തുടങ്ങിയവയെക്കുറിച്ച് ജ്ഞാനോദയം വലിയ തരത്തിലുള്ള തർക്കങ്ങളാണ് ഉയർത്തിക്കൊണ്ടുവന്നത്. ജ്ഞാനോദയഘട്ടത്തിനു മുമ്പ് യൂറോപ്പിൽ മതങ്ങൾ തമ്മിലുള്ള വലിയ സംഘട്ടനങ്ങൾ നടന്നിട്ടുണ്ട്. അങ്ങനെയുള്ളൊരു സന്ദർഭത്തിൽ നിന്നുമാറി ആശയങ്ങൾ തമ്മിലുള്ള സംഭാഷണാത്മകമായ തർക്കങ്ങളായി അവ വികസിക്കുകയാണ് ചെയ്തിട്ടുള്ളത് (Bristow 2011: 33).

ശാസ്ത്രത്തിന്റെ വളർച്ചയോടൊപ്പം തന്നെ ക്രിസ്തുമതത്തിനകത്ത് വളർന്നുവന്ന പ്രൊട്ടസ്റ്റന്റ് മതം ജ്ഞാനോദയത്തിന്റെ വികാസത്തിൽ വളരെയധികം പങ്കു വഹിച്ചിട്ടുണ്ട്. പ്രൊട്ടസ്റ്റന്റ് മതത്തിന്റെ വക്താക്കൾ വൈയക്തികമായ സ്വാതന്ത്ര്യത്തിന്റെ വക്താക്കളായിരുന്നു. കത്തോലിക്കാസഭയുടെ പിതൃമേധാവിത്തത്തിനെതിരായി രൂപപ്പെട്ട പ്രസ്ഥാനമാണ് പ്രൊട്ടസ്റ്റന്റ് മതം. ജ്ഞാനോദയചിന്തയുടെ പൊതുസ്വഭാവമായ മനസാക്ഷിയുടെ സ്വാതന്ത്ര്യം (liberty of conscience) എന്ന ആശയം വാസ്തവത്തിൽ ജ്ഞാനോദയത്തിനകത്ത് വ്യാപിപ്പിച്ചത് പ്രൊട്ടസ്റ്റന്റ് മതമാണ്. ഈ ആശയത്തിലുള്ള അവരുടെ ഊന്നൽ, മതവിശ്വാസത്തിന്റെ അധികാരി ആരാണ് എന്നതിനെ സംബന്ധിച്ച ചോദ്യമുയർത്തി. കത്തോലിക്കാമതത്തിനകത്ത് വളർന്നുവന്ന ഈ ചിന്ത പിന്നീട് ജ്ഞാനോദയവ്യവഹാരങ്ങളിലേക്കു പടരുകയും അവയുടെ ആത്മാവായിത്തീരുകയും ചെയ്തു. പ്രമാണങ്ങളുടെ പിൻബലത്തിലാണ് കത്തോലിക്ക സഭ അവരുടെ അധികാരം ഉറപ്പിച്ചിരുന്നത്. ബൈബിളിന്റെ പാഠങ്ങളും ചോദ്യം ചെയ്യപ്പെട്ടു. പാഠത്തെ അഭിധാർത്ഥത്തിൽ സ്വീകരിക്കുന്ന രീതിയാണ് വിമർശിക്കപ്പെട്ടത്. പാഠം അക്ഷരാർത്ഥത്തിൽ സ്വീകരിക്കാനുള്ളതല്ല, അവ കവിതപോലെ വ്യാഖ്യാനക്ഷമമാണെന്ന് പ്രൊട്ടസ്റ്റന്റുകാർ ഉറപ്പിച്ചു പറഞ്ഞു. പ്രകൃതിശാസ്ത്രത്തിന്റെ വികാസം മതത്തിനകത്ത് ഇടപെട്ടതിന്റെ സാക്ഷ്യമാണിത്. ബൈബിളിന്റെ പാഠങ്ങളെ അതുപോലെ സ്വീകരിക്കുകയല്ല, അതിന്റെ തന്നെ വ്യാഖ്യാനങ്ങളാണ് സ്വീകരിക്കേണ്ടതെന്ന ആശയം മുന്നോട്ടുവച്ച ദാർശനികരിൽ പ്രമുഖനാണ് സ്പിനോസ. യുക്തിയുടെ അടിസ്ഥാനത്തിൽ ശുദ്ധീകരിക്കപ്പെട്ട മതം എന്ന ജ്ഞാനോദയത്തിന്റെ താർക്കികമായ വാദങ്ങളിലേക്ക് സ്പിനോസ വലിയ സംഭാവനയാണ് നൽകിയത്. ലോകത്തിന്റെ സത്യസന്ധവും ദാർശനികവുമായ പ്രതിനിധാനം മതവിമർശനത്തിലൂടെയാണ് സാധ്യമാവുന്നത്.

ജ്ഞാനോദയകാലത്തെ മതത്തിന്റെ 4 സവിശേഷതകൾ ഇവയാണ്: ദീയിസം (deism), ഹൃദയത്തിന്റെ മതം (religion of the heart), ഫിദിയിസം (Fideism), എത്തിയിസം (atheism) എന്നിവ യാണവ.

ദീയിസം: ജ്ഞാനോദയവുമായി ബന്ധപ്പെട്ട ഏറ്റവുമടുത്ത മതരൂപമാണ് ദീയിസം. ഈ വിശ്വാസപ്രകാരം പ്രപഞ്ചം സൃഷ്ടിച്ചതും നിയന്ത്രിക്കുന്നതും ഒരു ശക്തിവിശേഷമാണ്. ഈ സൃഷ്ടികർമ്മത്തിന് ഒരു സവിശേഷമായ ലക്ഷ്യമുണ്ട്. പ്രപഞ്ചം ആകസ്മികമല്ല, അവയ്ക്കു പുറകിൽ ഒരു കാരണമുണ്ടായിരിക്കും. അതുകൊണ്ടുതന്നെ അത്ഭുതങ്ങളെ നിരാകരിക്കുന്നു. യുക്തിയുടെ വെളിച്ചത്തിൽ മതവിശ്വാസങ്ങളുടെയും പ്രമാണങ്ങളുടെയും ഉറവിടത്തെ വെളിപ്പെടുത്താൻ കഴിയുമെന്നാണ് ഇവർ വിശ്വസിക്കുന്നത്. ഇങ്ങനെയുള്ളവർ ക്രിസ്തുവിന് ഏതെങ്കിലും തരത്തിലുള്ള ദിവ്യത്വമുണ്ടെന്ന് വിശ്വസിക്കുന്നില്ല. അതുകൊണ്ട് സമൂഹത്തെ പഠിപ്പിച്ച ഒരു അധ്യാപകൻ എന്ന നിലയ്ക്കാണ് ഇവർ ക്രിസ്തുവിനെ കാണുന്നത്. പ്രപഞ്ചം എന്നത് ഒരു യന്ത്രമാതൃകയിലുള്ളതാണെ എന്നും അതിന്റെ സൃഷ്ടി മാത്രമാണ് ദൈവം നിർവഹിക്കുന്നതെന്നും അവർ വിശ്വസിക്കുന്നു. ക്രമം ഉണ്ടാക്കി എന്നതിൽക്കവിഞ്ഞ് ദൈവത്തിന് മറ്റു റോളുകളില്ല. അതായത് മനുഷ്യകർതൃത്വത്തെ ദീയിസം അംഗീകരിക്കുന്നുവെന്നർത്ഥം. ഐസക് ന്യൂട്ടൻ 1704-ൽ എഴുതിയ തന്റെ 'ഒപ്റ്റിക്സ്' (opticks) എന്ന കൃതിയിൽ പ്രപഞ്ചം എന്നത് ഒരു ക്രമമാണ് എന്നു പറയുന്നു. ഈയൊരു ക്രമത്തിന്റെയും സൗന്ദര്യത്തിന്റെയും സ്രഷ്ടാവായ ശക്തിവിശേഷത്തെ(Supreme intelligent)ക്കുറിച്ച് നമുക്ക് അത്ഭുതം തോന്നുമെന്ന് ദീയിസ്റ്റ് അല്ലാതിരുന്നിട്ടുകൂടി അദ്ദേഹം പറയുന്നു. ന്യൂട്ടന്റെ പിൻഗാമിയും അദ്ദേഹത്തിന്റെ ചിന്തയെ ജനകീയമാക്കാൻ ശ്രമിച്ച ചിന്തകനുമായ സാമുവൽ ക്ലർക്ക്, കൂടുതൽ വികസിതമായ വാദങ്ങളാണ് മുന്നോട്ടു വെക്കുന്നത്. പ്രപഞ്ചത്തിന്റെ ക്രമത്തെക്കുറിച്ച് കൂടുതൽ പഠിക്കുകയും യുക്തിയുപയോഗിച്ച് കണ്ടെത്താൻ ശ്രമിക്കുകയും ചെയ്താൽ ദൈവത്തിലുള്ള വിശ്വാസം കൂടുകയാണ് ചെയ്യുക എന്ന് സാമുവൽ ക്ലർക്ക് പറയുന്നു. ഇതിനെയൊക്കെ അതിവർത്തിച്ചു നിൽക്കുന്ന ദൈവമെന്ന സ്രഷ്ടാവിലേക്കാണ് ന്യൂട്ടോണിയൻ ഭൗതികശാസ്ത്രത്തിന്റെ കണ്ടെത്തലുകൾ നയിക്കുന്നതെന്നും അദ്ദേഹം വാദിച്ചു. 1705-ൽ അദ്ദേഹം നടത്തിയ ബോയിൽ പ്രഭാഷണങ്ങളിലൊന്നായ 'എ ഡെമോൺസ്ട്രേഷൻ ഓഫ് ദ ബീയിംഗ് ആൻഡ് ആട്രിബ്യൂട്ട്സ് ഓഫ് ഗോഡ്' എന്ന പ്രഭാഷണത്തിൽ ദൈവത്തിന്റെ അസ്തിത്വത്തെ അദ്ദേഹം സാധൂകരിക്കുന്നു. യുക്തിപരമായ സിദ്ധാന്തങ്ങളുപയോഗിച്ച് ഒരു വ്യവസ്ഥയ്ക്കകത്ത് പ്രവർത്തിക്കുന്ന കാര്യകാരണബന്ധങ്ങളെ

കണ്ടെത്താൻ കഴിയുമെന്നും ഓരോന്നു കണ്ടെത്തിക്കഴിയുമ്പോഴും ഇതിനെല്ലാമപ്പുറം നിൽക്കുന്ന ദൈവത്തെക്കുറിച്ചു തന്നെയാണ് നമുക്ക് ബോധ്യമുണ്ടാവുന്നതെന്നും ക്ലർക്ക് സൂചിപ്പിക്കുന്നു. ഈ ക്രമം എങ്ങനെ ഉണ്ടായി എന്ന ചോദ്യം നമ്മെ വീണ്ടും ദൈവത്തിലേക്കു തന്നെയാണ് കൊണ്ടുപോകുന്നതെന്നും അദ്ദേഹം പറയുന്നു. പ്രപഞ്ചം ഒരു ക്രമമാണെങ്കിൽ ആ ക്രമത്തിനൊരു സ്രഷ്ടാവുണ്ടെന്നും ആ സ്രഷ്ടാവ് ദൈവമാണ് എന്നുമാണദ്ദേഹത്തിന്റെ വാദം. രണ്ടാമത്തെ ബോയിൽ പ്രഭാഷണ പരമ്പരയായ 'എ ഡിസ്കോഴ്സ് കൺസേണിംഗ് ദ അൺചെയ്ഞ്ചബിൾ ഒബ്ലിഗേഷൻസ് ഓഫ് നാച്ചറൽ റിലീജിയൺ' (1706) എന്ന പ്രഭാഷണത്തിൽ പ്രപഞ്ചത്തിന്റെ ക്രമം നമ്മെ ധാർമ്മികമായ ഉത്തരവാദിത്തങ്ങൾ പഠിപ്പിക്കുന്നുണ്ട് എന്നദ്ദേഹം പറയുന്നു. കാരണം പ്രപഞ്ചം നമുക്കു മുന്നിൽ ഒരു ക്രമം കാണിച്ചുതരികയും ആ പ്രപഞ്ചത്തെ പിന്തുടരാൻ അതു നമ്മെ പ്രേരിപ്പിക്കുകയും ചെയ്യും. ആ ക്രമം തെറ്റിക്കുന്നത് ശിക്ഷ അർഹിക്കുന്ന ഒന്നായിത്തീരുകയും ചെയ്യും. മതങ്ങളിൽ സൂചിപ്പിക്കുന്ന പുണ്യപാപ സങ്കല്പങ്ങളാണിത്. ക്രമത്തെ പിൻതുടരുന്നത് പുണ്യവും ക്രമം തെറ്റിക്കുന്നത് പാപവുമാണ്. പുണ്യം സദ്ഫലത്തെ ഉളവാക്കുകയും പാപം ദുരിതങ്ങളുണ്ടാക്കുകയുമാണ് ചെയ്യുന്നത്. ദീയിസത്തിന്റെ നിലപാടുകൾ സാർവ്വലൗകികമതം എന്ന ഒരാശയമാണ് മുന്നോട്ടുവെക്കുന്നത് (Bristow 2011: 34-55).

ദീയിസം എന്ന ആശയം ആദ്യമായി രൂപപ്പെട്ടുവരുന്നത് ഇംഗ്ലണ്ടിലാണ്. ജോൺ ലോക്കിന്റെ 1695-ലെ 'ഓൺ ദ റീസണബ്ൾനെസ്സ് ഓഫ് ക്രിസ്ത്യാനിറ്റി' എന്ന കൃതിയിൽ ക്രിസ്തുമതത്തിലെ ഉപദേശങ്ങളും യുക്തിയും തമ്മിലുള്ള ചേർച്ച വിശദീകരിക്കാനാണ് ശ്രമിക്കുന്നത്. ലോക്ക് ഒരു ദീയിസ്റ്റ് ആയിരുന്നില്ല. എന്നാൽ ഇംഗ്ലണ്ടിൽ പില്ക്കാലത്ത് വളർന്നുവന്ന ദീയിസ്റ്റ് ചിന്തകരെ സ്വാധീനിക്കാൻ അദ്ദേഹത്തിന്റെ കൃതിക്ക് സാധിച്ചു. ഇംഗ്ലണ്ടിൽ നിന്ന് ദീയിസം പിന്നീട് സഞ്ചരിച്ചത് ഫ്രാൻസിലേക്കാണ്. ഫ്രാൻസിൽ ദീയിസത്തിന്റെ ആശയങ്ങളെ പ്രചരിപ്പിച്ചത് വോൾട്ടയറാണ്. ഫ്രഞ്ചുവിപ്ലവത്തിനു ശേഷം അവിടെ അധികാരത്തിലെത്തിയവർ ഫ്രാൻസിന്റെ ഔദ്യോഗികമതമായി പ്രഖ്യാപിച്ചത് ദീയിസത്തിന്റെ ഒരു രൂപത്തെയാണ്. അമേരിക്കൻ റിപ്പബ്ലിക്കിന്റെ അടിത്തറയായിത്തീർന്നതും ദീയിസമാണ്. ജെഫേഴ്സൺ, ഫ്രാങ്ക്ളിൻ, മാഡിസൺ, പെയ്ൻ എന്നിവരാണ് അമേരിക്കയിൽ ദീയിസത്തിന് അടിത്തറയിട്ടത്. ഇവരുടെ സ്വാധീനമാണ് ദീയിസം അമേരിക്കൻ റിപ്പബ്ലിക്കിന്റെ അടിത്തറയായിത്തീരാൻ കാരണമായത്. (Bristow)

ഹൃദയത്തിന്റെ മതം (Religion of the Heart): ദീയിസം മുന്നോട്ടുവച്ച ആദർശങ്ങൾക്ക് വിപരീതമാണ് ഈ മതം. കാരണം ദീയിസ്റ്റുകളെ സംബന്ധിച്ച് ദൈവം എന്നത് യുക്തിയിലൂടെ എത്തിച്ചേരാവുന്ന പ്രപഞ്ചത്തിന്റെ ക്രമത്തിനു മുഴുവൻ കാരണമായിട്ടുള്ള അതിനപ്പുറം നിൽക്കുന്ന സ്രഷ്ടാവാണ്. എന്നാൽ മനുഷ്യജീവിതത്തിന്റെ അസ്തിത്വപരമായ സംഘർഷങ്ങൾ പരിശോധിച്ചാൽ, മതങ്ങൾ ഉണ്ടായിവരുന്നത് മനുഷ്യാനുഭവങ്ങളിൽ നിന്നാണ് എന്ന് മനസ്സിലാക്കാം. യുക്തിയേക്കാൾ അനുഭവങ്ങൾക്ക് പ്രാധാന്യം നൽകുന്ന ദർശനമാണ് 'ഹൃദയത്തിന്റെ മതം' അഥവാ 'മനസിന്റെ മതം'. പ്രതിസന്ധിയുടെ ഘട്ടത്തിൽ ഉയർന്നുവരുന്ന ദൈവത്തെ യുക്തിയുടെ വെളിച്ചത്തിൽ വിശദീകരിക്കാൻ ശ്രമിക്കുന്നത് അസംബന്ധമാണ് എന്ന് അവർ കരുതുന്നു. ജ്ഞാനോദയത്തിലെ പ്രധാന ചിന്തകരായ ഷാഫ്റ്റ്സ്ബറി, റൂസ്സോ എന്നിവരാണ് ഈ ഗണത്തിൽ വരുന്നത്. മതത്തിന് യുക്തിയുമായല്ല, മനുഷ്യന്റെ വികാരങ്ങളുമായാണ് ബന്ധമെന്ന് ഇവർ പറയുന്നു. കരുണാമയനായ ദൈവത്തെ നാം ആരാധിക്കുമ്പോൾ ആരാധനാമൂർത്തി പ്രപഞ്ചത്തിൽ പ്രതിഫലിക്കുകയാണ് ചെയ്യുന്നത്. അത് മനുഷ്യരുടെ ഉള്ളിലുണ്ടാവുന്നതാണ്. "ദൈവത്തിന്റെ കാരുണ്യത്തിൽ ഞാൻ അലിഞ്ഞില്ലാതായിരിക്കുന്നു. ഒരു പ്രാർത്ഥനയുടെ രൂപവും നിങ്ങളാരും എന്നെ പഠിപ്പിക്കേണ്ടതില്ല. ഞാൻ ദൈവത്തെ അറിയുന്നു. ഈ പ്രപഞ്ചത്തിലേക്കു നോക്കൂ... പ്രപഞ്ചം തന്നെ എന്നെ ദൈവമെന്താണെന്നു പഠിപ്പിക്കുന്നു. ഇങ്ങനെയെല്ലാം നമ്മെ കാത്തുപോരുകയും സംരക്ഷിക്കുകയും ചെയ്യുന്ന ദൈവത്തെ തിരിച്ചു സ്നേഹിക്കുക എന്നതും ദൈവം സൃഷ്ടിച്ച മറ്റുള്ളവയെ സ്നേഹിക്കുക എന്നതും അതുകൊണ്ടെന്റെ കടമയാണ്" എന്ന് റൂസ്സോ പറയുന്നു. സ്വാഭാവികമതം (Natural religion) എന്നാണ് ഈ മതം അറിയപ്പെടുന്നത്. അത് സ്ഥാപനങ്ങളിലൂടെ പ്രവർത്തിക്കുന്ന കൃത്രിമ മതമല്ല (Artificial religion). സ്ഥാപനവൽകൃത മതത്തിനെതിരായ സങ്കല്പനങ്ങളാണ് ഈ ചിന്തകരെയെല്ലാം രൂപപ്പെടുത്തിയെടുത്തത്.

ഫിദീയിസം: ദീയിസത്തെയാണ് സ്വാഭാവികമതം അഥവാ പ്രാകൃതികമതം എന്നു വിളിച്ചുവന്നത്. പ്രപഞ്ചത്തിന്റെ ക്രമത്തെ മുഴുവൻ സൃഷ്ടിച്ച പ്രപഞ്ചാതീതമായ ഒരു ശക്തിയുണ്ട് എന്ന സങ്കല്പമാണിത്. ഡേവിഡ് ഹ്യൂമിന്റെ മരണാനന്തരം 1779-ൽ പ്രസിദ്ധീകരിക്കപ്പെട്ട 'ഡയലോഗ്സ് കൺസേണിംഗ് നാച്ചുറൽ റിലീജിയൺ' എന്ന സംവാദരൂപത്തിലുള്ള കൃതിയിൽ, അടിസ്ഥാനപരമായി ദീയിസത്തിന്റെ ആശയങ്ങളെ ദുർബലമാക്കുകയാണ് അദ്ദേഹം ചെയ്യുന്നത്.

രണ്ടു കഥാപാത്രങ്ങൾ തമ്മിലുള്ള സംഭാഷണമായാണ് കൃതി മുന്നോട്ടു പോവുന്നത്. പ്രപഞ്ചത്തെ സംബന്ധിച്ച യാന്ത്രികമായ മാതൃകയെ ആണ് ഡേവിഡ് ഹ്യൂം വിമർശിക്കുന്നത്. ഈ കൃതിയിൽ ദീയിസത്തിന്റെ വക്താവായി കടന്നുവരുന്നത് ക്ലിയാന്തസ് (Cleanthes) എന്ന കഥാപാത്രമാണ്. മനുഷ്യർ നിർമിക്കുന്ന യന്ത്രങ്ങളും പ്രകൃതിയുടെ പ്രവർത്തനവും തമ്മിൽ ശ്രദ്ധിച്ചുനോക്കിയാൽ സാദൃശ്യം കാണാനാവും. മനുഷ്യൻ നിർമ്മിക്കുന്ന യന്ത്രങ്ങളേക്കാൾ ഉയർന്ന ക്ഷമതയുള്ളതാണ് പ്രപഞ്ചമെന്ന യന്ത്രമെങ്കിലും അവ തമ്മിൽ സാദൃശ്യമുണ്ടെന്ന് ഈ കഥാപാത്രം പറയുന്നു. യന്ത്രവും പ്രകൃതിയും തമ്മിലുള്ള സാദൃശ്യത്തെ ഉറപ്പിക്കുകയാണ് ഈ കഥാപാത്രം ചെയ്യുന്നത്. ഈ കൃതിയിൽ ദീയിസത്തിനെതിരായ വാദങ്ങൾ ഉന്നയിക്കുന്ന കഥാപാത്രമാണ് ഫിലോ (Philo). ക്ലിയാന്തസിന്റെ വാദങ്ങളെ പല ദിശകളിൽ നിന്നുകൊണ്ട് ഫിലോ വിമർശിക്കുന്നു. മനുഷ്യർ സൃഷ്ടിക്കുന്ന യന്ത്രവും പ്രകൃതി എന്ന സംവിധാനവും തമ്മിലുള്ള താരതമ്യം വളരെ ദുർബലമായൊരു താരതമ്യമാണെന്ന് ഫിലോ പറയുന്നു. അവ തമ്മിലുള്ള സാദൃശ്യം ഒട്ടും ചേരുന്നതല്ല. മാത്രമല്ല, യന്ത്രത്തിന്റെ സ്വഭാവമുള്ളതാണ് പ്രകൃതി എന്നു പറഞ്ഞതുകൊണ്ട് ദൈവമുണ്ടെന്നു വരുന്നില്ല; അത് ദൈവമുണ്ടെന്നുള്ളതിന് സാധൂകരണമായിത്തീരുന്നില്ല. യന്ത്രമെന്ന മാതൃകയുടെ കുഴപ്പം അത് തകരാറിലാവുന്ന ഒന്നാണ് എന്നതാണ്. തകരാറിലാവുന്ന യന്ത്രത്തെക്കുറിച്ചു പറയുമ്പോൾ നാം പിശാചിനെക്കുറിച്ച് പറയുന്നു. ദൈവം തന്നെ പിശാചുക്കളെ അഥവാ, ക്രമരാഹിത്യത്തെ സൃഷ്ടിക്കുന്നു എന്നു പറയുന്നതിൽ അയുക്തിയുണ്ട് എന്നതാണ് ഫിലോയുടെ വാദം. പ്രപഞ്ചം ദൈവം നിർമ്മിക്കുന്ന ഒന്നാണെങ്കിൽ അത് പണിക്കുറ തീർന്നതായിരിക്കും. വിള്ളലുകളും പിഴവുകളുമുണ്ടാകില്ല. മനുഷ്യനുണ്ടാക്കുന്ന യന്ത്രത്തിനകത്ത് നാം പിശാചുക്കളെ ഉണ്ടാക്കാറില്ല. ദൈവം അങ്ങനെ ഉണ്ടാക്കുന്നു എന്നു വന്നാൽ അവ തമ്മിലുള്ള താരതമ്യം സാധ്യമാവുകയില്ല എന്നും ഫിലോ വാദിക്കുന്നു. എങ്കിലും ക്ലിയാന്തസിന്റെ വാദങ്ങളെ സാധൂകരിക്കുന്ന മട്ടിലാണ് ഒടുവിൽ ഈ കൃതി അവസാനിക്കുന്നത്. യഥാർത്ഥത്തിൽ ഡേവിഡ് ഹ്യൂം ഒരു നിരീശ്വരവാദിയായിരുന്നു. മതവിശ്വാസം എന്നത് വളരെ സ്വാഭാവികമായ ഒന്നാണ് എന്നും യുക്തിപരമായ വാദങ്ങൾ കൊണ്ട് നിങ്ങൾക്ക് മതവിശ്വാസത്തെ ഇല്ലാതാക്കാനാവില്ല എന്നുമാണ് നിരീശ്വരവാദിയായ ഡേവിഡ് ഹ്യൂം പറയുന്നത്. മതവിശ്വാസത്തെ യുക്തിയുടെ അടിസ്ഥാനത്തിൽ തെളിയിക്കാൻ ശ്രമിക്കുന്നതിന്റെ ശേഷിയില്ലായ്മയെ ആണ് ഈ കൃതി തുറന്നുകാട്ടുന്നത്. യുക്തിക്കു മുകളിലാണ് മതം അതിന്റെ സാധുതാമൂല്യം (turth value) സൃഷ്ടിച്ചിരിക്കുന്നത് എന്ന് ഫിദീയിസം

പറയുന്നു. യുക്തി എല്ലായ്പ്പോഴും മതത്തെ എതിർത്തുകൊണ്ടിരിക്കു മെങ്കിലും ഒരിക്കലുമതിന് മതത്തെ തോൽപ്പിക്കാനാവില്ല. ബ്ലെയ്സ് പാസ്ക്കൽ (Blaise Pascal), ജോഹൻ ജോർജ് ഹമാൻ (Johann Georg Hamann), സോറൻ കീർകെഗാർഡ് (Soran Kierkeguard) എന്നിവരാണ് ഫിദീയിസത്തിന്റെ പ്രധാന വക്താക്കൾ. മനുഷ്യപ്രകൃതത്തെക്കുറിച്ചുള്ള ആലോചനകളാണ് അവർ മുന്നോട്ടുവച്ചത്. യുക്തി കൊണ്ട് മതത്തെ മനസിലാക്കാനാവില്ല എന്നും മതവും യുക്തിയും തമ്മിൽ നിരന്തരം സംഘർഷത്തിലായിരിക്കുമെന്നും അതിനെ ഒരു പ്രക്രിയയായി മനസിലാക്കുകയാണ് വേണ്ടതെന്നും ഫിദീയിസ്റ്റുകൾ വിചാരിക്കുന്നു (Bristow 2011: 36-37).

നിരീശ്വരവാദം (Atheism): നിരീശ്വരവാദം ഏറ്റവും പ്രബലമായിട്ടുള്ളത് ഫ്രഞ്ച് ജ്ഞാനോദയത്തിലാണ്. പ്രകൃതിയെക്കുറിച്ചുള്ള വിപുലവും ചലനാത്മകവുമായ സങ്കല്പനങ്ങളിലൂടെയാണ് ഡെനിസ് ദിദറോട്ട് (Denis Didorot) തന്റെ രചനകളിലൂടെ നിരീശ്വരവാദത്തെ ആവിഷ്കരിക്കുന്നത്. ദീയിസ്റ്റുകൾ പറയുന്നതുപോലെ പ്രപഞ്ചത്തിനൊരു ക്രമമുണ്ടെന്ന് നിരീശ്വരവാദികളും പറയുന്നു. എന്നാൽ ഈ ക്രമം പ്രപഞ്ചത്തിനു പുറത്തുള്ള ശക്തിയിലല്ല ക്രമത്തിനകത്തു തന്നെയാണ് അന്വേഷിക്കേണ്ടതെന്ന് നിരീശ്വരവാദികൾ കരുതുന്നു. പ്രപഞ്ചത്തിനു പുറത്തൊരു ശക്തിയുണ്ടെന്നു വിശ്വസിക്കുന്നത് ഒരു തരത്തിലും നമ്മുടെ ജ്ഞാനത്തെ മുന്നോട്ടു കൊണ്ടുപോവുന്നില്ല. മനുഷ്യന്റെ ജ്ഞാനസങ്കല്പങ്ങൾക്ക് തടയിടുകയാണ് ഈ ദൈവസങ്കല്പം ചെയ്യുന്നതെന്ന് നിരീശ്വരവാദികൾ വാദിച്ചു. നിരീശ്വരവാദവും ഭൗതികവാദവും ഫ്രഞ്ച് ജ്ഞാനോദയത്തിനകത്ത് ഒരുമിച്ചു കടന്നുവരികയുണ്ടായി. ബാരൻ ഡി ഹോൾബാക്കിന്റെ (Baron d'Holback) 1770 ൽ എഴുതിയ 'സിസ്റ്റം ഓഫ് നാച്വർ'എന്ന കൃതിയിൽ ദിദറോട്ടിന്റെ സ്വാധീനം കാണാം. ദൈവത്തെയും മതത്തെയും കുറിച്ച് പറയുന്ന മതപണ്ഡിതർ പ്രപഞ്ചത്തിന്റെ ക്രമത്തെക്കുറിച്ചല്ല മനുഷ്യന്റെ പെരുമാറ്റത്തെയും സദാചാരത്തെയും നിയന്ത്രിക്കുന്നതിനെക്കുറിച്ചാണ് സംസാരിക്കുക. അവയെ മതത്തിന്റെ പേരുപറഞ്ഞാണവർ സാധൂകരിക്കുന്നത്. സദാചാരമൂല്യങ്ങൾക്കുവേണ്ടി ഒരു മതചിന്തയുടെ ആവശ്യമില്ല. അതു മനുഷ്യർക്ക് ദൈവത്തിന്റെ പരാമർശമില്ലാതെ തന്നെ നിർമ്മിച്ചെടുക്കാൻ സാധിക്കുമെന്ന് ഹോൾബാക്ക് പറയുന്നു. ഇത്തരത്തിൽ പ്രപഞ്ചത്തിന്റെ ക്രമം പ്രപഞ്ചത്തിനകത്തു തന്നെയാണ് തിരയേണ്ടത്. മനുഷ്യരുടെ സദാചാരക്രമം മനുഷ്യർ തന്നെയാണ് നിർമ്മിച്ചെടുക്കേണ്ടത്; അതിന് ദൈവത്തിന്റെ ആവശ്യമില്ല എന്നീ രണ്ടു പ്രമാണങ്ങളാണ് നിരീശ്വരവാദികൾ

മുന്നോട്ടുവെക്കുന്നത്. സ്പിനോസയുടെ ചിന്തകളാണ് ഹോൾബാക്കിന് വലിയ തരത്തിൽ പിന്തുണയായത്. ജ്ഞാനോദയത്തിലൂടെ രൂപപ്പെട്ടു വന്ന ആത്മമാണ് സദാചാരത്തിന്റെ യുക്തിയായി പ്രവർത്തിക്കേണ്ടത് എന്നും അദ്ദേഹം പറയുന്നു. സാമൂഹ്യവും രാഷ്ട്രീയവുമായ എല്ലാ സ്ഥാപനങ്ങളെയും പ്രക്രിയകളെയും വിമർശിക്കുകയാണ് ഹോൾബാക്ക് തന്റെ പുസ്തകത്തിനകത്ത് ചെയ്തിട്ടുള്ളത് (Bristow 2011: 37-38).

അദ്ദേഹം ഏതെങ്കിലും തരത്തിൽ നിർദ്ദേശാത്മകമായ മൂല്യങ്ങളെ പിൻപറ്റുകയല്ല, അവനവനാത്മസുഖത്തിനാചരിക്കുന്നതാണ് അപരന് സുഖത്തിനായ് വരേണ്ടത് എന്ന അർത്ഥത്തിൽ നമ്മുടെ പ്രവൃത്തിയെ നിർണയിക്കുന്ന വ്യക്തികളെ സൃഷ്ടിക്കലാണ് പ്രധാനം. അതിന് മതങ്ങൾക്ക് സാധിക്കില്ലെന്ന് കരുതുന്ന ഒരാളാണ് ഹോൾബാക്ക്.

സൗന്ദര്യശാസ്ത്രം

സൗന്ദര്യശാസ്ത്ര ചർച്ചയിൽ വളരെയധികം മൗലികമായ സംഭാവനകൾ നൽകിയ ദേശമാണ് യൂറോപ്പ്. പ്രത്യേകിച്ച് പ്രാചീനകാലം മുതൽ സൗന്ദര്യശാസ്ത്രത്തെക്കുറിച്ചുള്ള നിരവധി ആലോചനകൾ ഇവിടെ നടന്നിട്ടുണ്ട്. ഇതിൽ മൗലികമായ വിച്ഛേദം സൃഷ്ടിക്കാനും ദാർശനികമായ അടിത്തറ നൽകുന്നതിനും ജ്ഞാനോദയം വലിയ തോതിൽ സംഭാവന നൽകിയിട്ടുണ്ട്. 1932-ൽ ഏണസ്റ്റ് കാസിറർ (Ernst Cassirer) എഴുതിയ ഒരു കുറിപ്പിൽ പതിനെട്ടാം നൂറ്റാണ്ടിന്റെ സവിശേഷതയെക്കുറിച്ച് പറയുമ്പോൾ, അത് ദാർശനികതയുടെ ഒരു നൂറ്റാണ്ടു മാത്രമല്ല, വിമർശനത്തിന്റെ നൂറ്റാണ്ടുകൂടിയാണെന്ന് പറയുന്നു. കലാ-സാഹിത്യ വിമർശനം എന്നാണ് ഇവിടെ വിമർശനം എന്നതുകൊണ്ടുദ്ദേശിക്കുന്നത്. ദാർശനിക-രാഷ്ട്രീയ മണ്ഡലങ്ങളിലും മറ്റു മണ്ഡലങ്ങളിലും ജ്ഞാനോദയം സൃഷ്ടിച്ച ചലനങ്ങളോട് സക്രിയമായി പ്രതികരിക്കാൻ ആ കാലഘട്ടത്തിലെ കലയ്ക്കും സാഹിത്യത്തിനും സാധിച്ചതുകൊണ്ടുതന്നെ ഈ മേഖലകളിൽ ദാർശനിക പദ്ധതികൾ രൂപപ്പെട്ടുവന്നു. 'Aesthetics' എന്ന വാക്ക് അലക്സാണ്ടർ ബോംഗാർട്ടന്റെ (Alexander Baumgarten) സംഭാവനയാണ്. അദ്ദേഹമൊരു ജർമ്മൻ ചിന്തകനാണ്. ഈ വാക്ക് അദ്ദേഹം സ്വീകരിക്കുന്നത് ഗ്രീക്കിൽ നിന്നാണ്. ഗ്രീക്കിൽ ഇന്ദ്രിയങ്ങൾ (Senses) എന്നർത്ഥം വരുന്ന ഒരു സംജ്ഞയിൽ നിന്നാണ് സൗന്ദര്യശാസ്ത്രം (Aesthetics) എന്ന സംജ്ഞ അദ്ദേഹം നിർമ്മിച്ചെടുക്കുന്നത്. സൗന്ദര്യത്തിന്റെ ശാസ്ത്രം എന്നത് ഇന്ദ്രിയക്ഷമതയുടെ ശാസ്ത്രം തന്നെയാണ്. ഇന്ദ്രിയങ്ങളിലൂടെ നാം ഉണ്ടാക്കുന്ന ജ്ഞാനങ്ങളുടെ ശാസ്ത്രമാണ് സൗന്ദര്യശാസ്ത്രം എന്നദ്ദേഹം പറയുന്നു. ജ്ഞാനോദയം ഇന്ദ്രിയങ്ങളുടെ മൂല്യത്തെ വീണ്ടും

കണ്ടെത്തുന്ന ഒരു ഘട്ടമായിരുന്നു അത്. ഇന്ദ്രിയങ്ങൾക്ക് നമ്മുടെ ബോധത്തിലും ജ്ഞാനത്തിലും ഉണ്ടാക്കാൻ കഴിയുന്ന സ്വാധീനത്തെ ക്കുറിച്ച് മാത്രമല്ല, മനുഷ്യജീവിതത്തിൽ സാമാന്യമായി ഇന്ദ്രിയങ്ങൾക്കു ള്ള സ്ഥാനമെന്താണ് എന്നതിനെ സംബന്ധിച്ചുള്ള ഒരു പുതിയ തിരിച്ച റിവ് ഈ കാലഘട്ടത്തിലുണ്ടായി. സൗന്ദര്യവും മനുഷ്യന്റെ ഭാവുകത്വവും തമ്മിലുള്ള ബന്ധമെന്താണ് എന്നതിനെപ്പറ്റിയുള്ള ആലോചനകൾ അക്കാലത്ത് നടന്നത് അതുകൊണ്ടാണ്. ഈ സാഹചര്യത്തിലാണ് ജ്ഞാനോദയം സൗന്ദര്യശാസ്ത്രത്തിന് സവിശേഷമായ ഊന്നൽ നൽകാനിടയായത്. മനുഷ്യജീവിതത്തിൽ ആനന്ദത്തിന്റെ മൂല്യത്തെ ഉറപ്പിക്കുകയും അതിനെ വീണ്ടെടുക്കുകയും ചെയ്ത ഒരു സന്ദർഭമാണ് ജ്ഞാനോദയത്തിന്റേത്. സന്തോഷത്തെ നിരാകരിക്കുകയും എല്ലാവിധ ആനന്ദത്തേയും മാറ്റിവെക്കുകയും ചെയ്ത ക്രിസ്ത്യൻ സന്യാസത്തിന്റെ യുഗമായിരുന്നു അതിനു മുമ്പുണ്ടായിരുന്നത്. കലകൾക്ക് സമ്പന്നമാ വാൻ കഴിഞ്ഞത് ജ്ഞാനോദയം ആനന്ദത്തിന്റെ മൂല്യത്തെ ഉറപ്പിച്ച സന്ദർഭത്തിലാണ്. അതിന്റെ ഭാഗമായി സൗന്ദര്യത്തെക്കുറിച്ചുള്ള സിദ്ധാന്തവൽക്കരണവും വിമർശനത്തെക്കുറിച്ചും കലയെക്കുറിച്ചുമുള്ള ദർശനപദ്ധതികളും വികസിച്ചുവന്നു.

ശാസ്ത്രം പ്രപഞ്ചത്തിന്റെ ക്രമത്തെക്കുറിച്ച് രൂപപ്പെടുത്തിയെടുത്ത യുക്തിപൂർണമായ കണ്ടെത്തലുകളും അതിന്റെ ഫലമായി എത്തിച്ചേർ ന്ന നിഗമനങ്ങളുമെല്ലാം ജ്ഞാനോദയം വളരെ ആവേശപൂർവമാണ് ആലിംഗനം ചെയ്തത്. അഭിരുചികളെ നിയന്ത്രിക്കുന്നതിനുള്ള മനുഷ്യ രുടെ ശേഷി, സൗന്ദര്യത്തെ തിരിച്ചറിയുന്നതിനുള്ള ബൗദ്ധികശേഷി ഇവയെല്ലാം ഈ ക്രമത്തെ അനാവരണം ചെയ്യുന്നുണ്ട്. പ്രപഞ്ചത്തിന്റെ ക്രമവും സൗന്ദര്യാസ്വാദനത്തിനുള്ള മനുഷ്യന്റെ ശേഷിയും തമ്മിലുള്ള ഏകതാനത, വൈവിധ്യത്തിനകത്ത് ഏകത്വം കണ്ടെത്തുന്നതിന് ദാർശനികരെ സഹായിച്ചു. ആ അർത്ഥത്തിൽ മനുഷ്യന്റെ ഇന്ദ്രിയക്ഷ മതയുമായി ബന്ധപ്പെട്ടുകൊണ്ടുള്ള പ്രവർത്തനങ്ങളെയും സൗന്ദര്യാത്മ കമായ ആനന്ദത്തെയും യുക്തിപൂർവമായ ക്രമത്തിലേക്ക് കൊണ്ടുവ രാൻ സാധിക്കുകയും അതിലൂടെ കലയെയും ശാസ്ത്രത്തെയും പരസ്പരം ബന്ധിപ്പിക്കാൻ സാധിക്കുകയും ചെയ്യും എന്നതാണ് ജ്ഞാനോദയ കാലത്തുണ്ടായ ഒരു പ്രധാന ഉൾക്കാഴ്ച (Bristow 2011: 38-39).

ഫ്രഞ്ച് ക്ലാസ്സിസിസവും ജർമ്മൻ യുക്തിവാദവും

ജ്ഞാനോദയത്തിന്റെ ആദ്യഘട്ടത്തിൽ, പ്രത്യേകിച്ചും ഫ്രാൻസിൽ കൂടുതൽ പ്രാധാന്യത്തോടെ പരിഗണിച്ചത് വസ്തുനിഷ്ഠമായ യുക്തിയുടെ ക്രമത്തെയാണ്. ഒരു വ്യക്തിയുടെ ഇന്ദ്രിയപരമായ

സൗന്ദര്യാനുഭവത്തേക്കാൾ, അനുഭൂതിപരമായ ആനന്ദത്തേക്കാൾ യുക്തിപൂർവമായ ക്രമങ്ങൾക്കാണ് അവർ പ്രാധാന്യം നൽകിയത്. ദക്കാർത്ത് അദ്ദേഹത്തിന്റേതായ രീതിയിൽ സൗന്ദര്യശാസ്ത്രത്തിന്റേതായ ഒരു ജ്ഞാനപദ്ധതി ഉണ്ടാക്കിയിട്ടില്ല. എങ്കിലും അദ്ദേഹത്തിന്റെ പ്രപഞ്ചത്തെക്കുറിച്ചുള്ള ഗണിതശാസ്ത്രമാതൃക ഫ്രാൻസിലെ സൗന്ദര്യശാസ്ത്ര ചിന്തകരെ സ്വാധീനിക്കുകയുണ്ടായി. അങ്ങനെയാണ് അവർ ഫ്രഞ്ച് ക്ലാസ്സിസിസം എന്ന സങ്കല്പനത്തിലേക്കെത്തുന്നത്. ഫ്രഞ്ച് ക്ലാസ്സിസിസത്തിന്റെ അടിസ്ഥാനം ദക്കാർത്തിന്റെ ഗണിതശാസ്ത്രമാതൃകയാണെന്നർത്ഥം. ഏതാണോ മനോഹരം, അതാണ് സത്യം എന്നതാണ് ഫ്രഞ്ച് ക്ലാസ്സിസിസം മുന്നോട്ടുവെക്കുന്നത്. ഫ്രഞ്ച് ക്ലാസ്സിസിസത്തിന്റെ പ്രാരംഭമായി കണക്കാക്കുന്ന നിക്കോളാസ് ബൊയ്‌ല്യുവിന്റെ (Nicolas Boileau) കവിതകളിലൊന്നായ 'ദ ആർട്ട് ഓഫ് പോയട്രി' (1674) എന്ന കവിതയിൽ 'ഏതാണോ സുന്ദരം, അതാണ് സത്യം. ആ സത്യം ഏതാണോ അതിനെയാണ് നാം സ്നേഹിക്കേണ്ടത്' എന്നു പറയുന്നു. സത്യം എന്നതുകൊണ്ട് യുക്തിപൂർവമായ ക്രമം എന്നാണുദ്ദേശിക്കുന്നത്. ക്രമമാണ് സുന്ദരം എന്നതാണ് ഫ്രഞ്ച് ക്ലാസ്സിസിസത്തിന്റെ അടിസ്ഥാനം. യൂറോപ്യൻ സാഹിത്യ സിദ്ധാന്തങ്ങളിൽ മേൽക്കൈയുണ്ടായിരുന്ന ക്ലാസിക്കൽ സങ്കല്പമനുസരിച്ച് കല എന്നത് പ്രകൃതിയെ അനുകരിക്കലാണ് എന്നതായിരുന്നു. നമുക്കു മുന്നിൽ പ്രകൃതി പലപ്പോഴും പ്രത്യക്ഷപ്പെടുന്നത് ക്രമരഹിതമായിട്ടുള്ള അനുഭവങ്ങളായാണ്. ഈ ക്രമരഹിതമായ പ്രകൃതിയെ അല്ല, ആദർശാത്മകമായ പ്രകൃതിയെ ആണ് കലാകാരൻ/കാരി അനുകരിക്കുന്നത്. ക്രമമുള്ള പ്രകൃതിയെയാണ് ആദർശാത്മക പ്രകൃതി (ideal nature) എന്നു വിളിക്കുന്നത്. വൈവിധ്യത്തിൽ ഏകത്വമുള്ളതാണിത്. ഫ്രഞ്ച് ക്ലാസ്സിസത്തെ സംബന്ധിച്ചിടത്തോളം സൗന്ദര്യശാസ്ത്രം എന്നത് പ്രകൃതിയെക്കുറിച്ചുള്ള ശാസ്ത്രസിദ്ധാന്തങ്ങളുടെ സൂക്ഷ്മതയോടുകൂടിയാണ് വികസിപ്പിച്ചിട്ടുള്ളത്. ദക്കാർത്തിയൻ ശാസ്ത്രമാതൃക അനുസരിച്ച്, പ്രപഞ്ചത്തിലെ വ്യതിരിക്തമായ വസ്തുതകളെ പഠിക്കുന്നതിന് നാം സ്വീകരിക്കുന്ന തത്വങ്ങളെന്താണോ അതിനനുസരിച്ചാണ് നമുക്ക് സത്യങ്ങൾ മനസിലാക്കാനാവുക. ഈ സവിശേഷതകളെ നമുക്ക് മനസിലാക്കാനാവുന്നത് മനസിലാക്കുന്നതിനാവശ്യമായ ഗണിതശാസ്ത്രമാതൃക സ്വീകരിച്ചതുകൊണ്ടാണ്. ഫ്രഞ്ച് ക്ലാസ്സിസിസത്തിനകത്തും ഇതേ ആശയം തന്നെയാണ് കടന്നുവരുന്നത്. ഒരു സാർവലൗകിക തത്വത്തിന്റെ അടിസ്ഥാനത്തിലുള്ള ക്രമവൽക്കരണമാണ് കല എന്നതായിരുന്നു ഫ്രഞ്ച് ക്ലാസ്സിസിസത്തിന്റെ പ്രമാണം. ശാസ്ത്രത്തിലെ ദക്കാർത്തിയൻ മോഡലിനെ പിൻപറ്റുന്നതിനാലാണ് ഇങ്ങനെ

വരുന്നത്. കലാസൃഷ്ടിയുടെ നിർമ്മാണത്തെ സാർവലൗകികമായ തത്വങ്ങൾക്കും നിയമങ്ങൾക്കും കീഴ്പ്പെടുത്തുകയാണ് ഫ്രഞ്ച് ക്ലാസ്സിസിസം ചെയ്തത്. ഒരു വ്യവസ്ഥ കണ്ടെത്തുക എന്നതായിരുന്നു ഫ്രഞ്ച് ക്ലാസ്സിസിസത്തിന്റെ ലക്ഷ്യം. 1746ൽ ചാൾസ് ബട്ടെക്സ് (Charles Batteaux's) എഴുതിയിട്ടുള്ള 'ദ ഫൈൻ ആർട്സ് റെഡ്യൂസ്ഡ് റ്റു എ സിംഗിൾ പ്രിൻസിപ്പിൾ' എന്ന കൃതിയിൽ സാർവലൗകികതത്വങ്ങളുടെ അടിസ്ഥാനത്തിൽ കൃതികളെ വിശദീകരിക്കാനാവണം എന്ന വാദം മുന്നോട്ടുവെക്കുന്നു. നിക്കൊളാസ് ബൊയ്‌ല്യു എന്ന കവിയും കാവ്യനിർമ്മാണത്തെപ്പറ്റി ഏറെക്കുറെ ഇതേ ആശയം അവതരിപ്പിച്ചിട്ടുണ്ട് (Bristow 2011: 39).

ജർമ്മനിയിലെ ക്ലാസ്സിക്കൽ സൗന്ദര്യശാസ്ത്രത്തിന് അടിത്തറയിട്ടത് ക്രിസ്റ്റ്യൻ വൂൾഫ് ആണ്. യുക്തിവാദപരമായ അതിഭൗതികദർശനമാണ് അദ്ദേഹം മുന്നോട്ടു വെച്ചത്. 'എന്താണോ സൗന്ദര്യം, അതാണ് സത്യം' എന്ന ക്ലാസിക്കൽ സൗന്ദര്യദർശനത്തെ അദ്ദേഹം അംഗീകരിച്ചിരുന്നു. മാത്രമല്ല സൗന്ദര്യമാണ് സത്യമെന്ന് നാം മനസിലാക്കുന്നത് ആനന്ദത്തിലൂടെയാണ് എന്നും അദ്ദേഹം പറയുന്നു. വസ്തുക്കളുടെ തികവാണ് സൗന്ദര്യം എന്നും വൂൾഫ് അഭിപ്രായപ്പെടുന്നു. വസ്തുക്കളുടെ ഈ തികവ് ക്രമം തന്നെയാണ്. ആ ക്രമത്തെ സ്ഥാപിക്കുമ്പോഴാണ് ഏകതാനത ഉണ്ടാവുന്നത്. ഈ തികവിനെ ഇന്ദ്രിയക്ഷമമായി അറിയുന്നതിലൂടെയാണ് സൗന്ദര്യം ഉണ്ടാവുന്നത് (ഗണിതശാസ്ത്രത്തിൽ ബുദ്ധികൊണ്ടാണ് ക്രമം കണ്ടുപിടിക്കുന്നതെങ്കിൽ ഇന്ദ്രിയങ്ങൾ കൊണ്ടാണിതിൽ ക്രമം കണ്ടെത്തുന്നത്). അതുകൊണ്ട് വൂൾഫിനെ സംബന്ധിച്ചിടത്തോളം സൗന്ദര്യമെന്നത് വസ്തുനിഷ്ഠമായ സവിശേഷത തന്നെയാണ്. പക്ഷേ അതു കണ്ടെത്തുന്നതിനുള്ള മനുഷ്യശേഷി (human faculty) വ്യത്യാസപ്പെട്ടിരിക്കുന്നതുകൊണ്ടാണ് ഓരോരുത്തർക്കും സൗന്ദര്യം വ്യത്യാസപ്പെട്ടിരിക്കുന്നതെന്ന ശാസ്ത്രീയ വിശദീകരണമാണ് വൂൾഫ് നൽകുന്നത്.

അനുഭവൈകവാദവും ആത്മനിഷ്ഠവാദവും

ഫ്രാൻസിലും ജർമ്മനിയിലും ജ്ഞാനോദയത്തിന്റെ ആദ്യഘട്ടത്തിൽ എങ്ങനെയാണ് യുക്തിവാദം അവിടത്തെ സൗന്ദര്യശാസ്ത്രത്തെ സ്വാധീനിച്ചതെന്നാണ് ഇതുവരെ പറഞ്ഞത്. ഇംഗ്ലണ്ടിലേക്കും സ്കോട്ട്ലാൻഡിലേക്കുമെത്തുമ്പോൾ ജ്ഞാനോദയത്തിന്റെ മറ്റുചില ധാരകളാണ് ഇവിടെ പ്രവർത്തിച്ചതെന്നു കാണാം. അനുഭവൈകവാദവും ആത്മനിഷ്ഠവാദവും ഉയർന്നുവരുന്നതോടുകൂടി സൗന്ദര്യശാസ്ത്രത്തിന്റെ മണ്ഡലത്തിൽ മൗലികമായ ഒരു വ്യതിയാനം രൂപപ്പെട്ടുവരുന്നതു

കാണാം. സൗന്ദര്യാസ്വാദനത്തിൽ വ്യക്ത്യനുഭവങ്ങൾക്കും പ്രതികരണങ്ങൾക്കും എന്താണ് പങ്ക് എന്നുള്ള ചോദ്യങ്ങൾ ഉന്നയിക്കപ്പെടുന്നുണ്ട്. ഇവയും ജ്ഞാനോദയത്തിന്റെ സവിശേഷതയായി പില്ക്കാലത്ത് അടയാളപ്പെടുത്തപ്പെട്ടു. ഈ ഗണത്തിൽ ഏറ്റവും ശ്രദ്ധേയമായ സംഭാവനകൾ നൽകിയത് ലോർഡ് ഷാഫ്റ്റ്സ്ബറിയാണ്. അദ്ദേഹത്തെ പൂർണാർത്ഥത്തിൽ ഒരു അനുഭവൈകവാദിയെന്നോ ആത്മനിഷ്ഠവാദിയെന്നോ വിളിക്കാനാവില്ലെങ്കിലും അദ്ദേഹം സൗന്ദര്യശാസ്ത്രത്തിന്റെ വികാസത്തിന് മൗലികമായ സംഭാവനകൾ നൽകുകയുണ്ടായി. ക്ലാസ്സിസിസത്തിന്റെ 'സത്യം തന്നെയാണ് സൗന്ദര്യം. സൗന്ദര്യം തന്നെയാണ് സത്യം' എന്ന പ്രമാണം അദ്ദേഹവും അംഗീകരിക്കുന്നു. എന്നാൽ സൗന്ദര്യം എന്നത് യുക്തിപൂർവ്വമായ ഒരു ക്രമമാണെന്ന് ഷാഫ്റ്റ്സ്ബറി അംഗീകരിക്കുന്നില്ല. മനുഷ്യമനസിൽ നിന്നു സൃഷ്ടിക്കപ്പെടുന്ന ഏകതാനതയിൽ നിന്നുണ്ടാകുന്ന അനുഭൂതിയാണ് അഥവാ ചേർച്ചയാണ് സൗന്ദര്യം എന്ന് അദ്ദേഹം പറയുന്നു. ഈ ചേർച്ച യുക്തിയിലൂടെയുണ്ടാകുന്നതാണെന്നാണ് ക്ലാസ്സിസിസം പറഞ്ഞതെങ്കിൽ അത് മനുഷ്യമനസ്സിനെ ആശ്രയിച്ചുള്ളതല്ല എന്നു ഷാഫ്റ്റ്സ്ബറി കരുതുന്നു. ഷാഫ്റ്റ്സ്ബറിയെ സ്വാധീനിച്ച ചിന്തകനാണ് പ്ലോട്ടിനസ്. പ്ലോട്ടിനസിന്റെ സ്വാധീനത്താൽ, നിലനില്ക്കുന്ന ക്രമത്തിൽ അന്തർജ്ഞാനത്തിലൂടെ പങ്കുചേരുമ്പോഴാണ് സൗന്ദര്യാനുഭൂതി ഉണ്ടാവുന്നത് എന്നു ഷാഫ്റ്റ്സ്ബറി പറയുന്നു. ക്രമത്തെക്കുറിച്ചല്ല ആസ്വദിക്കുന്നയാളുടെ പ്രതികരണത്തിലാണ് അദ്ദേഹം ശ്രദ്ധകേന്ദ്രീകരിക്കുന്നത്. ആസ്വദിക്കുന്ന ആസ്വാദകരുടെ പ്രതികരണത്തിനാണ് ഇവിടെ ഊന്നൽ. സൗന്ദര്യശാസ്ത്രത്തിന് ഒരു ധാർമ്മികപരിസരമുണ്ട് എന്നതിലേക്കാണ് ഈ ചിന്ത കടന്നുചെല്ലുന്നത്. സൗന്ദര്യാനുഭവം ആസ്വാദകരെ അവർ നില്ക്കുന്ന തലത്തിൽ നിന്ന് ഉയർത്തുന്നു. അതാണ് സൗന്ദര്യാസ്വാദനത്തിന്റെ ലക്ഷ്യമെന്ന് ഷാഫ്റ്റ്സ്ബറിയെപ്പോലുള്ളവർ പറയുന്നു. കലാസൃഷ്ടികളോടുള്ള വ്യക്തികളുടെ പ്രതികരണം നിർവൈയക്തികവും അഹംബോധമില്ലാത്തതും ആണ് എന്ന അദ്ദേഹം പറയുന്നു. (കലാസൃഷ്ടിയിലൂടെ നമുക്കുണ്ടാവുന്ന അനുഭൂതി നിത്യജീവിതത്തിൽ ഉണ്ടാവുന്ന വൈകാരികാനുഭൂതികളിൽ നിന്നു വ്യത്യസ്തമാണെന്നർത്ഥം). വ്യക്തിതാൽപര്യങ്ങൾക്കു മുകളിൽ അനാസക്തമായ ആനന്ദാനുഭൂതിയെപ്പറ്റി പറയുക വഴി വ്യക്തിതാൽപ്പര്യങ്ങൾക്കതീതമായ തലത്തിലേക്ക് മനുഷ്യരെ ഉയർത്തുകയാണ് കല ചെയ്യുന്നത് എന്നും അതുവഴി കല ധാർമ്മികവും സദാചാരപരവുമായ ഒരു ധർമ്മമാണ് നിർവ്വഹിക്കുന്നത് എന്നുമാണ് ഷാഫ്റ്റ്സ്ബറി പറയുന്നത്. അങ്ങനെയാണ് സൗന്ദര്യത്തെയും സദാചാരത്തെയും ധാർമ്മികതയെയും അദ്ദേഹം

ബന്ധിപ്പിക്കുന്നത്. ക്ലാസ്സിസിസത്തിൽ ഗണിതശാസ്ത്രമാതൃകയിലൂടെ പ്രകൃതിയുടെ ക്രമത്തെ കണ്ടെത്താൻ നടത്തുന്നതുപോലെയുള്ള ഒരു ശ്രമമാണ് കലയും നടത്തുന്നത് എന്നാണ് ഫ്രഞ്ച്, ജർമ്മൻ യുക്തിവാദികൾ പറഞ്ഞതെങ്കിൽ, മനുഷ്യപ്രകൃതത്തിലാണ് ആത്മനിഷ്ഠതാവാദത്തിന്റെ ഊന്നൽ. ജ്ഞാനോദയത്തിന്റെ സാമാന്യ ലക്ഷ്യങ്ങളോട് കൂടുതൽ ചേർന്നുനിൽക്കുന്നത് ആത്മനിഷ്ഠവാദമാണെന്ന് പറയാം. കാരണം സൗന്ദര്യത്തെപ്പറ്റി സിദ്ധാന്തങ്ങളുണ്ടാക്കിയ പലരും മനുഷ്യപ്രകൃതത്തെപ്പറ്റിയും അതിന്റെ തികവിനെപ്പറ്റിയുമാണ് കൂടുതൽ ചിന്തിച്ചിട്ടുള്ളത് (Bristow 2011: 40,41).

ഷാഫ്റ്റ്സ്ബറിയെ പിന്തുടർന്നുവന്ന ഫ്രാൻസിസ് ഹച്ച്സൺ (Francis Hutcheson) എന്ന ചിന്തകനും സൗന്ദര്യം ആസ്വദിക്കുന്നയാളുടെ പ്രതികരണത്തിലാണ് ഊന്നിയത്. സൗന്ദര്യം നമ്മിലുളവാക്കുന്ന ആനന്ദത്തിന്റെ സവിശേഷതയെന്താണ് എന്ന് പരിശോധിക്കാനാണ് ഹച്ച്സൺ ശ്രമിച്ചത്. ഷാഫ്റ്റ്സ്ബറിയുടെ സൗന്ദര്യശാസ്ത്രത്തിൽ കാണുന്ന ഭാഗികമായ നവപ്ലേറ്റോണിയൻ സ്വാധീനം ഹച്ച്സൺ മായ്ച്ചുകളഞ്ഞു. അനുഭവൈകവാദത്തിലൂന്നിക്കൊണ്ടാണ് ഹച്ച്സൺ തന്റെ ആശയങ്ങൾ ആവിഷ്കരിക്കുന്നത്. അതുകൊണ്ട് സവിശേഷമായ സൗന്ദര്യാനുഭൂതി എന്നു പറയുന്നത് ഒരു ദ്വിതീയഗുണമായാണ് അദ്ദേഹം പരിഗണിച്ചത്. സൗന്ദര്യം എന്നത് മനുഷ്യന്റെ അനുഭവമാണോ അതോ വസ്തുവിലുള്ളതാണോ എന്ന ചോദ്യം അദ്ദേഹം ഉന്നയിക്കുന്നു. ഇങ്ങനെ ഷാഫ്റ്റ്സ്ബറിയിൽ നിന്ന് ഹച്ച്സണിലെത്തുമ്പോൾ കൂടുതൽ ആത്മനിഷ്ഠതാവാദത്തിലേക്ക് അടുക്കുന്നതായാണ് മനസിലാക്കാൻ സാധിക്കുക. ഹച്ച്സണിന്റെ 'റ്റു ട്രീറ്റിസ്സ്'സിൽ ഒന്നായ 'സൗന്ദര്യം, ക്രമം, ഏകതാനത, രൂപകല്പന എന്നിവയെക്കുറിച്ചുള്ള അന്വേഷണം' (Inquiry Concerning Beauty, Order, Harmony, Design) എന്ന കൃതിയിൽ "സൗന്ദര്യം എന്നത് നമ്മളിലുയർന്നുവരുന്ന ഒരു ആശയമാണ്. അതേസമയം ആ ആശയത്തെ സ്വീകരിക്കാനുള്ള ശേഷിയെയാണ് സൗന്ദര്യബോധം എന്നു പറയുന്നത്" (Section 1, Article IX) എന്ന് അഭിപ്രായപ്പെടുന്നു. നമ്മുടെ ഉള്ളിലുള്ളൊരു ആശയമാണ് സൗന്ദര്യമെന്ന് അദ്ദേഹം കരുതുന്നുണ്ടെങ്കിലും സവിശേഷമായ വസ്തുക്കളിലൂടെ ഉത്തേജിക്കപ്പെടുമ്പോഴോ ഉണർത്തപ്പെടുമ്പോഴോ ആണ് ഈ ആശയം നമ്മിലേക്ക് വരുന്നത് എന്നും അദ്ദേഹം പറയുന്നു. വൈവിധ്യത്തിനകത്തുള്ള ഏകത്വമാണ് ആ വസ്തുവിന്റെ പ്രത്യേകത (Hatcheson 1725: Section 11, Article 111). വൈവിധ്യത്തിനകത്ത് ഏകത്വമുണ്ടെന്ന് നമ്മെ

ബോധ്യപ്പെടുത്തുന്ന സവിശേഷഗുണമുള്ള ഒരു വസ്തുവിനെയാണ് നാം കലാസൃഷ്ടി എന്നു വിളിക്കുന്നത്. ആ കലാസൃഷ്ടി നമ്മുടെ മനസ്സിൽ സൗന്ദര്യം എന്ന ആശയത്തെ ഉത്തേജിപ്പിക്കുന്നു. അങ്ങനെ ഉത്തേജിപ്പിക്കപ്പെടുന്ന സൗന്ദര്യം എന്ന ആശയത്തെ നാം സൗന്ദര്യബോധമെന്ന ശേഷിയിലൂടെ മനസ്സിലാക്കിയെടുക്കുന്നു. ഇതാണ് കലാസ്വാദനത്തെക്കുറിച്ചുള്ള ഹച്ച്സണിന്റെ ആശയം. യുക്തിവാദപരമായ ആശയങ്ങൾക്ക് ഹച്ച്സണിൽ സ്വാധീനം ചെലുത്താൻ കഴിഞ്ഞിട്ടുണ്ടെന്നാണ് അദ്ദേഹത്തിന്റെ മേൽപ്പറഞ്ഞ കൃതിയിലെ പ്രകരണങ്ങൾ വായിക്കുമ്പോൾ മനസിലാക്കാൻ കഴിയുക. അദ്ദേഹം സൗന്ദര്യശാസ്ത്രപരമായ പ്രതികരണം എന്നതിനാണ് ഊന്നൽ നൽകിയിട്ടുള്ളതെങ്കിലും അദ്ദേഹത്തിന്റെ ആശയപ്രപഞ്ചത്തിൽ യുക്തിവാദത്തിനുള്ള പങ്കിനെ ചെറുതാക്കി കാണാൻ കഴിയില്ല (Bristow 2011: 41).

ആത്മനിഷ്ഠതാവാദം സൗന്ദര്യശാസ്ത്രത്തിനകത്തുയർത്തിയ ജ്ഞാനസിദ്ധാന്തപരമായ പ്രശ്നത്തെ അഭിമുഖീകരിച്ചുകൊണ്ട് ഡേവിഡ് ഹ്യൂം രചിച്ച പ്രശസ്തമായ പ്രബന്ധമാണ് 'അഭിരുചിയുടെ മാനകം' (The standard of taste). സൗന്ദര്യം എന്നത് വസ്തുവിന്റെ സവിശേഷതയല്ല, മനുഷ്യമനസിലുണ്ടാവുന്ന ഒരാശയമാണ് എങ്കിൽ എങ്ങനെയാണ് ശരിയും തെറ്റും മനസിലാക്കാൻ കഴിയുന്നത്? മാത്രമല്ല അതിനെ വിലയിരുത്താനുള്ള മാനകം എവിടെനിന്നാണ് വരുന്നത്? എന്ന ചോദ്യം അദ്ദേഹം ഈ പ്രബന്ധത്തിൽ ഉന്നയിക്കുന്നു. ഹച്ച്സണിന്റെ ആത്മനിഷ്ഠതാവാദമാണ് അദ്ദേഹം പരിശോധിക്കാൻ ശ്രമിക്കുന്നത്. “സൗന്ദര്യത്തിന്റെയും വൈരുധ്യത്തിന്റേയും അനുബന്ധമാണ് സന്തോഷവും വേദനയും എന്നതിനേക്കാൾ അവ അതിന്റെ സത്ത തന്നെയാണ്” (Tratise, Book 11, Part 1, Section viii) എന്ന് ഹച്ച്സൺ തന്റെ ട്രീറ്റിസസിന്റെ ഭാഗം ഒന്നിൽ പറയുന്നുണ്ട്. ഇങ്ങനെ അവ സത്തയാണെന്നു പറഞ്ഞാൽ സൗന്ദര്യത്തെ മൂല്യനിർണയം ചെയ്യുമ്പോൾ അവ തെറ്റാണെന്ന് പറയാൻ സാധിക്കുകയില്ല എന്ന് ഹ്യൂം പറയുന്നു. ആത്മനിഷ്ഠമായ ഘടകം സൗന്ദര്യാനുഭൂതിയിൽ ഉണ്ടെങ്കിൽപ്പോലും മനുഷ്യരെല്ലാം സാമാന്യമായി പങ്കുവെക്കുന്ന ഒരു പ്രകൃതമുണ്ട്. കലാഭിരുചിയെ വിലയിരുത്താൻ മനുഷ്യരെ പ്രാപ്തമാക്കുന്നത് ഈ പ്രകൃതമാണ്. ആത്മനിഷ്ഠതയ്ക്കകത്തു തന്നെ മനുഷ്യരെ മൂല്യനിർണയം ചെയ്യാൻ സഹായിക്കുന്ന സാമാന്യമായ വസ്തുനിഷ്ഠമായ ഘടകമുണ്ട് എന്നാണ് അദ്ദേഹം പറയുന്നത്. ഇങ്ങനെയാണ് ജ്ഞാനോദയത്തിന്റെ അനുഭവൈകവാദത്തോട് കൂടുതൽ ചേർന്നുനിൽക്കുന്ന നിലപാട് വാസ്തവത്തിൽ ഹ്യൂം നടത്തിയിട്ടുള്ളത്. ഫ്രഞ്ച്, ജർമ്മൻ,

ക്ലാസിക്കൽ പാരമ്പര്യത്തിനകത്ത് ഊന്നൽ നൽകിയ ക്രമം എന്ന ആശയം വളരെ കുറച്ചുമാത്രമേ ഡേവിഡ് ഹ്യൂമിന്റെ ചിന്താപദ്ധതികളിൽ കാണാൻ സാധിക്കു (Bristow 2011: 41, 42).

പില്ക്കാല ജ്ഞാനോദയത്തിന്റെ സൗന്ദര്യശാസ്ത്രം

അഭിരുചികളുടെ മൂല്യനിർണയത്തിന്റെ മാനദണ്ഡമെന്താണ് എന്ന പ്രശ്നം പിന്നീട് അഭിമുഖീകരിച്ച ഒരു ദാർശനികൻ ഇമ്മാനുവൽ കാന്റ് ആണ്. ഹച്ച്സണും ബ്രിട്ടീഷ് അനുഭവൈകവാദപാരമ്പര്യവുമാണ് ഇമ്മാനുവൽ കാന്റിനെ പ്രധാനമായും സ്വാധീനിച്ചത്. സൗന്ദര്യാത്മക മൂല്യനിർണയനം എന്നത് സവിശേഷമായ ഒരനുഭവമാണ്. ഈ അനുഭവം നിർവൈയക്തികമായ ഒരുതരം ആനന്ദാനുഭൂതിയാണ്. അതുകൊണ്ടുതന്നെ സൗന്ദര്യത്തെ വിലയിരുത്തുന്നതിനുള്ള ആധാരം എന്നത് നിർവൈയക്തികമായ ആനന്ദാനുഭൂതിയാണ്. സങ്കല്പനങ്ങളിലൂടെ പ്രതിനിധീകരിക്കപ്പെടുന്ന അറിവല്ല സൗന്ദര്യാനുഭൂതിയുടെ അടിസ്ഥാനത്തിലുള്ള വിലയിരുത്തലിന്റെ അടിസ്ഥാനം. ആ അർത്ഥത്തിൽ ജർമ്മൻ യുക്തിവാദപാരമ്പര്യത്തിൽ നിന്ന് വിഛേദിച്ചുകൊണ്ടാണ് ഇമ്മാനുവൽ കാന്റ് തന്റെ അഭിപ്രായങ്ങൾ രേഖപ്പെടുത്തിയിട്ടുള്ളത്. എങ്കിലും അറിവിനെ അടിസ്ഥാനമാക്കിയുള്ള മൂല്യനിർണയത്തിൽ എന്നതുപോലെ സൗന്ദര്യത്തെ അടിസ്ഥാനമാക്കിയുള്ള മൂല്യനിർണയത്തിനും സാർവലൗകികമായ സാധൂകരണത്തിന്റെ മാനമുണ്ട്. സാർവലൗകികമാണ് സൗന്ദര്യാത്മകമായ മൂല്യനിർണയനവും എന്നർത്ഥം. സൗന്ദര്യത്തിൽ നിന്നു ലഭിക്കുന്ന വ്യതിരിക്തമായ ആനന്ദം എന്നത് ഭാവനയുടെയും അറിവിന്റെയും ശേഷികൾ തമ്മിലുള്ള ഒരു ചേർച്ചയാണ്. ഭാവനയുടെയും ധാരണയുടെയും ശേഷികൾ തമ്മിലുള്ള ഒരു സ്വതന്ത്രലീലയിൽ (free play) നിന്ന് ഉണ്ടാകുന്ന ചേർച്ചയാണത്. അത് ഇന്ദ്രിയാത്മകമായ ഒരു അന്തർജ്ഞാനത്തിലൂടെയാണ് തിരിച്ചറിയുന്നത്. അറിവിന്റെ മണ്ഡലത്തിൽ കാണുന്നതുപോലെ നിയമബന്ധിയല്ല സൗന്ദര്യാനുഭവം. സ്വാംശീകരിക്കപ്പെട്ട അറിവിനകത്ത് (cognition) എല്ലായ്പ്പോഴും നിയമങ്ങളാണ് പ്രവർത്തിക്കുന്നത്. അതുകൊണ്ട് കാന്റിനെ സംബന്ധിച്ച് സൗന്ദര്യത്തിൽ നിന്ന് നാം അനുഭവിക്കുന്ന ചേർച്ചയും ക്രമവും ആത്മനിഷ്ഠമാണ്. അതേസമയം സാർവലൗകികമായ ചില വിധികൾ അതിനകത്തും പ്രവർത്തിക്കുന്നുണ്ട്. കാരണം അതിനു മനുഷ്യന്റെ ജ്ഞാനപരമായ ശേഷികളുമായി ബന്ധമുണ്ട്. സൗന്ദര്യാത്മകമായ ആനന്ദത്തിൽ ഭാവനയ്ക്കുള്ള പങ്ക് കാന്റ് ഊന്നിപ്പറയുന്നു. ഭാവനയ്ക്കകത്ത് അന്തർജ്ഞാനപരമായ ഒരു തലവും അറിവിന്റേതായ ഒരു തലവും ഉണ്ട്. അത് വൈയക്തികവുമാണ്.

ജ്ഞാനോദയം ഉണ്ടാക്കിക്കൊണ്ടുവന്നിട്ടുള്ള ഒരു കർതൃത്വമാണ് സ്വതന്ത്രവ്യക്തി എന്നത്. ആ സ്വതന്ത്രവ്യക്തിയുടെ ഒരു ശേഷിയാണ് 'ഭാവന'. ഫ്രഞ്ച് ക്ലാസ്സിസിസം ആയാലും ജർമ്മൻ യുക്തിവാദമായാലും പ്രപഞ്ചത്തിനകത്ത് ഒരു ഗണിതശാസ്ത്രമാതൃക ആരോപിക്കുമ്പോൾ അതിനകത്തൊരു ക്രമം കണ്ടെത്താനാവും. ക്രമത്തെയും സൗന്ദര്യത്തെയും ബന്ധിപ്പിക്കുന്ന സങ്കല്പനങ്ങളാണ് ഇവർ മുന്നോട്ടു വെക്കുന്നത് എന്ന് നാം പറയുകയുണ്ടായി. ഭാവനയെ ആണ് കാന്റ് ക്രമത്തിനു പകരം വെക്കുന്നത്. ഇങ്ങനെ ഭാവനയെ കേന്ദ്രസ്ഥാനത്തുകൊണ്ടു വന്നു എന്നതാണ് പില്ക്കാല ആധുനികതയുടെ പ്രധാന സവിശേഷത (Bristow 2011: 42).

സൗന്ദര്യശാസ്ത്രത്തിനകത്തെ മറ്റൊരു പ്രധാന ചിന്തകനാണ് ഡെന്നിസ് ദിദറോട്ട് (Denis Diderot). 1752 ൽ പ്രസിദ്ധീകരിച്ച 'എൻസൈക്ലോപീഡിയ' എന്ന പുസ്തകത്തിൽ 'സൗന്ദര്യത്തിന്റെ ഉദ്ഭവത്തെക്കുറിച്ചും പ്രകൃതത്തെക്കുറിച്ചും' (On the origin and Nature of the Beautiful) എന്നൊരു ലേഖനം അദ്ദേഹത്തിന്റേതായുണ്ട്. ജർമ്മനിയിലെ ലെസ്സിംഗിനെപ്പോലെ കലയെയും സൗന്ദര്യത്തെയും കുറിച്ചുള്ള തത്വചിന്താപരമായ ആശയങ്ങൾ അവതരിപ്പിക്കുക മാത്രമല്ല, അദ്ദേഹം കലാനിരൂപണങ്ങളും നാടകങ്ങളും എഴുതുകയും ചെയ്തിട്ടുണ്ട്. ഇംഗ്ലണ്ടിലും സ്കോട്ട്ലാൻഡിലും വികസിച്ചുവന്ന അനുഭവൈകവാദപരമായ സൗന്ദര്യശാസ്ത്രമാണ് ദിദറോട്ടിനെ സ്വാധീനിച്ചിട്ടുള്ളത്. ഫ്രഞ്ച് ക്ലാസ്സിസിസ്റ്റുകളെപ്പോലെ കല എന്നത് പ്രകൃതിയുടെ അനുകരണമാണെന്നാണ് ദിദറോട്ടും പറയുന്നത്. അവരെ സംബന്ധിച്ചിടത്തോളം കലയിൽ അനുകരിക്കുന്നത് നിശ്ചലവും സാർവലൗകികവും യുക്തിപരമായ ക്രമത്തോടുകൂടിയതുമായ ഒരു ആദർശാത്മകപ്രകൃതിയെ ആണ്. എന്നാൽ ഈ ആശയത്തെ ദിദറോട്ട് പിന്തുണയ്ക്കുന്നില്ല. അദ്ദേഹത്തിന്റെ അഭിപ്രായത്തിൽ പ്രകൃതി എന്നത് ചലനാത്മകവും ഉല്പാദനക്ഷമവുമാണ്. അതുകൊണ്ട് കലാകാരൻ/കാരി അനുകരിക്കാൻ ശ്രമിക്കുന്നത് നാമനുഭവിക്കുന്ന യഥാർത്ഥ പ്രകൃതിയെത്തന്നെയാണ്. ഫ്രഞ്ച് ക്ലാസ്സിസിസത്തിനെതിരായി ദിദറോട്ട് ഉയർത്തിയ വാദമാണ് സവിശേഷവും യഥാതഥവുമായ കല എന്നത്. സവിശേഷമായ പാരമ്പര്യത്തിനകത്ത് ഉചിതമെന്ന് അവർക്കു തോന്നിയ ചില സമ്പ്രദായങ്ങളെ ഫ്രഞ്ച് ക്ലാസ്സിസിസ്റ്റുകൾ ചില സാർവലൗകിക നിയമങ്ങളായി പറയുക മാത്രമാണ് ചെയ്തത്. ഫ്രഞ്ച് ക്ലാസ്സിസിസത്തിനകത്ത് രൂപപ്പെട്ടുവന്ന ചട്ടങ്ങൾ കൃത്രിമമായിരുന്നു. അതിന്റെ ചങ്ങലക്കെട്ടുകളിൽ നിന്ന് സൗന്ദര്യശാസ്ത്രത്തെ വിമോചിപ്പിച്ചുകൊണ്ട് കലാകാരൻ/കാരി നിരീക്ഷിക്കുകയും അനുകരിക്കാൻ ശ്രമിക്കുകയും ചെയ്യുന്നത് യഥാർത്ഥ

പ്രകൃതിയെയാണ് എന്ന് സ്ഥാപിക്കുകയാണ് ദിദറോട്ട് ചെയ്യുന്നത്. പ്രകൃതിയെ അതിന്റെ ചലനാത്മകമായ അർത്ഥത്തിലും ഉല്പാദനക്ഷമമായ അതിന്റെ ശേഷിയിലും ഉൾക്കൊള്ളുന്നതാണ് ദിദറോട്ടിന്റെ സങ്കല്പനം. അദ്ദേഹത്തിന്റെ സൗന്ദര്യശാസ്ത്രപരമായ രചനകളിൽ പ്രകൃതിക്ക് ഊന്നൽ നൽകുകയും കലയുടെ ആവിഷ്കാരത്തെക്കുറിച്ച് പറയുകയും ചെയ്യുന്നു. പില്ക്കാലത്ത് കാൽപ്പനികതയിലേക്ക് ചെന്നെത്തുന്ന ആശയങ്ങളായിത്തീരുന്നു ദിദറോട്ടിന്റെ ഈ ആശയങ്ങൾ (Bristow 2011: 43).

കലയിലെ ആവിഷ്കാരം എന്ന സംവർഗത്തെ പുതിയ മാനങ്ങളിലേക്ക് ഉയർത്തുന്നതിൽ ലെസ്സിംഗിന്റെ (Lessing) സൗന്ദര്യശാസ്ത്രപരമായ രചനകൾ വലിയ പങ്ക് വഹിച്ചിട്ടുണ്ട്. ലെസ്സിംഗ് തന്റെ പ്രശസ്തമായ 'ലക്കൂൺ: ആൻ എസ്സേ ഓൺ ദ ലിമിറ്റ്സ് ഓഫ് പെയിന്റിംഗ് ആന്റ് പോയട്രി'(1766) എന്ന കൃതിയിൽ വിർജിലിന്റെ കാവ്യങ്ങളിലെ ലക്കൂണിന്റെ ദുരിതങ്ങളും ഗ്രീക്കിലുണ്ടായ പ്രതിമയെയും മുൻനിർത്തിക്കൊണ്ട് കവിതയുടെയും പ്രതിമയുടെയും ലക്ഷ്യം ഒന്നല്ല എന്നു വാദിക്കുന്നു. കവിതയുടെ ലക്ഷ്യം സൗന്ദര്യമല്ല ആവിഷ്കാരമാണ് എന്നദ്ദേഹം പറയുന്നു. എല്ലാ കലകളും പ്രകൃതിയുടെ അനുകരണമാണെന്ന വാദത്തെയാണ് അദ്ദേഹം ചോദ്യം ചെയ്യുന്നത്. അത്തരത്തിലുള്ള ഒരു ഏകതത്വത്തിൽ നിന്ന് എല്ലാ കലാരൂപങ്ങളും നിർദ്ധരിക്കാൻ കഴിയുമെന്ന ആശയത്തോടും അദ്ദേഹം യോജിക്കുന്നില്ല. ഓരോ കലാരൂപങ്ങൾക്കും അതിന്റേതായ തത്വമുണ്ടെന്നും ഓരോന്നിനും ആവിഷ്കാരതത്വവും ആസ്വാദനതത്വവും ഉണ്ടെന്നും എല്ലാറ്റിനേയും വിശദീകരിക്കാൻ കഴിയുന്ന ഏകതത്വത്തിലേക്ക് ഇവയെ ചുരുക്കാൻ കഴിയില്ല എന്നുമുള്ള സമീപനമാണ് ലെസ്സിംഗ് സ്വീകരിക്കുന്നത്. ജ്ഞാനോദയവിമർശകരെ സംബന്ധിച്ചിടത്തോളം സാർവലൗകികതത്വങ്ങളുടെ അടിസ്ഥാനത്തിലാണ് എല്ലാത്തിനേയും വിലയിരുത്തുന്നത്. എന്നാൽ ലെസ്സിംഗ് ജ്ഞാനോദയകാലത്താണ് ജീവിച്ചിരുന്നതെങ്കിലും സാർവലൗകികതത്വം എന്നു പറയുന്ന ആശയത്തെ വിമർശിക്കുകയും നിഷേധിക്കുകയും ചെയ്യുന്നു. അതുകൊണ്ട് ജ്ഞാനോദയത്തിന്റെ വിമർശകനായാണ് അദ്ദേഹത്തെ നാം മനസിലാക്കുന്നത്. ഓരോന്നിനും അതിന്റേതായ സവിശേഷതകളുണ്ടെന്ന തത്വത്തെ അംഗീകരിക്കുക വഴി ജ്ഞാനോദയാനന്തര ചിന്തകരുടെ കാഴ്ചകൾ ലെസ്സിംഗ് അക്കാലത്തുതന്നെ പങ്കുവച്ചിട്ടുണ്ടെന്ന് പറയാം. ഇതേ ആശയങ്ങൾ പങ്കുവെക്കുന്ന ചിന്തകനാണ് ജർമ്മനിയിലെ ഹെർഡർ (Herder). ഓരോ കലാസൃഷ്ടിയേയും അതിന്റേതായ മാനദണ്ഡങ്ങൾക്കകത്തു വച്ചാണ് പരിശോധിക്കേണ്ടത് എന്ന് അദ്ദേഹവും പറയുന്നു. ഹെർഡറുടെ ഈ

ആശയങ്ങളും സാർവലൗകികതയ്ക്ക് പകരം അനന്യതയിലൂന്നുകയാണ് ചെയ്യുന്നത്. കേവലവാദത്തെയും സാർവലൗകികതയെയും കൊണ്ടുവരികയും അനന്യതകളെയും മൂർത്തതയെയും മാറ്റി നിർത്തുകയും ചെയ്യുന്ന ഈ ജ്ഞാനോദയചിന്ത വളരെ ഇടുങ്ങിയ ഒന്നാണെന്ന് പിന്നീട് നാം മനസിലാക്കുന്നുണ്ട്. വാസ്തവത്തിൽ അക്കാലത്തുണ്ടായ ചിന്തയുടെ സമ്പത്തിനെ അതിന് കാണാൻ സാധിച്ചിട്ടില്ല. ജർമ്മൻ യുക്തിവാദിയാണ് അലക്സാണ്ടർ ബോംഗാർട്ടൻ (Alexander Baumgarten) എങ്കിലും അനന്യമായ പ്രതിഭാസങ്ങളെ വിശദീകരിക്കാൻ അനന്യമായ നിയമങ്ങൾ ഉപയോഗിക്കേണ്ടതുണ്ട് എന്ന സങ്കല്പത്തെ തന്നെയാണ് ബോംഗാർട്ടനും പിൻപറ്റുന്നത്. തത്വചിന്തയിൽ നിന്ന് വ്യത്യസ്തമായ രീതിയിൽ പ്രപഞ്ചചിന്തയെക്കുറിച്ചുള്ള ധാരണ സൃഷ്ടിക്കാൻ കഴിയുന്ന ഇന്ദ്രിയാത്മകമായ മണ്ഡലമാണ് സൗന്ദര്യശാസ്ത്രമെന്നും അത് ശാസ്ത്രത്തെപ്പോലെ പ്രപഞ്ചത്തെ മനസിലാക്കാൻ നമ്മെ സഹായിക്കുമെന്നും അദ്ദേഹം പറയുന്നു. വുൾഫ് മുതൽ ഹെർഡർ വരെയുള്ള ചിന്തകരെ എടുത്തുനോക്കിയാൽ, ജ്ഞാനോദയത്തിനകത്ത് പരസ്പരം എതിരിടുന്നതെന്ന് വിശേഷിപ്പിക്കാവുന്ന ആശയങ്ങളുടെ ഒരു സമാഹാരമാണ് പതിനെട്ടാംനൂറ്റാണ്ടിലെ ജർമ്മൻ സൗന്ദര്യശാസ്ത്രം എന്നു പറയാം (Bristow 2011: 44).

ദേശീയതയും ആധുനികതയും[1]

പതിറ്റാണ്ടുകൾക്കുശേഷം ദേശീയത സാമൂഹ്യശാസ്ത്രസിദ്ധാന്തങ്ങളിൽ ഇടം നേടുന്നത് 1960 കൾക്കു ശേഷമാണ്. (ആൻഡേഴ്സൻ - [1983], 1991 ഗൽനർ-1983 ഹെച്ചർ-1979 ഹോബ്സ് ബാം -1990, നൈറ്ൻ- 1977, സ്മിത്ത്- 1986, 1995, ടിര്യാക്യൻ, റോജ് മോസ്കി -1985) ആധുനിക സമൂഹം വികസിക്കുന്നതോടെ ദേശീയത അപ്രത്യക്ഷമാകുമെന്നായിരുന്നു കമ്മ്യൂണിസ്റ്റ് മാനിഫെസ്റ്റോയിൽ മാർക്സ് പ്രവചിച്ചത്. എന്നാലിപ്പോൾ ദേശീയതയെ ആധുനികതയുടെ ഭാഗമായാണ് കണക്കാക്കുന്നത്. എങ്കിലും ഇതിന്റെ സിദ്ധാന്തവൽക്കരണത്തിന്റെ പ്രകൃതം ഒട്ടും പുതിയതല്ല. സാമൂഹ്യശാസ്ത്രത്തിന്റെ പഴയ ശ്രമങ്ങളെപ്പോലെ ആധുനികതയുടെ വിചാരമാതൃകകൾക്കകത്തു തന്നെയാണ് ദേശീയതയെ സങ്കല്പനവൽക്കരിക്കാൻ ശ്രമിച്ചിട്ടുള്ളത്. ആധുനികതയുടെ സാംസ്കാരികവും മനഃശാസ്ത്രപരവുമായ ധർമ്മത്തിന്റെ പ്രക്രിയ എന്ന നിലയ്ക്കാണ് ദേശീയതയെ കണ്ടത്. അടിസ്ഥാനപരമായ ചില വസ്തുനിഷ്ഠഘടനകളുടെ ഉപരിഘടനയാണ് ദേശീയത (Tiryakian 1985:59). ദേശീയതയുടെ ആവിർഭാവം ആധുനികരാഷ്ട്രത്തിന്റെ രൂപീകരണ പ്രക്രിയയുമായി ബന്ധപ്പെടുത്തിയാണ് നാം കാണാറുള്ളത്. യഥാർത്ഥത്തിൽ ദേശീയതയുടെ ആവിർഭാവത്തിനുള്ള കാരണം

1 ക്രിട്ടിക്കൽ ക്വസ്റ്റ് 2012 ൽ പ്രസിദ്ധീകരിച്ച ലിയ ഗ്രീൻഫെൽഡിന്റെ നാഷണലിസം ആൻഡ് മോഡേണിറ്റി എന്ന പ്രബന്ധത്തിലെ 3മുതൽ 34 വരെയുള്ള പേജുകളാണ് ഈ അധ്യായത്തിന് ആധാരം. (Liah Greenfeld, Nationalism and Modernity, Critical quest, New Delhi, 2012)

സാമ്പത്തിക ഘടകങ്ങളാണ്. അതേവിധം രാഷ്ട്രത്തിന്റെ വികാസത്തിനും മതേതരവൽക്കരണത്തിനും കാരണം സാമ്പത്തിക ഘടകങ്ങൾ തന്നെയാണ്. ആത്യന്തികമായ വിശകലനത്തിൽ മുതലാളിത്തത്തിന്റെയും വ്യവസായവൽക്കരണത്തിന്റെയും മുന്നുപാധിയും ഉൽപ്പന്നവുമാണ് ദേശീയത (Greenfeld 1991: 333-370).

ചരിത്രപരമായി നോക്കിയാൽ ദേശീയത എന്നത് വ്യവസായവൽക്കരണത്തിന്റെയും മുതലാളിത്ത സ്ഥാപനവൽക്കരണത്തിന്റെയും രാഷ്ട്രത്തിന്റെ വികാസത്തിന്റെയും മതേതരവൽക്കരണത്തിന്റെയും മുന്നുപാധിയാണ്. ദേശീയതയെ അതിന്റെ തന്നെ ഉദ്ദേശ്യത്തിന്റെ അടിസ്ഥാനത്തിൽ വിശദീകരിക്കുകയല്ലാതെ, മുതലാളിത്തത്തിന്റെയും വ്യവസായവൽക്കരണത്തിന്റെയും ഫലമാണ് ദേശീയത എന്നു പറയാനാവില്ല (Greenfeld 2012:8).

ഈ കുറിപ്പിൽ ചർച്ച ചെയ്യുന്ന സാമൂഹ്യശാസ്ത്ര പരിഗണനകൾ താഴെ പറയുന്നവയാണ്. സാമ്പത്തികവും രാഷ്ട്രീയവുമായ പുതിയ രൂപങ്ങളുടെ വികാസത്തിന് സാമൂഹ്യക്രമത്തെക്കുറിച്ചുള്ള ധാരണയിൽ ഒരു പരിവർത്തനം ആവശ്യമുണ്ട്. അതായത് സാമൂഹ്യക്രമത്തെക്കുറിച്ചുള്ള ധാരണയിൽ പരിവർത്തനം വരുമ്പോൾ മാത്രമേ സാമ്പത്തികവും രാഷ്ട്രീയവുമായ പുതുരൂപങ്ങൾ വികസിക്കുകയുള്ളൂ എന്ന ഒരു പരികല്പന ഇവിടെ പ്രവർത്തിക്കുന്നുണ്ട്. ഉദാഹരണമായി, സമത്വമെന്ന ഒരു ആശയം സ്വീകരിച്ച സമൂഹത്തിൽ നിന്നുമാത്രമേ സാമൂഹ്യസ്ഥാപനങ്ങളെന്ന നിലയ്ക്ക് മുതലാളിത്തത്തിനും ആധുനികശാസ്ത്രത്തിനും ഉയർന്നുവരാൻ കഴിയൂ. അങ്ങനെയുള്ള ഒരു സമൂഹത്തിൽ മാത്രമേ സാമൂഹ്യശ്രേണിയിൽ ഒരിടത്തു നിന്ന് മറ്റൊരിടത്തേക്കുള്ള ചലനം സാധ്യമാവൂ. മാത്രമല്ല ചലിക്കുന്നതാണ് സാധുവായിട്ടുള്ളത് എന്നും വരും. മുതലാളിത്തത്തിനും ആധുനികശാസ്ത്രത്തിനും ഇപ്പറഞ്ഞ വിധം ഒരു അയവേറിയ സാമൂഹ്യക്രമം ആവശ്യമുണ്ട്. ഏതെങ്കിലും നിഗൂഢമായ തരത്തിൽ നിങ്ങൾക്ക് അങ്ങനെയൊരു വ്യവസ്ഥ ഉണ്ടാക്കിയെടുക്കാനാവില്ല. അതായത് മനോഭാവങ്ങൾ രൂപപ്പെട്ടു വരിക എന്നത് വ്യവസ്ഥ രൂപപ്പെട്ടുവരുന്നതിന് മുന്നോടിയാണ്. വായുകടക്കാത്ത അറകൾ കൊണ്ടു തീർത്ത ശ്രേണീകൃതമായ ഒരു സമൂഹത്തിന് മുതലാളിത്തത്തെയും ശാസ്ത്രത്തേയും ഇറക്കുമതി ചെയ്യാനാകും; പക്ഷേ അവയെ അതിന്റെ പ്രഥമസ്ഥാനത്തു പ്രതിഷ്ഠിക്കാനാവില്ല. അതുപോലെ ആധുനിക പൂർവ സമൂഹങ്ങളിലെ ഭരണകൂടങ്ങളിൽ പരമാധികാരം ഒന്നുകിൽ രാജാവിനോ അല്ലെങ്കിൽ വംശപരമ്പരയ്ക്കോ ആണ്. പകരം പരമാധികാരം ജനങ്ങൾക്കാണുവേണ്ടതെന്ന

ഒരു സങ്കല്പം രൂപപ്പെട്ടുവരാതെ നിങ്ങൾക്ക് ഭരണകൂടത്തെ മാറ്റാനാവില്ല (Greenfeld 2012: 8-9). (അവബോധരൂപീകരണത്തിൽ നിന്നു മാറ്റി നിർത്തിക്കൊണ്ട് ഭരണകൂടത്തെ മാറ്റാനാവില്ല, സാമ്പത്തിക രാഷ്ട്രീയഘടനകൾക്കു മാറ്റം വരുത്താനുമാവില്ല.)

ദേശീയത: നിർവചനം

അധികാരത്തിന്റെ സാമൂഹ്യവൽക്കരണവും സാമൂഹ്യക്രമത്തിന്റെ സമത്വവൽക്കരണവും പൂർത്തീകരിക്കപ്പെട്ടത് ദേശീയതയുടെ ഘട്ടത്തോടുകൂടിയാണ്. ദേശീയത എന്നത് തങ്ങൾ ജീവിച്ചുകൊണ്ടിരുന്ന പരമ്പരാഗത സമൂഹ്യഘടനകൾ പ്രവർത്തനക്ഷമമല്ലെന്നു തിരിച്ചറിഞ്ഞവരുടെ ഒരു പ്രതികരണമാണ്. ആധുനികസമൂഹത്താൽ പകരം വയ്ക്കപ്പെട്ട പരമ്പരാഗത സമൂഹ്യഘടന ക്രമരാഹിത്യമാണ് സൃഷ്ടിച്ചതെന്നവർ മനസ്സിലാക്കി. ദേശീയത എന്നത് ഒരു അനിവാര്യമായ തെരഞ്ഞെടുപ്പായിരുന്നില്ല, പക്ഷേ ആകസ്മികമായിരുന്നു. ഏതുരൂപമാർജിച്ചാലും ഏതു വേഗത്തിൽ ചലിച്ചാലും ആത്യന്തികമായി പ്രാചീന സമൂഹത്തിന്റെ പൂർണമായ തകർച്ച എന്നതായിരുന്നില്ല, വലിയൊരളവോളം പഴയ സമൂഹത്തിന്റെ പ്രവർത്തനക്ഷമതയില്ലായ്മയോടുള്ള ദേശീയപ്രതികരണമായിരുന്നു ഇത്. ചരിത്രത്തിന്റെ ഒരു ഘട്ടത്തിൽ ദേശീയതയാണ് മാറ്റത്തിന്റെ വേഗത വർധിപ്പിച്ചത്. ഭാവി വികാസത്തിന്റെ സാധ്യതകളെ അതു പരിമിതപ്പെടുത്തുകയും ചെയ്തു. അങ്ങനെ സമൂഹരൂപീകരണത്തിൽ ഒരു പ്രധാന ഘടകമായി ദേശീയത മാറി. പഴയക്രമത്തിൽ നിന്ന് ആധുനികതയിലേക്കുള്ള പരിണാമത്തെ സംബന്ധിച്ച സങ്കല്പനങ്ങൾ രൂപീകരിക്കുകയും അത് സാക്ഷാത്കരിക്കുകയും ചെയ്തത് ദേശീയതയാണ് (Greenfeld 2012: 9-10).

പൊതുവായി പറഞ്ഞാൽ ദേശീയത എന്നത് ഒരു കുടവാക്കാണ് (umbrella term). ദേശീയസ്വത്വം, അതുമായി ബന്ധപ്പെട്ട അവബോധം, സമുദായങ്ങൾ തുടങ്ങിയ പല പ്രതിഭാസങ്ങളും അതിനകത്ത് ഉൾപ്പെട്ടിട്ടുണ്ട്. കൃത്യമായി പറഞ്ഞാൽ ദേശീയസ്വത്വത്തിന്റെ സങ്കല്പനപരമായ ചട്ടക്കൂടിനെ രൂപീകരിക്കുന്ന ആശയങ്ങളെയും വികാരങ്ങളെയുമാണ് ഇത് സൂചിപ്പിക്കുന്നത്. ദേശീയ സ്വത്വം എന്നത് മതം, പ്രദേശം, തൊഴിൽ, ഗോത്രം, ഭാഷ, ലിംഗം, വർഗം തുടങ്ങി സഹസ്ഥിതവും പരസ്പരം അതിവർത്തിക്കുന്നതുമായ നിരവധി സ്വത്വങ്ങളിൽ ഒന്നാണ്. പക്ഷേ ആധുനിക സമൂഹത്തിൽ ദേശീയ സ്വത്വത്തെയാണ് നാം അടിസ്ഥാനപരമായി കണക്കാക്കാറുള്ളത്. ഒരു വ്യക്തിയുടെ സ്വത്വം നിർവചിക്കപ്പെടുന്നത് ദേശീയസ്വത്വത്തിന്റെ

അടിസ്ഥാനത്തിലാണെന്ന് വിശ്വസിക്കപ്പെടുന്നു. മറ്റുള്ള സ്വത്വബോധങ്ങളെല്ലാം ഇതിന്റെ അടിസ്ഥാനത്തിൽ പരിഷ്കരിക്കപ്പെടുകയും ദ്വിതീയമായി പരിഗണിക്കപ്പെടുകയും ചെയ്യുന്നു. ആധുനികസമൂഹങ്ങൾ നിർവചനം കൊണ്ടുതന്നെ ദേശങ്ങളാണ്. ദേശീയതകളായി വികസിക്കാത്ത സമൂഹങ്ങളൊക്കെ ഇപ്പോഴും ആധുനികമായ സമൂഹങ്ങളായിട്ടില്ല എന്നാണ് വിശ്വസിക്കപ്പെടുന്നത്. മുൻപ് മറ്റു പല സ്വത്വങ്ങളും നിലനിന്ന സമൂഹങ്ങളാണ് സമകാലത്ത് ദേശങ്ങളായി മാറിയത് (Greenfeld 2012: 10).

വ്യക്തിതലത്തിലായാലും സാമൂഹ്യതലത്തിലായാലും ദേശീയസ്വത്വത്തിന്റെ ഉറവിടം ജനം എന്ന സങ്കല്പത്തിലാണ്. പരമാധികാരമുള്ള എന്ന അർത്ഥത്തിലാണ് 'ജനം' എന്ന പദം ഉപയോഗിക്കുന്നത്. വിശ്വാസ്യതയുടെ കേന്ദ്രപ്രമേയവും സംഘബോധത്തിന്റെ അടിത്തറയും ജനം എന്ന സങ്കല്പമാണ്. ജനം എന്നത് ഒരു ജനസമൂഹമാണ്. അതിന്റെ അതിരുകളും സ്വഭാവവും പല മട്ടിൽ നിർവചിക്കപ്പെട്ടിട്ടുണ്ട്. മൂർത്തമായ ഒരു സമൂഹത്തെക്കാൾ വലുതായാണത് വിലയിരുത്തപ്പെടുന്നത്. പദവികൾ, വർഗം, പ്രദേശം, വംശീയത എന്നിവയുടെ അടിസ്ഥാനത്തിലുള്ള വിഭജനം ഉപരിപ്ലവമാണ് എന്നും അടിസ്ഥാനപരമായി അത് സമത്വമുള്ളവരുടെ സമുദായം എന്ന അർത്ഥത്തിൽ ഏകാത്മകമാണ് എന്നും പരിഗണിക്കപ്പെടുന്നു. ദേശീയത സങ്കല്പനപരമാണ്. ദേശം എന്ന ആശയത്തിൽ അന്തർഭവിച്ചിട്ടുള്ള 'ജനം' എന്ന സങ്കല്പത്തിലാണ് ഇതിന്റെ അടിത്തറ (Greenfeld 2012: 11).

ദേശം എന്ന പദം അതിന്റെ ആധുനികമായ അർത്ഥം കൈവരിക്കുകയും 'ജനം'എന്നതിന്റെ പര്യായമായി മാറുകയും ചെയ്തപ്പോൾ, അതിന് 'വരേണ്യർ' അഥവാ സംസ്കാരത്തിന്റെയും രാഷ്ട്രീയത്തിന്റെയും അധികാരത്തെ പ്രതിനിധാനം ചെയ്യുന്ന വരേണ്യവർഗം എന്ന മട്ടിൽ ഒരു അർത്ഥം കൈവന്നു. പതിനാറാം നൂറ്റാണ്ടിൽ ഇംഗ്ലണ്ടിൽ ഈ അർത്ഥത്തിലാണ് 'ജനം' എന്ന വാക്ക് പ്രയോഗിച്ചു വന്നത്. ജനം, ദേശം എന്നീ സങ്കല്പനങ്ങൾ ചേർത്തൊരു സമവാക്യം ഉണ്ടാക്കി എന്നത് സങ്കല്പനപരമായ ഒരു വിപ്ലവം തന്നെയായിരുന്നു. ദേശീയവൽക്കരണത്തിനു മുമ്പ് 'ജനം' എന്ന വാക്ക് ഒരു പ്രത്യേക പ്രദേശത്തു ജീവിക്കുന്നവർ, അധഃസ്ഥിതർ തുടങ്ങിയ അർത്ഥത്തിലാണ് പ്രയോഗിച്ചിരുന്നത്. 'ജനം' സമം 'ദേശം' എന്നു പുനർനിർവചിക്കപ്പെട്ടപ്പോൾ പ്രതീകാത്മകമായി ഒരു പ്രദേശത്തെ ജനത വരേണ്യപദവിയലേക്കുയർത്തപ്പെടുകയാണുണ്ടായത്. അതിന്റെ ഫലമായി അതുവരെ ശ്രേണീകൃതമായി കണ്ടിരുന്ന ജനതയെ ഒരു ഏകാത്മക ജനതയായി കാണാൻ തുടങ്ങുകയും

ജനങ്ങളാണ് പരമാധികാരികളെന്ന് വരികയും ചെയ്തു. എല്ലാ ദേശീയതകളുടെയും അടിത്തട്ടിൽ ഈയൊരു തത്വമുണ്ട്. ദേശീയത എന്നത് പൊതുവായ പ്രതിഭാസങ്ങളുടെ ആവിഷ്കാരമായി വിലയിരുത്തപ്പെടുന്നു. ദേശീയത എന്ന തത്വത്തിന്റെ അടിസ്ഥാനത്തിൽ രൂപപ്പെട്ടുവന്നതാണ് ആധുനികസമൂഹങ്ങൾ. ആധുനികതയുടെ സാമ്പത്തികവും രാഷ്ട്രീയവുമായ ഘടനകളുടെ വികാസത്തിന് കാരണമായിത്തീർന്നത് ഈയൊരു അടിസ്ഥാന തത്വമാണ് (Greenfeld 2012: 11).

ദേശീയത എന്ന വികസനപ്രക്രിയ

ദേശം എന്നത് ഒരു വരേണ്യതയായി രൂപപ്പെട്ടത് യഥാർത്ഥത്തിൽ പരിവർത്തനങ്ങളുടെ ഒരു നീണ്ടശ്രേണിയുടെ ഫലമായാണ്. ഘടനാപരവും അർത്ഥപരവുമായ സംഭവങ്ങളെ യോജിപ്പിച്ചുകൊണ്ട് സംഭവിച്ച ഒന്നാണ് ഈ പരിണാമം. ആവർത്തിച്ചുള്ള ഉപയോഗം മൂലം ഈ പ്രക്രിയയുടെ ഓരോ ഘട്ടത്തിലും പ്രസ്തുത സങ്കല്പം ഘടനാപരമായി ചില പരിമിതികൾക്കകത്ത് ഉൾപ്പെട്ടിട്ടുണ്ട്. വ്യാവഹാരികതയുടെ അതിരുകൾക്കകത്താണ് ദേശം എന്ന വാക്കിന്റെ അർത്ഥം രൂപപ്പെടുന്നത്. എങ്കിലും ഈ വ്യാവഹാരികതയുടെ അതിരുമായി ബന്ധപ്പെട്ട മറ്റ് വസ്തുതകൾ അഥവാ പ്രബലമായ അർത്ഥവുമായി നേരിട്ട് ബന്ധമില്ലാത്തതും എന്നാൽ ഈ വാക്കുമായി ബന്ധപ്പെട്ടിട്ടുള്ളതുമായ അർത്ഥങ്ങൾ ഈ സംജ്ഞയ്ക്ക് ദ്വന്ദ്വാത്മകത നൽകുന്നു. ദേശം എന്നതിന് പ്രബലമായ അർത്ഥവും അതിനോട് ചേർന്നു നിൽക്കുന്ന മറ്റ് അർത്ഥങ്ങളും സൂചനകളും ഉണ്ട്. പ്രബലമായ അർത്ഥത്തെ നിർണയിക്കുന്നത് അതിന്റെ വ്യാവഹാരികതയുടെ അതിരുകളാണ്. അതേ സമയം ഈ വാക്കുകളോട് ചേർന്നു നിൽക്കുന്നതോ അനുബന്ധമായതോ ആയ അർത്ഥസൂചനകളും ഉണ്ടായിരിക്കും. അവ രണ്ടും ചേർന്ന് ഈ സംജ്ഞക്ക് അർത്ഥത്തിന്റേതായ ദ്വന്ദാത്മകത സൃഷ്ടിക്കുന്നു. പ്രബലമായ അർത്ഥം ചരിത്രത്തിന്റെ മറ്റൊരു സന്ദർഭത്തിൽ മാഞ്ഞു പോവുകയും പകരം പുതിയ ചില അർത്ഥരൂപങ്ങൾ പ്രബലമാവുകയും ചെയ്യും. അതോടെ ഈ സങ്കല്പനം പുതിയൊരു സങ്കല്പനമായി സ്വീകരിക്കപ്പെടുകയും ചെയ്യാം. (ഇതിനെയാണ് അർത്ഥപരിണാമം എന്നു പറയുന്നത്.) ദേശമെന്ന വാക്കിന് എല്ലായ്പ്പോഴും അർത്ഥപരിണാമം സംഭവിച്ചുകൊണ്ടിരിക്കുന്നു. ഘടനാപരമായ നിയന്ത്രണങ്ങളാൽ സംഭവിക്കുന്ന ഈ അർത്ഥപരിണാമപ്രക്രിയ പുതിയ സങ്കല്പനങ്ങൾക്ക് രൂപം നൽകുന്നു. അതേ സമയം ഘടനാപരമായ അർത്ഥപരിണാമത്തിന്റെ ഭാഗമായി വരുന്ന മാറ്റങ്ങൾ എന്നപോലെ

ദേശം എന്ന സംജ്ഞക്ക് വിപ്ലവപ്രവർത്തനങ്ങളുടെ ഫലമായി മാറ്റം സംഭവിക്കും. ഘടനാപരമായ അതിർത്തികൾ പുനർനിർവചിക്കപ്പെടുകയും വ്യാഖ്യാനിക്കപ്പെടുകയും പുനർസങ്കല്പനം ചെയ്യപ്പെടുകയും ചെയ്യുന്നതിന്റെ ഫലമായും അർത്ഥപരിണാമം സംഭവിക്കും. പുതിയ സങ്കല്പനങ്ങൾ ഉണ്ടായിവരുമ്പോൾ അത് നമ്മുടെ സന്ദർഭത്തെയും ലക്ഷ്യത്തെയും മാറ്റിത്തീർക്കും (Greenfeld 2012: 11-12).

മധ്യകാല ക്രിസ്തീയസഭകളിൽനിന്നാണ് വരേണ്യം എന്ന അർത്ഥത്തിൽ ദേശം എന്ന സങ്കല്പനം ആവിർഭവിക്കുന്നത്. അന്നത്തെ ഇംഗ്ലണ്ടിലെ രാഷ്ട്രീയവും സാംസ്കാരികവുമായ അധികാരത്തെ പ്രതിനിധാനം ചെയ്ത ഗണങ്ങളാണ് ദേശം എന്നറിയപ്പെട്ടത്. ഈ പ്രത്യേക ഗണങ്ങൾക്ക് അതിനകത്ത് പരമാധികാരം ഉണ്ടായിരുന്നു. അതായത് മതപരവും മതേതരവുമായ പ്രവിശ്യകളുടെ പരമാധികാരം ഉണ്ടായിരുന്ന ആളുകളുടെ ഗണത്തെയാണ് ദേശം എന്നു വിളിച്ചിരുന്നത്. ദേശം എന്നത് ഇംഗ്ലണ്ടിലെ ജനങ്ങൾക്കുമാത്രം അവകാശപ്പെട്ടതായിരുന്നു. ഇംഗ്ലണ്ടിലെ സമൂഹം വരേണ്യമായി പ്രവർത്തിക്കണം, പെരുമാറണം എന്നതായിരുന്നു സങ്കല്പം. ഇംഗ്ലീഷ് സമൂഹത്തിന് അടിസ്ഥാനപരമായി വന്നുകൊണ്ടിരുന്ന ഘടനാപരമായ പരിണാമത്തിന്റെ ഒരു സൂചനയായാണ് ദേശം എന്ന വാക്ക് രൂപപ്പെട്ടത് (Greenfeld 2012: 12).

താഴെ തട്ടിലുള്ള മനുഷ്യരുടെ ഇടയിൽ നിന്ന് ഉയർന്നുവന്നവർ പ്രതിനിധാനം ചെയ്യുന്നതായിരുന്നു ദേശം എന്ന വാക്ക്. അവർ അപ്പോഴേക്കും അധികാരത്തിന്റെ ഉന്നതതലങ്ങളിൽ എത്തിപ്പെട്ടിരുന്നു. ഇംഗ്ലണ്ടിലെ ആഭ്യന്തരയുദ്ധം(wars of roses) പരമ്പരാഗത നാടുവാഴി സ്വഭാവമുള്ളവരെ ദുർബലരാക്കി. അതോടുകൂടി സാമൂഹ്യശ്രേണിയുടെ ഉന്നതങ്ങളിൽ ഒരു ശൂന്യത സൃഷ്ടിക്കപ്പെട്ടു. അതിനെത്തുടർന്നു ഒരു പുതിയ അധികാരി വർഗം(Tudors) ഉയർന്നു വന്നു. 1530കളോടെ പുതുതായി ഉയർന്നു വന്ന ഈ വിഭാഗം പുരോഹിതവർഗത്തെ പുറന്തള്ളി. അതുവരെ സഭാപുരോഹിതന്മാരായിരുന്നു രാജാവിനെ സഹായിച്ചിരുന്നത്. സർവകലാശാലകളിലും മറ്റും പരിശീലനം ലഭിച്ച പുതിയ സാധാരണക്കാരായ ആളുകളെ രാജാവിന് ഭരണകാര്യങ്ങളിൽ ആശ്രയിക്കേണ്ടിവന്നു. പുതുതായി ഉയർന്നു വന്ന ഈ പ്രഭുവർഗം സവിശേഷമായ കഴിവുകളും വിദ്യാഭ്യാസവും നേടിയ സാധാരണക്കാരായിരുന്നു. ന്യൂനപക്ഷ വിഭാഗങ്ങളിൽ നിന്നും വളരെ താഴെ തട്ടിലുള്ള സാമൂഹ്യവിഭാഗത്തിൽനിന്നുമാണവർ വരേണ്യപദവികളിൽ എത്തിപ്പെട്ടത്. ആ തെരഞ്ഞെടുപ്പിന്റെ ആധാരം ജന്മമായിരുന്നില്ല, അവരുടെ കഴിവുകളായിരുന്നു. ഘടനാപരമായ പരിണാമത്തിന്റെ ഒരു സൂചനയായിരുന്നു ഇത് (Greenfeld 2012: 12).

നിലനിന്നിരുന്ന പാരമ്പര്യസമൂഹത്തിന്റെ ചട്ടങ്ങളിൽ നിന്നു പുറത്തു കടന്ന സാധാരണമനുഷ്യരുടെ ചരിത്രസന്ദർഭത്തിൽ നിന്നു വേണം നാം ദേശീയതയെ വിലയിരുത്താൻ. സാമാന്യജനങ്ങൾക്ക് സാമൂഹ്യമായ ഉദ്ഗതിക്ക് ഒരു സാഹചര്യവുമില്ലാത്ത ഒന്നായിരുന്നു പാരമ്പര്യസമൂഹം. അത് ഇനി മേലിൽ സാധ്യമല്ല എന്ന് ആഭ്യന്തര കലാപത്തിനു ശേഷം ഇംഗ്ലണ്ടിലെ സമൂഹം തെളിയിച്ചു. അങ്ങനെ രൂപപ്പെട്ടു വന്ന, ജന്മം കൊണ്ട് സാധാരണക്കാരായ പുതിയ വരേണ്യ സമൂഹത്തിന് പാരമ്പര്യസമൂഹവുമായി ഒരിക്കലും പൊരുത്തപ്പെടാൻ കഴിയാത്തതായി തോന്നി. പകരം എല്ലാ മനുഷ്യരും ശ്രേഷ്ഠരാണ് എന്ന ആശയം കൊണ്ട് അവർ പാരമ്പര്യസമൂഹത്തെ പകരം വച്ചു (Greenfeld 2012: 13).

ദേശം എന്ന ആശയം പിന്നീട് കൂടുതൽ രൂഢമൂലമായി. ഈ സങ്കല്പം സമൂഹത്തിലെ താഴെ തട്ടിലുണ്ടായിരുന്ന പലരെയും ഉയർന്ന പദവിയിലെത്തിച്ചു. അതിലൂടെയാണ് രാഷ്ട്രം പരമാധികാരമുള്ള ഒന്നായിത്തീരുന്നത്. പരമാധികാരം എന്നതിന്റെ അർത്ഥം ജനങ്ങൾക്ക് അധികാരം ലഭിക്കുന്നു എന്നതാണ്. സമൂഹത്തിന്റെ കൂടുതൽ വിപുലമായ മണ്ഡലത്തെ ഉൾക്കൊള്ളുന്നതും കൂടുതൽ സമൂഹങ്ങളിലേക്ക് വ്യാപിച്ചതുമായ ആശയമായി ദേശം മാറി. ഇംഗ്ലണ്ടിന്റെ ഈ ഉയർച്ച അതിന്റെ തീരങ്ങളും കടന്ന് പലദേശങ്ങളിലേക്കും വ്യാപിച്ചു. അത് പല രാജ്യങ്ങളിലേക്കും കയറ്റുമതി ചെയ്യപ്പെട്ടു. അതിന്റെ ഘടനാപരമായ വൈരുധ്യങ്ങളെ പരിഹരിച്ചുകൊണ്ട് ഓരോ ദേശങ്ങളും സമുദായങ്ങളും സ്വതന്ത്രമായി ഈ ആശയങ്ങളെ സ്വീകരിച്ചു. അവിടെ ഉണ്ടായിരുന്ന പഴയ ക്രമങ്ങളെ അത് പുതുക്കി പണിതു (Greenfeld 2012: 13).

ജാതി/ജന്മി/നാട്ടുവാഴിത്ത/സമൂഹമെന്ന പഴയക്രമത്തിൽ ആത്മാഭിമാനമുള്ളവരും മറ്റുള്ളവരാൽ ആദരിക്കപ്പെട്ടുന്നവരും ആഭിജാത്യമുള്ളവരായി ജീവിക്കാൻ കഴിഞ്ഞിരുന്നവർ ന്യൂനപക്ഷമായിരുന്നു. ബഹുഭൂരിപക്ഷം വരുന്ന ജനങ്ങൾ ഇതൊന്നും ഇല്ലാത്തവരായിരുന്നു; അവർക്ക് അപമാനം മാത്രമാണ് ഉണ്ടായിരുന്നത്. ഈ അപമാനത്തെ സഹനീയമാക്കാനും പലപ്പോഴും അത് ആസ്വദിക്കാനും അവർ പ്രേരിപ്പിക്കപ്പെട്ടു. അവർക്ക് ഒരിക്കലും അതിൽനിന്ന് പുറത്തു കടക്കാൻ സാധിച്ചില്ല. തങ്ങളുടെ ഈ അപമാനകരമായ അവസ്ഥയെ സാധൂകരിക്കുകയോ സഹിക്കുകയോ അതിൽ സന്തോഷിക്കുകയോ ചെയ്യാൻ മാത്രമേ അവർക്ക് കഴിഞ്ഞിരുന്നുള്ളൂ. അവിടെയുണ്ടായിരുന്ന വരേണ്യർപോലും ഈയൊരു ജീർണതയിൽ നിന്ന് മുക്തരായിരുന്നില്ല. നിയമങ്ങൾ ഭദ്രമായിരുന്നാൽ മാത്രമേ അവർക്ക് തങ്ങളുടെ പദവി ഉറപ്പിക്കാൻ സാധിച്ചിരുന്നുള്ളൂ. മാമൂലുകളുടെയും ചട്ടങ്ങളുടെയും

ആചരണത്തിലൂടെ മാത്രമേ ഈ പദവി ഉറപ്പിക്കാനാവുമായിരുള്ളൂ. ആ ചട്ടങ്ങൾ ആചരിക്കപ്പെടാതായാൽ അവരുടെ പദവിയും അസ്ഥിരമാവും. ആയതിനാൽ ചട്ടങ്ങൾ പാലിക്കപ്പെടുന്നുണ്ടെന്നത് ഉറപ്പുവരുത്താൻ അവർ ശ്രദ്ധിച്ചു (Greenfeld 2012: 13).

ഫ്രാൻസ്, റഷ്യ, ജർമ്മനി എന്നീ രാജ്യങ്ങളിലെ വരേണ്യവർഗങ്ങളുടെ പദവിയിലുണ്ടായ അസ്ഥിരത ഈ സമൂഹങ്ങൾ ദേശീയസ്വത്വത്തിലേക്ക് മാറി എന്നതിനെ സൂചിപ്പിച്ചു. അസ്പഷ്ടമായ കാരണങ്ങളാൽ വരേണ്യ വിഭാഗത്തിലെ ആളുകളുടെ പദവി ഇളകാൻ തുടങ്ങി. ഈ വിഭാഗത്തിൽപ്പെട്ട ആളുകളിൽ അകാരണമായി ഉത്കണ്ഠയും അരക്ഷിതാവസ്ഥയും ജനിക്കാൻ തുടങ്ങുകയും ചെയ്തു. ഇതെല്ലാം ഒരു സമൂഹം ദേശീയതയിലേക്ക് പ്രവേശിക്കുന്നതിന്റെ സൂചനയായിരുന്നു. ഈ സമൂഹത്തിന്റെ സാമൂഹ്യമായ ഉൽക്കർഷത ഭീഷണിയിലായി. സാമൂഹ്യമായി ഉൽക്കർഷത നേടാൻ അവർ നടത്തിയ ശ്രമങ്ങൾ പലതും പരാജയപ്പെട്ടു. മാത്രമല്ല അവർക്കുണ്ടായിരുന്ന സാമൂഹിക ഉന്നതി നഷ്ടപ്പെടുമെന്ന ഭയവും അവരിലുണ്ടായി. അതുവരെയുണ്ടായിരുന്ന സമൂഹത്തിലെ ഗണങ്ങൾക്കിടയിലെ മാത്സര്യത്തെ ദേശീയത കുറച്ചുകൊണ്ടു വന്നു. ഘടനാപരമായി നോക്കിയാൽ ഇത് ഏറെക്കുറെ ഇംഗ്ലണ്ടിലേതിനു സമാനമായിരുന്നു. ഇംഗ്ലണ്ടിലെ പ്രഭുവർഗത്തിനു സംഭവിച്ചതുതന്നെയാണ് മറ്റു സ്ഥലങ്ങളിലും സംഭവിച്ചത്.തങ്ങളുടെ പരമ്പരാഗത സ്വത്വത്തോട് ചേർന്നു നിൽക്കാൻ അവർക്ക് സാധിച്ചില്ല. അതിൽ അവർ അസംതൃപ്തരാവുകയും തത്ഫലമായി അവർക്ക് ഒരു അസ്ഥിരത അനുഭവപ്പെടുകയും ചെയ്തു. സാമൂഹ്യക്രമം എന്താണോ നിർവചിക്കാൻ ശ്രമിച്ചത് അതും അവരുടെ അനുഭവവും തമ്മിൽ പൊരുത്തക്കേടുണ്ടായി എന്നർത്ഥം. ഈ പൊരുത്തക്കുറവ് പരമ്പരാഗത സ്വത്വത്തോട് ചേർന്നു നിൽക്കുന്നതിൽ വലിയ തോതിലുള്ള അസംതൃപ്തി അവരിലുളവാക്കി (Greenfeld 2012: 13-14).

ഫ്രാൻസിൽ അഭിജാതവർഗത്തിൽ പിറന്നവർക്കിടയിൽ നിന്നുതന്നെയാണ് ഫ്രാൻസിന്റെ ദേശീയസ്വത്വം ഉയർന്നു വന്നത്. തങ്ങളുടെ പദവി എന്താണ് എന്നതിനെ സംബന്ധിച്ച നിർവചനം അവർക്ക് തൃപ്തികരമായി തോന്നിയില്ല. അതുകൊണ്ടവർ അതിനെ പുനർനിർവചിക്കാൻ ശ്രമിച്ചു. അങ്ങനെ അവർ രാജഭരണത്തിലെ പുരോഹിതന്മാരിൽ നിന്നു വ്യത്യസ്തമായി പ്രഭുകുടുംബത്തിൽ നിന്നുള്ള ബുദ്ധിജീവികളായി വളർന്നുവന്നു. പതിനെട്ടാം നൂറ്റാണ്ടിലാണ് ഫ്രാൻസിലെ ദേശീയവാദം ശക്തിപ്പെടുന്നത്. കുലീനർക്കിടയിൽ പദവിപരമായ അസ്ഥിരത ഒരു നൂറ്റാണ്ടോളം നിലനിന്നു. തകരുന്ന പ്രഭുവാഴ്ചയുടെ

ഗർഭത്തിൽനിന്നും പ്രഭുത്വത്തിന്റെ അസ്ഥിരതയിൽ നിന്നും രൂപപ്പെട്ടു വന്ന ഈ സാമൂഹിക അവ്യവസ്ഥയാണ് ദേശീയതയുടെ വളർച്ചക്ക് കാരണമായത്. പുതിയ പ്രഭുവർഗമായി മാറിയ ലിബറൽ ബൂർഷ്വാസി പഴയ പ്രഭുവാഴ്ചയെ തകർത്തു എങ്കിലും പുതിയ വിപ്ലവത്തെ സാധ്യമാക്കിയില്ല. ഇംഗ്ലണ്ടിൽ നിന്നു വ്യത്യസ്തമായി ഫ്രാൻസിലെ കുലീനവർഗം തകർന്നത് യുദ്ധത്തിലൂടെയല്ല. പ്രഭുവർഗത്തിനകത്തുനിന്ന് ഉയർന്നു വന്ന അതൃപ്തികളാണ് ഫ്രഞ്ചുവിപ്ലവത്തിന് കാരണമായിത്തീർന്നത്. ഫ്യൂഡൽ പ്രഭുക്കളുടെ 17, 18 നൂറ്റാണ്ടുകളിലെ പിൻമുറക്കാർ വളരെ അസംതൃപ്തമായ ജീവിതമാണ് നയിച്ചിരുന്നത്. ഇവർ കഠിനമായ മനോവ്യഥക്ക് കീഴ്പ്പെട്ടിരുന്നു. പതിനാറാം നൂറ്റാണ്ടിൽ ഫ്രാൻസിലെ കുലീന കുടുംബാംഗങ്ങൾ മറ്റു ജോലികളിൽ ഏർപ്പെട്ടിരുന്നില്ല എന്നു മാത്രമല്ല അവർക്ക് ഭരണത്തിൽ വലിയ പങ്കുമുണ്ടായിരുന്നില്ല. ഇത് പ്രഭുവർഗത്തിന്റെ സാമ്പത്തിക ഭദ്രതയെ തകർത്തു. അതിന്റെ ഫലമായി കുലീനവർഗം സമ്പത്തിൽ നിന്നും അധികാരത്തിൽ നിന്നും അകന്നു തുടങ്ങി. അതുകൊണ്ടു തന്നെ അവർക്ക് രാജാവിനെ അമിതമായി ആശ്രയിക്കേണ്ടിവന്നു. ഈ ആശ്രിതത്വം രാജാവിനെ കേവലാധികാരിയാക്കി മാറ്റുകയും അത് രാജാവിന്റെ അധികാരത്തെ ഉറപ്പിക്കുകയും ചെയ്തു. അതേസമയം അസംതൃപ്തരായവരിൽ ഒരു വിഭാഗം ഇതിനെ എതിർത്തു. അങ്ങനെ കുലീനർക്കിടയിൽത്തന്നെ വൈരുദ്ധ്യം മൂർച്ഛിച്ചു വന്നു. പ്രഭുവർഗത്തിലെ പുതുതലമുറ പൂർണമായും രാജാവിന്റെ ആശ്രിതരായതോടെ രാജാവ് നിയന്ത്രണം വർധിപ്പിച്ചു. അധികാരത്തെ ഉറപ്പിച്ചു. എന്നാൽ അവർ ഇതിനെ കഠിനമായി എതിർത്തു. ഏകാധിപത്യത്തിനെതിരായി ദേശീയതയെ ആണ് കുലീനർ മുന്നോട്ടു വെച്ചത്. ഫ്രഞ്ച് വിപ്ലവം ഫ്യൂഡൽ സമൂഹത്തിനകത്തു നിന്നുള്ള ഒരു പ്രതികരണമായിരുന്നു (Greenfeld 2012: 14-15).

വിധേയത്വത്തിന്റെ പരമമായ വസ്തു ദേശമാണെന്നും ദേശം എന്നത് പരമാധികാരത്തെ വഹിക്കുന്നതും എല്ലാവരും കീഴ്പ്പെട്ടിരിക്കുന്നതുമായ ഒരു വസ്തുതയാണെന്നും വന്നതോടെ ഇതെല്ലാം രാജാവിൽ നിന്നെടുത്തുമാറ്റപ്പെട്ടു. ഇംഗ്ലണ്ടിൽ രാജാവിനെ പരിപൂർണമായി നിയന്ത്രിക്കുന്ന പാർലമെന്റ് രൂപപ്പെട്ടു വന്നു. അതിലൂടെ പഴയ രാഷ്ട്രീയാധികാരം പ്രഭുവർഗം നിലനിർത്തി. ഫ്രാൻസിൽ കുലീനവർഗം എന്നതിനു സമാനമായാണ് ദേശം എന്ന വാക്ക് ഉപയോഗിച്ചു വന്നത്. ഈ ആശയം കൂടുതൽ വിപുലമായപ്പോൾ ഏതിനെയാണോ ദേശീയത തകർക്കാൻ ലക്ഷ്യമിട്ടത് അതിനെ തിരിച്ചുകൊണ്ടുവന്നു. പരമമായ വിധേയത്വത്തിന്റെ വസ്തുവിനെ അതു മുന്നോട്ടുവച്ചു. പക്ഷേ ഈ പ്രഭുവർഗം രാഷ്ട്രത്തോട്

ഒട്ടിച്ചേർന്നു കഴിഞ്ഞിരുന്നു. അതോടെ രാഷ്ട്രത്തെ സേവിക്കുക എന്നത് പുതിയ വരേണ്യവർഗത്തെ സേവിക്കുക എന്നായി മാറി (Greenfeld 2012: 15).

റഷ്യൻ ദേശീയതയുടെ ആവിർഭാവവും ഏകദേശം സമാനമാണ്. ആദ്യകാല റഷ്യൻ ദേശീയവാദികൾ ഉണ്ടായിവരുന്നത് കുലീനസേവന വിഭാഗങ്ങളിൽനിന്നു തന്നെയാണ്. പ്രസ്തുത വർഗത്തിലെ വ്യക്തികൾ അനുഭവിച്ച അവരുടെ പദവിയിലെ അസന്തുഷ്ടിയും അരക്ഷിതാവസ്ഥയും ദേശീയ സ്വത്വത്തിന്റെ നിർമ്മിതിക്ക് കാരണമായി. ഭരണവർഗം എന്ന സ്വത്വം തകർന്നുപോവുകയും മാനസികമായി അകാരണമായ വ്യഥ അനുഭവിക്കുകയും ചെയ്ത കുലീനരുടെ അരക്ഷിതാവസ്ഥയിൽ നിന്ന് ഊറിക്കൂടി വന്നതാണ് റഷ്യൻ ദേശീയത. മറ്റുള്ള ഇടങ്ങളിൽ നിന്നു വ്യത്യസ്തമായി സേവനവർഗത്തിൽ നിന്നുമാണ് റഷ്യൻ കുലീന ദേശീയവാദം രൂപപ്പെട്ടത്. മറ്റു യൂറോപ്യൻ രാജ്യങ്ങളിലേതു പോലുള്ള ഫ്യൂഡലിസം റഷ്യയിൽ ഉണ്ടായിരുന്നില്ല. രാജാവിനെ എത്രമാത്രം സേവനത്തിലൂടെ പ്രീതിപ്പെടുത്താൻ കഴിയുമോ അതനുസരിച്ച് ഒരു കുലീനന്റെ പദവിയും സാമ്പത്തികസ്ഥിതിയും സുരക്ഷിതമായിരിക്കും. രാജാവിന്റെ ആശ്രിതരായി പദവി അലങ്കരിച്ചിരുന്നത് ഉന്നതസാമ്പത്തികാവസ്ഥ കൈവരിച്ചവരായിരുന്നു. ഈ ആശ്രിതത്വം പ്രവചനാതീതമായ അരക്ഷിതാവസ്ഥ അവരിലുണ്ടാക്കി. രാജാവിനെ സേവിക്കുന്നതിലൂടെയാണ് സേവകവൃന്ദം നിലനിന്നത്. അവർ എല്ലായ്പോഴും അരക്ഷിതാവസ്ഥയുടെ ഉത്കണ്ഠയും അനുഭവിച്ചു. അവരുടെ സ്ഥിരമായ അരക്ഷിതാവസ്ഥയിൽ നിന്നാണ് റഷ്യൻ ദേശീയത ഉണ്ടാവുന്നത് (Greenfeld 2012: 14-15).

റഷ്യയെ പാശ്ചാത്യവൽക്കരിക്കാനും ആധുനികവൽക്കരിക്കാനും ശ്രമിച്ച മഹാനായ പീറ്ററുടെ സ്ഥാനോരോഹണത്തിനു മുൻപു തന്നെ റഷ്യയിലെ സേവകവൃന്ദത്തിലെ കുലീനരുടെ നില അസന്നിഗ്ധമായിരുന്നു. ഈ ആധുനികവൽക്കരണ പ്രക്രിയ അവരുടെ നില കൂടുതൽ പരുങ്ങലിലാക്കി. പീറ്റർ ചക്രവർത്തിക്കു കീഴിൽ ഒരാളുടെ വ്യക്തിഗതമായ പദവി എന്നത് അയാളുടെ സേവകവൃത്തിയിലൂടെ നേടുന്നതായിരുന്നു. ഏതു കുലീന കുടുംബത്തിൽ ജനിച്ചയാൾക്കും താഴെ തട്ടിലുള്ള ജോലികളിൽ നിന്ന് തുടങ്ങണമായിരുന്നു. മറുവശത്ത് കുലീനവൽക്കരണപ്രക്രിയ സ്വയം പ്രവർത്തനക്ഷമമായിത്തീരുകയും സേവനത്തിലൂടെ ആ പദവിയിലെത്തിച്ചേരാൻ സാധിക്കുമെന്ന് വരികയും ചെയ്തു. വാസ്തവത്തിൽ കുലീനത്വം എന്നത് നേട്ടം എന്നതിനേക്കാൾ ഒരു ബാധ്യതയായിത്തീർന്നു. കുലീനകുടുംബത്തിൽ ജനിക്കുന്നവർ വളരെ

ഉയർന്ന പ്രതീക്ഷകളോടെയാണ് ജനിക്കുന്നത്. പക്ഷേ മഹാനായ പീറ്ററിന്റെ കാലത്തോടെ അവർക്ക് ഈ കുലീനത്വം നേടിയെടുക്കുക പ്രയാസകരമായിത്തീർന്നു (Greenfeld 2012: 15-16).

ജന്മം കൊണ്ട് കുലീനരെങ്കിലും കർമ്മം കൊണ്ട് അത് നേടിയെടുക്കാൻ അവർക്ക് പലപ്പോഴും സാധിച്ചിരുന്നില്ല. തങ്ങളുടെ പാരമ്പര്യം തന്നെ അവർക്ക് ഒരു ബാധ്യതയായിത്തീർന്നു. അവരുടെ അഭിമാനത്തിന് യോജിക്കുന്ന തരത്തിലുള്ള ചില പുതിയ രീതികൾ സ്വീകരിക്കാൻ അവർ തയ്യാറായി. ആ പുതിയ സ്വത്വത്തിന് ചേർന്ന മാർഗനിർദ്ദേശകതത്വങ്ങൾ/ചട്ടക്കൂട് പീറ്റർ തന്നെ വിഭാവനം ചെയ്തു. ആ ആശയങ്ങൾ അദ്ദേഹം യൂറോപ്പിൽ നിന്ന് ഇറക്കുമതി ചെയ്തായിരുന്നു. രാഷ്ട്രം, ദേശം, പൊതുനന്മ തുടങ്ങിയ പാശ്ചാത്യ ആശയങ്ങൾ അദ്ദേഹം റഷ്യൻ സമൂഹത്തിലേക്ക് ഇറക്കുമതി ചെയ്തു. അതിന്റെ അടിസ്ഥാനത്തിൽ ഒരു പുതിയ സ്വത്വത്തിലേക്ക് പരിവർത്തനം ചെയ്യാൻ ഈ കുലീനവർഗത്തോട് ആഹ്വാനം ചെയ്തു. മാറിയ സാഹചര്യത്തിൽ റഷ്യ എന്ന രാഷ്ട്രത്തിന്റെ അധിപനായി സ്വയം പ്രഖ്യാപിച്ചുകൊണ്ട് അദ്ദേഹം തന്റെ തന്നെ പദവിയെ പുനർനിർവചിച്ചു. അതുകൊണ്ട് സേവകവൃന്ദത്തിന്റെ സേവനം എന്നത് അദ്ദേഹത്തിനുവേണ്ടി ചെയ്യുന്ന സേവനങ്ങളല്ല മറിച്ച് പിതൃഭൂമിക്കുവേണ്ടിയുള്ള സേവനങ്ങളാണ് എന്ന് നിർവചിക്കപ്പെട്ടു. റഷ്യ അഭിമാനമുള്ള ഒരു രാഷ്ട്രമാണ് എന്ന സങ്കല്പം അദ്ദേഹം അവതരിപ്പിച്ചു. തനിക്ക് പിതാവിൽനിന്ന് ലഭിച്ച നാട് എന്നതിലുപരി റഷ്യൻ ജനതയുടെ താൽപ്പര്യം എന്ന സങ്കല്പം മുന്നോട്ടുവെക്കുകയും രാജാവിനു പൈതൃകമായിക്കിട്ടിയ ഭൂമി എന്ന സങ്കല്പം തിരുത്തുകയും ചെയ്തു. താനൊരു രാഷ്ട്രത്തിന്റെ അധിപനാണ് എന്നതുകൊണ്ട് രാജാവിന് വേണ്ടി ചെയ്തുകൊണ്ടിരുന്ന പ്രവർത്തനങ്ങൾ രാഷ്ട്രത്തിനുവേണ്ടി ചെയ്തിരുന്നതാണ്, അതിന്റെ അടിസ്ഥാനം ജനങ്ങളാണ് എന്ന് അദ്ദേഹം നിർവചിച്ചു. റഷ്യയിൽ ജീവിക്കുന്ന ജനങ്ങളെല്ലാം ദേശത്തിൽ അഭിമാനിക്കേണ്ടവരാണ് എന്നും അദ്ദേഹം പറഞ്ഞു. നിരവധി തലമുറകൾക്കുശേഷമാണ് ഈ ആശയങ്ങളെല്ലാം സാമാന്യവ്യവഹാരത്തിന്റെ ഭാഗമായി മാറിയത്. കാരണം പുതിയ പദാവലികൾ ഈ ആശയങ്ങൾ നിലനിൽക്കുന്നതിനാവശ്യമായിരുന്നു. പീറ്ററിനുശേഷം അധികാരത്തിൽ വന്ന കാതറിൻ രാജ്ഞിയുടെ ഭരണകാലത്തോടെ കുലീനരുടെ പ്രവിശ്യാസ്വത്വത്തിൽ നിന്ന് ദേശരാഷ്ട്രസ്വത്വത്തിലേക്കുള്ള സ്വത്വപരിണാമം പൂർത്തിയായി. രാജാവിന്റെ ഭൂസ്വത്താണെന്ന സങ്കല്പത്തിൽനിന്ന് ദേശീയതയിലേക്കുള്ള പരിവർത്തനമായിരുന്നു ഇത് (Greenfeld 2012:).

ജർമ്മൻ ദേശീയത, ജർമ്മൻ ദേശീയവാദം എന്നിവ മറ്റു ദേശീയതകളിൽ നിന്നു വ്യത്യസ്തമായി മധ്യവർഗബുദ്ധിജീവികളിൽ നിന്നാണ് ഉണ്ടായിവന്നത്. ഇവിടെയുണ്ടായിരുന്ന പ്രഭുത്വം പൊതുവെ ജർമനിയിൽ നിലനിന്നിരുന്ന വ്യവസ്ഥയുമായി പൊരുത്തമുള്ളതായിരുന്നു. അസ്വസ്ഥതയും അരക്ഷിതാവസ്ഥയും എല്ലാം ബാധിച്ചത് അവിടെയുള്ള ബുദ്ധിജീവികളെയായിരുന്നു. അവരാണ് സാമൂഹ്യ സന്ദർഭത്തെയും സാമൂഹ്യസ്വത്വത്തെയും പുനർനിർവചിക്കാൻ ആവശ്യപ്പെട്ടത്. ഈ ആവശ്യം ബോധ്യപ്പെട്ട ബിൽഡങ്സ്ബർജർ എന്ന ബുദ്ധിജീവി വിഭാഗത്തിൽ അധികവും താഴ്ന്ന വിഭാഗങ്ങളിൽനിന്ന് സർവ്വകലാശാലാവിദ്യാഭ്യാസം നേടിയവരായിരുന്നു ഉൾപ്പെട്ടിരുന്നത്. വിദ്യാഭ്യാസം ഇല്ലാത്ത മുതലാളി വർഗത്തേക്കാൾ അവർക്ക് ഒരു ഉയർന്ന പദവി സമൂഹത്തിൽ ഉണ്ടായിരുന്നു. സർവകലാശാലാവിദ്യാഭ്യാസം നേടിയ വിഭാഗം എന്ന നിലയിൽ സാമ്പത്തികമായി മേൽക്കൈ നേടാൻ കഴിഞ്ഞില്ലെങ്കിലും ഇത്തരത്തിലുള്ളൊരു പദവി നേടാൻ അവർക്കു സാധിച്ചു. സാമൂഹ്യമായ ഉദ്ഗതി അംഗീകരിക്കാത്ത സമൂഹമായിരുന്നു പാരമ്പര്യ ജർമ്മൻ നാട്ടുവാഴിസമൂഹം. ആ സമൂഹത്തിനകത്ത് വിദ്യാഭ്യാസം എന്നത് സാമൂഹ്യമായ ഉദ്ഗതിക്കുള്ള ഒരു വഴി തുറന്നു. എങ്കിലും ബിൽഡങ്സ്ബർജർ എന്ന ഈ വിഭാഗം വിദ്യാഭ്യാസം നേടിയിട്ടും അരികുകളിലാണ് നിർത്തപ്പെട്ടത്. അന്ന് ജർമ്മനിയിൽ നിലവിലുണ്ടായിരുന്ന ഒരു സാമൂഹ്യവർഗങ്ങളിലും പെടാത്ത സവിശേഷവിഭാഗമായി സർവകലാശാലാ വിദ്യാഭ്യാസം നേടിവന്ന ചെറുപ്പക്കാരായ ഈ ആളുകൾ പരിഗണിക്കപ്പെട്ടു. 18-ാം നൂറ്റാണ്ട് ആയപ്പോഴേക്കും ഈ സാഹചര്യം കൂടുതൽ വഷളായി. പ്രഷ്യ പോലുള്ള പ്രവിശ്യകളിൽ ജ്ഞാനോദയത്തെ പ്രബലമായ പദ്ധതിയായി അംഗീകരിക്കുകയും ബുദ്ധിജീവികൾക്ക് അത് വലിയ തോതിലുള്ള പ്രതീക്ഷ നൽകുകയും ചെയ്തു. അത് അവരുടെ പല ആഗ്രഹങ്ങളെയും സാക്ഷാത്കരിച്ചു. വിദ്യാഭ്യാസത്തിലൂടെ സമൂഹത്തിന് ഉദ്ഗതി ഉണ്ടാകുമെന്ന് കണ്ടപ്പോൾ കുറെയധികം ആളുകൾ ബുദ്ധിജീവികളായിത്തീരുകയും അവർക്കെല്ലാം തൊഴിൽ കിട്ടാതാവുകയും ചെയ്തു. അങ്ങനെ വന്നപ്പോൾ പതിനെട്ടാം നൂറ്റാണ്ടിലെ ബുദ്ധജീവിവർഗം തൊഴിലില്ലാതെ സമൂഹത്തിലെ വരേണ്യ വിഭാഗത്തിന്റെ അവജ്ഞക്ക് പാത്രമായവർ, ദരിദ്രർ, ഇതെല്ലാം കൊണ്ട് അസന്തുഷ്ടർ എന്ന മട്ടിലുള്ള ഒരു വർഗമായിത്തീർന്നു. അവർ അവരുടേതായ ലോകത്ത് അഭയം തേടി (Greenfeld 2012: 16-17).

കുറെക്കാലം അവർക്ക് ദേശീയവാദം എന്ന ആശയത്തോട് വലിയ ബന്ധമൊന്നും ഉണ്ടായിരുന്നില്ല. സാർവ്വലൗകികത ആയിരുന്നു അന്നത്തെ ആദർശം. അതിന്റെ ഭാഗമായി ജർമ്മൻ നാട്ടുവാഴിത്തത്തെ

ദേശീയതയായി നിർവചിക്കുക എന്നത് ഇവരുടെ താൽപര്യമാവുമായി രുന്നു. പക്ഷേ അവരതിനുവേണ്ടി വാദിച്ചില്ല. അങ്ങനെ പുനർനിർവ്വചി ച്ചിരുന്നെങ്കിൽ അവരുടെ പദവി പ്രഭുവർഗത്തിന്റേതിനു തുല്യമാകുമാ യിരുന്നു. സാമൂഹ്യക്രമം നിഷേധിച്ച മാന്യത അവർക്കതിലൂടെ നേടാൻ കഴിയുമായിരുന്നു. ഭരണവർഗത്തിന്റെ താൽപര്യങ്ങളോട് ചേർന്നു പോകുന്നതായിരുന്നില്ല ദേശീയത. പ്രഭുവർഗത്തിനോ ഉദ്യോഗസ്ഥ വർഗത്തിനോ ബുദ്ധിജീവികൾക്കോ ദേശീയത എന്ന ആശയത്തിൽ താൽപര്യമുണ്ടായിരുന്നില്ല. അധികാരിവർഗം, ഉദ്യോഗസ്ഥവർഗം, പ്രഭുവർഗം, ബുദ്ധിജീവികൾ ആരും തന്നെ ദേശീയവാദികളായിരു ന്നില്ല. ഫ്രഞ്ച് അധിനിവേശത്തിന്റെ ഭാഗമായി പ്രഷ്യ കീഴ്പ്പെടുത്ത പ്പെട്ടു. അതോടുകൂടി അവരുടെ സമീപനത്തിൽ മാറ്റം വന്നു. ഫ്രഞ്ച് അധിനിവേശം ബുദ്ധിജീവികൾക്ക് തങ്ങളെ അധികാരിവർഗവുമായി സാത്മീകരിക്കാനുള്ള അത്യപൂർവ്വ അവസരം നൽകി. പ്രതീകാത്മ കമായെങ്കിലും ഇത് അവരുടെ പദവിയെ ഉയർത്തി. അതേ സമയം വരേണ്യ വർഗത്തിന് ബുദ്ധിജീവികളോട് അനുതാപപൂർണമായ സമീപനം കൈക്കൊള്ളേണ്ടി വന്നു. ജർമ്മനിയിലെ അധികാരത്തിലി രിക്കുന്നവർക്കു നേരെയായിരുന്നു ഫ്രാൻസിന്റെ ആക്രമണം ഉണ്ടായത്. ഈയവസരത്തിൽ ജർമ്മനി ആക്രമിക്കപ്പെട്ടു എന്ന രീതിയിൽ ബുദ്ധി ജീവികൾ ഇടപെട്ടു. ഒറ്റ രാത്രികൊണ്ട് അവരെല്ലാം ജർമ്മൻ ദേശീയവാ ദികളായിത്തീർന്നു. പ്രഷ്യ ഭരിച്ചിരുന്ന ഭരണാധികാരികളും പ്രാദേശിക ബുദ്ധിജീവികളുടെ പരിശ്രമങ്ങളെ സ്വാഗതം ചെയ്തു. ബുദ്ധിജീവികൾക്ക് ഭരണവർഗത്തിന്റെ പ്രശ്നം ജർമ്മൻ പ്രശ്നമായി അനുഭവപ്പെട്ടു. അധികാരി വർഗവും അവരുടെ പ്രയത്നങ്ങളെ സ്വാഗതം ചെയ്തു. ഫ്രഞ്ച് ഭീഷണി ഒഴിവാക്കാനായി അവർ ദേശീയവാദത്തെ ഒരു ഉപകരണ മായി ഉപയോഗിച്ചു. വളരെ ചുരുങ്ങിയ കാലം കൊണ്ടുതന്നെ ജർമ്മൻ ദേശീയത ഒരു രാഷ്ട്രമായി നിർവചിക്കപ്പെട്ടു. രാഷ്ട്രീയമായ വിധേയത്വ ത്തിന്റെ വസ്തുവായി രാഷ്ട്രം മാറി. അതിന്റെ ഫലമായി സാമൂഹ്യമായ കൂട്ടായ്മയുടെ സ്വഭാവത്തിൽ മാറ്റമുണ്ടായി. പുതിയ സാമൂഹ്യസൗഹാർദ്ദം രൂപപ്പെട്ടുവന്നു (Greenfeld 2012: 17-18).

ദേശം എന്ന ആശയം ഒരിടത്തുനിന്ന് മറ്റൊരിടത്തേക്ക് കടന്നുവന്ന പ്പോൾ ദേശീയത എന്നതിന്റെ പ്രകൃതത്തിന് പല മാറ്റങ്ങളും സംഭവിച്ചു. സാമാന്യമായി അംഗീകരിക്കപ്പെട്ട അഭിപ്രായത്തിനു വിരുദ്ധമായി ദേശീയത എന്നത് ഒരു ഏകാത്മക പ്രതിഭാസം അല്ല എങ്കിലും ദേശം എന്നതിന്റെ മൂലാർത്ഥം എല്ലാ ദേശീയതകളിലും സംരക്ഷിക്കപ്പെട്ടു. പരമാധികാരമുള്ള, അടിസ്ഥാനപരമായി ഏകാത്മകസ്വഭാവമുള്ള

ജനതയാണ് ദേശം എന്നതാണ് ഈ ആശയം. എല്ലാ ദേശങ്ങളിലും ദേശീയത എന്നത് അതുവരെയുണ്ടായിരുന്ന സാമൂഹ്യക്രമങ്ങളെ തകർത്താണ് മുന്നേറിയത്. അതേസമയം ഇത്തരത്തിൽ കടന്നുവന്ന ഒരാശയത്തെ തങ്ങളുടേതായ രീതിയിൽ മാറ്റിക്കൊണ്ടാണ് ഓരോ പ്രദേശത്തും സ്വീകരിക്കപ്പെട്ടത്. ദേശീയത എന്ന സങ്കല്പനത്തെ തദ്ദേശീയമായ പാരമ്പര്യത്തിനകത്ത് ഓരോരുത്തരും പുനർവ്യാഖ്യാനിച്ചു. പഴയ സമൂഹത്തിന്റെ അവശിഷ്ടങ്ങളിൽ നിന്നുയർന്നു വന്ന ഈ പുതുസമൂഹം അതുകൊണ്ടുതന്നെ എല്ലായിടങ്ങളിലും വ്യത്യസ്തമായിരുന്നു. ദേശീയത കടന്നുവരുന്നതിനു മുമ്പ് അത് നിലനിന്നിരുന്ന സമൂഹങ്ങളിലെ സാഹചര്യങ്ങൾ പലതും വ്യത്യസ്തമായിരുന്നു. ദേശീയത കടന്നുവരുന്നതിന് മുൻപുള്ള യൂറോപ്യൻ സമൂഹങ്ങൾ തമ്മിലുള്ള വ്യത്യാസത്തേക്കാൾ കൂടുതലായിരുന്നു ദേശീയത കടന്നു വന്നതിനുശേഷം പുനർനിർമ്മിക്കപ്പെട്ട സമൂഹങ്ങൾ തമ്മിലുള്ള അന്തരം (Greenfeld 2012: 18).

ശ്രേണീകൃതമായ സമൂഹത്തിൽ വ്യക്തിയല്ല, ക്രമമായിരുന്നു സമൂഹത്തിന്റെ അടിസ്ഥാന ഘടകം. ക്രമങ്ങൾ എന്നത് സമൂഹത്തിലെ അസമമായ ഘടകങ്ങളാണ്. ജീവിസമൂഹത്തിനകത്തെ ഗണങ്ങൾ പോലെയാണത്. അടിസ്ഥാനഘടകമായി എടുക്കേണ്ടത് ഈ ഗണങ്ങളെയാണ്. വലിയക്രമങ്ങൾ ചെറിയ ക്രമങ്ങളോട് അനുതാപപൂർവം നിലകൊണ്ടു. അത് യുക്തിപരവുമായിരുന്നു. വലിയക്രമങ്ങളെ പിന്തുണച്ചുകൊണ്ടാണ് ചെറിയക്രമങ്ങൾ നിലനിന്നത്. ചെറിയ ക്രമങ്ങൾക്ക് സ്വതന്ത്രമായ നിലനിൽപ്പുണ്ടായിരുന്നില്ല. സാമൂഹ്യക്രമത്തിന്റെ താഴെ തട്ടിലുണ്ടായിരുന്ന ഗണങ്ങൾക്ക് ആഭ്യന്തരമായ മൂല്യം ഉണ്ടായിരുന്നില്ല എന്നർത്ഥം. എന്നാൽ ആധുനികസമൂഹങ്ങളിൽ അത്തരം മൂല്യവ്യത്യാസം നിലനിൽക്കുന്നില്ല. ക്രമങ്ങളുടെ സമൂഹത്തെ മറ്റൊരു സമൂഹം കൊണ്ട് പകരംവച്ചു. ആ സമൂഹത്തിൽ, സാമൂഹ്യഘടനയുടെ അടിസ്ഥാനമായി പ്രവർത്തിക്കുന്ന ക്രമങ്ങൾക്ക് പകരം വ്യക്തി എന്നും രാഷ്ട്രം എന്നുമുള്ള രണ്ട് ഘടകങ്ങളാണ് ഉണ്ടായത് (Greenfeld 2012: 18).

ക്രമങ്ങളുടെ സമൂഹം എല്ലായ്പോഴും സംഘസമൂഹമായിരുന്നു. അതുകൊണ്ടുതന്നെ അത് അമിതാധികാര സ്വഭാവമുള്ളതുമായിരുന്നു. വ്യക്തി എന്നത് വാസ്തവത്തിൽ ആധുനികതയുടെ ഒരു ഉൽപ്പന്നമാണ്. രാഷ്ട്രം എന്നത് മൗലികമായി വ്യക്തികളുടെ സമൂഹം ആണ്. അതുകൊണ്ടാണ് ദേശീയത എന്നത് സാമൂഹ്യാസ്തിത്വത്തിന്റെ ഒരു പുതുരൂപത്തിലേക്കുള്ള മുന്നേറ്റമാണ് എന്നു പറയുന്നത്. എന്നാൽ ചില ആധുനിക സമൂഹങ്ങളിൽ പുതുമകൾ ഒരിക്കലും സ്വീകരിക്കപ്പെട്ടില്ല. ചില

ആധുനികസമൂഹങ്ങളിൽ വ്യക്തികളും അംഗീകരിക്കപ്പെട്ടില്ല. അത്തരം സമൂഹങ്ങളിൽ ഒരു തരം ഏകാത്മകതയിലൂന്നിക്കൊണ്ടാണ് അവ സ്വയം നിർവചിച്ചത്. അവിടെ വ്യക്തികൾക്കു പകരമായി സംഘങ്ങൾ പരിഗണിക്കപ്പെട്ടു. അതോടുകൂടി സംഘതത്വത്തെ ഉയർന്ന മൂല്യമായി കരുതി. ഇങ്ങനെ വ്യത്യസ്ത ക്രമങ്ങളോടുകൂടിയ വ്യത്യസ്ത സമൂഹങ്ങളെയെല്ലാം നാം ആധുനിക സമൂഹങ്ങൾ എന്നു വിളിച്ചു. ചില സമൂഹങ്ങൾ വ്യക്തികളെ അംഗീകരിച്ചു, മറ്റ് ചിലത് സംഘടിതാർത്ഥത്തിൽ രാഷ്ട്രത്തെ അംഗീകരിച്ചു. ഇങ്ങനെ പലതരത്തിൽ നിർവചിക്കപ്പെട്ടതാണ് ആധുനികരാഷ്ട്രങ്ങൾ. എങ്കിലും അവയെല്ലാം ആധുനിക സമൂഹങ്ങളാണെന്നാണ് നാം മനസ്സിലാക്കേണ്ടത്. പക്ഷേ, രണ്ടുതരം ആധുനികസമൂഹങ്ങളുണ്ട്. വ്യത്യസ്തദേശീയതകൾ വ്യത്യസ്തആധുനികതകളാണ്. അവ തമ്മിലുള്ള വ്യത്യാസം അടിസ്ഥാനപരമാണ്. ദേശീയതയുടെ അടിസ്ഥാനത്തിൽ നിർവചിക്കപ്പെട്ട ആധുനിക സമൂഹങ്ങളിൽ പുതിയ സമൂഹവും ക്രമങ്ങളുടെ അടിസ്ഥാനത്തിലുള്ള ആധുനിക പൂർവസമൂഹങ്ങളും തമ്മിലുള്ള വ്യത്യാസം അടിസ്ഥാനപരമാണ്. ആധുനികതയിലേക്ക് പ്രവേശിച്ചുകഴിഞ്ഞ സമൂഹങ്ങളും അവയുടെ ദേശീയതയുടെ അടിസ്ഥാനത്തിൽ വ്യത്യസ്തമാണ്. അത് അവർ സ്വീകരിച്ച ദേശീയതാസങ്കല്പത്തിന്റെ അടിസ്ഥാനത്തിലുള്ളതാണ് (Greenf eld 2012: 19).

ദേശത്തെ ഓരോ സന്ദർഭത്തിലും എങ്ങനെയാണ് നിർവചിക്കുന്നത് (വ്യക്തിയിലധിഷ്ഠിതമായാണോ ഏകാത്മകമായാണോ) എന്നത് ദേശീയതയുടെയും ആധുനികതയുടെയും പ്രത്യയശാസ്ത്രത്തെ ആരാണോ ആവിഷ്ക്കരിക്കുന്നത് എന്നതിനനുസരിച്ചിരിക്കും. അവർ ഏതു തരത്തിലുള്ള സാഹചര്യത്തെയാണോ അഭിമുഖീകരിക്കുന്നത്, അവരുടെ സ്വഭാവമെന്താണ് എന്നതിനനുസരിച്ചായിരിക്കും ദേശത്തിന്റെ നിർവചനം. ജനങ്ങളെ ആകർഷിക്കുകയും അവരുടെ താൽപര്യങ്ങൾ സംരക്ഷിക്കുകയും ചെയ്യുന്ന ദേശീയതയാണ് വളർന്നുവരുന്നതെങ്കിൽ അത് വ്യക്ത്യാധിഷ്ഠിതമായ ദേശീയത പിൻപറ്റുന്ന ഒന്നായിരിക്കും. അതാണ് ഫ്രഞ്ച്, ഇംഗ്ലണ്ട്, അമേരിക്ക തുടങ്ങിയ രാജ്യങ്ങളിലുള്ളത്. പാരമ്പര്യമായി ചില വരേണ്യവിഭാഗങ്ങളുടെ പദവിയും താൽപര്യങ്ങളെയുമൊക്കെ സംരക്ഷിക്കുന്ന തരത്തിൽ വളർന്നു വരുന്ന ദേശീയതകളാണ് സംഘമാതൃകയിലുള്ള ദേശീയത. കൂടുതൽ ജനങ്ങളെ പരിഗണിക്കുന്നതാണ് വ്യക്തികളിലൂന്നിയ ദേശീയത. ഓരോ ദേശീയതകളെയും പിന്തുണയ്ക്കുന്ന വ്യത്യസ്ത സാമൂഹ്യവിഭാഗങ്ങൾ ഉണ്ടായിരിക്കും. അവയിൽ ഏത് വിഭാഗത്തിനാണ് മേൽക്കൈ ലഭിക്കുന്നത് അതിനനുസരിച്ചാണ് ആ ദേശീയത വളരുന്നത്. ഗ്രൂപ്പ് മാറുന്നതിനനുസരിച്ച്

ദേശീയതയുടെ സ്വഭാവവും മാറുന്നു. അതേസമയം സന്ദർഭത്തിന്റെ സ്വഭാവമനുസരിച്ചും ദേശീയതയുടെ സ്വഭാവം മാറുന്നു. അത്തരം മാറ്റങ്ങൾ സാമന്യേന കുറവാണ് (Greenfeld 2012: 19).

ദേശീയതയും രാഷ്ട്രവും

വ്യത്യസ്തതരത്തിലുള്ള ദേശീയതകൾ വ്യത്യസ്തമായ സാംസ്കാരികവും സ്ഥാപനപരവുമായ ക്രമങ്ങളായി പരാവർത്തനം ചെയ്യപ്പെടുന്നു. അതുവഴി സവിശേഷമായ രാഷ്ട്രീയഘടനകളും സാമൂഹ്യസംഘടനകളും രൂപപ്പെട്ടു വരുന്നു. പക്ഷേ, ജനകീയമായ പരമാധികാരത്തിന്റെ തത്വത്തെ ആധാരമാക്കിയുള്ള ഒരു രാഷ്ട്രീയസ്ഥാപനം എല്ലാ രാഷ്ട്രങ്ങളിലുമുണ്ട്. അതാണ് ദേശരാഷ്ട്രം. ദേശീയതയുടെ സ്വഭാവത്തിനുസരിച്ച് ദേശരാഷ്ട്രത്തിന്റെ സ്വഭാവത്തിനും വ്യത്യാസം വരുന്നു. ഭരണകൂടം എന്നത് ഒരു രൂപമാണ്. രാഷ്ട്രം നിർവഹിക്കുന്ന പ്രവൃത്തികളുടെ ഉള്ളടക്കത്തേക്കാൾ അതിന്റെ രൂപമാണ് രാഷ്ട്രത്തെ നിർവചിക്കുന്നത് എന്ന് വെബർ സൂചിപ്പിക്കുന്നു (weber 1978: 901).

ഒരു രാഷ്ട്രം ഒരോ സന്ദർഭത്തിലും അതിന്റെ സാമൂഹ്യമായ പ്രവൃത്തികളിലൂടെയാണ് ആവിഷ്ക്കരിക്കപ്പെടുന്നത്. ആധുനിക സമൂഹങ്ങളിൽ രാഷ്ട്രം എന്നത് സർവ്യാപിയായതുകൊണ്ട് രാഷ്ട്രവും, ഗവൺമെന്റും രണ്ടാണെന്ന് വിചാരിക്കും. രാഷ്ട്രത്തിന്റെയും ദേശത്തിന്റെയും സഹായത്തോടെ മാത്രമേ നമുക്ക് സാമൂഹ്യയാഥാർത്ഥ്യങ്ങളെ മനസിലാക്കാൻ സാധിക്കുകയുള്ളൂ. രാഷ്ട്രമെന്ന സങ്കല്പത്തിന്റെ നവീനത്വത്തെ മനസ്സിലാക്കിയ വെബർ അതിനെ ആധുനിക ഭരണകൂടത്തിന്റെ സ്വഭാവങ്ങൾക്കനുസരിച്ചാണ് നിയമപരവും യുക്തിപരവുമായ ഒരു സ്ഥാപനം എന്നാണ് നിർവചിക്കുന്നത് (weber 1978: 901). ആധുനികപൂർവസമൂഹങ്ങളിലെ അധികാരഘടന ചൂണ്ടിക്കാണിച്ചാണ് അതിനെ മനസ്സിലാക്കുന്നത്. അങ്ങനെ നീതിപൂർവ്വം കാര്യങ്ങൾ നിർവഹിക്കുന്ന ഒരു സ്ഥാപനമാണ് ആധുനിക ഗവൺമെന്റ് എന്നതാണ് വെബറിന്റെ ആശയം. സങ്കല്പനപരമായ പിന്തുണയില്ലാതെ സ്ഥാപനങ്ങൾക്ക് നിലനിൽക്കാനാവില്ല. കാരണം സങ്കല്പനവൽക്കരണമാണ് സ്ഥാപനവൽക്കരണത്തിന്റെ മുന്നോടിയായി ഉണ്ടാവുന്നത്. വെബറിന്റെ ഈ നിർവചനത്തിൽതന്നെ ഒരു വൈരുദ്ധ്യം നിലനിൽക്കുന്നുണ്ട്. ഭരണകൂടത്തെ അദ്ദേഹം യുക്തിപൂർവ്വം കാര്യങ്ങൾ നിർവ്വഹിക്കുന്ന ഒരു സ്ഥാപനം എന്ന നിലയിലാണ് കാണുന്നത്. അതേസമയം നിയമങ്ങൾ രൂപപ്പെടുത്തുന്ന സവിശേഷാധികാരമുള്ള കേവലമായ പരമാധികാരരൂപമാണ് അതെന്നു പറയുകയും ചെയ്യുന്നു. ഒരു ആധുനിക സ്ഥാപനം

വ്യക്ത്യധിഷ്ഠിത സ്വഭാവങ്ങളെ ആശ്രയിക്കുന്നില്ല. സാമ്പത്തികവും രാഷ്ട്രീയവുമായ മണ്ഡലങ്ങളിൽ നിലനിന്നിരുന്ന അധികാരങ്ങൾക്ക് പരമ്പരാഗത നീതിബോധം ചാർത്തിക്കൊടുത്തതാണ് വ്യക്ത്യധിഷ്ഠിതസ്വഭാവം. എന്നാൽ വ്യക്തിയിൽനിന്ന് അത്തരം അധികാരങ്ങളെ അടർത്തിമാറ്റുകയാണ് ആധുനികത ചെയ്തത് (വ്യക്തിയിൽ കേന്ദ്രീകരിച്ചിരുന്ന അധികാരരൂപങ്ങളെ സ്ഥാപനങ്ങളിലേക്ക് പകർന്നു). പിതൃരാഷ്ട്രം എന്നത് തെറ്റാണ്. പിതൃത്വം എന്നത് വ്യക്ത്യധിഷ്ഠിമാണ്. അവ രണ്ടും തമ്മിൽ ചേരില്ല. ഭാഷാപരമായി ഉപയോഗിക്കാമെന്നല്ലാതെ സങ്കല്പ്പനപരമായി ശരിയല്ല. ഇതിനെ ഭാഷയുടെ പരിമിതിയായേ കാണാനാവൂ (Greenfeld 2012: 20-21).

ആധുനിക പൂർവ്വസമൂഹങ്ങളിലെ ഭരണകൂടങ്ങളിൽ നിന്ന് ആധുനിക രാഷ്ട്രം വ്യത്യാസപ്പെട്ടിരിക്കുന്നത് അതിന്റെ കേവല സ്വഭാവം കൊണ്ടും നിർവൈയക്തിക സ്വഭാവം കൊണ്ടുമാണ്. നിർവൈയക്തികമാവുക എന്നത് ഒരു ആദർശാത്മക രാഷ്ട്രത്തിന്റെ സ്വഭാവമാണ്. ഹിറ്റ്ലർ, സ്റ്റാലിൻ തുടങ്ങിയവർ ഭരണകൂടത്തെ വ്യക്തിവൽക്കരിച്ചവരാണ്. എന്നിരിക്കിലും സങ്കല്പ്പനപരമായി രാഷ്ട്രം വ്യക്തികളാൽ പ്രതിനിധീകരിക്കപ്പെടുകയാണ് ചെയ്യുന്നത്. രാഷ്ട്രവും അധികാരത്തിലുള്ള വ്യക്തികളും തമ്മിലുള്ള സങ്കല്പനപരമായ ഈ വ്യത്യാസം എന്നത് പഴയ അധികാരരൂപങ്ങളിൽ നിന്ന് തീർത്തും വ്യത്യസ്തമാണ്. അന്നത്തെ ഭരണകൂടങ്ങളിൽ നിന്നു വളരെ വ്യത്യസ്തമാണിതെന്ന് വെബർ സൂചിപ്പിക്കുന്നു (Greenfeld 2012: 21).

ചില വ്യക്തികളിലോ കുടുംബങ്ങളിലോ ഒതുങ്ങി നിന്നുകൊണ്ടാണ് പരമാധികാരം ശ്രേണീകൃതസമൂഹങ്ങളിൽ നിലനിന്നിരുന്നത്. രാജാക്കന്മാർ ഭരിച്ചിരുന്നത് മതത്തിന്റെ പ്രതിനിധികൾ എന്ന നിലയിലാണ്. പില്ക്കാലത്ത് അവർ ദിവ്യത്വമുള്ള അധികാരികളായും സ്വത്തുടമകളായും പരിഗണിക്കപ്പെട്ടു. ഒരു ഭരണാധികാരവ്യവസ്ഥ എന്നത് ഒരു പ്രദേശത്താൽ നിർവചിക്കപ്പെടുന്ന ഒന്നായിത്തീർന്നു. ആ പ്രദേശം രാജാവിന് അർഹതപ്പെട്ടതാണെന്നു വന്നു. രാഷ്ട്രസംവിധാനത്തെ ചലിപ്പിച്ചത് അയാളുടെ അധികാരമാണ്. അധികാരമെന്നത് ഒരു പ്രദേശത്തിനകത്ത് ഒതുങ്ങിനിൽക്കുന്നതായിരുന്നു. ബഹുഭൂരിപക്ഷം പ്രദേശങ്ങളും ജനവാസമുള്ള പ്രദേശങ്ങളായിരുന്നു. ഈ ജനത രാജകീയാധികാരത്തിന്റെ ഭാഗമായി പരിചരിക്കപ്പെട്ടു. അങ്ങനെ ശ്രേണീകൃതമായ സമൂഹത്തിന്റെ പരിധികൾക്കകത്താണ് പ്രവിശ്യ നിലകൊണ്ടത്. ചിലരുടെ രക്തം നീലനിറമെന്നും ചിലരുടേത് ചുവപ്പെന്നും കരുതി. രാജാക്കന്മാരുടെ രക്തം അതാര്യമാണെന്ന് കരുതപ്പെട്ടു. അതിനോട്

നേരിട്ട് ബന്ധപ്പെട്ടതാണ് അവരുടെ അധികാരം എന്നവർ കരുതി. ഫ്രഞ്ച് രാജവംശം ഒരു സവിശേഷമായ ശ്രേണീബദ്ധത പുലർത്തി. അതിനാണ് 'കൌൺസിൽ ഓഫ് റോയൽ' എന്ന പേരു വന്നത്. ഇതിൽ നിന്നാണ് സ്റ്റേറ്റ് എന്ന സങ്കല്പനം ഫ്രാൻസിൽ രൂപം കൊണ്ടത്. ഈ ക്രമത്തെ മറ്റു ഭാഷകളിൽ എസ്റ്റേറ്റ് എന്നു വിളിച്ചു. എസ്റ്റേറ്റ് എന്നാണ് ഇംഗ്ലീഷിലും ഫ്രഞ്ചിലും ജർമ്മനിയിലുമുള്ള വാക്ക്. എസ്റ്റേറ്റ് എന്നതിൽ നിന്നാണ് സ്റ്റേറ്റ് എന്ന വാക്കുണ്ടായത് (Greenfeld 2012: 21).

ആധുനിക ഭരണകൂടം പരമാധികാരത്തിന്റെ ഒരു കേവലരൂപമാണ്. ഈ പരമാധികാരത്തിന്റെ കേവലരൂപം നിയമങ്ങളെയും ചട്ടങ്ങളെയും നിർമ്മിക്കുന്നു. ദേശം എന്ന ആശയത്തിന്റെ ആവിർഭാവകാലത്തിനു ശേഷമാണിത്. ദേശം എന്നതിലെ ജനത ഏകാത്മകവും പരമാധികാരം അവർക്കിടയിൽ വ്യാപിച്ചിരിക്കുന്നതും ആണ്. ജനങ്ങൾക്ക് പരമാധികാരമുള്ള സമൂഹമാണ് ദേശരാഷ്ട്രം. ദേശരാഷ്ട്രത്തിനകത്ത് ജനങ്ങൾ എല്ലാവരും ഒരുപോലെ പരിഗണിക്കപ്പെട്ടവരും പരമാധികാരം എല്ലാവർക്കുമിടയിൽ പങ്കുവെക്കപ്പെട്ടതുമാണ്. ഇംഗ്ലണ്ടിലാണ് സ്റ്റേറ്റ് എന്ന ആധുനിക ആശയം മറ്റു രാഷ്ട്രങ്ങളിൽ പ്രത്യക്ഷപ്പെടുന്നതിനുമുമ്പ് പ്രത്യക്ഷപ്പെട്ടത്. ദേശീയബോധത്തിന്റെ ആവിർഭാവത്തെ പ്രതിഫലിപ്പിക്കുന്ന രാജ്യം, കോമൺവെൽത്ത്, സാമ്രാജ്യത്വം, ദേശം തുടങ്ങിയ ഒരു നിര സങ്കല്പനങ്ങളുടെ കൂട്ടത്തിൽ ഒന്നാണ് സ്റ്റേറ്റ്. 16-ാം നൂറ്റാണ്ടുമുതൽ ഈ നാലു വാക്കുകളും പര്യായപദങ്ങളായാണ് ഉപയോഗിക്കപ്പെട്ടത്. ഈ പദങ്ങൾക്കെല്ലാം ചെറിയ ചെറിയ വ്യത്യാസങ്ങളോടുകൂടി ഏറെക്കുറെ ഒരേ അർത്ഥമാണ് ഉണ്ടായിരുന്നത്. പക്ഷേ, ആദ്യഘട്ടത്തിൽ നിന്നു വ്യത്യസ്തമായി പില്ക്കാലത്ത് ഓരോ അർത്ഥങ്ങൾ വന്നുചേർന്നു. ഇംഗ്ലണ്ടിലെ പരമാധികാരജനത എന്ന അർത്ഥം ഇതിനു കൈവന്നു. ജനത എന്ന വാക്കിന്റെ അർത്ഥം പിന്നീട് മാറിക്കൊണ്ടിരുന്നു. ഈ വാക്കിന്റെ അർത്ഥപരിണാമം സാഹിത്യത്തിലോ നിഘണ്ടുക്കളിലോ പാർലമെന്ററി രേഖകളിലോ പരിശോധിച്ചാൽ കാണാവുന്നതാണ്. 1930-40 കൾ ആവുമ്പോഴേക്കും അതിന്റെ എണ്ണം വളരെ കൂടിക്കൊണ്ടിരുന്നു. അതിനുശേഷമാണ് സ്റ്റേറ്റ് എന്ന സങ്കല്പനം വികസിച്ചു വരുന്നത്. ആധുനികകാലത്ത് ഉപയോഗിക്കുന്ന അർത്ഥത്തിലോ രാഷ്ട്രീയമായ ധ്വനിയോടെയോ അല്ല സ്റ്റേറ്റ് എന്ന വാക്ക് 16-ാംനൂറ്റാണ്ടിലെ നിഘണ്ടുക്കളിൽ കടന്നു വരുന്നത്. പദവി എന്നൊരർത്ഥം മാത്രമേ നിഘണ്ടുക്കളിൽ ഈ പദത്തിന് കൊടുത്തു കാണുന്നുള്ളൂ. ഒരു രാഷ്ട്രീയധ്വനിമൂല്യവും ഈ പദത്തിന്

16-ാം നൂറ്റാണ്ടിൽ ഇല്ല. ഏതെങ്കിലും ഒരാളുടെ ജീവിതത്തിന്റെ അവസ്ഥ, വസ്തുവിന്റെ അവസ്ഥ എന്നതിനെ സൂചിപ്പിക്കാനാണ് ഉപയോഗിച്ചത്. എസ്റ്റേറ്റ് എന്ന വാക്ക് സ്വത്ത് എന്ന അർത്ഥത്തിലാണ് ഉപയോഗിച്ചിരുന്നത്. 16-ാം നൂറ്റാണ്ടിന്റെ അവസാനത്തോടെയാണ് സ്റ്റേറ്റ്, എസ്റ്റേറ്റ് എന്നീ വാക്കുകളുടെ അർത്ഥം മാറിവരുന്നത്. അപ്പോഴേക്ക്, ദേശം എന്നതിനോടുള്ള പര്യായപദമായി സ്റ്റേറ്റ് എന്നത് മാറുന്നുണ്ട്. പക്ഷേ അന്നതിന് ഇത്തരത്തിലുള്ള പദമൂല്യം ഉണ്ടായിരുന്നില്ല. മാത്രമല്ല, മറ്റ് പുതിയ ആശയങ്ങൾ (Country, Commonwealth, empire) ഉപയോഗിച്ചത്ര തവണ ആവർത്തിച്ച് സ്റ്റേറ്റ് എന്ന വാക്ക് ഉപയോഗിച്ചു കാണുന്നുമില്ല (Greenfeld 2012: 21-23).

എലിസബത്തൻ കാലത്താണ് പാർലമെന്ററി വ്യവഹാരങ്ങളിലേക്ക് സ്റ്റേറ്റ് എന്ന വാക്ക് കടന്നുവരുന്നത്. മിക്കവാറും എല്ലാ വ്യവഹാരങ്ങളിലും എസ്റ്റേറ്റ് എന്ന അർത്ഥത്തിൽ തന്നെയാണ് സ്റ്റേറ്റ് എന്ന വാക്ക് ഉപയോഗിച്ചു കാണുന്നത്. 1559 ലെ Act of Supremacy എന്ന നിയമപ്രകാരം (പോപ്പിൽനിന്ന് രാജകുടുംബത്തിന് രാജ്യാധികാരം ലഭിക്കുന്ന നിയമം) ആത്മീയവും ഭരണപരവുമായ അധികാരം രാജകുടുംബത്തിൽ നിക്ഷിപ്തമായിരിക്കും എന്നതാണ്. 1771 ലെ Treasons act എല്ലാ പ്രജകളുടെയും സമാധാനം ഉറപ്പു വരുത്തുന്നു. 1583-ലെ മറ്റൊരു നിയമത്തിനകത്തും എസ്റ്റേറ്റ് എന്ന വാക്ക് കടന്നു വരുന്നുണ്ട്. സ്റ്റേറ്റ് എന്ന വാക്ക് കടന്നുവരുന്ന മൂന്ന് നിയമങ്ങളാണിവ. ഇവയിലെല്ലാം തന്നെ എസ്റ്റേറ്റ് എന്ന വാക്ക് ആവർത്തിച്ചു വരുന്നതു കാണാം. എങ്കിലും ഓരോന്നിലും അർത്ഥത്തിന് വ്യത്യാസമുണ്ട്. എലിസബത്തൻ കാലത്തോടെ നിയമങ്ങൾ, ഭരണഘടനയുടെ ആമുഖം എന്നിവയിലെല്ലാം ഈ വാക്ക് കടന്നു വരുന്നു. രാജാവിന്റെ സ്വകാര്യസ്വത്തിന്റെ ഭാഗമായി വരുന്ന രാഷ്ട്രസംവിധാനത്തെ പ്രതിനിധീകരിക്കുന്ന kingdom/realm എന്നീ വാക്കുകൾക്കു പകരമായാണ് എസ്റ്റേറ്റ് എന്ന വാക്ക് ആവർത്തിച്ചു കാണുന്നത്. രാജാവിന്റെ അധികാരപരിധിയിൽ വരുന്ന പ്രദേശം എന്നർത്ഥത്തിലാണ് ഇവിടെ എസ്റ്റേറ്റ് എന്ന വാക്കു ഉപയോഗിച്ചിരുന്നത്. സ്റ്റേറ്റ് എന്ന വാക്ക് കടന്നു വന്നത് കോമൺവെൽത്ത് എന്ന പദത്തിന്റെ പര്യായപദമെന്ന നിലയിലാണ്. സ്റ്റേറ്റ് എന്നത് നിർവൈയക്തികമായ രാഷ്ട്രസംവിധാനത്തെയാണ് കാണിക്കുന്നത്. അതുവരെ ഒരു അധികാരിയോട് ചേർത്തു നിർത്തിക്കൊണ്ടാണ് രാഷ്ട്രത്തെ കണ്ടത്. എന്നാൽ നിർവൈയക്തികമായ രാഷ്ട്രസങ്കല്പം ഈ ഘട്ടത്തിലാണ് സ്വീകരിക്കപ്പെടുന്നത്. സ്റ്റേറ്റ് നോട് വിധേയത്വമുള്ള, പ്രതിബദ്ധതയുള്ള പ്രജകൾ എന്ന അർത്ഥത്തിലാണ് ഈ വാക്ക്

ഉപയോഗിക്കപ്പെടുന്നത്. ഈ പ്രജകൾക്ക് രാജ്ഞിയോളം തന്നെ അധികാരത്തിൽ പങ്കാളിത്തം ഉണ്ട്. രാഷ്ട്രീയമായ തീരുമാനമെടുക്കുന്നതിൽ അവർക്ക് രാജ്ഞിക്ക് തുല്യമായ അധികാരവും അവകാശവുമുണ്ട്. പാർലമെന്റിന്റെ അധികാരം വളർന്നു വരുന്നതിന്റെയും ആത്മവിശ്വാസം വർദ്ധിക്കുന്നതിന്റെയും തെളിവാണ് ഈ ഘട്ടത്തിൽ രൂപപ്പെട്ടു വരുന്ന എല്ലാ നിയമങ്ങളും. സ്റ്റേറ്റ് എന്ന വാക്ക് ഈ സന്ദർഭത്തിൽ ഉപയോഗിക്കപ്പെടുന്നത്, ഇംഗ്ലീഷുകാർക്ക് എന്താണവരുടെ അവകാശങ്ങൾ എന്നും തങ്ങൾ എന്തിനോടൊപ്പമാണ് നിൽക്കാൻ പോകുന്നതെന്നും ബോധ്യപ്പെട്ടു എന്നതിന്റെ തെളിവാണ് (Greenfeld 2012: 22-23).

ഭരണകൂടത്തിൽ തങ്ങൾക്കുള്ള തുല്യമായ പങ്കിനെക്കുറിച്ച് ജെയിംസ് രാജാവിന്റെ കാലത്ത് പാർലമെന്റ് ഉറപ്പിച്ചു പറഞ്ഞു. ഈയൊരു ഊന്നലിലൂടെ പാർലമെന്റിന്റെ പ്രാതിനിധ്യസ്വഭാവമാണ് വെളിപ്പെട്ടത്. പാർലമെന്റിന്റെ മാറിയ ധർമ്മത്തെക്കുറിച്ചുള്ള കാഴ്ച്ചപ്പാട് അത് ആവിഷ്ക്കരിച്ചു. പാർലമെന്റിൽ രാജാവ് നടത്തിയ പ്രഭാഷണങ്ങളിൽ പോലും പാർലമെന്റിന്റെ പുതിയ പദവിയെപ്പറ്റിയുള്ള കാഴ്ചപ്പാടുകൾ നിഴലിച്ചിരുന്നു. രാജാവും പാർലമെന്റും തമ്മിൽ ചില അഭിപ്രായ വ്യത്യാസങ്ങൾ രൂപപ്പെടുന്നതിന്റെ സൂചനകൾ ഹൌസ് ഓഫ് കോമൺസി(house of commons)ന് അദ്ദേഹം എഴുതിയ കത്തിൽ നിന്ന് ലഭിക്കുന്നുണ്ട്. പാർലമെന്റിനോടുള്ള അദ്ദേഹത്തിന്റെ അതൃപ്തി വ്യക്തമാക്കുന്നതായിരുന്നു ഇത്. ഇംഗ്ലണ്ടിനെ ഭരിക്കുക എന്നത് രാജാക്കന്മാരുടെ സവിശേഷാധികാരമാണ് എന്നും പാർലമെന്റ് ഒരു തരത്തിലും ഇതിൽ ഇടപെടാൻ പാടില്ല എന്നും രാജാവ് ഈ കത്തിൽ സൂചിപ്പിക്കുന്നു. രാജാവിന്റെ സ്വകാര്യസ്വത്തായ രാജ്യം എന്ന സങ്കല്പം അസ്വീകാര്യമായിത്തീർന്നു എന്നതാണ് ഈ കത്ത് സൂചിപ്പിക്കുന്നത്. അതുകൊണ്ടാണ് ജെയിംസ് രാജാവിന് അത് ഉറപ്പിച്ചു പറയേണ്ടിവന്നത് (Greenfeld 2012: 22-23).

പരമാധികാര രാഷ്ട്രത്തിലെ സ്വതന്ത്രഭരണകൂടത്താൽ നയിക്കപ്പെടുന്ന ജനത എന്ന നിലയ്ക്കായിരിക്കും ഇംഗ്ലണ്ടിലെയും അനുബന്ധപ്രദേശങ്ങളിലെയും ജനങ്ങൾ ഇനിമേൽ അറിയപ്പെടുക എന്നാണ് കോമൺവെൽത്ത് നിയമം പ്രഖ്യാപിച്ചത്. ജനത എന്നത് ഗവൺമെന്റിന്റെ രൂപമല്ല. എന്നിട്ടും അതുമായി അതിനെ യോജിപ്പിക്കുന്നത് ദേശം എന്ന പുതിയ അധികാരരൂപമാണ്. ദേശീയത എന്ന സങ്കല്പനത്തിന്റെ വളർച്ചയുടെ പ്രതിഫലനമായാണ് സ്റ്റേറ്റ് ആവിർഭവിച്ചത്. ഇംഗ്ലീഷിൽ അതിന്റെ മൗലികവും ആധുനികവുമായ അർത്ഥം ദേശം, ജനത, ജനങ്ങളുടെ പരമാധികാരം എന്നിവയാണ് (Greenfeld 2012: 24).

ഒരു ഭരണകൂടത്താൽ (state) ഭരിക്കപ്പെടുക എന്നാൽ സ്വയം ഭരിക്കുക എന്നർത്ഥം വരുന്നു. ജനങ്ങളുടെ പരമാധികാരത്തെ പ്രതിനിധീകരിക്കുന്നവരുടെ ഭരണം എന്നത് ഇതിനോട് ഏറെക്കുറെ അടുത്തുനിൽക്കുന്നതാണ്. ജനങ്ങൾ ഭരിക്കുക എന്നത് പ്രായോഗികമല്ല. അതിനാൽ ജനങ്ങളുടെ പരമാധികാരത്തെ പ്രതിനിധീകരിക്കുന്നവരുടെ ഭരണത്തെയാണ് ഭരണകൂടത്തിന്റെ (state) ഭരണം എന്ന പറയുന്നത്. ജനകീയമായ ജനവിധിയുടെ അടിസ്ഥാനത്തിലാണ് സ്റ്റേറ്റ് രൂപപ്പെടുന്നത്. വ്യക്തികളുടെ അധികാരമല്ല, സ്റ്റേറ്റിനെ ഉണ്ടാക്കുന്നത് ജനങ്ങളുടെ ജനവിധിയാണ് (Greenfeld 2012: 24).

മറ്റു രാജ്യങ്ങളിൽ സ്റ്റേറ്റ് എന്ന സങ്കല്പം വ്യത്യസ്തമായ രീതിയിലാണ് വികസിച്ചു വന്നത്. പക്ഷേ എന്തെല്ലാം വ്യത്യാസങ്ങൾ സങ്കല്പനപരമായി ഉണ്ടായാലും അവയെല്ലാം ദേശീയത എന്ന ചട്ടക്കൂടിനകത്ത് രൂപപ്പെട്ടു വന്നവയാണ്. അവയെല്ലാം നിർവൈയക്തികമായ രാഷ്ട്രീയരൂപങ്ങളും ജനവിധിയുടെ അടിസ്ഥാനത്തിൽ രൂപപ്പെട്ടു വന്നവയുമാണ്. ഫ്രാൻസിൽ സ്റ്റേറ്റ് എന്ന വാക്ക് അതിന്റെ രാഷ്ട്രീയമായ അർത്ഥം കൈവരിക്കുന്നത് രാജാവുമായുള്ള ആ വാക്കിന്റെ ബന്ധത്തിലൂടെയാണ്. രാജാവിന്റെ വ്യക്തിപരമായ അധികാരത്തെ സൂചിപ്പിക്കാനാണ് എസ്റ്റേറ്റ് എന്ന വാക്ക് ഉപയോഗിച്ചിരുന്നത്. അതുകൊണ്ടുതന്നെ ആ വ്യക്തിയിൽ നിന്ന് വേർപെടുത്താൻ കഴിയുന്ന ഒന്നായിരുന്നില്ല ആ വാക്ക്. രാജാവിന് ചില ദൈവികമായ അധികാരങ്ങൾ ഉണ്ട് എന്ന സങ്കല്പത്തിലാണ് ഭരണകൂടം എന്ന ഈ സങ്കല്പം വികസിച്ചു വരുന്നത്. എസ്റ്റേറ്റ് എന്ന വാക്കിന്റെ യഥാർത്ഥ അർത്ഥം രാജാവിന്റെ പരമാധികാരം എന്നുതന്നെ ആയിരുന്നു. അയാളുടെ അധികാരത്തിന്, ആ പരിധിക്കകത്ത് ഒരു സീമയും ഉണ്ടായിരുന്നില്ല. ചില അടിസ്ഥാനനിയമങ്ങളും ദൈവവും മാത്രമേ അയാളെ നിയന്ത്രിച്ചിരുന്നുള്ളൂ. പ്രായോഗികമായി ആരും അയാളെ നിയന്ത്രിച്ചിരുന്നില്ല. ഈ രാജാവാണ് എല്ലാ നിയമങ്ങളുടെയും ഉറവിടം. 12-ാം നൂറ്റാണ്ടിൽ സ്റ്റേറ്റിന്റെ യുക്തി/കാരണങ്ങൾ ഏകാത്മകവും അഭിന്നവും ഒറ്റയാളുടെ ഇച്ഛയ്ക്കനുസരിച്ച് നിർണയിക്കപ്പെടുന്നതുമായിരുന്നു. കർദ്ദിനാൾ റിച്ചല്യൂ (ലൂയി പതിമൂന്നാമന്റെ മന്ത്രി- അദ്ദേഹമാണ് ഫ്രാൻസിൽ രാജകീയമായ കേവലത എന്ന ആശയത്തിന്റെ മുഖ്യശില്പി.) മന്ത്രിയെന്ന നിലയിൽ രാജാവിനോടുള്ള വിധേയത്വം വർദ്ധിപ്പിക്കണമെന്ന് ആഗ്രഹിച്ച ആളായിരുന്നു. രാജാവിനോടുള്ള വിധേയത്വം രാഷ്ട്രത്തോടുള്ള വിധേയത്വമാണ് എന്നതായിരുന്നു അദ്ദേഹത്തിന്റെ സിദ്ധാന്തം. ഈ സിദ്ധാന്തം സ്റ്റേറ്റ് എന്ന ആശയം ഉണ്ടാവുന്നതിന് കാരണമായി. രാജാവിൽ നിന്നു

വേറിട്ട് നിൽക്കുന്ന സ്റ്റേറ്റ് എന്ന ആശയമാണ് കർദ്ദിനാൾ റിച്ചല്യൂ (അമൂർത്തവൽക്കരണത്തിലൂടെ)സൃഷ്ടിക്കുന്നത്. ഈ സങ്കല്പത്തെ അമൂർത്തവൽക്കരിച്ച് കേവലവൽക്കരിക്കുകയും അതിലൂടെ അത് ഒരു അഭൗമസങ്കല്പനമായി തീരുകയും ചെയ്തു. ഇതിന്റെ ഫലമായി വിധേയത്വത്തിനുള്ള ബദൽ വസ്തുവായി അത് മാറി (Greenfeld 2012: 24-25).

മറ്റു ചില സംഭവവികാസങ്ങളുടെ ഫലമായി സ്റ്റേറ്റ് (state) എന്ന ആശയത്തിന്റെ അർത്ഥം വീണ്ടും പരിഷ്ക്കരിക്കപ്പെട്ടു. റിച്ചല്യൂവിന്റെ ഭരണകാലത്ത് രാജാവിന്റെ ഉദ്യോഗസ്ഥൻമാരുടെ അധികാരവും അധികാരത്തിന്റെ പ്രയോഗവും അധികാരസംവിധാനങ്ങളും അതിന്റെ നടത്തിപ്പും വളരെ വ്യാപകമായി. ഈ ഉദ്യോഗസ്ഥൻമാർ രാജാവിന്റെ അധികാരത്തെ പ്രതിനിധീകരിക്കുന്നവരാണ് എന്നായിരുന്നു റിച്ചല്യൂ പറഞ്ഞത്. അവർ അതുകൊണ്ട് സ്റ്റേറ്റിന്റെ ഭാഗമാണ്. അതിനെ രാജാവ് ശക്തമായി പിന്തുണച്ചു. ഒരർത്ഥത്തിൽ ഗവൺമെന്റിന്റെ ഉദ്യോഗസ്ഥവാഴ്ച എന്നർത്ഥത്തിലാണ് സ്റ്റേറ്റ് എന്ന വാക്ക് അവിടെ ഉപയോഗിക്കുന്നത്. ഭരണകൂടം നിർവൈയക്തികമായിരുന്നു. അതേസമയം അത് രാജകീയമായ അനുഭവത്തിന്റെ വൈയക്തികമായ എല്ലാ സ്വഭാവങ്ങളെയും പരിരക്ഷിക്കുകയും ചെയ്തു. നിർവൈയക്തികമാണെന്ന് സങ്കല്പിച്ചപ്പോൾത്തന്നെ രാജകീയാനുഭവത്തിന്റെ വൈയക്തിക സ്വഭാവത്തെ നിലനിർത്തി. ഫ്രാൻസിലെ വരേണ്യവിഭാഗം 18-ാം നൂറ്റാണ്ടിൽ ദേശീയതയിലേക്ക് പരിവർത്തനം ചെയ്യപ്പെട്ടു. ദേശത്തിന്റെ അധികാരത്തിന്റെ ഉടലാണ് നിർവൈയക്തികമായ ഉദ്യോഗസ്ഥ ഭരണമെന്നും, അതിനോടുള്ള വിധേയത്വമാണ് വേണ്ടത് എന്നതുമായിരുന്നു സങ്കല്പം. അതുകൊണ്ടുതന്നെ ഫ്രാൻസിലെ കേന്ദ്രഗവൺമെന്റിന് ആദിമകാലഘട്ടത്തിലെ രാജഭരണത്തിന്റെ പല സവിശേഷതകളും സംരക്ഷിക്കേണ്ടി വന്നു (Greenfeld 2012: 25).

ലാറ്റിൻ പദമായ സ്റ്റാറ്റസി(status)നോട് നൈരുക്തികമായി ബന്ധമില്ലാത്തതാണ് റഷ്യൻ ഭാഷയിൽ സ്റ്റേറ്റ് എന്നതിനുപയോഗിക്കുന്ന സംജ്ഞ (status എന്ന വാക്കിൽനിന്നാണ് ഇംഗ്ലീഷിലേയും ഫ്രഞ്ചിലേയും സ്റ്റേറ്റ് എന്ന വാക്ക് ഉണ്ടായത്. പക്ഷേ അതിന് ഇന്നത്തെ സ്റ്റേറ്റ് എന്നതിനോട് അർത്ഥപരമായി ഒരു ബന്ധവും ഉണ്ടായിരുന്നില്ല). പ്രഭു എന്നർത്ഥം വരുന്ന 'ഗോസുദർ' (gosudar) എന്നതിൽ നിന്നാണ് റഷ്യൻ വാക്ക് ഉണ്ടായിട്ടുള്ളത്. പ്രഭുവാഴ്ച എന്നത് പൂർണമായും വ്യക്തികേന്ദ്രിതമായിരുന്നു. അത് ഏറെക്കുറെ ഇക്കാലം വരെ ആ നിലയിൽ തുടർന്നു. സ്റ്റേറ്റ് എന്നതിന് ഗവൺമെന്റ്എന്ന പുതിയ അർത്ഥം അനുകരണത്തിന്റെ ഫലമാണ്. അതിന്റെ പ്രകൃതത്തിൽ

വരുന്ന മാറ്റം ഇംഗ്ലണ്ടിൽ നിന്നും ഒരു പരിധിവരെ ഫ്രാൻസിൽ നിന്നും വ്യത്യസ്തമായി പ്രതീകാത്മകമായിരുന്നു. 'മഹാനായ പീറ്റർ' ആണ് ഈ പുതിയ രീതിയിൽ രൂപവും അർത്ഥവും ആ പദത്തിന് നൽകിയത്. പീറ്റർ ഒരു ഏകാധിപതി ആയിരുന്നു. അദ്ദേഹം നിർവൈയക്തിക മായ ഒന്നിനോട് എല്ലാ പ്രജകൾക്കും വിധേയത്വമുണ്ടാക്കുക എന്ന ലക്ഷ്യത്തോടുകൂടി, പ്രജകളെല്ലാം കൂടുതൽ വിപുലമായ ഒന്നിനോട് വിധേയത്വം ഉള്ളവരായിരിക്കണം എന്ന ലക്ഷ്യത്തോടുകൂടിയാണ് സ്റ്റേറ്റ് എന്ന ആശയം ഉണ്ടാക്കിയത്. തന്റെ ലക്ഷ്യത്തോട് ജനങ്ങൾ ക്ക് കൂടുതൽ പ്രതിപത്തിയും വിധേയത്വവും ഉണ്ടാകണമെന്ന ഉദ്ദേശ്യ ത്തോടുകൂടിയാണ് പീറ്റർ സ്റ്റേറ്റ് എന്ന സങ്കല്പം റഷ്യയിൽ കൊണ്ടു വരുന്നത്. ഇത്തരത്തിൽ സ്റ്റേറ്റ് എന്ന ആശയം ഓരോ പ്രദേശത്തും വികസിച്ചു വന്നത് വ്യത്യസ്ത രീതിയിലാണ്. അതുകൊണ്ടുതന്നെ സ്റ്റേറ്റ് എന്ന ആശയത്തിലും മൗലികമായ വ്യത്യാസം കാണാം. നൈരുക്തിക മായി ഓരോ നാടുകളിലും സ്റ്റേറ്റ് എന്ന ആശയം വ്യത്യസ്ത രീതിയിലാണ് വളർന്നുവന്നത്. എങ്കിൽപ്പോലും അവയെയെല്ലാം പ്രചോദിപ്പിച്ചത് ദേശീയതയാണ്. അത് വ്യക്തികേന്ദ്രിതമായ ഭരണകൂടങ്ങളോട് തുല്യ തപ്പെടുത്താൻ കഴിയാത്തതാണ്. ദേശീയത എന്ന തത്ത്വത്തിനും പരമാധികാരജനത എന്ന ആശയത്തിനും നിലനിൽക്കാൻ കഴിയ ണമെങ്കിൽ രാഷ്ട്രം എന്ന സങ്കല്പം അനിവാര്യമാണ്. എല്ലാ ആധു നികഭരണകൂടങ്ങളും നിർവൈയക്തികത, പ്രതിനിധാനാത്മകത എന്നിവ പൊതുവായി പങ്കുവെക്കുന്ന ആശയങ്ങളാണ്. ഇതെങ്ങനെ നടപ്പിലാക്കുന്നു എന്ന കാര്യത്തിൽ ഓരോ രാഷ്ട്രങ്ങളും വ്യത്യസ്തമാണ്. എങ്കിലും ഇവ രണ്ടും എല്ലാ ആധുനിക രാഷ്ട്രങ്ങൾക്കും പൊതുവായുള്ള താണ് (Greenfeld 2012: 25-26).

ദേശീയതയും ശാസ്ത്രവും

ദേശീയതയും രാഷ്ട്രവും തമ്മിലുള്ള ബന്ധം പ്രത്യക്ഷമാണെങ്കിൽ, ദേശീയതയും ശാസ്ത്രവും തമ്മിലുള്ള ബന്ധം പരോക്ഷമാണ്. സംസ്കാ രത്തെ മതേതരവൽക്കരിക്കുന്ന സാമാന്യമായ പ്രക്രിയയിലൂടെയാണ് ദേശീയതയും ഭരണകൂടവും, ദേശീയതയും ശാസ്ത്രവും തമ്മിലുള്ള ബന്ധങ്ങളെ വിശകലനം ചെയ്യേണ്ടത്. ഒരു തരത്തിൽ പറഞ്ഞാൽ മതത്തെ ദേശീയതയെ കൊണ്ട് പകരം വെച്ചാണ് മതേതരവൽക്ക രണം സാധിക്കുന്നത്. അങ്ങനെയൊരു സാഹചര്യത്തിൽ മാത്രമേ ശാസ്ത്രവും സാധ്യമാവുകയുള്ളൂ. ദേശീയതയും ശാസ്ത്രവും തമ്മിലുള്ള ഈ പരോക്ഷബന്ധം (മതേതരവൽക്കരണം എന്നത് ദേശീയതയുടെയോ

ശാസ്ത്രത്തിന്റെയോ നിബന്ധനയല്ല) അങ്ങനെയല്ലാതെ നിലനിൽക്കു കയില്ല. മതേതരത്വം ശാസ്ത്രത്തിന്റെയോ ദേശീയതയുടെയോ ഒരവശ്യ ഉപാധിയോ കാരണമോ അല്ല. മതപരമായ സന്ദർഭത്തിനകത്തുവെച്ചതന്നെയാണ് ശാസ്ത്രവും ദേശീയതയും രൂപപ്പെടുന്നതും. പ്രൊട്ടസ്റ്റന്റ് മതവുമായി ബന്ധപ്പെട്ടുകൊണ്ടാണ് അവ ഉണ്ടായി വരുന്നത്. ദേശീയതയ്ക്കും ശാസ്ത്രത്തിനും മതേതരത്വവുമായി പ്രത്യക്ഷത്തിൽ യാതൊരു ബന്ധവുമില്ല. കാരണം അവ രണ്ടും മതപരമായ സംഘർഷത്തിനകത്തുനിന്നാണ് ഉണ്ടായിട്ടുള്ളത്. മതേതരവൽക്കരണത്തിന് ദേശീയതയുടെ ആവശ്യമുണ്ട്. മറ്റൊരു വഴിയിൽ ശാസ്ത്രത്തെ സാധ്യമാക്കുന്നതും മതനിരപേക്ഷതയാണ്. ശാസ്ത്രത്തിന്റെ സ്ഥാപനവൽക്കരണത്തിന് ദേശീയത അനിവാര്യമാണ് (Greenf eld 2012: 26-27).

ശാസ്ത്രം, ആദ്യമായി സ്ഥാപനവൽക്കരിക്കപ്പെട്ടത് ഇംഗ്ലണ്ടിലാണെന്നത് ആകസ്മികമല്ല. കാരണം സ്ഥാപനവൽക്കരിക്കപ്പെട്ട ശാസ്ത്രം ഇംഗ്ലീഷ് ദേശീയസ്വത്വത്തെ രൂപപ്പെടുത്തുന്നതിൽ പ്രധാന പങ്കു വഹിച്ചു. അതുകൊണ്ടുതന്നെ ശാസ്ത്രത്തിന് ദേശീയതയ്ക്കകത്ത് മാന്യമായ സ്ഥാനമുണ്ട്. സ്വയം സ്ഥാപിക്കാനും സ്വയം പ്രവർത്തിക്കാനും കഴിയുന്ന ഒന്നായി മാറുന്നതിനുവേണ്ടിയുള്ള ഒരു ജനകീയ പിന്തുണ നാം ശാസ്ത്രത്തിനു നൽകുകയും ശാസ്ത്രം ഒരു ദേശീയ മൂല്യമായി മാറുകയും ചെയ്തു. ശാസ്ത്രവും ഇംഗ്ലീഷ് ദേശീയതയും തമ്മിലുള്ള ബന്ധത്തിന്റെ കാരണങ്ങൾ താഴെ പറയുന്നവയാണ്.

ദേശം എന്ന ആശയം ഇംഗ്ലണ്ടിൽ യുക്തിയുടെ മൂല്യത്തെ പ്രകാശിപ്പിച്ചു. എല്ലാ മനുഷ്യരേയും അടിസ്ഥാനപരമായി തുല്യരായി ഗണിക്കാനും, എല്ലാവർക്കും സ്വാതന്ത്ര്യം വാഗ്ദാനം ചെയ്യാനും ദേശം എന്ന ആശയത്തിന് സാധിച്ചു. ഈ മൂല്യമാണ് ഇംഗ്ലീഷ് ദേശീയതയുടെ അകക്കാമ്പ്. അങ്ങനെ നോക്കിയാൽ വിമർശാനാത്മകമായ മനസ്സ്, അനുഭവാത്മകമായ അറിവിന്റെ പ്രാധാന്യം, ജഡിലോക്തിയിലുള്ള വിശ്വാസക്കുറവ് ഇവയൊക്കെ ശാസ്ത്രത്തിന്റെയും ഗുണങ്ങളാണ്. 16, 17 നൂറ്റാണ്ടുകളിലെ ഇംഗ്ലീഷ് ധൈഷണികർ ശാസ്ത്രവും ദേശവും തമ്മിലുള്ള ബന്ധത്തിന് ഊന്നൽ നൽകി. റോജർ ബേക്കണിന്റെ കാലം മുതൽ ശാസ്ത്രം ആധുനിക മനുഷ്യരുടെ മികവിന്റെ അടയാളമായി പരിഗണിക്കപ്പെട്ടു. ഒരു രാഷ്ട്രത്തിന്റെ മഹത്വത്തിന്റെ അടയാളം ശാസ്ത്രമാണ് എന്ന് വന്നു (Greenf eld 2012: 27).

പഴമയും പുതുമയും തമ്മിലുള്ള സംഘർഷത്തിൽ തങ്ങൾ പുതുമയെ പ്രതിനിധീകരിക്കുന്നവരാണെന്നവർ സ്വയം കരുതി. ഫ്രാൻസും ഇറ്റലിയും അവരുടെ ക്ലാസിക്കൽ വിജ്ഞാനത്തിന്റെ പേരിൽ

അഭിമാനം കൊണ്ടപ്പോൾ ഇംഗ്ലണ്ട് അവരുടെ ശാസ്ത്രനേട്ടത്തിൽ അഭിമാനം കൊണ്ടു. പതിനേഴാം നൂറ്റാണ്ടോടുകൂടി ഇംഗ്ലീഷ് ദേശീയ തയുടെ തന്നെ മഹനീയമായ ആവിഷ്കാരങ്ങളായി ശാസ്ത്രത്തിന്റെ നേട്ടങ്ങളെ അവതരിപ്പിച്ചു. തങ്ങളുടെ സാംസ്കാരികമായ മേൽക്കോ യ്മയെ അവർ നിരന്തരമായി ശാസ്ത്രത്തിലൂടെയാണ് ആവിഷ്ക്കരിച്ചത്. ശാസ്ത്രത്തെ പിന്തുടരുക എന്നത് അവർക്ക് ദേശീയമായ അഭിമാന ത്തിന്റെ പ്രശ്നമായിരുന്നു. ഇംഗ്ലണ്ടിന്റെ പ്രകടമായ വളർച്ചയോടെ ഭാഗികമായെങ്കിലും ഇക്കാര്യം മറ്റുള്ളവരും അംഗീകരിച്ചു. വിദേശ രാജ്യങ്ങളിലുള്ളവരും ശാസ്ത്രത്തിന്റെ മേഖലയിലുള്ള ഇംഗ്ലണ്ടിന്റെ മേൽക്കോയ്മയെ അംഗീകരിക്കുകയും അത് ആ ദേശത്തിന്റെ മഹത്വ മായി പരിഗണിക്കുകയും ചെയ്തു. ഇംഗ്ലണ്ട് ശാസ്ത്രത്തിന്റെ മേഖലയിൽ നൽകിയ സംഭാവനകളെക്കുറിച്ചും അതെത്രമാത്രം ഇംഗ്ലണ്ടിന്റെ അഭി മാനമായിത്തീർന്നിരിക്കുന്നു എന്നും ഇംഗ്ലണ്ടിലെ റോയൽ സൊസൈറ്റി ഇംഗ്ലീഷ് ജനതയെ ഓർമ്മിപ്പിച്ചുകൊണ്ടിരുന്നു. അതുവഴി ഇംഗ്ലണ്ടിലെ ശാസ്ത്രപരീക്ഷണങ്ങൾക്കും പ്രവൃത്തികൾക്കും അതിന്റെ കേന്ദ്രസ്ഥാപന ങ്ങൾക്കും വലിയ തോതിൽ ജനകീയമായ പിന്തുണ നേടിയെടുക്കാൻ കഴിഞ്ഞു (Greenfeld 2012: 27-28).

ദേശീയതയുമായി ശാസ്ത്രത്തെ ബന്ധിപ്പിക്കുക വഴി ശാസ്ത്രം തന്നെ അഭിമാനകരമായ ഒരു പദവിയിലേക്കുയർന്നു. കഴിവും താൽപര്യവുമു ള്ള ആളുകളെ ശാസ്ത്രത്തിന്റെ മേഖലയിലേക്കാകർഷിക്കാൻ ഇതുവഴി സാധിച്ചു. ഇങ്ങനെയായിരുന്നില്ലെങ്കിൽ ഒരു പക്ഷെ അവരുടെ കഴിവുകൾ മറ്റു മേഖലകളിൽ ചെലവഴിക്കപ്പെട്ടുമായിരുന്നു. അങ്ങനെ രാഷ്ട്രം നിർവഹിച്ച ഈ സാമൂഹ്യമായ പുരസ്കരണം ശാസ്ത്രത്തിന്റെ സ്ഥാപനവൽക്കരണത്തിനുള്ള ഉപാധിയായി മാറി. ശാസ്ത്രവും ഇംഗ്ലീഷ് ദേശീയതയും തമ്മിലുള്ള ബന്ധത്തെ മുൻനിർത്തി ആധുനികസമൂഹ ത്തിന്റെ അടിത്തറ തന്നെ ശാസ്ത്രമാണ് എന്ന മട്ടിൽ വന്നുചേരുകയും പതിനെട്ടാം നൂറ്റാണ്ടോടുകൂടി രൂപപ്പെട്ട പല പുതിയ രാജ്യങ്ങളും ഇംഗ്ലണ്ടിനെ അനുകരിക്കാൻ ശ്രമിക്കുകയും ചെയ്തു. അതുകൊണ്ടു തന്നെ ശാസ്ത്രം ഈ രാജ്യങ്ങളുടെ ദേശീയതക്കകത്ത് ശക്തമായ ഒരു വികാരമായി മാറി. ശാസ്ത്രത്തിന് സർഗ്ഗാത്മകവും മാന്ത്രികവും പലപ്പോഴും നാശോന്മുഖവുമായ ശേഷി ആരോപിക്കപ്പെടുകയും അത് ലോകമെമ്പാടുമുള്ള ആധുനികതയുടെ ഒരു കേന്ദ്രപ്രമേയമായി അംഗീക രിക്കപ്പെടുകയും ചെയ്തു. ശാസ്ത്രത്തിന് അത്തരത്തിലുള്ള വീക്ഷണങ്ങളെ ഏതെങ്കിലും തരത്തിൽ സാധൂകരിക്കാൻ കഴിയുന്നതിനു മുമ്പുതന്നെ ആ പദവി ലഭിച്ചിരുന്നു എന്നതാണ് നാം മനസിലാക്കേണ്ട ഒരു കാര്യം.

ജീവിതത്തെ രൂപപ്പെടുത്താൻ ശേഷിയുള്ള ഒന്നാണ് ശാസ്ത്രമെന്ന് നാം കല്പിച്ചു. ഒരർത്ഥത്തിൽ മുൻകാല പ്രാബല്യത്തോടെ ഇങ്ങനെയൊരു ശേഷി കല്പിച്ചുകൊടുത്തതിനാലാണ് ശാസ്ത്രത്തിന് വികസിക്കാൻ സാധിച്ചത് (Greenfeld 2012: 28).

ശാസ്ത്രത്തോടാണ് ഇംഗ്ലീഷ് ദേശീയത ചേർന്നുനിന്നതെങ്കിൽ ചില ദേശീയതകൾ അടിസ്ഥാനപരമായിതന്നെ ശാസ്ത്രവിരുദ്ധതയോടുകൂടിയതാണ്. റഷ്യയിലെയും 1945 വരെയുള്ള ജർമ്മൻ ദേശീയതയെപ്പോലെയുള്ള കാൽപ്പനിക ദേശീയവാദത്തിന്റെയും അകക്കാമ്പുതന്നെ ശാസ്ത്രവിരുദ്ധതയാണ്. എങ്കിലും അവർക്ക് ശാസ്ത്രസ്ഥാപനങ്ങളെ വിജയകരമായി നടത്തിക്കൊണ്ടുപോകാനും അതിലൂടെ ശാസ്ത്രത്തിന്റെ മേഖലയിൽ വളരെയധികം നേട്ടങ്ങൾ കൈവരിക്കാനും സാധിച്ചു. ശാസ്ത്രീയതക്ക് പിന്തുണയുള്ള സമൂഹമുണ്ടെങ്കിൽ മാത്രമേ ശാസ്ത്രത്തിന്റെ സ്ഥാപനവൽക്കരണം തുടങ്ങാൻ കഴിയുകയുള്ളൂ. മൂല്യാധിഷ്ഠിത സമൂഹങ്ങളിലാണ് ശാസ്ത്രത്തിന്റെ സ്ഥാപനവൽക്കരണം തുടങ്ങുന്നത്. അതിനകത്ത് വളർന്നുവന്ന ശാസ്ത്രത്തിന്റെ നേട്ടങ്ങൾ അത്തരം മൂല്യങ്ങളില്ലാത്ത രാജ്യങ്ങളിലേക്ക് കയറ്റുമതി ചെയ്യപ്പെടുകയാണുണ്ടായത്. ശാസ്ത്രത്തെ സ്വീകരിക്കുകയും ശാസ്ത്രത്തെ സാധ്യമാക്കുന്ന മൂല്യങ്ങളെ സ്വീകരിക്കാതിരിക്കുകയും ചെയ്യു സമൂഹങ്ങൾക്ക് എല്ലായ്പ്പോഴും ശാസ്ത്രത്തോടുള്ള സമീപനം സംയുക്തമായിരുന്നു. ശാസ്ത്രീയസമൂഹങ്ങളൊന്നും ആക്രമണത്തിൽ നിന്ന് പ്രതിരോധിക്കപ്പെട്ടവയല്ല. ശാസ്ത്രത്തോടുള്ള അതിക്രമം എന്നത് ദേശീയസ്വത്വത്തിനകത്തു തന്നെ രൂപപ്പെട്ടു വന്ന ചില പ്രതിസന്ധികളുടെ ലക്ഷണമാണ്. ഒരർത്ഥത്തിൽ അതിനെ ഉറപ്പിക്കലാണ്. ശാസ്ത്രവും ദേശീയതയും കാലക്രമത്തിൽ വേറിട്ടതായിരിക്കാം. എന്നാൽ അവ തമ്മിലുള്ള കാലപരമായ വിടവിനിടയിൽ ശാസ്ത്രം അതു സാധ്യമാക്കിയ ഭൗതികനേട്ടങ്ങളുടെ പേരിൽ അഭിനന്ദിക്കപ്പെടുകയും അതാണ് ദേശീയമായ അഭിമാനം എന്നു കരുതുകയും അതിന്റെ നിലനില്പിനാവശ്യമായ സഹായവും ആപേക്ഷികസ്വാതന്ത്ര്യവും നല്കുകയും ചെയ്തു (Greenfeld 2012: 28-29).

ദേശീയതയും മുതലാളിത്തവും

ശാസ്ത്രത്തിന്റെ കാര്യത്തിലെന്നതുപോലെ സാമ്പത്തികപ്രവർത്തനങ്ങളും ഒരു വലിയ അളവോളം സാമൂഹ്യസന്ദർഭങ്ങളുടെ വിശാലമായ പരിപ്രേക്ഷ്യത്തിൽനിന്ന് സ്വതന്ത്രമാണ്. സാമ്പത്തികവും രാഷ്ട്രീയവുമായി വ്യത്യാസപ്പെട്ടിരിക്കുന്ന പരിതസ്ഥിതികളിൽ സമാനമായ സാമ്പത്തിക വ്യവസ്ഥകൾ നിലനിൽക്കാം. ശാസ്ത്രത്തെപ്പോലെ ചില

പ്രത്യേക സാമൂഹ്യസാഹചര്യങ്ങളിലാണ് സാമ്പത്തികശാസ്ത്രവും ഉദയം കൊള്ളുന്നതെങ്കിലും പിന്നീടതിന് ആ സന്ദർഭത്തെ അതിജീവിച്ചുകൊണ്ട് മറ്റു ചില സന്ദർങ്ങളിലും വികസിക്കാനും വളരാനും കഴിയും. ഉല്പാദനവ്യവസ്ഥയും സാമൂഹ്യ-രാഷ്ട്രീയബന്ധങ്ങളുടെ വ്യവസ്ഥയും തമ്മിൽ നേർക്കുനേർ ഒരു ബന്ധം നിലനില്ക്കുന്നില്ല (Greenfeld 2012: 29).

ദേശീയത ആധുനിക സാമ്പത്തിക വ്യവസ്ഥയുടെ സ്വഭാവത്തെ ഒട്ടും തന്നെ നിർണയിക്കുന്നില്ലെങ്കിലും അതിന്റെ ഒരു പ്രധാന ഘടകമായ വ്യവസായവൽക്കരണത്തിന്റെ വികാസത്തിന് അത് സംശയരഹിതമായ വിധത്തിൽ സംഭാവന നൽകിയിട്ടുണ്ട്. ദേശീയത പരോക്ഷമായാണ് സമ്പദ്‌വ്യവസ്ഥയെ സ്വാധീനിച്ചത് എന്നു പറയാം. വ്യവസായവൽക്കരണത്തിന്റെയും ദേശീയതയുടെയും ജന്മസ്ഥലമായ ഇംഗ്ലണ്ടിൽ ദേശീയത, മനുഷ്യാഭിമാനത്തിന്റെ മാനദണ്ഡത്തെ മാറ്റുകയും അങ്ങനെ പ്രൊട്ടസ്റ്റന്റിസവുമായി ചേർന്നുകൊണ്ട് സാമ്പത്തിക പ്രവൃത്തികളെ ആദരമർഹിക്കുന്ന ഒന്നായി മാറ്റിത്തീർക്കുകയും ചെയ്തു. അതോടെ കഴിവുള്ള വ്യക്തികൾ സാമ്പത്തിക പ്രവൃത്തികളിലേക്ക് ആകർഷിക്കപ്പെട്ടു. സാമ്പത്തികമായ ചൂഷണവ്യവസ്ഥക്ക് നേതൃത്വം നൽകിയവരും രാഷ്ട്രത്തിനുവേണ്ടിയാണ് സേവനമനുഷ്ഠിക്കുന്നതെന്ന് വ്യാഖ്യാനിക്കപ്പെട്ടു. വ്യവസായവിപ്ലവത്തോടെ ഒന്നരനൂറ്റാണ്ടുകാലംകൊണ്ട് ഇംഗ്ലീഷ് സാമ്പത്തികവ്യവസ്ഥക്കുണ്ടായ വളർച്ച, വ്യവസായസമൂഹത്തിന് അംഗീകാരം കിട്ടിയിരുന്നില്ലെങ്കിൽ അസാധ്യമാകുമായിരുന്നു. ഹോളണ്ട് പോലുള്ള ചില രാജ്യങ്ങളാണ് ഇതിൽ നിന്നു വ്യത്യസ്തമായിട്ടുള്ളത്. കാരണം അവിടെ ഒരു വ്യാപാരിസമൂഹം ഉണ്ടായി വന്നില്ല. സമൂഹത്തിൽ നിലനിന്നിരുന്ന സാമൂഹ്യക്രമത്തെ ദേശീയത പുനർനിർവചിക്കുകയും തൊഴിലിലൂടെയുള്ള ഉദ്ഗമനത്തെ പിന്തുണക്കുകയും ചെയ്തു എന്നതാണ് ഇംഗ്ലണ്ടിലെ ദ്രുതഗതിയിലുള്ള സാമ്പത്തിക വികാസത്തിന്റെ മറ്റൊരു കാരണം. ശാസ്ത്രത്തെ അത് പ്രോത്സാഹിപ്പിച്ചതോടുകൂടി സാമ്പത്തികവികാസം സാങ്കേതികമായ മാനങ്ങൾ കൂടിയുള്ള ഒന്നായി മാറി (Greenfeld 2012: 29-30).

സാമ്പത്തികപ്രശ്നങ്ങൾ രാഷ്ട്രീയവും പ്രത്യയശാസ്ത്രപരവുമായ പ്രശ്നങ്ങളുമായി പരസ്പരം ഇഴചേരുന്നിടത്താണ് സാമ്പത്തിക മണ്ഡലത്തിൽ ദേശീയത സൃഷ്ടിച്ച പ്രഭാവം ഏറ്റവും കൂടുതൽ അനുഭവപ്പെട്ടത്. ഉദാഹരണത്തിന് മുതലാളിത്തത്തോടുള്ള മനോഭാവം ദേശീയതയുടെ വളർച്ചയുമായി നേരിട്ടു ബന്ധപ്പെട്ടതാണ്. ഇന്ന് മുതലാളിത്തം എന്നത് ഒരു അയഞ്ഞ പദമാണ്. കമ്പോളശക്തികൾക്ക്

സാമ്പത്തികവ്യവസ്ഥയിൽ സ്വതന്ത്രമായി ഇടപെടാൻ കഴിയുന്ന ഒരു രാഷ്ട്രീയസാമ്പത്തികവ്യവസ്ഥയെ സൂചിപ്പിക്കുന്നതിനാണ് ഈ പദം ഉപയോഗിക്കുന്നത്. മോശപ്പെട്ട ഏത് സാമൂഹ്യവ്യവസ്ഥയോടും ചേർന്നു നിൽക്കാനുള്ള ശേഷി മുതലാളിത്തത്തിനുണ്ട്. (സ്വതന്ത്രജനാധിപത്യ വ്യവസ്ഥയിൽ മാത്രമേ മുതലാളിത്തത്തിന് നിലനിൽക്കാനാവൂ എന്ന് പറയാറുണ്ടെങ്കിലും അങ്ങനെ ഒരു പ്രത്യേകരാഷ്ട്രീയ വ്യവസ്ഥിതിയുടെ ആവശ്യം മുതലാളിത്തത്തിനില്ല). സ്വതന്ത്ര ജനാധിപത്യത്തെ എപ്പോഴും മുതലാളിത്തവുമായി ചേർത്തു നിർത്തിയാണ് നാം മനസ്സിലാക്കിയത്. നമ്മുടെ നൂറ്റാണ്ടിന്റെ സാമ്പത്തികവും പ്രത്യയശാസ്ത്രപരവുമായ രാഷ്ട്രം വേരൂന്നിയിട്ടുള്ളത് ഈയൊരു ആവശ്യത്തിനുമുകളിലാണ്. അങ്ങനെ വരുമ്പോൾ മുതലാളിത്തത്തിനെതിരായ സമരം എന്നത് ഉദാരജനാധിപത്യത്തിനെതിരായ സമരമാണെന്നു വരികയും അതോടെ പടിഞ്ഞാറൻ ലിബറൽ സമൂഹത്തെക്കൂടി നമുക്ക് പുറന്തള്ളേണ്ടി വരികയും ചെയ്യും (Greenfeld 2012: 30).

ഒരു ധാർമ്മികശക്തിയാണ് മുതലാളിത്തം എന്ന മിത്ത് ഏറ്റവുമധികം സ്വാധീനം ചെലുത്തിയിട്ടുള്ളത് കാറൾ മാർക്സിലാണ്. ഫ്രാൻസിലെ ദേശീയസ്വത്വം രൂപപ്പെട്ടു വരുന്ന കാലത്ത് അവിടത്തെ വരേണ്യബുദ്ധിജീവികളുടെയും ഭൂപ്രഭുക്കന്മാരുടെയും ഒരു കണ്ടെത്തലായിരുന്നു മുതലാളിത്തത്തെ ഒരു ധാർമ്മിക വ്യവസ്ഥയായി കാണുക എന്നത്. ഈ ആശയമാണ് മാർക്സിനെ ഇത്തരത്തിൽ ചിന്തിക്കാൻ പ്രേരിപ്പിച്ചത്. സാധാരണക്കാരെ ചൂഷണം ചെയ്തുകൊണ്ട് പണം സമ്പാദിക്കുന്നവരുടെ പദവിയെ ഫ്രാൻസിലെ വരേണ്യവർഗം താഴ്ത്തിക്കെട്ടി. ഇത്തരക്കാരോടുള്ള വെറുപ്പാണ് ഈയൊരു കണ്ടെത്തലിന്റെ ഉറവിടം. ഫ്രാൻസിലെ പണം സമ്പാദിക്കുന്നവരെ പറയ (pariahs) എന്നാണ് വിളിച്ചിരുന്നത്. ഇവരെ അസ്പൃശ്യരായും ദുഷ്ടരുമായി കരുതി. പ്രഭുവർഗത്തിന് ഏറ്റവും വെറുപ്പുണ്ടാക്കുന്ന ഒന്നായി പണം മാറി. നിന്ദ്യമായ ഒന്നിന്റെ പ്രതീകമാണ് പണം എന്നുവന്നു. എന്നാൽ വൈരുദ്ധ്യമെന്നു പറയട്ടെ സമ്പന്നരായ വരേണ്യർ തങ്ങളുടെ അസ്വസ്ഥതകൾക്കും ഭയത്തിനും മുറിവേറ്റ അഭിമാനത്തിനുമെല്ലാം കാരണം പണമാണ് എന്നു കരുതി. നികുതി പിരിക്കുന്നവരെ വെറുപ്പോടെയാണ് ജനം നോക്കിക്കണ്ടത്. വാസ്തവത്തിൽ പ്രഭുവർഗം ഉണ്ടാക്കിക്കൊണ്ടുവന്ന സങ്കല്പമാണത്. എരിതീയിലേക്ക് എണ്ണയൊഴിച്ചവരാണ് വരേണ്യബുദ്ധിജീവികൾ. ജനകീയസാഹിത്യത്തിൽ പണം കടം കൊടുക്കുന്നവർ രക്തം കുടിക്കുന്ന പിശാചുക്കളായാണ് അടയാളപ്പെടുത്തപ്പെട്ടത്. ദുരാഗ്രഹികളും ക്രൂരരും എന്തും ചെയ്യാൻ മടിയില്ലാത്തവരുമായ

സാധാരണക്കാരായ കഥാപാത്രങ്ങളായാണ് അവരെ ചിത്രീകരിച്ചത്. ഫ്രഞ്ച് വിപ്ലവത്തിന്റെ കാലമായപ്പോഴേക്കും നികുതി പിരിക്കുന്നവർ പൊതുജനങ്ങളുടെ രക്തം കുടിക്കുന്നവരായി അറിയപ്പെടുകയും അവരെ ജനങ്ങളിൽനിന്നു മോഷ്ടിച്ചുകൊണ്ടുപോകുന്ന ശത്രുക്കളായി കണക്കാക്കുകയും ചെയ്തു (Greenfeld 2012: 30-31).

പതിനെട്ടാം നൂറ്റാണ്ടിന്റെ അവസാനത്തോടെ പണം കൈകാര്യം ചെയ്യുന്ന ഇത്തരം അരോചകകഥാപാത്രങ്ങളെ ക്യാപ്പിറ്റലിസ്റ്റുകൾ എന്നു വിളിച്ചുതുടങ്ങി. നെതർലാൻഡിലാണ് ഈ വാക്ക് ഉദ്ഭവിച്ചത്. 1770 കളോടെയാണ് ഫ്രഞ്ചിൽ ഈ വാക്ക് ഉപയോഗിക്കാൻ തുടങ്ങിയത്. ആരുടെ കയ്യിലാണോ പണം നിക്ഷേപിക്കാനുള്ളത് അവരെയാണ് ഈ വാക്കുകൊണ്ട് സൂചിപ്പിക്കുന്നത്. ലൂയി സെബാസ്റ്റ്യൻ മെർസിയറുടെ രചനകളിലൂടെയാണ് ഈ വാക്കിനു മറ്റു വ്യാവഹാരികാർത്ഥം കൈവരുന്നത്. അദ്ദേഹത്തിന്റെ 'ടാബ്ലോ ഡി പാരിസ്' (Tableau de Paris)എന്ന കൃതിയിൽ ഈ പദം നിരവധി തവണ അധിക്ഷേപകരമായ അർത്ഥത്തിൽ കടന്നു വരുന്നു. 1804-ൽ മെർസിയർ കണ്ടു പിടിച്ച വാക്ക് എന്ന നിലയിൽ എൽ. ഇംപ്രൊവൈസേച്ചർ ഫ്രാൻസസൈസെസ് (L. Improviseter Fracais) എന്ന ഫ്രഞ്ച് നിഘണ്ടുവിൽ ഒരു നിർവചനം പ്രത്യക്ഷപ്പെടുകയുണ്ടായി. 'പാരീസിൽ മാത്രം അറിയപ്പെടുന്ന ഒരു വാക്ക്, പണത്തോട് മാത്രം താൽപര്യമുള്ള സമ്പത്തിന്റെ ചെകുത്താൻ' എന്നാണ് 'ക്യാപ്റ്റിലിസ്റ്റെ' (capitalisite) എന്ന വാക്കിന് അതിൽ അർത്ഥം നൽകിയിരിക്കുന്നത് (Greenfeld 2012: 31).

മുതലാളിത്തത്തിനെതിരായ ശക്തമായ വിമർശനം ഉണ്ടായി വന്നിട്ടുള്ളത് ബുദ്ധിജീവികൾക്കിടയിലാണ്. അവരിൽ പ്രഭുക്കന്മാരിൽ നിന്നു വന്നവരും അല്ലാത്തവരും ഉണ്ടായിരുന്നു. റൂസ്സോ തന്റെ *സോഷ്യൽ കോൺട്രാക്റ്റ്* എന്ന പുസ്തകത്തിൽ 'ഫിനാൻസ് എന്നത് അടിമ ശബ്ദമാണ്...' എന്നു പറയുന്നു. അദ്ദേഹം ഗവൺമെന്റ് ഓഫ് പോളണ്ട് എന്ന പുസ്തകത്തിൽ പണം എന്നത് ഒരു സാമൂഹ്യമായ ജീർണതയാണ് എന്നു പറയുകയും അതിനെ അപലപിക്കുകയും ചെയ്തിട്ടുണ്ട്. റൂസ്സോ പറയുന്നു: "പോളണ്ടുകാരേ, നിങ്ങൾ ഇത്രമാത്രം എനിക്കായ് ചെയ്താൽ മതി. ലോകത്തുള്ള പണം മുഴുവൻ മറ്റുള്ളവരുടെ കൈകളിലായിക്കൊള്ളട്ടെ... ധനമൂലധനം കപടഹൃദയങ്ങളെ സൃഷ്ടിക്കുന്നതാണ്." (Rousseau 1972:68) (കുറച്ചുകാലത്തേക്കെങ്കിലും അവർ അദ്ദേഹത്തിന്റെ ഉപദേശം സ്വീകരിച്ചതായാണ് കാണുന്നത്)

പണം, പണമുണ്ടാക്കൽ എന്നിവ തൊഴിലാക്കിയിരുന്ന പരമ്പരാഗതമായി നിന്ദിക്കപ്പെട്ട ബൂർഷ്വാസികളെ ഫ്രഞ്ചുകാർ പരിഗണിച്ചിരുന്നില്ല. ക്യാപിറ്റലിസ്റ്റ് എന്ന വാക്ക് ഇംഗ്ലണ്ടിലേക്കെത്തിയപ്പോഴാണ് അതിന്റെ സങ്കീർണ്ണതകൾ വ്യക്തമായത്. ഇംഗ്ലണ്ടിനോടുള്ള നീരസത്തിൽ നിന്നാണ് ഫ്രഞ്ചുദേശീയത രൂപപ്പെട്ടുവരുന്നത്. മനഃശാസ്ത്രപരമായ ഈയൊരു സന്ദർഭം പല സംഭവങ്ങളിലും ദേശീയത വികസിച്ചുവരുന്നതിനു കാരണമായി (Greenfeld 2012: 32).

പതിനെട്ടാം നൂറ്റാണ്ടിൽ ഫ്രാൻസിനെ പുറന്തള്ളി ഇംഗ്ലണ്ട് ഒരു വലിയ ശക്തിയായി ഉയർന്നുവന്നു. ഇത് ഫ്രാൻസിൽ രൂപപ്പെട്ടു വന്ന വരേണ്യദേശീയവാദികളിൽ ഒരളവോളം അപകർഷതാബോധം വളർത്തി. ഇംഗ്ലണ്ടിന്റെ വിജയത്തെ കണ്ടില്ലെന്നു നടിക്കാനും അതിനെ വിലയില്ലാത്ത ഒന്നായി കാണാനുമാണ് അവർ ശ്രമിച്ചത്. ഫ്രാൻസിന്റെ ഒരു പ്രതിമാതൃകയായാണ് ഇംഗ്ലണ്ട് പ്രതിനിധാനം ചെയ്യപ്പെട്ടത്. ഫ്രാൻസിലെ വിദ്യാസമ്പന്നരായ ആളുകൾക്കിടയിൽ പതിനെട്ടാം നൂറ്റാണ്ടിൽ ആംഗ്ലോഫോബിയ എന്ന മനോഭാവം നിലനിന്നു. പ്രച്ഛന്നവേഷം ധരിച്ച നടക്കുന്നവരും സ്വാതന്ത്ര്യത്തെ സമ്പദ്ശേഷിക്കു വേണ്ടി പകരം വെച്ച ആളുകളുമായാണ് അവരെ കണ്ടത്. വ്യാപാര താല്പര്യങ്ങളാണ് അവിടെ അധീശത്വം പുലർത്തിയത്. ആർത്തിയാണ് മനുഷ്യരെ നയിച്ചത്. 'സാമ്രാജ്യം വളർത്തുക, സമ്പത്ത് വർധിപ്പിക്കുക -ഇവയെല്ലാം ആർത്തിയല്ലാതെ മറ്റൊന്നുമായിരുന്നില്ല.' (Mably 1795: 238) ഫ്രാൻസ് അക്കാലത്ത് ഏറ്റവും മൂല്യമുള്ളതായി കരുതിയത് സ്വാതന്ത്ര്യത്തെയും പ്രശസ്തിയെയും ആയിരുന്നു. ഫ്രാൻസിലെ പ്രഭുവർഗത്തിന് സമ്പന്നായവരോടുള്ള നീരസം ഇംഗ്ലണ്ടിനോടുള്ള നീരസവുമായി കൂടിക്കലർന്നു. അങ്ങനെ ഇംഗ്ലണ്ടിനെ ഒരു മുതലാളിത്ത രാഷ്ട്രമായിക്കണ്ട് അവർ തിരസ്കരിച്ചു.

സ്വത്വരൂപീകരണപ്രക്രിയയിൽ എല്ലായ്പ്പോഴും സംഭവിക്കുന്നതു പോലെ ഇംഗ്ലണ്ടിൽ ക്യാപിറ്റലിസ്റ്റ് എന്ന പദത്തിനുണ്ടായിരുന്ന അധിക്ഷേപകരമായ സ്വഭാവം മാറുകയും ക്രമേണ അത് ഒരു ധനാത്മകമായ അർത്ഥത്തിന് അനുഗുണമായി പുനർനിർവചിക്കപ്പെടുകയും ചെയ്തു. ഇംഗ്ലണ്ടിലെ മുതലാളിത്ത വ്യവസ്ഥ ഫ്രഞ്ചുകാരുടെ കണ്ണിലൊഴികെ മറ്റുള്ളവർക്കിടയിൽ അവരുടെ അഭിമാനത്തെ ഉയർത്തി. ശാസ്ത്രീയത - ശാസ്ത്രവിരുദ്ധത എന്നതു പോലെ മുതലാളിത്തം - മുതലാളിത്ത വിരുദ്ധത എന്നിവയും ദേശീയ സ്വഭാവങ്ങളായിത്തീർന്നു. മുതലാളിത്തത്തോടുള്ള ആരാധന കമ്പോളശക്തികൾക്ക് നിയന്ത്രണമേർപ്പെടുത്തുന്നതിന് തടസ്സമായില്ല. പലപ്പോഴും മുതലാളിത്ത വിരുദ്ധത വിപണിയെ

ബാധിക്കുകയും ചെയ്തു. മുതലാളിത്തം ഏറ്റവും വിജയകരമായ സമ്പദ്വ്യവസ്ഥകളിൽപ്പോലും ഈ രണ്ടു പ്രവണതകളും വളരെ നന്നായി സഹവർത്തിക്കുന്നത് നമുക്ക് കാണാം (Greenfeld 2012: 33).

ഒരു ആധുനിക സമൂഹത്തിന്റെ സ്വഭാവം നിർണ്ണയിക്കപ്പെടുന്നത് അതിന്റെ ദേശീയതയുടെ സവിശേഷ സ്വഭാവത്തെ ആസ്പദമാക്കിയാണ്. ദേശീയതയാണ് ഒരു സമൂഹത്തെ ആധുനികമാക്കുന്നത്. സാമ്പത്തികമായി വിജയം കൈവരിച്ച ഒരു ഉദാരജനാധിപത്യ രാജ്യം, സാമ്പത്തികമായി ശേഷിയില്ലാത്ത ഏകാധിപത്യ രാജ്യത്തേക്കാൾ കൂടുതൽ ആധുനികമാണെന്നവകാശപ്പെടുന്നത്, ഒരു നിരക്ഷരനായ കർഷകനേക്കാൾ അല്ലെങ്കിൽ ഇപ്പോൾ പിറന്നു വീണ കുഞ്ഞിനേക്കാൾ മാനവികനാണ് താൻ എന്ന് ഒരു യൂണിവേഴ്സിറ്റി പ്രൊഫസർ അവകാശപ്പെടുന്നതുപോലെയാണ്. മാനവികതയെപ്പോലെ ആധുനികതയും ഒരു ഗുണാത്മക ആശയമാണ്; പാരിമാണികമല്ല. അതുകൊണ്ടു തന്നെ അത് ഭിന്നഗുണങ്ങളുള്ള, മൗലികമായി മറ്റുള്ളവരിൽ നിന്നു വ്യത്യാസപ്പെട്ട ഒരു സാമൂഹ്യജീവി വർഗത്തെയാണ് സൂചിപ്പിക്കുന്നത്. സാമൂഹ്യശാസ്ത്രമെന്നത് ഒരു ആധുനിക വിജ്ഞാനശാഖയായതുകൊണ്ടുതന്നെ സാമൂഹ്യയാഥാർത്ഥ്യങ്ങളെക്കുറിച്ചുള്ള നമ്മുടെ കാഴ്ചപ്പാടുകളെ രൂപപ്പെടുത്തുന്നത് നമ്മുടെതന്നെ ആധുനികാനുഭവങ്ങളാണ്. അതുകൊണ്ടുതന്നെ ആധുനികതയുടെ അനന്യതയെ മൂല്യനിർണ്ണയം ചെയ്യുന്നതിന് നാം അശക്തരുമാണ്. ഇതു മനസിലാക്കുന്നതിനു നാം ഒരു താരതമ്യാത്മക കാഴ്ചപ്പാടാണ് സ്വീകരിക്കേണ്ടത്. അതു നമ്മുടെ പ്രായോഗിക പരിജ്ഞാനമേഖലയുടെ പരിധിക്കുള്ളിൽ നിന്നു സാധ്യമാവുന്നില്ലെങ്കിൽ നാമതിനു പുറത്തു കടക്കേണ്ടതുണ്ട് (Greenfeld 2012: 33-34).

ആധുനികതയുടെ അപഗ്രഥവൽക്കരണം[1]

ആധുനികതയുടെ അടിത്തറയെക്കുറിച്ചുള്ള ചോദ്യങ്ങൾ

ആധുനികതയിലേക്കുള്ള പരിവർത്തനത്തിന്റെ ദശയിലാണ് സാമൂഹ്യശാസ്ത്രങ്ങൾ അധികവും രൂപപ്പെട്ടത്. സാംസ്കാരികവും വ്യാവഹാരികവും സാമൂഹികവുമായ നിരവധി പരിണാമങ്ങളെയാണ് ആധുനികതയിലേക്കുള്ള പരിവർത്തനം എന്നതുകൊണ്ടുദ്ദേശിക്കുന്നത്. ആധുനികതയിലേക്കുള്ള പരിണാമദശയിലാണ് സാമൂഹ്യശാസ്ത്രങ്ങൾ രൂപപ്പെട്ടതെങ്കിലും അവയെ സൃഷ്ടിച്ച ആധുനികതയെത്തന്നെയാണ് സാമൂഹ്യശാസ്ത്രകാരന്മാർ കൂടുതലായി മനസ്സിലാക്കാൻ ശ്രമിച്ചിട്ടുള്ളത്. ആധുനികതയുടെ പ്രകൃതം, സ്വാധീനം, സവിശേഷതകൾ തുടങ്ങി എന്താണ് ആധുനികത എന്ന ചോദ്യം തന്നെയാണ് അവരെ നയിച്ചത്. ആദ്യകാല സാമൂഹ്യശാസ്ത്രകാരന്മാർ മുതൽ പിൽക്കാല സാമൂഹ്യശാസ്ത്രകാരന്മാർ വരെ ഈയൊരു പരിണാമത്തെ വ്യത്യസ്ത ചട്ടക്കൂട്ടുകൾക്കകത്തുനിന്നുകൊണ്ട് പഠിക്കാനുള്ള ശ്രമങ്ങൾ നടത്തി. ഉദാഹരണത്തിന് ഒരു മതാത്മകസമൂഹം എങ്ങനെ ഒരു പ്രത്യക്ഷവാദ

1 ക്രിട്ടിക്കൽ ക്വസ്റ്റ് 2018 ൽ പ്രസിദ്ധീകരിച്ച ജി. അലോഷ്യസിന്റെ ഡിമിസ്റ്റിഫയിംഗ് മോഡേണിറ്റി ഇൻ ഡിഫൻസ് ഓഫ് എ സിംഗുലർ ആൻഡ് നോർമേറ്റീവ് ഐഡിയൽ എന്ന പ്രബന്ധത്തിലെ 3 മുതൽ40 വരെയുള്ള പേജുകളാണ് ഈ അധ്യായം തയ്യാറാക്കാൻ ഉപയോഗപ്പെടുത്തിയിട്ടുള്ളത്.(G. Aloysius, Demystifying modernity in defence of a singular and normative ideal, Critical Quest, New Delhi, 2018)

സമൂഹമായി മാറി എന്നാണ് അഗതെ കോംതെ തന്റെ ആധുനികതാപഠനത്തിൽ വിശദീകരിക്കുന്നത്. യാന്ത്രികമായ ഐക്യത്തിൽ നിന്നുമാറി ജൈവപരമായ ഐക്യം നേടുന്ന ഒരു സമൂഹത്തിലേക്കുള്ള പരിവർത്തനമാണ് ആധുനികത എന്ന് എമിലി ദുർഖൈം പറയുന്നു. നിഗൂഢമായ ലോകത്തിൽ നിന്നു മാറി കുറെക്കൂടി സുതാര്യമായ ലോകത്തേക്കു വരുമ്പോഴാണ് നാം ആധുനിക സമൂഹമായിത്തീരുന്നതെന്ന് മാക്സ് വെബ്ബർ അഭിപ്രായപ്പെടുന്നു. എന്തിനെയും ധനവൽക്കരിക്കാനുള്ള ശ്രമം നടത്തുന്ന സമൂഹത്തെയാണ് ജോർജ് സിമ്മൽ ആധുനിക സമൂഹം എന്നു വിളിക്കുന്നത്. മാർക്സാവട്ടെ, ഫ്യൂഡൽ ഉൽപ്പാദനക്രമത്തിൽ നിന്നു മുതലാളിത്ത ഉൽപ്പാദന ക്രമത്തിലേക്ക് മാറുന്നതിനെ സൂചിപ്പിക്കാനാണ് ആധുനികത എന്ന വാക്ക് ഉപയോഗിക്കുന്നത്. ഒരു കാര്യം വിധിയാൽ നടക്കുന്നതാണ് എന്നു വിശ്വസിച്ചിരുന്ന (ആരോപിത) സമൂഹം സ്വയം നേട്ടം കൈവരിക്കുന്ന ശുഭാപ്തിബോധമുള്ള സമൂഹമായി മാറുന്നു എന്നതാണ് ആധുനികതയിലേക്കുള്ള പ്രവേശനത്തിന്റെ പ്രത്യേകതയായി ടാൽകോട്ട് പാർസൺസ് ചൂണ്ടിക്കാണിക്കുന്നത്. സംഘതാൽപ്പര്യങ്ങൾക്ക് പ്രാധാന്യമുള്ള സമുദായത്തിൽ നിന്ന് വ്യക്തിതാൽപര്യങ്ങൾക്ക് പ്രാധാന്യം നൽകുന്ന സമൂഹത്തിലേക്കുള്ള പരിവർത്തനമായാണ് ഫെർഡിനാന്റ് ടോണ്ണീസ് ആധുനികതയെ നോക്കിക്കാണുന്നത്. ആചാരബദ്ധമായ സമൂഹത്തിൽ നിന്ന് ഉടമ്പടികളുടെ സമൂഹത്തിലേക്ക് മാറുന്നു എന്നതിനെയാണ് ആധുനികതയിലേക്കുള്ള പ്രവേശനത്തിന്റെ പ്രത്യേകകതയായി റൂസ്സോ പറയുന്നത്. നാം സ്വയം കൽപ്പിച്ചിരുന്ന അടിമത്തത്തിൽ നിന്നുമാറി സ്വാതന്ത്ര്യത്തിലേക്ക് പ്രവേശിക്കുന്നത് ആധുനികതയുടെ ഘട്ടത്തിലാണെന്ന് ഇമ്മാനുവൽ കാന്റ് അടിവരയിടുന്നു. ഏണസ്റ്റ് കെൽനർ പറയുന്നത്, കാർഷിക സമ്പദ്വ്യവസ്ഥയിൽ നിന്ന് നാം വ്യാവസായിക സമ്പദ്വ്യവസ്ഥയിലേക്ക് മാറുന്നതാണ് ആധുനികത എന്നാണ്. സ്റ്റാവീദ് ആലത്തിന്റെ അഭിപ്രായത്തിൽ പറ്റം ചേർന്ന് ജീവിച്ചിരുന്ന മനുഷ്യർ വ്യക്തികളായി ജീവിക്കാൻ തുടങ്ങുന്നു എന്നതാണ് ആധുനികതയുടെ പ്രത്യേകത. ജീവിലോകത്തിന്റെ യുക്തിവൽക്കരണമാണ് ആധുനികത എന്ന് ഹേബർമാസ് പറയുന്നു (Aloysius 2018:3). ചുരുക്കത്തിൽ കോംതെ മുതൽ ഹേബർമാസ് വരെയുള്ള പല പണ്ഡിതന്മാരും പല തരത്തിലാണ് ആധുനികതയെ വിശദീകരിച്ചത് എങ്കിലും പഴയ സമൂഹത്തിൽ നിന്ന് പുതിയൊരു സമൂഹത്തിലേക്കുള്ള പരിവർത്തനത്തെയാണ് അവരെല്ലാം സൂചിപ്പിക്കാൻ ശ്രമിച്ചത്.

ഭൗതികവും ഭൗതികേതരവുമായ മണ്ഡലങ്ങളിൽ കാലാന്തരത്തിൽ

ധാരാളം മാറ്റങ്ങൾ വന്നു ചേർന്നിട്ടുണ്ട്. എങ്കിലും ആധുനികതയുടെ സത്ത എന്താണെന്ന് കണ്ടെത്തുന്നതിനുള്ള ശ്രമങ്ങൾ ഇനിയും അവസാനിച്ചിട്ടില്ല. ആധുനികത എന്ന വാക്ക് തലക്കെട്ടിൽ വരുന്ന വിത്തിൽ ഇപ്പോഴും എത്രയോ പുസ്തകങ്ങൾ പ്രസിദ്ധീകരിക്കപ്പെട്ടുന്നുണ്ട്. ആധുനികതയെ പ്രശ്നവൽക്കരിക്കുന്നതിൽ ധൈഷണികർക്ക് ഇപ്പോഴുമുള്ള താൽപ്പര്യത്തെയാണ് ഇത് സൂചിപ്പിക്കുന്നത്. ആധുനികത എന്നത് രേഖീയമായ ചലനമാണ് എന്നാണ് ആദ്യകാലത്ത് കരുതിയിരുന്നത്. പ്രാചീനമായ എല്ലാ രൂപങ്ങളെയും തുടച്ചു കളഞ്ഞ് ഒരു പൊതുമണ്ഡലത്തെ സൃഷ്ടിക്കാൻ സമൂഹം നടത്തിയ രേഖീയമായ പ്രയാണമാണ് ആധുനികത എന്നതായിരുന്നു ഈ സങ്കല്പനം. എന്നാൽ സമീപകാലത്ത് നടന്നിട്ടുള്ള ആധുനികതയെക്കുറിച്ചുള്ള പഠനങ്ങൾ ഇക്കാര്യങ്ങൾ മറ്റൊരു തരത്തിലാണ് വിശദീകരിക്കുന്നത്. ആധുനികപൂർവമായ പല സമൂഹരൂപങ്ങളും പാരമ്പര്യം എന്ന പേരിൽ സമൂഹത്തിലേക്ക് വർധിതവീര്യത്തോടെ തിരിച്ചുവരുന്നതായാണ് ആഗോളതലത്തിൽ തന്നെ കാണുന്നത്. പ്രാചീനസമൂഹങ്ങളുടെ കാഴ്ചപ്പാടും അവിടെ നിലനിന്നിരുന്ന സമൂഹബന്ധങ്ങളും ആധുനിക സമൂഹങ്ങളും തമ്മിലുള്ള സംഘർഷം അതത് സമൂഹങ്ങളിലും സമുദായങ്ങളിലും ഇപ്പോഴും നിലനിൽക്കുകയാണ്. ആധുനികത അതിന്റെ അസ്തിവാരമുറപ്പിച്ചുകഴിഞ്ഞു എന്നു കരുതുന്ന സമൂഹങ്ങളിൽ പോലും ഈ സംഘർഷം ഇപ്പോഴും നിലനിൽക്കുന്നു. അങ്ങനെ ആധുനികതയ്ക്കകത്ത് നിലനിന്നിരുന്ന പലതരം അവ്യവസ്ഥകളും പൊരുത്തക്കേറവുകളും ബുദ്ധിജീവികളെ മറ്റൊരു തരത്തിൽ ചിന്തിക്കാൻ പ്രേരിപ്പിച്ചു. കുറേക്കൂടി സ്വാതന്ത്ര്യം പ്രഖ്യാപിക്കുന്ന വിചാരമാതൃക എന്ന നിലയിൽ അവർ ഉത്തരാധുനികത എന്ന ആശയം മുന്നോട്ടുവച്ചു. ആധുനികത വളർത്തിക്കൊണ്ടു വരികയും ഉറപ്പിച്ചെടുക്കുകയും ചെയ്ത പലതരം വിചാരമാതൃകകളെ അസ്ഥിരപ്പെടുത്തിക്കൊണ്ടാണ്, ഉത്തരാധുനികത ഒരു വ്യവഹാരമെന്ന നിലയ്ക്ക് സ്വയം സ്ഥാപിക്കാൻ ശ്രമിച്ചത്. അതുകൊണ്ട് ആധുനികത കാലഹരണപ്പെട്ടുവെന്നും നാമിപ്പോൾ ആധുനികാനന്തര സമൂഹത്തിലാണെന്നും സാമാന്യമായി പറയപ്പെടുന്നു (Aloysius 2018: 3-4)

പാരമ്പര്യവാദത്തിന്റെ ഉണർച്ച, ഉത്തരാധുനികതയുടെ കടന്നുവരവ് എന്നീ രണ്ട് അനുഭവങ്ങളും ഒരിടത്തും പൂർണമായി വിജയിച്ചിട്ടില്ല. എന്നാൽ പല സ്ഥലങ്ങളിലും അവ തമ്മിലുള്ള ഒരു ചേരുവ സൃഷ്ടിച്ച് ആധുനികതയെ പ്രശ്നവൽക്കരിക്കുന്നതിൽ നിന്ന് നമ്മുടെ ശ്രദ്ധ തിരിച്ചുവിടാനുള്ള ശ്രമങ്ങളാണ് നടന്നത്. പക്ഷേ വളരെ നവ്യവും

വിമർശനാത്മകവും സർഗാത്മകവുമായ തരത്തിൽ ആധുനികതയു മായി ചില ഇടപാടുകൾ തീർക്കാൻ ഉത്തരാധുനിക ചിന്തകൾ നമ്മെ സഹായിച്ചിട്ടുണ്ട്. എന്താണ് ആധുനികതയെന്ന് സത്താപരമായും ലളിതമായും അവതരിപ്പിക്കുന്ന ധാരാളം രചനകൾ ഈയടുത്ത കാലത്തായി ഉണ്ടായിട്ടുണ്ട്. ആധുനികത എങ്ങനെയാണ് വളരെ നിഗൂഢമായി നമുക്കിടയിലേക്കെത്താൻ ശ്രമിച്ചതെന്നും അത് വിശദീക രിക്കുന്നു. ആധുനികതയുടെ പ്രകൃതം മനസ്സിലാക്കുക എന്നു പറയുന്നതു തന്നെ വളരെ താൽപര്യജനകമായ പ്രവൃത്തിയാണ്. അതോടൊപ്പം തന്നെ സമകാലത്തുള്ള മറ്റു ചോദ്യങ്ങളുമായി അതിനെ ബന്ധപ്പെട്ടു ത്തേണ്ടതുണ്ട്. അങ്ങനെയായിരിക്കണം ആധുനികതാപഠനങ്ങൾ നടക്കേണ്ടത് (Aloysius 2018: 4).

ആധുനികത ഒരു സന്ദിഗ്ദ്ധത എന്ന നിലയിൽ

ആധുനികതയുടെ ആരംഭകാലം മുതൽ ആധുനികതയെക്കുറിച്ചുള്ള പലതരം ഇടപാടുകൾ നടന്നുകൊണ്ടിരിക്കുകയാണ്. നിരന്തരമായ ഈ ഇടപെടലുകൾ നിർവഹിക്കുന്ന സാമൂഹ്യശാസ്ത്രകാരന്മാർ വളരെ സങ്കീർണമായ പല വഴികളിലൂടെയുള്ള വിശകലനമാണ് നടത്തിയി ട്ടുള്ളത്. ആധുനികത ധാരാളം സൗകര്യങ്ങൾ നൽകുന്നതോടൊപ്പം തന്നെ ധാരാളം അസ്വസ്ഥതകളും പ്രദാനം ചെയ്തിട്ടുണ്ട്. അനുഭവം എന്ന നിലയ്ക്ക് ആധുനികത ആകർഷണീയവും മോഹിപ്പിക്കുന്നതുമാണ്. പക്ഷേ, ആധുനികതയെ ബൗദ്ധികമായി സമീപിക്കുന്നവരിൽ എല്ലാ യ്പ്പോഴും ഒരു ഉൽകണ്ഠ കാണുവാൻ സാധിക്കും. ആധുനികത നമുക്ക് പലകാര്യങ്ങളും സാധ്യമാക്കിയിട്ടുണ്ട് എന്നാൽ എല്ലായ്പ്പോഴും അതിനു മുകളിലൊട്ടിച്ച വിലയുടെ തുണ്ടുകടലാസിന്റെ അടിസ്ഥാനത്തിലാണ് അത് കാര്യങ്ങളെ കണ്ടത്. മറ്റൊരു തരത്തിൽ പറഞ്ഞാൽ ചിന്തകർ വളരെ ആഴത്തിൽത്തന്നെ സന്ദിഗ്ദ്ധമായ ഒന്നായാണ് ആധുനികതയെ കണ്ടിട്ടുള്ളത്. ആധുനികതയെ പൂർണമായും സ്വീകരിക്കാനോ തള്ളിക്ക ളയാനോ സാധിക്കാത്ത തരത്തിൽ ഉള്ള (ഒരു ദ്വൈതഭാവമാണ്) സമീ പനമാണ് അവർ സ്വീകരിച്ചത് എന്നു പറയാം. 'ഇരുതല മൂർച്ചയുള്ളൊരു വാളാണ്' ആധുനികത എന്ന തരത്തിലാണ് രചനകളും ഉണ്ടായത്. ആധുനികതയുടെ നേട്ടങ്ങളെയും കോട്ടങ്ങളെയും പണ്ഡിതസമൂഹം പലമട്ടിൽ മൂല്യനിർണയം ചെയ്തിട്ടുണ്ട് എഴുത്തുകാർക്കനുസരിച്ചും സന്ദർ ഭത്തിനനുസരിച്ചും ഈ വിലയിരുത്തൽ വ്യത്യാസപ്പെട്ടിരിക്കുന്നു. ആധു നികതയോട് എന്തു നിലപാടു സ്വീകരിക്കണമെന്ന ആശയക്കുഴപ്പം ഈ ചിന്തകരിൽ നമുക്ക് നിരന്തരം കാണാനാവും (Aloysius 2018: 5).

ആധുനികതയുടെ പിറവിയുടെ കാലത്തുള്ള എഴുത്തുകാരിൽത്തന്നെ ഈയൊരു ആശയക്കുഴപ്പം വളരെ തീക്ഷ്ണമായി പ്രവർത്തിച്ചിരുന്നു. അഗതെ കോംതെയെപ്പോലുള്ളവർ പ്രത്യക്ഷവാദത്തെ പുരസ്കരിച്ചപ്പോൾത്തന്നെ, ദൈവം പോലുള്ള അഭൗമശക്തികളുടെ പിൻവാങ്ങൽ മൂലം സമൂഹത്തിന്റെ മൂല്യബോധത്തിനേൽക്കുന്ന തിരിച്ചടിയെപ്പറ്റി വളരെയധികം ആധിപ്പെട്ടിരുന്നു. ആധുനികത മനുഷ്യർക്കിടയിൽ പുതിയൊരു തരത്തിലുള്ള ഐക്യവും സഹകരണ മനോഭാവവും സൃഷ്ടിക്കുന്നതോടൊപ്പം അത് അവ്യവസ്ഥമായ സമൂഹസൃഷ്ടിക്ക് കാരണമാകുമോയെന്ന് ദുർഖൈം ഭയപ്പെട്ടു. മുതലാളിത്തം ഫ്യൂഡലിസത്തെക്കാൾ മെച്ചപ്പെട്ട വ്യവസ്ഥയാണ് എന്ന് മാർക്സ് കരുതി. എന്നാൽ അത് മുമ്പില്ലാത്തവിധം അധ്വാനത്തിന്റെ ചൂഷണത്തിന് ഇടയാക്കുമെന്നും അദ്ദേഹം പറഞ്ഞു. വെബർ ഇക്കാര്യത്തിൽ കൂടുതൽ പ്രകടമായി അഭിപ്രായങ്ങൾ രേഖപ്പെടുത്തിയ ചിന്തകനാണ്. സാമൂഹ്യജീവിതിന്റെ യുക്തിവൽക്കരണം അനിവാര്യമാണെന്ന് വെബർ പറയുന്നു. അതേ സമയം അത് വലിയൊരു കെണിയാണെന്നും സമൂഹം മൊത്തത്തിൽ ഈ ഇരുമ്പുപഞ്ജരത്തിനകത്തേക്കാണ് വന്നു ചേരുകയെന്നും വെബർ ചൂണ്ടിക്കാണിക്കുന്നു. യഥാർത്ഥ ലോകത്തിൽ സംഭവിച്ചുകൊണ്ടിരിക്കുന്ന മാറ്റങ്ങളെ പിന്തുടർന്നുകൊണ്ട് ക്ലാസ്സിക്കൽ ചിന്തകർക്കുശേഷം വന്ന എഴുത്തുകാരും ഈ ആശയത്തെ പലമട്ടിൽ ആവിഷ്ക്കരിക്കാൻ ശ്രമിക്കുകയും വിശകലനം ചെയ്യുകയും ചെയ്തു (Aloysius 2018: 5).

ആധുനികതയുടെ സന്ദിഗ്ധതയെയും സങ്കീർണതയെയും പിൽക്കാലത്ത് ആവിഷ്കരിച്ച രീതിയിൽ ചില വ്യത്യാസങ്ങൾ ഉണ്ടായിട്ടുണ്ട്. ആധുനികതയുടെ ഋണാത്മകവും ആക്ഷേപാർഹവുമായ വശത്തെക്കുറിച്ചാണ് ഇന്നു നാം കൂടുതലായി പുരഃക്ഷേപണം(Project) ചെയ്തു സംസാരിക്കുന്നത്. ഫ്രാങ്ക്ഫർട്ട് ചിന്തകരാണ് മുതലാളിത്തത്തിന്റെ ഏറ്റവും ജീർണമായ മുഖത്തെയും അത് മനുഷ്യനാഗരികതയ്ക്കു മേലേൽപ്പിച്ച അവഹേളനത്തിന്റെ സ്വഭാവത്തെയും അതിന്റെ ഋണാത്മക മൂല്യത്തെയും തുറന്നു കാണിച്ചിട്ടുള്ളത്. യുക്തിയുടെ ഉദയം, മാർഗമല്ല ലക്ഷ്യമാണ് പ്രധാനം എന്ന വിധത്തിൽ പണമുണ്ടാക്കുന്നതിൽ മാത്രം ശ്രദ്ധിക്കുന്ന രീതി, സംസ്കാരവ്യവസായം, ഏകമാനവ മനുഷ്യന്റെ രൂപീകരണം എന്നിവയെല്ലാം ആധുനികതയോടെ സംഭവിച്ചതാണ് എന്ന് ഊന്നി പറഞ്ഞവരാണ് ഫ്രാങ്ക്ഫർട്ട് ചിന്തകർ. മൗലികമായ പല ആദിമരൂപങ്ങളുടെയും കടന്നുവരവ്, ഉത്തരാധുനികത എന്നു വിളിക്കുന്ന ഘട്ടത്തിന്റെ ആവിർഭാവം, സ്ത്രീവാദം പോലുള്ള ആശയങ്ങളുടെ ഉദയം എന്നിവയെല്ലാം ചേർന്ന് ആധുനികതയുടെ ആവേശകരമായ

ആഖ്യാനങ്ങളെ ഇപ്പോൾ വലിയ തോതിൽ വെല്ലുവിളിച്ചു കഴിഞ്ഞിരിക്കുന്നു. ആധുനികതയുടെ ആവിർഭാവത്തിന്റെ സന്ദർഭത്തിൽ ഉണ്ടായിരുന്ന പ്രശ്നങ്ങളൊക്കെ ഫ്യൂഡലിസത്തിൽ നിന്നുള്ള പരിണാമത്തിന്റെ ദശയിലുണ്ടാകുന്ന സ്വാഭാവികമായ പ്രശ്നങ്ങളാണെന്നാണ് കരുതിയിരുന്നത്. എന്നാൽ അവ ആധുനികതയുടെ തന്നെ യുക്തിപരമായ പ്രശ്നങ്ങളാണെന്ന് ഇന്നു നമുക്ക് മനസ്സിലാവുന്നു. ആധുനികതയുടെ പ്രത്യേകതയായി എല്ലായ്പ്പോഴും നാം മനസ്സിലാക്കിയിട്ടുള്ളത് സാർവലൗകികതയെ ആണ്. എന്നാൽ മുതലാളിത്ത ശക്തികളെന്ന് വിളിക്കുകയോ വിളിക്കാതിരിക്കുകയോ ചെയ്യാവുന്ന ലോകത്തിലെ ചുരുക്കം ചില ആളുകളുടെ താൽപ്പര്യങ്ങൾക്കുവേണ്ടി ആൺകോയ്മാടിസ്ഥാനത്തിൽ നിർമ്മിക്കപ്പെട്ട സാർവലൗകികതയുടെ പേരിൽ വ്യത്യസ്തകളെയും ബദലുകളെയും ബഹുത്വത്തെയും തുടച്ചു നീക്കുകയാണ് ആധുനികത ചെയ്തത്. ഇക്കാലത്ത് കൂടിക്കൂടി വരുന്ന മുഴുവൻ ആധുനികതാ വിമർശനങ്ങളെയും ഇവിടെ അവലോകനം ചെയ്യുന്നില്ല. പകരം, ആധുനികതയുടെ കാലത്ത് സന്ദിഗ്ദ്ധതയുടെ പേരിൽ നാം മനസ്സിലാക്കിയിട്ടുള്ള പലതിനെയും കാലാന്തരത്തിൽ ആധുനികതയുടെ തന്നെ യുക്തിയുടെ പ്രശ്നങ്ങളാണെന്ന് തിരിച്ചറിയുകയും, ആ തെറ്റായ യുക്തി വംശഹത്യകളിലേക്കും ഹോളോകോസ്റ്റുകളിലേക്കുമാണ് നയിച്ചതെന്ന് മനസ്സിലാക്കുകയും ചെയ്യുന്നതിലേക്കാണ് നമ്മുടെ ശ്രദ്ധയൂന്നേണ്ടത് (Aloysius 2018: 6).

ഇതിനു സമാന്തരമായി, ഇപ്പോഴും വേണ്ടപോലെ ആവിഷ്കരിക്കപ്പെട്ടിട്ടില്ലാത്ത ഒരു അന്തർധാരയുണ്ട്. ആധുനികതയുടെ നേട്ടങ്ങളിലൊന്നായ ഇതിനെ നമുക്ക് തമസ്കരിക്കാനാവില്ല. ആധുനികതാവിമർശനം നമ്മെ ഉത്തരാധുനികതയിലേക്കെത്തിക്കാം എന്നല്ലാതെ ആധുനികതാവിരുദ്ധ വിമർശനത്തിലേക്കെത്തിച്ചുകൂടാ. കാരണം അങ്ങനെ വന്നാൽ അത് ആധുനികതയുടെ പല നേട്ടങ്ങളെയും റദ്ദുചെയ്യുന്നതിന് സമാനമായിത്തീരും. ഒരു തിരിച്ചു നടത്തം സാധ്യമല്ലാത്ത വിധത്തിലുള്ള മാറ്റങ്ങളാണ് ആധുനികത പലപ്പോഴും ഉൽപ്പാദിപ്പിച്ചിട്ടുള്ളത്. ആ മാറ്റങ്ങൾ എല്ലാവർക്കും വേണ്ടിയുള്ളതാണെന്നാണ് കരുതിയിരുന്നതെങ്കിലും അവ അങ്ങനെയുള്ളതായിരുന്നില്ല. എങ്കിലും ഘടനാപരമായ പല പിഴവുകളുമുണ്ടായിരുന്ന ആധുനികതയെ അതിന്റെ കടുത്ത ശത്രുക്കൾക്കുപോലും പൂർണമായി വലിച്ചെറിയാൻ സാധിച്ചിട്ടില്ല. രൂക്ഷമായ ആധുനികതാ വിമർശനം ഉള്ള കൃതികളിൽപ്പോലും ഈ സമാന്തരധാര നമുക്ക് കണ്ടെത്താനാവും. പക്ഷേ അത് വേണ്ടത്ര തെളിമയിൽ അവതരിപ്പിക്കപ്പെട്ടിട്ടില്ല.

ഈയൊരു ആലോചനയിൽ നിന്നുകൊണ്ടു തന്നെയാണ് ലിയോത്താദ് ആധുനികാനന്തരത ആധുനികതയുടെ വിച്ഛേദമല്ല, തുടർച്ചയാണ് എന്ന് നിരീക്ഷിച്ചിട്ടുള്ളത്. ആധുനികതയെ അപൂർണമായൊരു പദ്ധതിയായാണ് ഹേബർമാസ് പരിഗണിച്ചത്. അത് ഇപ്പോഴും മുന്നോട്ടു പോയ്ക്കൊണ്ടിരിക്കുന്നു എന്നും ഇനിയും അതിന് അജണ്ടകൾ പൂർത്തീകരിക്കാനുണ്ടെന്നുമാണ് അദ്ദേഹത്തിന്റെ സങ്കല്പം. നിയന്ത്രിത ആധുനികത എന്നോ ഏക ആധുനികത എന്നോ ഉള്ള സങ്കല്പത്തിലേക്ക് നാം എത്തിച്ചേരേണ്ടതുണ്ട് എന്ന ചാൾസ് ടെയ്‌ലർ പറയുന്നു. ചുരുക്കത്തിൽ ഇവരാരും ആധുനികതയെ നിരാകരിക്കുന്ന സമീപനം സ്വീകരിച്ചിട്ടില്ല എന്നു കാണാം. ആധുനികത എല്ലായ്പ്പോഴും സന്ദിഗ്ധതയുടെ രൂപത്തിലാണ് അവതരിപ്പിക്കപ്പെട്ടത്. ഈ സന്ദിഗ്ധത കൂടുതൽ പ്രകടമായ ഉയർച്ചതാഴ്ചകളോടെ നമുക്കിപ്പോൾ ബോധ്യപ്പെട്ടിരിക്കുകയാണ്. എങ്കിലും ആധുനികതയെ നാം തിരിച്ചുപിടിക്കുകയാണ് വേണ്ടത് എന്ന വാദവും ഇതൊടൊപ്പമുണ്ടെന്ന് ഓർക്കേണ്ടതാണ്. ആധുനികതയെ നിങ്ങൾക്ക് കല്ലെറിയാം; പക്ഷേ കയ്യൊഴിയാനാവില്ല (Aloysius 2018: 6-7).

ബഹുമുഖമായ ആധുനികത

ആധുനികതയുടെ പ്രഭവകേന്ദ്രമെന്നറിയപ്പെടുന്ന യൂറോപ്യൻ ആധുനികതയുടെ വിശകലനം, ആധുനികതയുടെ ആഴത്തിലുള്ള പ്രതിസന്ധികൾ അനാവരണം ചെയ്യുന്നു. സാമ്രാജ്യത്വം, കൊളോണിയലിസം, വ്യവസായ മുതലാളിത്തം എന്നിവയിലൂടെ ആധുനികത ഇറക്കുമതി ചെയ്യപ്പെട്ട രാജ്യങ്ങളിലും ഈ സങ്കീർണതകൾ കാണാം. ഏറെക്കാലം ഈ രാജ്യങ്ങളിൽ അവിടെ രൂപപ്പെട്ടുവന്ന അഭിജാത വർഗം ആധുനികതയുമായി മധുവിധു ആഘോഷിച്ചു എന്നു പറയാം. ഈ സഹവാസത്തെയാണ് നാം ആധുനികവൽക്കരണം എന്നു പറയാറുള്ളത്. ആ ഒരു സവിശേഷവർഗത്തിനാണ് ആധുനികവൽക്കരണത്തിന്റെ ഗുണഫലങ്ങൾ ലഭിച്ചത്. ഈ രാജ്യങ്ങളിൽ ആധുനികത കെട്ടഴിച്ചുവിട്ട അനിവാര്യമായ മാറ്റത്തിൽ ബഹുജനങ്ങൾക്കും തങ്ങളുടേതായ പങ്കുണ്ടെന്ന് അവകാശപ്പെടാൻ സാധിച്ചു. പാരമ്പര്യം അനുഷ്ഠാനം തുടങ്ങിയവയുമായി ബന്ധപ്പെട്ട നിരവധി പ്രശ്നങ്ങൾ അക്കാലത്ത് ഉന്നയിക്കപ്പെട്ടു. ഏതാണ്ട് അക്കാലം മുതൽ ആധുനികത എന്നാൽ പാശ്ചാത്യമായ ഒന്നാണെന്ന മട്ടിലാണ് മൂല്യനിർണയം ചെയ്യപ്പെട്ടത്. അത് വൈദേശികമായതുകൊണ്ടു തന്നെ പാരമ്പര്യത്തിന്റെയും തദ്ദേശീയതയുടെയും കൊളോണിയലിസത്തിനെതിരായ പ്രതിരോധത്തിന്റെയും പേരിൽ അതിനെ തടയുന്നതിനും നാം ശ്രമിച്ചു. ആധുനികത എന്നത്

പാശ്ചാത്യമായതുകൊണ്ടു തന്നെ അതിനെ എതിർക്കേണ്ടതാണ് എന്ന സങ്കല്പവും ശക്തമായി. ഓരോ രാജ്യങ്ങളിലെയും അഭിജാത വർഗ ങ്ങളാണ് ദേശരാഷ്ട്ര രൂപീകരണത്തിന് നേതൃത്വം നൽകിയത്. ഒരു ഭരണകൂടത്തിന്റെ പ്രവർത്തനത്തിന് പാരമ്പര്യം അനിവാര്യമാണെന്ന വാദം പ്രബലമാവുകയും ആളുകൾ അത് ഗൗരവമായി എടുക്കുകയും ചെയ്തു. എന്നാൽ പാരമ്പര്യവും ആധുനികതയും തമ്മിലുള്ള താരതമ്യത്തിൽ പാരമ്പര്യം എല്ലായ്പ്പോഴും ദുർബലവും സങ്കുചിതവും പോരായ്മകളും ഉള്ളതായിരുന്നു. അതുകൊണ്ടു തന്നെ ആധുനിക ദേശരാഷ്ട്രത്തിന്റെ ഭാഗമാവുന്നതോടുകൂടി മേൽപ്പറഞ്ഞ അഭിജാതവർഗ്ഗത്തിന് പാരമ്പര്യ ത്തെക്കുറിച്ച് മുമ്പുള്ളപോലെ സംസാരിക്കാൻ കഴിയുമായിരുന്നില്ല. സാമൂഹികവും സാമ്പത്തികവുമായ മേഖലകളിൽ പാരമ്പര്യവൽക്ക രണം എന്നത് ഒരിക്കലും ഒരു ദേശരാഷ്ട്രത്തിന്റെ നയമായി രൂപപ്പെട്ടില്ല (Aloysius 2018: 7-8).

ഇതിനനുസൃതമായി ബുദ്ധിജീവികൾ, പ്രത്യേകിച്ച് അക്കാദമിക ബുദ്ധിജീവികൾ അവരുടെ നിലപാടിൽ മാറ്റം വരുത്തി. ഇപ്പോൾ കുറെക്കൂടി പൂർണതയുള്ള ഒരു വിശദീകരണമാണ് അവർ നൽകു ന്നത്. ഒരു ഉത്തരാധുനിക ശൈലിയിൽ ബഹുവിധവും പ്രാദേശിക വും സംസ്കാരനിഷ്ഠവുമായ ആധുനികതകൾ എന്നുള്ള പ്രയോഗം ഇപ്പോൾ അവർ ഉപയോഗിക്കാൻ തുടങ്ങിയിട്ടുണ്ട്. ആധുനികത എന്നത് എത്ര വ്യത്യസ്തമായി അനുഭവപ്പെട്ടാലും അത് എല്ലായ്പ്പോ ഴും നമ്മോടൊപ്പമുണ്ട് എന്നതാണ് വസ്തുത. ആധുനികത ഏകമാണ് എന്ന സങ്കല്പം വച്ചു പുലർത്തിയാൽ സ്വാഭാവികമായും നാം നമ്മുടെ സംസ്കാരത്തെ യൂറോപ്യൻ സംസ്കാരവുമായി താരതമ്യം ചെയ്യുകയും അതൊരർത്ഥത്തിലുള്ള സാംസ്കാരികമായ സാമ്രാജ്യത്വത്തിന് വഴിയൊരുക്കുകയും ചെയ്യും. ഒറ്റ ആധുനികതയെക്കുറിച്ച് സംസാരിക്കു കയോ എഴുതുകയോ ചെയ്യുക എന്നതു തന്നെ ഇപ്പോൾ അക്കാദമിക സമൂഹത്തിൽ ഫാഷനല്ല. സൈദ്ധാന്തികമായ എല്ലാ സംരംഭങ്ങളും താഴെപ്പറയുന്ന ഒരു നിഗമനത്തിലാണ് ചെന്നു ചേരുന്നത്.

“ഒരു കാലത്ത് പാരമ്പര്യവാദത്തിനും, ഇന്നത്തെ കാലത്ത് വർദ്ധിച്ച സ്വീകാര്യത ലഭിക്കുന്ന 'ആധുനികത ബഹുത്വപൂർണമാണ്''= എന്ന വാദത്തിനും ഇടയിൽ ആധുനികത ആവശ്യപ്പെടുകയും പ്രചോ ദിപ്പിക്കാൻ ശ്രമിക്കുകയും ചെയ്യുന്ന സാമൂഹ്യമാറ്റത്തിന്റെ നിയമം എന്തെന്നു കണ്ടെത്താനാണ് ബൗദ്ധികമായ അന്വേഷണങ്ങൾ യഥാർത്ഥത്തിൽ ശ്രമിക്കുന്നത്''. ആധുനികത ഇറക്കുമതി ചെയ്യ പ്പെടുകയോ അടിച്ചേൽപ്പിക്കപ്പെടുകയോ ചെയ്തിട്ടുള്ള യൂറോപ്പേതര

സമൂഹങ്ങളിലാണ് ഇത്തരമൊരു ബൗദ്ധിക പ്രതിസന്ധി ഉണ്ടായിട്ടുള്ളത്. ഇന്ത്യൻ ഉപഭൂഖണ്ഡത്തിന്റെ കാര്യവും ഇതിൽ നിന്നു വ്യത്യസ്തമല്ല (Aloysius 2018: 8-9).

യൂറോപ്പിന്റെ അധികാര സ്ഥാനവും അധീശത്വവും സൃഷ്ടിച്ച രൂപ മാതൃകകളോടുള്ള പ്രതികരണം എന്ന നിലയ്ക്കാണ് യൂറോപ്പേതര സമൂഹങ്ങളിൽ ആധുനികതയോടുള്ള ഇത്തരമൊരു സമീപനം വികസിച്ചു വന്നത്. പലപ്പോഴും ഏകമാനത്തോടു കൂടിയതും നിശ്ചലവുമായ ലോകം എന്ന നിലയിലാണ് സമൂഹങ്ങളെ സിദ്ധാന്തങ്ങളിൽ അവതരിപ്പിച്ചു കാണുന്നത്. യൂറോപ്പ് എന്നത് ആധുനികമാണെന്നും ബാക്കിയുള്ള രാജ്യങ്ങളെല്ലാം പാരമ്പര്യത്തിന്റെ വിവിധ ഘട്ടങ്ങളിൽ നിൽക്കുന്നവയാണ് എന്നുമുള്ള ദ്വന്ദകല്പനയിലൂടെ, ആധുനികതയും പാരമ്പര്യവും തമ്മിലുള്ള ബന്ധത്തിന്റെ അടിസ്ഥാനത്തിൽ ലോകരാഷ്ട്രങ്ങളെ രണ്ടായി തിരിക്കുന്ന ഒരു പതിവുണ്ട്. ലോകം ഏകമാനവും സ്ഥിരവുമാണെന്ന സങ്കല്പമാണ് ഇതിനു പിന്നിലുള്ളത്. യൂറോപ്പ് ആധുനികതയിൽ എത്തിച്ചേർന്നുവെന്നും മറ്റു രാജ്യങ്ങൾ ആധുനികതയിൽ എത്തിക്കൊണ്ടിരിക്കുന്നു അഥവാ എത്തുന്നതിൽ പരാജയപ്പെടുന്നു എന്ന മട്ടിലാണ് ഈ ദ്വന്ദ്വകൽപ്പന പ്രവർത്തിക്കുന്നത്. അതു പ്രകാരം യൂറോപ്പ് ചരിത്രത്തിന്റെ അവസാന ഘട്ടത്തിലെത്തിക്കഴിഞ്ഞു എന്നും മറ്റ് സമൂഹങ്ങൾ ചരിത്രത്തിലേക്ക് പ്രവേശിച്ചിട്ടുപോലുമില്ല എന്ന മട്ടിൽ ഈ വാദം കുറേക്കൂടി തീക്ഷ്ണമായി അവതരിപ്പിക്കപ്പെട്ടിട്ടുണ്ട്. ആധുനികതയെ ചലിച്ചുകൊണ്ടിരിക്കുന്ന പ്രത്യയശാസ്ത്ര പ്രക്രിയയായി കാണുന്നതിന് പകരം എല്ലാവരുമെത്തിച്ചേരേണ്ട സവിശേഷ ഘട്ടമായി കാണുകയാണ് ചെയ്തത്. ഇത് രണ്ടുതരം പ്രത്യയശാസ്ത്ര ദൗത്യം നിർവഹിക്കുന്ന രാഷ്ട്രീയ നിലപാടാണ് സ്വീകരിക്കുന്നത്. ഒന്ന്, സമൂഹത്തിനകത്തു സംഭവിക്കേണ്ട ചലനാത്മകതയെ അത് മരവിപ്പിക്കും. രണ്ട്, നൈതികവും സാംസ്കാരികവുമായ ഒരു ഭീഷണി അത് ഈ രാജ്യങ്ങളുടെ പുറത്ത് സൃഷ്ടിക്കുകയും ചെയ്യും. അതുകൊണ്ടു തന്നെ ആധുനികതയെക്കുറിച്ചുള്ള ഏതൊരു ചർച്ചയും ഈ പ്രശ്നങ്ങൾകൂടി കണക്കിലെടുത്തുകൊണ്ട് നിർവഹിക്കേണ്ടിവരും (Aloysius 2018: 9)..

ആധുനികതാ പഠനത്തിന് അനുയോജ്യമായ സ്ഥാനം

ആധുനികത ചർച്ച ചെയ്ത വിഷയങ്ങളുടെ വ്യാപ്തി വളരെ വലുതാണ്. അനുഭവൈകവാദപരമായ വിശദീകരണം മുതൽ അതിന്റെ ദാർശനികവും സാംസ്കാരികവുമായ സങ്കല്പനങ്ങൾ വരെ ആധുനികതയുടെ

ഭാഗമായി പഠിക്കപ്പെടുകയോ ചർച്ചചെയ്യപ്പെടുകയോ ചെയ്തിട്ടുണ്ട്. ആധുനികതയുടെ വ്യാപനത്തെ സംബന്ധിച്ചുള്ള സാഹിത്യത്തിന്റെ വഴി പിന്തുടരാൻ ശ്രമിക്കുകയോ അവലോകനം ചെയ്യുകയോ അവയെ കണ്ടെത്തുയോ ചെയ്യുക എന്നതുതന്നെ ശ്രമകരമാണ്. അതു പലപ്പോഴും ആവശ്യമില്ലാത്തതുമാണ്. ഈ വിഷയവുമായി ബന്ധപ്പെട്ട് നേരത്തെ പറഞ്ഞ മൂന്നു കാര്യങ്ങളാണ് ഈ പ്രബന്ധത്തിൽ പ്രധാനമായും പരിചരിക്കുന്നത്.

1. ആധുനികതയുടെ ഉറവിടം, സ്വഭാവം, വികാസപരിണാമങ്ങൾ തുടങ്ങിയ സാമൂഹ്യശാസ്ത്രാന്വേഷണങ്ങൾ
2. ആധുനികതക്കകത്തു നിലനിൽക്കുന്ന അതിന്റെ സന്ദിഗ്ദ്ധതയെക്കുറിച്ചുള്ള ചോദ്യം
3. മറ്റു സമൂഹങ്ങൾക്കുമേൽ പാശ്ചാത്യ ആധുനികതയെ മാതൃകയായി അധ്യാരോപിക്കുക, അതുവഴി ആധുനികത ഏകാത്മകമാണെന്ന പ്രതീതി ഉണ്ടാക്കുക.

ഇന്ത്യൻ ഉപഭൂഖണ്ഡത്തിന്റെ സാംസ്കാരികവും ഘടനാപരവുമായ പ്രശ്ന പരിസരത്തിനകത്തു നിന്നുകൊണ്ട് പരസ്പരബന്ധിയായ ഈ പ്രശ്നങ്ങളെ പരിശോധിക്കുമ്പോൾ അത് ഏത് സമൂഹത്തിലും സാമാന്യമായി നിലനിൽക്കുന്ന പ്രസക്തമായ ചില വസ്തുതകളിലേക്ക് വെളിച്ചം വീശുന്നു. ഇവിടെ ഈ പ്രശ്നത്തെ പരിചരിക്കുന്നത് തികച്ചും ധർമ്മാത്മകമായാണ് അതിന്റെ വിശദാംശങ്ങളിലേക്കെല്ലാം രൂപരേഖയിലൂടെ കടന്നുപോവുക മാത്രമാണ് ചെയ്യുന്നത് (Aloysius 2018: 9-10).

എല്ലാ മനുഷ്യരെയും സാമൂഹിക വിമോചനത്തിലേക്ക് നയിക്കുന്നതായിരിക്കുക എന്നതാണ് ജ്ഞാനോദയത്തിന്റെ അടിസ്ഥാനപരമായ സന്ദേശം. സവിശേഷമായി പറഞ്ഞാൽ, അത് പുറന്തള്ളപ്പെട്ട ജനതയുടെ വിമോചനം ഉറപ്പുവരുത്തുന്നതായിരിക്കണം. യൂറോപ്പിനു സംഭവിച്ച പരിണാമത്തിന്റെ ചരിത്രപരവും സാമൂഹികവുമായ വിശകലനം ഇക്കാര്യം ഉറപ്പിക്കുന്നു. യൂറോപ്പിലെ ദേശരാഷ്ട്രങ്ങളുടെ ആവിർഭാവം, ഫ്രഞ്ച് വിപ്ലവം എന്നിവയൊക്കെ ചരിത്രപരവും സാമൂഹ്യശാസ്ത്രപരവുമായി പരിശോധിച്ചാൽ എങ്ങനെയാണ് ജ്ഞാനോദയം സാധാരണക്കാരുടെ വിമോചനത്തെ സഹായിച്ചതെന്ന് മനസ്സിലാക്കാൻ സാധിക്കും. സമൂഹത്തിനകത്ത് അധികാരത്തെ അത് ഏകത്മകമാക്കി. ഒരർത്ഥത്തിൽ ഒരു നിരപ്പാക്കൽ പ്രക്രിയയാണ് അവിടെ നടന്നത്. അഥവാ കൂടുതൽ ശക്തമായ ജനാധിപത്യവൽക്കരണം. അതുവഴിയുണ്ടായിരുന്ന അധീശവിഭാഗങ്ങളുടെ സവിശേഷമായ പദവികളെ അത് ഇല്ലാതാക്കി. സ്വേച്ഛയാ അധികാരം കൈമാറാൻ

തയ്യാറാകാതിരുന്ന സമൂഹങ്ങളിൽ ഒരു പ്രതിജ്ഞാനോദയപദ്ധതി വികസിച്ചുവന്നു. ആധുനികതയെ സംബന്ധിച്ച ആശങ്കകളുടെയും സന്ദിഗ്ദ്ധതകളുടെയും ഉറവിടം അതാണ്. സമത്വത്തിൽ അധിഷ്ഠിതമായ സമൂഹരൂപീകരണം, വിപ്ലവാത്മകമായ ജനാധിപത്യത്തിന്റെ ഉദയം, അവയുടെ ധാർമ്മികവും ബൗദ്ധികവുമായ സാധൂകരണം എന്നിവയാണ് ആധുനികതയുടെ സത്ത. അങ്ങനെ കണ്ടുകഴിഞ്ഞാൽ ആധുനികതയെ യൂറോപ്പിന്റെ അധ്യാരോപണമായി കരുതേണ്ടി വരില്ല. സംസ്കാരത്തെ മുൻനിർത്തിയുള്ള കുറേക്കൂടി സങ്കീർണ്ണമായ വീക്ഷണമാണിത്. വ്യത്യസ്ത സമൂഹങ്ങളിൽ സമത്വമെന്ന ആശയത്തെ വെല്ലുവിളിക്കുന്ന നിരവധി ഘടകങ്ങളുണ്ട്. അതെല്ലാം സാംസ്കാരികവുമാണ്. അതുകൂടി പരിഗണിക്കുമ്പോൾ ആധുനികത വളരെ സങ്കീർണമായിത്തീരുന്നു. ചുരുക്കിപ്പറഞ്ഞാൽ സമത്വപൂർണമായ സമൂഹം എന്നതാണ് മാതൃകാപരവും ആദർശാത്മകവും ഏകവുമായ ആധുനികതയുടെ ആദർശം. അതേ സമയം അത് സാംസ്കാരികമായി വൈവിധ്യപൂർണവുമാണ്. ആധുനികതയുടെ സമത്വം, ജനാധിപത്യം തുടങ്ങിയ ആദർശങ്ങൾ ലോകത്തുടനീളം ജനകീയ പ്രതിഷേധങ്ങളുടെ മാതൃകകൾ സൃഷ്ടിച്ചു (Aloysius 2018: 10).

ജ്ഞാനോദയത്തിന്റെ അർത്ഥവും പരിണാമവും

ആധുനികതക്ക് പുറകിലുള്ള ദാർശനികമായ പ്രചോദനം യൂറോപ്യൻ പ്രബുദ്ധതയാണ് എന്ന കാര്യം നിരവധി തവണ പരാമർശിക്കപ്പെട്ടു കഴിഞ്ഞ ഒരു യാഥാർത്ഥ്യമാണ്. സങ്കീർണമായ നിരവധി ആശയങ്ങളുടെയും പ്രയോഗങ്ങളുടെയും ഒരു സമാഹാരമാണ് യൂറോപ്യൻ ജ്ഞാനോദയം. അത് പല മട്ടിൽ വ്യാഖ്യാനിക്കപ്പെടുകയും ചെയ്തു. ഇക്കാര്യത്തെ സംബന്ധിച്ച് തത്വചിന്തകനായ ഇമ്മാനുവൽ കാന്റിന്റെ പ്രസ്താവന പ്രസക്തമാണ്. 'മനുഷ്യർ സ്വയം ആരോപിച്ച രക്ഷാകർതൃത്വത്തിൽ നിന്ന് പുറത്തു കടക്കുന്നതാണ് ജ്ഞാനോദയം' എന്ന് അദ്ദേഹം പറയുന്നു. പൂർണമായും ദാർശനിക സ്വഭാവമുള്ള ഈയൊരാശയം ആ കാലഘട്ടത്തെക്കുറിച്ചെഴുതിയ പല പ്രബന്ധങ്ങളുടെയും രത്നച്ചുരുക്കമാണ്. 'സ്വയം അധ്യാരോപിച്ച രക്ഷാകർതൃത്വം എന്ന സങ്കല്പനം മനുഷ്യത്വത്തിന്റെ കർതൃത്വപരമായ അവസ്ഥയെ സൂചിപ്പിക്കുന്നു. കർതൃത്വത്തിന്റെ സാഹചര്യത്തിൽനിന്ന് അതിവർത്തിക്കാനുള്ള ശ്രമം ഇവിടെ നടക്കുന്നുണ്ട്. മനുഷ്യകർതൃത്വത്തെ പരിണമിപ്പിക്കുന്ന ഒന്ന് എന്ന നിലയിലാണ് ജ്ഞാനോദയം പ്രവർത്തിച്ചത്. അത് മനുഷ്യകർതൃത്വത്തെ നവീകരിക്കുകയാണ് ചെയ്തത്

എന്നർത്ഥം. മനുഷ്യർ സ്വയം അധ്യാരോപിച്ച ഈ രക്ഷാകർതൃത്വം അതിഭൗതികശക്തികൾ നമ്മിലാരോപിക്കുന്നതാണെന്ന് നാം കരുതിയിരുന്നു. വാസ്തവത്തിൽ നാം തന്നെ ആരോപിക്കുകയാണ് ചെയ്തതെന്ന ഒരു തിരിച്ചറിവ് ജ്ഞാനോദയകാലത്തുണ്ടാകുന്നു. എന്നാൽ ഇത്തരത്തിൽ ഒരു തെറ്റിദ്ധാരണയിൽനിന്നുള്ള പുറത്തുകടക്കലാണ് എന്നു പറയുന്നത് മതത്തെയോ ദൈവവിശ്വാസത്തെയോ സംബന്ധിച്ച ഒരു വിമർശനം എന്ന മട്ടിൽ അതിനെ പരിമിതപ്പെടുത്തും. ഇതിൽ ഒരു ന്യൂനീകരണയുക്തി പ്രവർത്തിക്കുന്നുണ്ടെന്നർത്ഥം. വാസ്തവത്തിൽ അത് ദൈവവിശ്വാസത്തിൽ നിന്നുള്ള പുറത്തുകടക്കൽ മാത്രമല്ല, സാമാന്യജനതയുടെ ജീവിതത്തിനുതന്നെ മാറ്റങ്ങളുണ്ടാക്കുന്നതാണ്. അത് ജ്ഞാനസിദ്ധാന്തപരമായ പ്രശ്നം മാത്രമല്ല മനുഷ്യരുടെ ജീവിതസന്ദർഭത്തെത്തന്നെ പരിഷ്കരിക്കുകകൂടിയാണ് ജ്ഞാനോദയം ചെയ്തത്. ജ്ഞാനോദയത്തെ ജ്ഞാനസിദ്ധാന്തപരമായ പ്രക്രിയ എന്ന രീതിയിൽ മാത്രമായി കാണുമ്പോൾ അവിടെ മുകളിൽ നിന്നുള്ള നോട്ടമാണ് എന്ന പരിമിതി അതിനുണ്ട്. അതുകൊണ്ട് കാന്റ് പറയുന്ന രക്ഷാകർത്വത്തെ ദൈവവും മനുഷ്യനും തമ്മിലുള്ള ബന്ധം അഥവാ അപരജീവിതവും ഭൂമിയിലെ ജീവിതവും ലംബദിശയിൽ പ്രവർത്തിക്കുന്ന ബന്ധം എന്ന നിലയിൽമാത്രം പരിശോധിച്ചതുകൊണ്ട് കാര്യമില്ല. വാസ്തവത്തിൽ തിരശ്ചീനതലത്തിലാണ് രക്ഷാകർതൃത്വം പ്രവർത്തിക്കുന്നത്. ദേവലോകത്തിന്റെ പുനരുൽപ്പാദനമോ പ്രതിഫലനമോ അനുബന്ധമോ ആണ് ഇഹലോകജീവിതം എന്ന കാഴ്ചപ്പാടാണ് ജനങ്ങളെ നയിച്ചിരുന്നത്. എന്നാൽ നിലനിൽക്കുന്ന ഭൗതിക ജീവിതത്തിനപ്പുറം ഒരു ദേവലോകം നിലനിൽക്കുന്നില്ലെന്ന തിരിച്ചറിവ് ജ്ഞാനോദയഘട്ടത്തിലുണ്ടായി. സ്വാഭാവികമായി ഇത്തരം പ്രശ്നങ്ങൾ ബുദ്ധിജീവികളെ സംബന്ധിച്ച് പ്രധാനമായിത്തീർന്നു. എന്നാൽ ജ്ഞാനോദയഘട്ടത്തെ തുടർന്നുണ്ടായ സാമൂഹ്യവിപ്ലവം അവരുടെ സാമൂഹ്യബന്ധങ്ങളെ എങ്ങനെയൊക്കെയാണ് മാറ്റിമറിച്ചത് എന്നതായിരുന്നു സാമാന്യജനതയെ സംബന്ധിച്ചിടത്തോളം പ്രധാനം. അതുകൊണ്ടുതന്നെ സാമൂഹ്യവിപ്ലവത്തിന്റെ കാഴ്ചപ്പാടിലൂടെയാണ് അവർ ആധുനികതയെ മനസിലാക്കിയത്. ആധുനികത ദൈവത്തെ നിഷ്കാസനം ചെയ്ത് അവിടെ മനുഷ്യനെ സ്ഥാപിച്ചതോട്ടുകൂടി പ്രപഞ്ചത്തിന്റെ കേന്ദ്രം 'മനുഷ്യനാ'ണെന്നു വന്നു. അതുവഴി 'മനുഷ്യൻ' എന്ന സങ്കല്പത്തിൽത്തന്നെ മൗലികമായ ചില വ്യത്യാസങ്ങൾ വരാൻ തുടങ്ങി. അത് മനുഷ്യരുടെ സാമൂഹ്യബന്ധങ്ങളിലും മാറ്റമുണ്ടാക്കി. മറ്റൊരു തരത്തിൽ പറഞ്ഞാൽ, സമൂഹത്തെപ്പറ്റിയുണ്ടായിരുന്ന ധാരണകളിൽ വന്ന മാറ്റം ജ്ഞാനോദയപൂർവ്വഘട്ടത്തിൽ നിന്ന് ജ്ഞാനോദയഘട്ടത്തിലേക്ക് നയിക്കുക

വഴി സാമൂഹ്യശാസ്ത്രപരമായിത്തന്നെ കൂടുതൽ ആളുകളെ സംബന്ധിച്ച് പ്രധാനമായിത്തീർന്നു.

സ്വയം അധ്യാരോപിച്ച രക്ഷാകർതൃത്വത്തിന്റെ ചങ്ങലകളിൽനിന്ന് സ്വതന്ത്രമായ മനുഷ്യന്റെ ഉദയം എന്നത് ഒരു പുതിയ ദർശനത്തിന്റെയും പുതിയ ധാർമ്മികതയുടെയും കൂടി ഉദയമായിരുന്നു. ഈ മാറ്റം, തത്വചിന്താപരവും ജ്ഞാനശാസ്ത്രപരവുമായ മേഖലകളിൽ മാത്രമല്ല, ധാർമ്മികതയുടെയും ലോകവീക്ഷണത്തിന്റെയും സാമൂഹ്യബന്ധങ്ങളുടെയും മണ്ഡലങ്ങളിലും വലിയ മാറ്റമാണ് സൃഷ്ടിച്ചത്. ആധുനികതയുടെ ഘട്ടത്തിലെ 'മനുഷ്യൻ' എന്നാൽ പുതിയ സാമൂഹ്യബന്ധങ്ങൾക്കകത്തുള്ള മനുഷ്യൻ എന്നാണർത്ഥമാകുന്നത്. മനുഷ്യൻ സ്വയം ഒരു രക്ഷാകർതൃത്വത്തെ അധ്യാരോപിച്ചിരുന്നതിനാലാണ് അതുവരെയും അങ്ങനെയൊരു സവിശേഷമായ പദവിയിലേക്ക് അവർക്ക് പ്രവേശിക്കാൻ സാധിക്കാതെ പോയത്. അജ്ഞാതമായ ഒരു ശക്തിയാൽ നിയന്ത്രിക്കപ്പെടുന്നവരാണ് തങ്ങൾ എന്ന ഒരു മനോഭാവത്തോടുകൂടിയാണ് മനുഷ്യർ അതുവരെ ജീവിച്ചിരുന്നത്. എന്നാൽ മനുഷ്യരുടെ വിധി നിർണയിക്കുന്നത് മനുഷ്യർ തന്നെയാണെന്നും ആരും മനുഷ്യരെ നിയന്ത്രിക്കുന്നില്ല എന്നുമുള്ള സങ്കല്പം ജ്ഞാനോദയം മുന്നോട്ടുവച്ചു. അതുകൊണ്ടുതന്നെ ഒരു ബൗദ്ധിക വിപ്ലവം മാത്രമല്ല ജ്ഞാനോദയം; പുതിയൊരു സാമൂഹ്യജീവിയെ നിർമ്മിച്ചെടുക്കാൻ കൂടിയായിരുന്നു. അങ്ങനെയാണെങ്കിൽ എന്താണ് ജ്ഞാനോദയം? എന്ന ചോദ്യത്തിന് സാമൂഹ്യശാസ്ത്രം നൽകുന്ന ഉത്തരം ഇങ്ങനെയാകാം. 'മനുഷ്യർ ജന്മനാ വ്യത്യസ്ത സാഹചര്യങ്ങളിൽ ജനിച്ചു വീഴുന്നവരാണ്. പക്ഷേ, ജന്മനാൽ ഉള്ള അത്തരം സന്ദർഭങ്ങളുടെ പരിമിതികൾക്ക് യാതൊരു പ്രസക്തിയും ഇല്ല. കാരണം മനുഷ്യരെല്ലാം ഒരേ സത്തയോടുകൂടിയവരാണ്. അതുകൊണ്ടുതന്നെ എല്ലാ മനുഷ്യരേയും തുല്യമായ ബഹുമാനത്തോടെ, തുല്യമായ അന്തസ്സോടെ, ഒരേ മൂല്യത്തോടെ പരിഗണിക്കേണ്ടതാണ്". ജ്ഞാനോദയം സൃഷ്ടിച്ച ഏറ്റവും പ്രധാനപ്പെട്ട സങ്കല്പമാണിത്.

ജ്ഞാനോദയ പൂർവ്വഘട്ടത്തിൽനിന്ന് തികച്ചും വ്യത്യസ്തമായിരുന്നു ഇത്. ജ്ഞാനോദയഘട്ടത്തിനുമുമ്പ് വ്യത്യസ്ത സന്ദർഭങ്ങളിൽ ജനിച്ച് വ്യത്യസ്ത സാഹചര്യങ്ങളിൽ വളരുന്ന മനുഷ്യരിൽ അധ്യാരോപിക്കപ്പെടുന്ന സവിശേഷതകൾ പ്രസക്തമാണ്. അവയെല്ലാം ഈശ്വരകൽപ്പിതമായാണ് സങ്കല്പിക്കപ്പെട്ടത്. അതായത്, ഓരോ മനുഷ്യരും പ്രകടിപ്പിക്കുന്നത് അവരവരുടെ സത്തയാണ്. ആ സത്തയുടെ രൂപീകരണം ഈശ്വരേച്ഛയാൽ സംഭവിക്കുന്നതായതുകൊണ്ട് അവരോരുത്തരേയും വെവ്വേറെ കാണുകയും പരിചരിക്കുകയും വേണം. അധ്യാരോപിതമായ

ഈ സവിശേഷതകൾക്കനുസൃതമായാണ് സാമൂഹികവും രാഷ്ട്രീയവു മായി സംഘാടനം നിർവഹിക്കേണ്ടത്. ഇതായിരുന്നു ജ്ഞാനോദയപൂർ വ്വഘട്ടത്തിലെ സാമാന്യമായ വീക്ഷണം. ഓരോ മനുഷ്യരിലും സന്ദർഭം അടിച്ചേൽപ്പിച്ച സവിശേഷതകൾ പ്രധാനമാണ് എന്നു കരുതുന്ന ആശയം വാസ്തവത്തിൽ മതങ്ങളാൽ സാധൂകരിക്കപ്പെട്ട ആശയമാണ്. ഇതിൽനിന്നും പുറത്തുകടന്നുകൊണ്ട് സാഹചര്യങ്ങൾമൂലം മനുഷ്യർ തമ്മിലുണ്ടാവുന്ന സ്വഭാവവ്യത്യാസങ്ങളും മറ്റും അപ്രധാനമാണ് എന്നും എല്ലാ മനുഷ്യരേയും തുല്യരായാണ് പരിഗണിക്കേണ്ടത് എന്നുമുള്ള ഒരു സങ്കല്പത്തിലേക്ക് ജ്ഞാനോദയം മനുഷ്യരെ കൊണ്ടുചെന്നെത്തിച്ചു. ഇത്തരത്തിൽ ആധുനികതയുടെ പുറകിൽ പ്രവർത്തിക്കുന്ന സാമൂ ഹ്യശാസ്ത്രപരമായ പ്രധാന ദർശനം എന്നു പറയുന്നത് സമത്വത്തെയും സ്വാതന്ത്ര്യത്തെയും കുറിച്ചുള്ള ആശയങ്ങളാണ്.

ആധുനികത ഒരു സാർവലൗകിക ധാർമ്മികത എന്ന നിലയിൽ

ജ്ഞാനോദയത്തെയും അതിന്റെ സ്വാധീനതയെയും കുറിച്ച് നമ്മോട് ഏറ്റവുമധികം സംസാരിച്ച ദാർശനികർ തന്നെയാണ് അതിന്റെ ധിഷ ണാപരമായ ആശയങ്ങളെ സ്വാഗതം ചെയ്യുമ്പോഴും സമൂഹത്തിൽ അത് സൃഷ്ടിക്കുന്ന സമത്വത്തെയും സാതന്ത്ര്യത്തെയും കുറിച്ചുള്ള ആശയങ്ങളെ ആശങ്കയോടെ നോക്കിക്കണ്ടത്. അവരിൽ പ്രധാനി യായ ഇമ്മാനുവൽ കാന്റിന്റെ 'കാറ്റഗോറിക്കൽ ഇംപരേറ്റീവ് 'എന്ന സങ്കല്പനം ഇവിടെ പ്രധാനമാണ്. ലോകത്തെ നാം കാണുന്നത് സവി ശേഷമായ ചില സംവർഗത്തിലൂടെയാണ് എന്നും ഈ സംവർഗങ്ങൾ നിർദ്ദേശിക്കുന്നതിനനുസരിച്ചാണ് നാം ലോകത്തെ മനസ്സിലാക്കുന്നത് എന്നുമാണ് ഇതുകൊണ്ടുദ്ദേശിക്കുന്നത്. ആധുനികതയുടെ ഏറ്റവും ലഘുവും നിയമബന്ധിയുമായ സത്തയാണ് ഈ സങ്കല്പം. ഇക്കാര്യം വേണ്ടത്ര ശ്രദ്ധിക്കപ്പെട്ടിട്ടില്ല. കാന്റ് പറയുന്നു:''സാർവലൗകികമായ ചില മാനങ്ങളുടെ അടിസ്ഥാനത്തിലാണ് നാം പ്രവർത്തിക്കേണ്ടത്. അതേ സമയം അത് നിങ്ങളുടെ ഇച്ഛാനുസരണവും ആയിരിക്കണം'. മറ്റൊരിടത്ത് "മാനവികത എന്നത് മറ്റൊന്നിനു വേണ്ടിയുള്ള ലക്ഷ്യമല്ല, ലക്ഷ്യം തന്നെയതാണ്" എന്ന് കാന്റ് പറയുന്നുണ്ട്. 'യുക്തിപരമായി ചിന്തിക്കുന്ന ഓരോ മനുഷ്യനേയും നയിക്കേണ്ടത് ഒരു സാർവലൗകിക സമൂഹത്തിലെ അംശമാണ് താൻ എന്ന പ്രമാണമായിരിക്കണം'' എന്നും കാന്റ് പറയുന്നു. ഇവയിൽ നിന്നും ആധുനികതയുടെ മൂന്നു സ്തംഭങ്ങളായി കരുതാവുന്ന സാർവ്വലൗകികത, യുക്തിപരത, സമത്വം എന്നീ ആശയങ്ങൾ കണ്ടെത്താനാവും. മനുഷ്യസാമൂഹികതയുടെ

സത്തയെയാണ് ഇവ ആവിഷ്ക്കരിക്കുന്നത്. ഈ മൂന്നു ആശയങ്ങളെ പലതരത്തിൽ ചേർത്തുവെച്ചുകൊണ്ടാണ് ആധുനികതയെ വിശദീകരിക്കാൻ നാം ശ്രമിക്കാറുള്ളത്. എന്നിരിക്കിലും ആധുനികമനുഷ്യരുടെ സാമൂഹ്യപെരുമാറ്റത്തെ വിശദീകരിക്കുന്നതിൽ ഏറ്റവും പ്രധാനം സമത്വമെന്ന ആശയമാണ്. കാന്റിന്റെ 'കാറ്റഗോറിക്കൽ ഇംപരേറ്റീവ് 'എന്ന സങ്കല്പനം, സുവർണ്ണതത്ത്വം(golden rule എന്നറിയപ്പെടുന്ന, മിക്കവാറും എല്ലാ മതങ്ങളിലുമുള്ള 'തന്നെപ്പോലെ തന്റെ അയൽക്കാരനെയും സ്നേഹിക്കുക' എന്ന ആദർശത്തിന്റെ ആധുനിക പാഠഭേദമാണെന്ന തരത്തിൽ ചർച്ചകൾ ഉണ്ടായിട്ടുണ്ട് (Aloysius 2018: 13-14).

ആധുനികത എന്നത് യുക്തിപരമായ സാമൂഹികത അല്ലെങ്കിൽ സാമൂഹികമായ യുക്തിപരത എന്ന നിലയിൽ

ആധുനികതയെക്കുറിച്ചുള്ള ചർച്ചയിൽ എല്ലായ്പ്പോഴും കടന്നു വരുന്ന വാക്കുകളാണ് യുക്തി, യുക്തിപരത, യുക്തിവൽക്കരണം എന്നിവ. ജ്ഞാനോദയഘട്ടത്തിലെ തത്വചിന്താപരമായ എല്ലാ വ്യവഹാരങ്ങളും മനുഷ്യജീവി എന്ന ഒന്നിന്റെ യുക്തിവൽക്കരണവുമായി ബന്ധപ്പെട്ടാണ് നാം കാണുക. ഉപകരണാത്മകയുക്തി, ഉദ്യോഗസ്ഥ ദുഷ്പ്രഭുത്വത്തിന്റേതായ യുക്തിപരത, സാങ്കേതികതക്ക് ഊന്നൽ നൽകുന്ന യുക്തി എന്നിവയുടെ പേരിലാണ് ആധുനികത ഏറ്റവും കൂടുതൽ വിമർശിക്കപ്പെട്ടത്. യുക്തിക്ക് ലഭിച്ച ഈ അധീശത്വം ആധുനികതക്ക് സംഭവിച്ച വൈകല്യമായി കണക്കാക്കപ്പെട്ടു. യുക്തി ഒരു മാർഗമാവുന്നതിനു പകരം യുക്തിതന്നെ ഒരു ലക്ഷ്യമായിത്തീരുന്നതാണ് വിമർശിക്കപ്പെട്ടത്. ഈ യുക്തിവൽക്കരണപ്രക്രിയയ്ക്കകത്ത് യുക്തി തന്നെ ലക്ഷ്യമായി മാറിയതെങ്ങനെ? നാം നേരത്തെ നടത്തിയ വ്യാഖ്യാനങ്ങൾ പ്രകാരം ആധുനികത, യുക്തിപരതയുടെ ചട്ടപ്രകാരമുള്ള ചില നിർദ്ദേശങ്ങൾ മനുഷ്യരുടെ വ്യക്തിജീവിതത്തിൻ മേലും സാമൂഹികസംഘജീവിതത്തിനുമേലും അധ്യാരോപിക്കുന്നു എന്നതാണ് ജ്ഞാനോദയ തത്വചിന്തയുടെ കേന്ദ്രപ്രമേയം. ജനിച്ച സാഹചര്യങ്ങളുടെ അടിസ്ഥാനത്തിൽ മനുഷ്യർക്കിടയിൽ വിവേചനം നടത്തുന്നത്, അപക്വമായ സാമൂഹികജീവിതം നയിച്ചിരുന്ന മതാധിപത്യം ഉണ്ടായിരുന്ന കാലത്തെ സവിശേഷതയാണ്. അത് സാമൂഹികമായ യുക്തിപരതയ്ക്ക് ചേരുന്നതല്ല എന്നതാണ് സാമൂഹികമായ യുക്തിപരത മുന്നോട്ടുവെക്കുന്ന മാതൃക. എല്ലാവരെയും തുല്യരായി, വിവേചനരഹിതമായി പരിഗണിക്കണം എന്നതാണ് ആധുനികതയുടെ

കാഴ്ചപ്പാട്. സാമൂഹികമായ അയുക്തികതയാണ് മനുഷ്യരെ വിവേചിക്കുന്നതിന്റെ ആധാരം. ആധുനികതയുടെ ഭാഗമായിട്ടുള്ള സാമൂഹികമായ യുക്തിപരത ഈ വിവേചനത്തെ ഇല്ലാതാക്കാൻ ശ്രമിക്കുന്നു. സൈദ്ധാന്തികവും പ്രായോഗികവുമായ ചട്ടങ്ങൾ രൂപീകരിക്കുന്നതിലൂടെ മാത്രമേ എല്ലാ മനുഷ്യരും തുല്യരാണ് എന്ന ഈ തത്വം സാക്ഷാത്ക്കരിക്കുന്നതിന് സാധിക്കൂ. ചരിത്രത്തിൽ ആദ്യമായാണ് അങ്ങനെ ഒരു ചട്ടം രൂപീകരിക്കുന്നത്. സമത്വമെന്ന ആദർശം പ്രകൃതിയിലെ വിഭവങ്ങൾക്കുമേൽ മനുഷ്യർക്ക് തുല്യാവകാശമാണുള്ളതെന്ന് പ്രഖ്യാപിക്കുന്നു. അതിനുശേഷമാണ് മറ്റുള്ള അവകാശങ്ങളെല്ലാം കടന്നു വരുന്നത്. ഉപകരണാത്മകയുക്തി, സാങ്കേതികയുക്തി, അധികാരഭരണവർഗയുക്തി എന്നിവയെല്ലാം സാമൂഹ്യമായ യുക്തിപരതയുടെ അടിസ്ഥാനത്തിൽ സമൂഹത്തെ പുനഃസൃഷ്ടിക്കുമ്പോൾ സഹായിക്കാനുള്ളതാണ്. സാമൂഹികമായ യുക്തിപരത ഒരു പുതിയ സമൂഹം രൂപീകരിക്കാനുള്ള പ്രവർത്തനപദ്ധതിയുടെ മാതൃക എന്ന നിലക്ക് രൂപപ്പെട്ടു വരുന്നതാണ്. അങ്ങനെ രൂപപ്പെട്ടുവരുന്ന സമയത്ത് ഈ യുക്തികൾ അതിന്റെ പ്രവർത്തനപരിധിയെ ലംഘിക്കുന്നുണ്ടെങ്കിൽ അതിനുള്ളിൽ വെച്ചുതന്നെ അവയെ പരിശോധിക്കുകയും തിരുത്തുകയുമാണ് വേണ്ടത്. അതിനുള്ള ഇടം ആധുനികതയ്ക്കകത്തുണ്ട്. ആധുനികതയെ തള്ളിക്കളയുകയല്ല, വിമർശനം രൂപപ്പെടുത്തിയെടുക്കുകയാണ് വേണ്ടത് എന്നും അലോഷ്യസ് അടിവരയിടുന്നു (Aloysius 2018: 14-15).

ആധുനികത സാമൂഹ്യമാറ്റം എന്ന നിലയിൽ

സാമൂഹ്യമാറ്റ പ്രക്രിയ എന്ന നിലയ്ക്കോ ആ പ്രക്രിയകളുടെ സമാഹാരം എന്ന നിലയ്ക്കോ ആണ് ആധുനികതയെ നാം പൊതുവായി മനസ്സിലാക്കുന്നത്. ഒരു തലത്തിൽ നോക്കിയാൽ സമാന്തരമായി നടന്ന നിരവധി പരിണാമങ്ങളുടെ ഒരു ശൃംഖലയാണ് ആധുനികത സൃഷ്ടിച്ച ഈ സാമൂഹ്യമാറ്റങ്ങൾ. ഉദാഹരണത്തിന് ജനനനിയന്ത്രണം, മരണനിരക്ക് കുറയ്ക്കുക, കാർഷികമേഖലയിൽ നിന്ന് വ്യവസായ മേഖലയിലേക്കുള്ള ചുവടുവെയ്പ്പ്, ഗ്രാമീണജീവിതത്തിൽ നിന്ന് നാഗരികത ജീവിതത്തിലേക്കുള്ള മാറ്റം തുടങ്ങി നിരവധി അമൂർത്തമായ സങ്കല്പനങ്ങൾ ആധുനികതയുടെ ഭാഗമായി കടന്നു വന്നതാണ്. മറ്റൊരു തലത്തിൽ ഉൽപ്പാദന സമ്പ്രദായത്തിൽ വന്ന പരിണാമം എന്ന സങ്കല്പനത്തിനകത്തുവച്ച് എല്ലാറ്റിനേയും സമഗ്രമായി കാണുന്ന കാഴ്ചപ്പാടാണ് മാർക്സ്, വെബർ തുടങ്ങിയ ആദ്യകാലസാമൂഹ്യശാസ്ത്രകാരന്മാർ സ്വീകരിച്ചത്. ചില ചരിത്രകാരന്മാർ ആധുനികപൂർവ്വ യൂറോപ്യൻ സമൂഹത്തെ ഫ്യൂഡൽ സമൂഹമായി

പരിഗണിക്കാനാണ് താൽപര്യപ്പെടുന്നത്. എന്നാൽ യൂറോപ്യൻ ഫ്യൂഡലിസത്തിന് വ്യത്യസ്തധാരകൾ ഉള്ളതായി നിരീക്ഷിക്കപ്പെട്ടിട്ടുണ്ട്. ഇങ്ങനെ, സാമൂഹ്യമാറ്റങ്ങളെ സമാന്തരമായി കാണുക, സമഗ്രമായ രീതിയിൽ പരിശോധിക്കുക തുടങ്ങി വ്യത്യസ്തമായ രീതിയിൽ ആധുനികതയെ വായിക്കാനുള്ളശ്രമങ്ങൾ നിലനിൽക്കുമ്പോൾത്തന്നെ, ഇത്തരം വ്യാഖ്യാനങ്ങളിലെല്ലാം ഒരു പൊതുഘടകത്തിന്റെ നൂലോട്ടമുണ്ട്. നിർഭാഗ്യവശാൽ, സാമൂഹ്യമാറ്റത്തിന്റെ സ്ഥൂലചരിത്രം പരിശോധിക്കുന്ന പലരും വേണ്ടത്ര ശ്രദ്ധ നൽകാത്ത ഒരു കാര്യമാണ് ഇത്. ആധുനികപൂർവ്വ യൂറോപ്പിനെ ശ്രേണീകൃതമായും, എസ്റ്റേറ്റുകളായി വിഭജിക്കപ്പെട്ടതും, വ്യക്തികളെ അവരുടെ ജന്മത്തിന്റെ അടിസ്ഥാനത്തിൽ പരിചരിച്ചിരുന്നതുമായ ഒരു സമൂഹമായാണ് കാണാറുള്ളത്. ഇവ താരതമ്യേന ഒന്നിൽ നിന്നും മറ്റൊന്ന് വേറിട്ടതും വ്യത്യസ്തമായ തരത്തിൽ ശാക്തീകരിക്കപ്പെട്ടവയുമായിരുന്നു. ഈ സമൂഹങ്ങളുടെ പ്രത്യേകമായ ശാക്തീകരണം എന്നത് സാമൂഹ്യശ്രേണീകരണത്തെ സൂചിപ്പിക്കുന്ന മറ്റൊരു പദം മാത്രമാണ്. ഭൂമിയിൽ നിലനിന്നിരുന്ന ഈ ശ്രേണീകരണം സ്വർഗത്തിൽ നിലനിൽക്കുന്ന ശ്രേണീകരണത്തിന്റെ പ്രതിഫലനമായാണ് ആളുകൾ കരുതിയിരുന്നത്. മറ്റെവിടെയും നിലനിന്നിരുന്നപോലെ ആധുനികപൂർവ യൂറോപ്പിന്റെയും ദാർശനിക നരവംശശാസ്ത്രം മനുഷ്യശ്രേണീകരണം തന്നെയായിരുന്നു. ഇതിൽ നിന്നു മാറി, വ്യാവഹാരികവും പ്രത്യയശാസ്ത്രപരവുമായ ഒരു സമാന്തരത്വത്തിലേക്ക് മനുഷ്യരെ പരിവർത്തിപ്പിക്കുകയാണ് ആധുനികത ചെയ്തത്. ജാതിബന്ധങ്ങൾ വർഗബന്ധങ്ങളായി മാറുക, ദൃഢവും രൂക്ഷവുമായ സാമൂഹ്യക്രമത്തിൽ നിന്ന് അയവുള്ള സാമൂഹ്യക്രമത്തിലേക്ക് മാറുക തുടങ്ങിയവയൊക്കെയായിരുന്നു ഈ പരിണാമങ്ങൾ. സമൂഹത്തിൽ ഉൽപ്പാദിപ്പിക്കപ്പെട്ട സമത്വം, ജനാധിപത്യം തുടങ്ങിയ പുതിയ സങ്കല്പനങ്ങളാണ് ഈ പരിണാമം സാധ്യമാക്കിയത്. ഇങ്ങനെ യൂറോപ്പ് മനുഷ്യശ്രേണീകൃതമായ സമൂഹത്തിൽനിന്നും ജനാധിപത്യവൽക്കരിക്കപ്പെട്ട, സമത്വപൂർണ്ണമായ മനുഷ്യസമൂഹത്തിലേക്ക് പരിണമിക്കപ്പെട്ടു. ആധുനികപൂർവ്വ സമൂഹത്തിൽ നിന്ന് ആധുനിക സമൂഹത്തിലേക്ക് യൂറോപ്പ് മാറിയപ്പോൾ അവിടെയുണ്ടായിരുന്ന പഴയ രാഷ്ട്രീയരൂപത്തെയാണ് അവർ തകർത്തുകളഞ്ഞത്. അതിനെ പലപ്പോഴും രാഷ്ട്രീയമണ്ഡലത്തിൽ വന്ന മാറ്റം മാത്രമായാണ് പരിഗണിക്കാറുള്ളത്. വംശത്തിൽ നിന്ന് വർഗത്തിലേക്കുള്ള മാറ്റം എന്നത് ഒരർത്ഥത്തിൽ സമഗ്രമായ നിരപ്പാക്കൽ പദ്ധതിയായിരുന്നു. ഈ മാറ്റം വളരെ പൊടുന്നനെ സംഭവിച്ചതല്ല; വളരെക്കാലം കൊണ്ടുണ്ടായതാണ്. ഈ മാറ്റങ്ങൾ ഇപ്പോഴും സംഭവിച്ചുകൊണ്ടിരിക്കുന്നതുമാണ്.

പ്രത്യയശാസ്ത്രപരമായും ജ്ഞാനസിദ്ധാന്തപരമായും നിർമ്മിക്കപ്പെടുന്ന കാഴ്ചപ്പാടുകൾക്കനുസരിച്ചും സാമൂഹ്യയാഥാർത്ഥ്യങ്ങൾക്കനുസരിച്ചും നമുക്ക് സമൂഹത്തെ പുതുക്കേണ്ടതുണ്ട്. സമത്വത്തെക്കുറിച്ചുള്ള ജ്ഞാനസിദ്ധാന്തത്തിന് മേൽക്കൈ ലഭിക്കുന്ന സാമൂഹ്യബന്ധങ്ങൾ സാധ്യമാക്കുന്ന ഒരു പുതിയ വീക്ഷണത്തോടെയുള്ള ഒരു സമൂഹമാണ് വാസ്തവത്തിൽ രൂപപ്പെടേണ്ടത്.

ആധുനികത ദേശീയത എന്ന നിലയിൽ

ദേശീയത ആധുനികമായ പ്രതിഭാസമാണെന്ന് നാം പറയാറുണ്ട്. എന്നാൽ ദേശീയതയില്ലാതെ ആധുനികതക്ക് നിലനിൽക്കാനാവില്ല എന്ന തിരിച്ചറിവും പ്രധാനമാണ്. ആധുനികത എല്ലായ്പോഴും ദേശീയതയോടൊപ്പമാണ് ലോകത്തുടനീളം എല്ലാ സമൂഹങ്ങളിലും കടന്നുവന്നിട്ടുള്ളത്. ആധുനികതയുടെ സാംസ്കാരിക ഭൂപ്രദേശമാണ് ദേശം (nation) എന്ന് ലിയ ഗ്രീൻഫെൽഡ് പറയുന്നുണ്ട്. അതിലുപരി ദേശം എന്നത് ആധുനികതയുടെ രാഷ്ട്രീയഭൂപ്രദേശം കൂടിയാണ്. ഇങ്ങനെ ദേശമെന്നോ ദേശരാഷ്ട്രമെന്നോ വിളിക്കപ്പെട്ടിട്ടുള്ള രാഷ്ട്രീയ-സാംസ്കാരിക സമൂഹങ്ങളിലാണ് ആധുനികത സാക്ഷാത്ക്കരിക്കപ്പെട്ടിട്ടുള്ളത്. ഇങ്ങനെയുള്ള സമൂഹങ്ങളിലെ മനുഷ്യരെയാണ് പൗരരായി പരിഗണിക്കുന്നത്. എല്ലാ പൗരരും തുല്യരും സ്വതന്ത്രരും പരസ്പരം ബഹുമാനിക്കുന്നവരുമായിരിക്കണം എന്ന തീർപ്പിലാണ് ഈ സങ്കല്പം നിലനിൽക്കുന്നത്. മനുഷ്യർ പല ജീവിതസാഹചര്യങ്ങളിൽ പിറന്നവരും അതുവഴി വ്യത്യസ്തമായ സ്വഭാവഗുണങ്ങൾ ആർജിച്ചവരുമാകും. ഈ വ്യത്യാസങ്ങളെല്ലാമിരിക്കിലും അവരെയെല്ലാം ഒരേ മൂല്യമുള്ളവരായി പരിഗണിക്കുകയും ദേശങ്ങളിലെയും ദേശരാഷ്ട്രങ്ങളിലെയും പൗരർ എന്ന നിലയിൽ അതിനെ സാക്ഷാത്ക്കരിക്കുകയും ചെയ്യുക എന്നതാണ് പ്രബുദ്ധതയുടെ ഉൾക്കാഴ്ച. പൗരരല്ലാത്ത ഒരാളും ആധുനികദേശരാഷ്ട്രങ്ങളിലുണ്ടാക വയ്യ. അതുകൊണ്ട് ദേശരാഷ്ട്രത്തിലെ പൗരർ നിർവചനപ്രകാരം തന്നെ സ്വതന്ത്രരാണ്. ആധുനികദേശരാഷ്ട്രത്തിലെ പൗരരായി പരിവർത്തിക്കപ്പെടുന്നു എന്നാണർത്ഥം. അതുകൊണ്ടുതന്നെ രാഷ്ട്രീയമായും ഘടനാപരമായും തുല്യതയും സ്വാതന്ത്ര്യവും ഉറപ്പുനൽകിയിട്ടുള്ള ഒന്നാണ് പൗരത്വം. ജന്മംകൊണ്ടോ ജീവിതസാഹചര്യങ്ങൾ കൊണ്ടോ നമ്മിലേക്ക് കടന്നുവന്നിട്ടുള്ള സ്വഭാവസവിശേഷതകളെ പരിഗണിക്കാതെ അവയിൽ നിന്നെല്ലാം വിമോചിപ്പിക്കുന്ന സമത്വത്തിലൂന്നിയ രാഷ്ട്രീയ ഭാവനയാണ് ആധുനികപൗരത്വം. അത് നമുക്ക് ജന്മനാ ലഭിക്കുന്നതല്ല, നേടിയെടുക്കാൻ കഴിയുന്നതാണ്. ജന്മം കൊണ്ട് ലഭിക്കുന്ന സാധ്യതകളെയും പരിമിതികളെയും

തിരസ്കരിക്കുന്നതോടൊപ്പം ആധുനികപൗരത്വം സമത്വപൂർണമായ പരിചരണത്തെ വാഗ്ദാനവും ചെയ്യുന്നു. ദേശീയതകളെക്കുറിച്ചും ധാരാളം എഴുതപ്പെട്ടിട്ടുണ്ട്. ആധുനികതയുടെ കാര്യത്തിൽ എന്നതുപോലെ അവയെക്കുറിച്ചും ധാരാളം നിഗൂഢവൽക്കരണം നടന്നിട്ടുമുണ്ട്. എങ്കിലും ആധുനികതയിലേക്ക് പരിവർത്തിക്കുക എന്നാൽ ഒരു വ്യക്തി സാർവദേശീയ വ്യക്തിത്വത്തിലേക്ക് പരിവർത്തിക്കുന്നു എന്നല്ല അർത്ഥമാകുന്നത്. മുൻപുള്ള സാംസ്കാരിക തുടർച്ചയെ അത് മുന്നോട്ടു കൊണ്ടുപോവുകയാണ് ചെയ്യുന്നത് (Aloysius 2018: 17-18).

ആധുനികതയുടെ സാക്ഷാത്കാരം: ഫ്രഞ്ച് വിപ്ലവം

ജന്മം കൊണ്ടുള്ള വ്യത്യാസങ്ങൾ കണക്കിലെടുക്കാതെ മനുഷ്യരെ തുല്യരായി പരിഗണിക്കുമെന്ന ജ്ഞാനോദയത്തിന്റെ വാഗ്ദാനം നിറവേറ്റപ്പെട്ടത് ദേശരാഷ്ട്രം എന്ന രാഷ്ട്രീയ ഉപാധിയുടെ സംരക്ഷണയിലാണ്. വിപ്ലവത്തെത്തുടർന്ന് ഫ്രാൻസിൽ ദേശരാഷ്ട്രം രൂപീകരിക്കപ്പെട്ടതോടെയാണ് വളരെ നാടകീയമായി ചരിത്രത്തിൽ ഈ മൂർത്തവൽക്കരണപ്രക്രിയ നടന്നത്. എണ്ണം കൊണ്ടും വൈവിധ്യമാർന്ന ഉള്ളടക്ക സവിശേഷതകൾ കൊണ്ടും ഇപ്പോഴും വളർന്നുകൊണ്ടിരിക്കുന്നതാണ് ഫ്രഞ്ച് വിപ്ലവത്തെക്കുറിച്ചുള്ള സാമൂഹ്യശാസ്ത്രപരവും ചരിത്രപരവുമായ പഠനങ്ങൾ. മാനവസമൂഹത്തിന്റെ ചരിത്രത്തിലും രാഷ്ട്രീയത്തിലും 1789 നുള്ള പ്രാധാന്യം നാം കൂടുതൽ തിരിച്ചറിഞ്ഞുകൊണ്ടിരിക്കുകയാണ്. അതോടൊപ്പം ഫ്രഞ്ച് വിപ്ലവത്തിന്റെ ആദർശങ്ങളും അതിലൂടെ സാക്ഷാത്ക്കരിക്കപ്പെട്ട ഫലങ്ങളും തമ്മിലുള്ള പൊരുത്തക്കുറവിനെക്കുറിച്ചും നിരവധി പഠനങ്ങളിൽ ചർച്ച ചെയ്യപ്പെട്ടിട്ടുണ്ട്. എന്നാൽ സങ്കീർണ്ണമായ അക്കാദമിക പഠനങ്ങൾക്കകത്ത് ഫ്രഞ്ചു വിപ്ലവത്തിന്റെ ലളിതവും സുതാര്യവുമായ പ്രത്യയശാസ്ത്രഭാവന വേണ്ടത്ര ശക്തമായോ ചിട്ടയായോ ആവിഷ്ക്കരിക്കപ്പെട്ടില്ല. ബഹുമുഖമായ ജനാധിപത്യ പ്രക്രിയയിലൂടെ പ്രാചീനഭരണകൂടത്താൽ ശ്രേണീകൃതമായിരുന്ന ഒരു സമൂഹം ഏകാത്മകമായ ഒരു രാഷ്ട്രീയസമൂഹമായി പരിവർത്തിക്കപ്പെട്ട ഒരു വ്യാവഹാരിക പരിണാമ പ്രക്രിയയായിരുന്നു ഫ്രഞ്ച് വിപ്ലവം. പ്രാചീന ഭരണസംവിധാനങ്ങൾക്കു കീഴിൽ മാറ്റിനിർത്തപ്പെടുകയും അവഗണിക്കപ്പെടുകയും ചെയ്തിരുന്ന ജനസാമാന്യത്തെ ശാക്തീകരിക്കുകയും അവരെ പുതിയൊരു പദവിയിലേക്ക് ആനയിക്കുകയുമാണ് ഈ ജനാധിപത്യപ്രക്രിയ ചെയ്തത്. അടിമകളായിരുന്ന മനുഷ്യർ, ഈയൊരു വിപ്ലവത്തിലൂടെ ഫ്രഞ്ച്പൗരർ എന്ന പുതിയ സ്വത്വത്തിലേക്ക് വളർന്നു. ജനങ്ങളെ മൂന്ന് തട്ടുകളിലാക്കി തിരിക്കുകയും അവയിൽ നിന്നുള്ള പ്രതിനിധികൾ ഭരണകാര്യങ്ങൾ നിർവഹിക്കുകയും

ചെയ്തിരുന്ന ഭരണസംവിധാനമാണ് ഫ്രാൻസിൽ നില നിന്നിരുന്നത്. അതിനെ പൂർണമായും തകർത്തുകൊണ്ട് ഫ്രഞ്ച് വിപ്ലവം മനുഷ്യരെ ഒരു ഏകാത്മക സമൂഹത്തിന്റെ ഭാഗമാക്കി മാറ്റി. അതായത് ഫ്രാൻസിൽ നിലനിന്നിരുന്ന ശ്രേണീകൃതസമൂഹത്തെയും ആ ശ്രേണികളുടെ പ്രാതി നിധ്യ സ്വഭാവത്തിലുള്ള ഭരണസംവിധാനവും അട്ടിമിറിച്ചുകൊണ്ട് ഒരു ഏകാത്മക സമൂഹത്തിലേക്ക് ഫ്രഞ്ചു വിപ്ലവത്തോടെ ഫ്രഞ്ചു ജനത കടന്നു കയറി. ഇക്കാര്യം സാമൂഹ്യശാസ്ത്രകാരനായ അലക്സിസ്. ഡി. ടോക്യവല്ലി കൃത്യമായി പറയുന്നുണ്ട്. മാത്രമല്ല, അബ്ബെ സിയീസ് തന്റെ 'വാട്ട് ഈസ് ദ തേഡ് എസ്റ്റേറ്റ്'എന്ന ലഘുലേഖയിൽ ഇക്കാര്യത്തെ കൂടുതൽ കൃത്യമായി പ്രശ്നവൽക്കരിക്കുന്നു. എന്തായിരുന്നു തേർഡ് എസ്റ്റേറ്റ്? എന്താണത്? എന്തായിരിക്കണം അത്? എന്നിങ്ങനെയുള്ള ചോദ്യങ്ങളാണ് അദ്ദേഹം ഉന്നയിച്ചത്. ജന്മത്തിന്റെ അടിസ്ഥാനത്തിൽ മനുഷ്യരെ ശ്രേണീകരിച്ചിരുന്ന ആധുനികപൂർവ്വ ഫ്രഞ്ച് സമൂഹവുമായി ഒരു തരത്തിലും പൊരുത്തപ്പെടുന്നതായിരുന്നില്ല വിപ്ലവാനന്തര ഫ്രാൻസിലെ സമൂഹം. ആധുനികതയുടെ സാക്ഷാത്കാരമായിരു ന്നു ഫ്രഞ്ച് വിപ്ലവം. മൗലികമായ ജനാധിപത്യവൽക്കരണം, ജന്മം കൊണ്ടുള്ള സാധ്യതകളേയും പരിമിതികളേയും മാറ്റിവെക്കുക, അത്തരം സാധ്യതകളുടെ അടിസ്ഥാനത്തിൽ പൗരത്വം നൽകുന്നത് നിർത്ത ലാക്കുക, അവഗണിക്കപ്പെട്ട ജനസാമാന്യത്തെ സവിശേഷപദവിയി ലേക്ക് ആനയിക്കുക, ഒരു പൗരസമൂഹം രൂപപ്പെട്ടുവരിക, അതുവഴി സമത്വപൂർണമായ പൗരരുടെ ദേശീയ രാഷ്ട്രീയസമൂഹം ഭാവന ചെയ്യുക എന്നിവയെല്ലാം ഇതിൽ ഉൾച്ചേർന്നിരുന്നു. സാമൂഹ്യമായ ജനാധിപത്യ വൽക്കരണവും അതിന്റെ സ്ഥാപനവൽക്കരണവുമാണ് ലോകത്തെ പ്രധാനപ്പെട്ടതും വളരെയധികം ജനപങ്കാളിത്തത്തോടെ നടന്നതുമായ ഫ്രഞ്ചുവിപ്ലവത്തിന്റെ സാമൂഹ്യശാസ്ത്രപരമായ യുക്തി എന്നു പറയുന്നത് (Aloysius 2018: 18-19).

ഫ്രഞ്ചുവിപ്ലവവും അതെത്തുടർന്നുള്ള സാമൂഹ്യവ്യവസ്ഥയുടെ പുനഃ സംഘാടനവും നടക്കാൻ കാരണമായതെന്താണെന്നതിനെക്കുറിച്ച് പണ്ഡിതന്മാർ പല അഭിപ്രായങ്ങളും പറഞ്ഞിട്ടുണ്ട്. ചിലത് ദീർഘകാ ലകാരണങ്ങളാണെങ്കിൽ മറ്റു ചിലത് ഹ്രസ്വകാലകാരണങ്ങളാണ്. ഫ്രഞ്ചുവിപ്ലവത്തിൽ ഇക്കാരണങ്ങൾക്കെല്ലാം സ്വാധീനം ചെലുത്താൻ കഴിഞ്ഞിട്ടുണ്ടെന്നത് ഒരു വസ്തുതയാണ്. ഇവിടെ ഏതെങ്കിലും ഒരു കാര ണത്തിലേക്കോ ഒരു കൂട്ടം കാരണങ്ങളിലേക്കോ പോകാനല്ല ശ്രമിക്കു ന്നത്. ഈ കാരണങ്ങൾക്കൊപ്പം തന്നെ യൂറോപ്യൻ സമൂഹത്തിൽ നിലനിന്നിരുന്ന പലതരം അസ്വസ്ഥതകൾക്കും ഫ്രഞ്ചുവിപ്ലവത്തിൽ

പങ്കുണ്ട്. യൂറോപ്യൻ സമൂഹത്തിലെ താഴെ തട്ടിലുൾപ്പെടുന്ന കലാപകാരികളും ഉന്മാദികളും കള്ളന്മാരും ആയ പല മനുഷ്യരും നിലനിന്ന സാമൂഹ്യവ്യവസ്ഥയെ പലതരത്തിൽ അസ്വസ്ഥപ്പെടുത്തി. സാമൂഹ്യപ്രതിരോധസമരങ്ങൾ എന്ന നിലയിൽ ഇക്കാലഘട്ടത്തിൽ ഒറ്റപ്പെട്ട കലാപങ്ങളും സംഘർഷങ്ങളും ഉടലെടുത്തു. വലുതും ചെറുതുമായ ഇത്തരം പല സമരങ്ങളെക്കുറിച്ചും അസ്വസ്ഥതകളെക്കുറിച്ചും പലരും പഠനങ്ങൾ നടത്തിയിട്ടുണ്ട്. അമൂർത്തമായ ചില മാതൃകകൾകൊണ്ട് ഫ്രഞ്ച് വിപ്ലവത്തെ വിശദീകരിക്കുന്നതിനു പകരം, കുറെക്കാലങ്ങളായി അവിടെ നടന്നുകൊണ്ടിരുന്ന ചെറുത്തുനിൽപ്പുകളും കലാപങ്ങളുമൊക്കെ ഇതിന്റെ ഭാഗമായി അന്വേഷിക്കപ്പെടേണ്ടതാണ്. യൂറോപ്പിലുണ്ടായിരുന്ന നാട്ടുവാഴിസമൂഹത്തിന്റെ ആഭിജാത്യത്തെയും അവരുടെ സവിശേഷമായ പദവികളെയും അട്ടിമറിക്കുക എന്ന ലക്ഷ്യത്തോടുകൂടിത്തന്നെയാണ് കീഴാളവിഭാഗങ്ങൾക്കിടയിൽ നിന്ന് ഈ പ്രതിരോധങ്ങൾ ഉണ്ടായിവന്നിട്ടുള്ളത്. ഇതിനെ ഒരു അമൂർത്തമാതൃകയായി കാണാൻ കഴിയില്ലെങ്കിലും അവയുടെയെല്ലാം ലക്ഷ്യം പഴയ നാട്ടുവാഴിത്ത സമൂഹത്തെ തറപറ്റിക്കുക എന്നു തന്നെയായിരുന്നു. അവിടെ നിലനിന്നിരുന്ന ഇരകളും ആ ഇരകളുടെ താൽപര്യങ്ങളും അവരിൽ നിന്നുണ്ടായ പ്രചോദനവുമാണ് ഈ സമരങ്ങൾക്കെല്ലാം ആധാരം. ഈ കീഴാളവിഭാഗങ്ങൾക്ക് ഓരോന്നിനും ഓരോ താൽപര്യമാണ് ഉണ്ടായിരുന്നത് എന്നതുകൊണ്ടുതന്നെ ഓരോ സമരത്തിനും ഓരോ സ്വഭാവമായിരുന്നു. അവയ്ക്ക് ഏകാത്മകമായ ഒരു സ്വഭാവം ഉണ്ടായിരുന്നില്ല. ബഹുഭൂരിപക്ഷം ജനങ്ങൾക്കിടയിലും സമത്വപൂർണ്ണമായ സമൂഹത്തെക്കുറിച്ചുള്ള സങ്കല്പം അക്കാലത്തുതന്നെ നിലനിന്നിരുന്നു എന്നതിന്റെ തെളിവാണിത് (Aloysius 2018: 20).

ആധുനികത ഒരു നിയമവ്യവസ്ഥ എന്ന നിലയിൽ

നമ്മുടെ സമകാലസാമൂഹ്യജീവിതത്തിന്റെ പ്രത്യേകതയായി എളുപ്പത്തിൽ തിരിച്ചറിയാവുന്ന ഒന്ന് സവിശേഷസ്വഭാവത്തോടുകൂടിയ സ്ഥാപനങ്ങളുടെ സാന്നിധ്യമാണ്. ആധുനികമായ ഈ സ്ഥാപനങ്ങൾ നിർമ്മിക്കുന്നതിനും പ്രവർത്തിക്കുന്നതിനും അടിസ്ഥാനമായ യുക്തിയെ ആണ് നിയമവാഴ്ച (Rule of law) എന്നു പറയുന്നത്. നിയമങ്ങളാണ് സ്ഥാപനങ്ങൾക്കാധാരമായിട്ടുള്ളത്. ജന്മം കൊണ്ട് ഒരു വ്യക്തിക്ക് ലഭിക്കുന്ന പദവികളെയോ, ആഭിജാത്യത്തെയോ സ്ഥാപനങ്ങൾ പരിഗണിക്കുന്നില്ല. എല്ലാവർക്കും ഒരുപോലെ ബാധകമായ നിയമങ്ങളാണ് അവയുടെ പ്രമാണം. സമത്വപൂർണമായ തത്വത്തിന്റെ സ്ഥാപനവൽകൃതരൂപമാണ് നിയമം. അത് സമൂഹത്തിന്റെ പൊതുവായ

താൽപ്പര്യമാണ്. സ്ഥാപനങ്ങളും അതു സൃഷ്ടിക്കുന്ന നിയമവാഴ്ചയും ജ്ഞാനോദയകാലത്ത് രൂപപ്പെട്ട സമത്വമെന്ന സങ്കല്പത്തിന്റെ പരിവർത്തിത രൂപമാണ്. ജ്ഞാനോദയത്തിന്റെ ആദർശങ്ങൾ തന്നെയാണ് ഈ നിയമങ്ങൾക്ക് ആധാരമായി വർത്തിക്കുന്നത്.

യൂറോപ്യൻ സാഹചര്യത്തിൽ സ്ഥാപനങ്ങളാണ് ആധുനികതയുടെ യഥാർത്ഥ നങ്കൂരവും ആദർശാത്മക പ്രകടനവും. യൂറോപ്യേതര സന്ദർഭത്തിൽ ആധുനികതയെക്കുറിച്ച് പ്രതീക്ഷ നൽകുന്നതുതന്നെ ഈ സ്ഥാപനങ്ങളാണ്. എന്നാൽ അവ ഈ സമൂഹങ്ങളിലെ സമത്വപൂർണമായ ആശയങ്ങളുടെ പരാവർത്തിതരൂപമല്ല; യൂറോപ്പിൽ നിന്ന് ഇറക്കുമതി ചെയ്യപ്പെട്ടതാണ്. അതുകൊണ്ടുതന്നെ ഇത്തരം സ്ഥാപനങ്ങൾ നിലവിൽ വന്നപ്പോൾ ആധുനികപൂർവ്വ സമൂഹത്തിലെ ആചാരാനുഷ്ഠാനങ്ങളും ആധുനികസമൂഹത്തിന്റേതായ നിയമങ്ങളും തമ്മിലുള്ള വൈരുദ്ധ്യങ്ങൾ നിലനിന്നു. ആധുനികതയുടെ ചട്ടങ്ങൾക്കേററ മുറിവായാണ് ഈ വൈരുദ്ധ്യങ്ങളെ നാം മനസ്സിലാക്കുന്നത്.

ആധുനികത സാർവലൗകിക മനുഷ്യാവകാശം എന്ന നിലയിൽ

ലോകം പൊതുവെ പ്രത്യയശാസ്ത്രവിമുഖവും നൈതികത, ധാർമ്മികത എന്നിവയെപ്പറ്റിയുള്ള സങ്കല്പങ്ങൾ നിശ്ശേഷവുമായിക്കൊണ്ടിരിക്കുന്ന ഇക്കാലത്തും നമ്മുടെ സാമൂഹ്യമായ എല്ലാ ചട്ടങ്ങളേയും സ്വാധീനിക്കുകയും നിലനിർത്തുകയും ചെയ്യുന്നത് മനുഷ്യാവകാശം എന്ന സങ്കല്പനമാണ്. വാസ്തവത്തിൽ ജ്ഞാനോദയകാലത്ത് രൂപപ്പെട്ടുവന്ന സമത്വത്തെക്കുറിച്ചുള്ള തത്വം തന്നെയാണ് മനുഷ്യാവകാശത്തിനു പുറകിലുള്ള ദർശനവും. ആരോടെങ്കിലും വിവേചനപൂർണമായി പെരുമാറുന്നതിനോട് ജ്ഞാനോദയയുക്തി രാജിയാവുന്നില്ല. വിവേചനത്തിനെതിരെ തുല്യതയുടെ തത്വം ആവിഷ്ക്കരിച്ച ഘട്ടത്തെയാണ് നാം ജ്ഞാനോദയഘട്ടം എന്നു പറയുന്നത്. അതിന്റെ തുടർച്ചയിലാണ് മനുഷ്യാവകാശം എന്ന സങ്കല്പം ഇപ്പോഴും നമ്മുടെ ഇടയിൽ പ്രവർത്തിക്കുന്നത്. സാംസ്കാരിക ദേശീയവാദികളായ ചുരുക്കം ചില പ്രതിഭരണകൂടങ്ങൾ ഒഴികെ ഒരു പുതിയ ആദർശമായി എല്ലാ രാഷ്ട്രീയ ദർശനങ്ങളും സ്വീകരിച്ച ആശയമാണ് സാർവലൗകികമായ മനുഷ്യാവകാശം. സാംസ്കാരിക ദേശീയവാദികളെ സംബന്ധിച്ച സമത്വമെന്നത് ഒരു ആദർശമായിരുന്നില്ല. സ്വതന്ത്രരും തുല്യരുമായ മനുഷ്യർ, സാർവലൗകികത, 'മനുഷ്യർ' എന്ന ഏക സങ്കല്പം തുടങ്ങിയവയെല്ലാം തന്നെ ആധുനികതയെ ആവിഷ്ക്കരിക്കുന്നവയാണ്. സമൂഹത്തിൽ

എല്ലായ്പ്പോഴും ചില വിഭാഗങ്ങൾക്ക് അവകാശങ്ങളും സ്വാതന്ത്ര്യങ്ങളും അനുഭവിക്കാൻ സാധിച്ചിട്ടുണ്ട്. എന്നാൽ അതിനു പകരം എല്ലാ മനുഷ്യർക്കും സ്വാതന്ത്ര്യം എന്ന ആശയമാണ് ആധുനികത മുന്നോട്ട് വെക്കുന്നത്. ഇതിന്റെ ഭാഗമായി നാളിതുവരെ അവകാശമോ സ്വാതന്ത്ര്യമോ ഇല്ലാതിരുന്ന, മനുഷ്യരായിപ്പോലും പരിഗണിക്കപ്പെടാതിരുന്ന മനുഷ്യർക്ക് മറ്റുള്ളവരെപ്പോലെ അവകാശങ്ങൾ ലഭിക്കുകയും അവരെയും മറ്റുള്ളവരെപ്പോലെ പരിഗണിക്കാൻ തുടങ്ങുകയും ചെയ്തു. ഐക്യരാഷ്ട്രസഭ സൂചിപ്പിക്കുന്നതുതന്നെ എല്ലാ മനുഷ്യർക്കും മാന്യതയുണ്ട് എന്ന ആശയമാണ്. ഇത്തരത്തിലുള്ള പ്രഖ്യാപനങ്ങൾ ആധുനികത മുന്നോട്ടുവച്ച സമത്വമെന്ന ആശയത്തിനു സമാനമായ ഒന്നായാണ് മനസിലാക്കേണ്ടത്. (Aloysius 2018: 20-22)

ആധുനികതയുടെ സത്ത

ആധുനികതയെക്കുറിച്ച് പറഞ്ഞുവച്ച കാര്യങ്ങളിലൂടെ ആധുനികതയുടെ കേന്ദ്രപ്രമേയത്തെ പല വീക്ഷണകോണുകളിൽ നിന്നുകൊണ്ട് പുനർനിരൂപണം ചെയ്യാനും പുനർരൂപകല്പന ചെയ്യാനുമുള്ള ശ്രമം നടത്തുകയാണ് ഇതുവരെ ചെയ്തത്. ആധുനികത എന്നത് അടിസ്ഥാനപരമായി മൗലികവും നൈരന്തര്യമുള്ളതുമായ ഒരു ജനാധിപത്യ പ്രക്രിയയാണ് എന്നതാണ് ഇവയിലെല്ലാം കടന്നുവരുന്ന അടിസ്ഥാന വാദഗതി. അത് വ്യത്യസ്ത സമൂഹങ്ങളിലെ വ്യത്യസ്ത സംസ്കാരങ്ങളിൽ പുതിയ ചില ചട്ടങ്ങൾ രൂപപ്പെടുത്തുന്നു. അതിന് ആധുനികത നല്കുന്ന നിയമപരമായ ഉറപ്പ് എല്ലാ മനുഷ്യരും തുല്യരാണെന്നതാണ്. ഈയൊരു സങ്കല്പത്തിന്റെ അടിസ്ഥാനത്തിലായിരിക്കണം ഏതൊരു സമൂഹത്തിലും നാം സൃഷ്ടിക്കുന്ന സാമൂഹ്യവും രാഷ്ട്രീയവുമായ ഘടനകളെ രൂപപ്പെടുത്തേണ്ടത് എന്നാണ് ആധുനികത നിർദ്ദേശിച്ചത് എന്നു കാണാം. ഇതല്ലാതെ ആധുനികതയെക്കുറിച്ച് പറഞ്ഞ കാര്യങ്ങളെല്ലാം ഒന്നുകിൽ ഉപരിപ്ലവമോ അതിന്റെ അനന്തരഫലമോ ആണ്. ആധുനികതയുടെ കേന്ദ്രപ്രമേയത്തെ പിന്തുണച്ചുകൊണ്ടോ അതിൽ നിന്ന് വിട്ടുനിന്നുകൊണ്ടോ ഉള്ള ചില നിരീക്ഷണങ്ങളാണ് ഇതുവരെയായി രേഖപ്പെടുത്തപ്പെട്ടിട്ടുള്ളത്. സമത്വവാദത്തിന് മേൽക്കൈ ലഭിക്കുകയും അത് ഒരു പൊതുതത്ത്വമായിത്തീരുകയും ചെയ്തു. മനുഷ്യരെ തുല്യരായി പരിഗണിക്കുന്നത് ശരിയും അല്ലാത്തത് തെറ്റും എന്നുള്ളതാണ് ഇതിന്റെ ഭാഗമായുണ്ടായ ബൗദ്ധികവും ധാർമ്മികവുമായ ഉൾക്കാഴ്ച. ഇതൊരു ഏകനിയമമാണെന്നു പറയാം. നാം ഇനിയും എത്തിച്ചേരേണ്ടതും അതിനായി പരിശ്രമിക്കേണ്ടതായുമുള്ള ഒരാദർശമാണ് അഥവാ ലക്ഷ്യസ്ഥാനമാണ് മനുഷ്യർക്കിടയിലെ സമത്വമെന്ന

ആശയം (Aloysius 2018: 22-23)

ഒന്നാമതായി ആധുനികതയുടെ ഉൾക്കാമ്പ് എന്നു വിളിക്കാവുന്ന സമത്വദർശനം വാസ്തവത്തിൽ രൂപപരമോ യാന്ത്രികമോ ആയ ഒന്നല്ല; അത് അടിസ്ഥാനപരമായ ഒന്നാണ്. എല്ലാ നിയമങ്ങളും വ്യത്യസ്ത സന്ദർഭങ്ങളിൽ മനുഷ്യരെ എങ്ങനെ തുല്യരായി പരിഗണിക്കാം എന്നതിന്റെ വിവിധങ്ങളായ ആവിഷ്കാരരൂപങ്ങൾ മാത്രമാണ്. നിയമങ്ങളെ വീണ്ടും വീണ്ടും വ്യാഖ്യാനിക്കുന്നതിലൂടെ അതിന്റെ അർത്ഥത്തെ കൂടുതൽ ആഴമുള്ളതാക്കി മാറ്റുകയും അങ്ങനെ അതിന്റെ യഥാർത്ഥ സത്തയോട് കൂടുതൽ അടുക്കുകയും ചെയ്യുന്നു. രണ്ടാമതായി സമത്വം, തുല്യത തുടങ്ങിയ ആശയങ്ങൾ ഓരോ ഘട്ടം കഴിയുന്തോറും വിപുലീകരിക്കപ്പെടുകയും കൂടുതൽ ആഴത്തിലുള്ള സങ്കല്പങ്ങളായി മാറുകയും ചെയ്തു. ക്ലാസിക്കൽ തത്ത്വചിന്തകരുടെ കാലത്ത് ലിംഗപരമായ പക്ഷപാതിത്വങ്ങളെപ്പറ്റി വേണ്ടത്ര അറിയുമായിരുന്നില്ല. എന്നാൽ പിന്നീട് അതു നമ്മുടെ തത്ത്വചിന്തയിലെ പ്രധാന വിഷയമായി കടന്നു വരുകയും ലിംഗസമത്വമെന്ന ആശയത്തിലേക്കെത്തിച്ചേരുകയും ചെയ്യുന്നു. വിശ്വാസത്തിലോ പ്രവൃത്തിയിലോ നടക്കുന്ന അസമത്വമെന്ന് തോന്നുന്ന കാര്യങ്ങളെ തകർക്കുക എന്നത് ചരിത്രത്തിൽ നിരന്തരം നടന്നുകൊണ്ടിരിക്കുന്ന ഒരു പ്രവൃത്തിയാണ്. മൂന്നാമതായി, സമത്വമെന്ന ആശയത്തിന് ലഭിക്കുന്ന മേൽക്കൈ നിയമരൂപത്തിലൂടെയാണ് നമ്മുടെ അടുത്തേക്ക് വന്നു ചേരുന്നത്. സാമൂഹ്യയാഥാർത്ഥ്യങ്ങളെ രൂപപ്പെടുത്താൻ ശേഷിയുള്ള ഒരു പ്രത്യയശാസ്ത്രമായാണ് ആധുനിക സമൂഹം സമത്വത്തെ സ്വീകരിച്ചിരിക്കുന്നത്. സാമൂഹ്യയാഥാർത്ഥ്യങ്ങളെ മനസ്സിലാക്കുന്നതിൽ അടിസ്ഥാനപരമായ ഉൾക്കാഴ്ച എന്ന നിലയിൽ സമത്വമെന്ന തത്വം ജ്ഞാനസിദ്ധാന്തപരമായ വിച്ഛേദത്തിനുതന്നെ കാരണമായി. ആധുനികത മുന്നോട്ടു വെച്ച ആദർശാത്മക സമൂഹവുമായി താരതമ്യം ചെയ്ത് നമ്മുടെ സമൂഹത്തിന്റെ പരിമിതികൾ എന്തൊക്കെയാണ് എന്ന് നാം കണ്ടെത്താൻ തുടങ്ങി. അങ്ങനെ നമ്മുടെ അറിവിന്റെ ഒരു പരിണാമത്തിനുള്ള ആഹ്വാനവും അതിനകത്തുണ്ടായിരുന്നു (Aloysius 2018: 23).

ആധുനികതയുടെ എല്ലാ വ്യവഹാരങ്ങളിലും മേൽക്കൈ ലഭിച്ച ആശയമാണ് 'സമത്വം'. ആധുനികതയെ ഇതിന്റെ അടിസ്ഥാനത്തിൽ വിശദീകരിക്കുന്നതിന് അതിന്റേതായ ചില മികവുകൾ ഉണ്ട്. ഒന്നാമത്തെ മികവ് അതിന്റെ മിതത്വം ആണ്. ആധുനികതയെ സംബന്ധിച്ച് നാം ഉയർത്തിക്കാണിച്ചിരുന്ന പല വിശദീകരണങ്ങളെയും ഇത് അവഗണിക്കുന്നു. ചുരുങ്ങിയ വാക്കുകൾകൊണ്ട് അഥവാ വളരെ

ചെറിയ ഒരു സങ്കല്പനം കൊണ്ട് കുറെയേറെ കാര്യങ്ങളെ വിശദീകരിക്കാൻ കഴിയുന്നു എന്നതു തന്നെയാണ് ഇതിന്റെ മെച്ചം. അതായത് ജ്ഞാനോദയദർശനത്തിലേക്ക് ആധുനികതയെ ബന്ധിപ്പിക്കുന്ന സങ്കല്പനമാണ് സമത്വം. രാഷ്ട്രത്തിന്റെയും സമൂഹത്തിന്റെയും ജനാധിപത്യവൽക്കരണം എന്ന ആശയത്തിന്റെ ആധാരവും ഇതു തന്നെയാണ്. ആഗോളവൽക്കരണം എന്നോ സാർവലൗകിക മനുഷ്യാവകാശം എന്നോ വിളിക്കാവുന്ന ഏകാത്മക മാനവ സമൂഹസങ്കല്പം സമത്വം എന്ന ആദർശം കൊണ്ട് നമുക്ക് വിശദീകരിക്കാനാവും. ഇത്തരത്തിൽ സമൂഹത്തിന്റെ പലതരം നാട്യങ്ങളെയും അതിന്റെ ലക്ഷ്യത്തെയും യാഥാർത്ഥ്യങ്ങളെയും വിശദീകരിക്കാൻ സഹായിക്കുന്ന ഒരു ഏകതത്വമാണ് സമത്വമെന്ന ആശയം. രണ്ടാമത്തെ മികവ്, ഈ സങ്കല്പനം ആധുനികതയുടെ പ്രധാനപ്പെട്ട മറ്റു പല ആവിഷ്കാരങ്ങളിൽ നിന്നും അകന്നുമാറി നിൽക്കുന്നതല്ല എന്നതാണ്. സമകാലചിന്തകരുടേതോ ക്ലാസിക്കൽ ചിന്തകരുടേതോ ആയ രചനകളിലും അടിസ്ഥാനപരമായ ഘടകം സമത്വമെന്ന സങ്കല്പത്തിന്റെ അന്തർധാരയാണ്. ജനാധിപത്യം, ജനാധിപത്യവൽക്കരണം, വ്യക്തികളുടെ രൂപീകരണം, സാമൂഹികമായ ആത്മത്തിന്റെ രൂപീകരണം തുടങ്ങിയവയെല്ലാം സമത്വമെന്ന ആശയത്തിനു ചുറ്റും നെയ്തെടുക്കപ്പെട്ട ആധുനികതയുടെ ആശയങ്ങളാണ്. മൂന്നാമതായി, സമത്വമെന്ന ആശയം അല്ലെങ്കിൽ സാമൂഹ്യവും രാഷ്ട്രീയവുമായ ജനാധിപത്യവൽക്കണം അതുമല്ലെങ്കിൽ സ്വാധികാരമുള്ള സമന്മാരായ മനുഷ്യരുടെ ആവിർഭാവത്തിനുള്ള യഥാർത്ഥസാദ്ധ്യത എന്നിവയൊക്കെയാണ് ആധുനികത. ആധുനികതയെ നിരാശാജനകമായി കാണുന്നവർക്കുപോലും ഈ ആദർശങ്ങളെ തള്ളിക്കളയാനാവില്ല. മറ്റൊരുതരത്തിൽ പറഞ്ഞാൽ ഒരു പ്രത്യേക ചരിത്രസന്ദർഭത്തിൽ ആധുനികതയുടേയോ ആധുനികവൽക്കരണത്തിന്റേയോ പേരിൽ നാം നേടിയിട്ടുള്ള നേട്ടങ്ങൾ എന്തുതന്നെ ആയിരുന്നാലും സമത്വം, ജനാധിപത്യം തുടങ്ങിയവ ഒരു വ്യാവഹാരിക തത്വമായി അവയിൽ പ്രവർത്തിക്കുന്നില്ലെങ്കിൽ നമുക്കതിനെ ആധുനികവ്യവഹാരം എന്നു വിളിക്കാനാവില്ല. അത്തരമൊരു സന്ദർഭത്തിൽ പലതിനും ആധുനികതയുടെ ടാഗിനെ നിഷേധിക്കാനാവും. സമത്വമെന്ന തത്വത്തിന് ആശയപരമായെങ്കിലും മേൽക്കൈ ഉണ്ടെങ്കിൽ മാത്രമേ ആ സന്ദർഭത്തെ നമുക്ക് ആധുനികമെന്ന് വിളിക്കാനാവൂ (Aloysius 2018: 23-34).

ആധുനികത വിമർശിക്കപ്പെട്ടമ്പോൾ

ക്ലാസിക്കൽ ചിന്തകരോ സമകാലചിന്തകരോ ആയ ഒരാൾപോലും ആധുനികതയെ പൂർണമായും തള്ളിക്കളഞ്ഞിട്ടില്ല. ആധുനികതയ്ക്കെതിരെ ഏറ്റവും രൂക്ഷമായ വിമർശനം ഉന്നയിക്കുന്നവർപോലും തങ്ങളുടെ നിലപാടിനെ ആധുനികവിരുദ്ധം എന്നു വിളിക്കാറില്ല; ആധുനികാനന്തരം എന്നല്ലാതെ. എന്തുകൊണ്ടെന്നാൽ, അത്യപൂർവ്വവും വിലപ്പെട്ടതുമായ ഒരു സന്ദർഭത്തെയാണ് ആധുനികത സൃഷ്ടിച്ചത്. അത്, അതിനു മുമ്പില്ലാതിരുന്നതും മനുഷ്യനാഗരികതയെ സംബന്ധിച്ചിടത്തോളം വളരെ പ്രധാനപ്പെട്ടതുമാണ്. നമ്മുടെ സാമൂഹ്യജീവിതത്തിന്റെ പാരസ്പര്യത്തിന്റെ ജനാധിപത്യവൽക്കരണം/സമത്വവൽക്കരണം എന്നതാണ് ആധുനികത സൃഷ്ടിച്ച ഈയൊരു സന്ദർഭം എന്നത്. എല്ലാ മനുഷ്യരേയും സമന്മാരായാണ് കണക്കാക്കേണ്ടത് എന്നും ഭൗതികവും ഭൗതികേതരവുമായ വിഭവങ്ങൾ അവർക്ക് തുല്യമായി ലഭിക്കേണ്ടതുമാണെന്ന സമത്വദർശനത്തിന്റെ ആദർശം നാം മുന്നോട്ടു വെച്ചിട്ടുണ്ട്. അതിൽ ഒരു വിട്ടുവീഴ്ചക്കും നാമിപ്പോഴും തയ്യാറല്ല. ഇക്കാര്യത്തിലാണ് നാം ആധുനികതയോട് കടപ്പെട്ടിരിക്കുന്നത്. ആധുനകതാവാദികൾക്കു മാത്രമല്ല ആധുനികതാ വിരുദ്ധവാദികൾക്കുപോലും ആ കടപ്പാട് രേഖപ്പെടുത്താതിരിക്കാനാവില്ല. ഈയൊരു സങ്കല്പനപരമായ നിലപാട് നാം സ്വീകരിച്ചു കഴിഞ്ഞാൽ ആധുനികത മൂർത്തമായി സൃഷ്ടിച്ച നമ്മുടെ അനുഭവങ്ങളെ സംബന്ധിച്ചുള്ള അതൃപ്തിയും അരോചകത്വവും തീർച്ചയായും നമുക്ക് വിമർശിക്കാം.

ആധുനികത എന്ന മൂർത്തമായ അനുഭവത്തെ അതു സൃഷ്ടിക്കുന്ന അസ്വസ്ഥതകൊണ്ടും അതൃപ്തികൊണ്ടും വിമർശനവിധേയമാക്കാവുന്നതാണ്. പക്ഷേ അപ്പോഴും സമത്വമെന്ന ആശയം ആധുനികത നൽകിയിട്ടുള്ളതു തന്നെയാണ്. ഈ അതൃപ്തി എന്നു പറയുന്നത് നമുക്ക് ആധുനികതയുടെ പ്രാരംഭം മുതലേ കാണാവുന്നതാണ്. ആധുനികതയുടെ പരിവർത്തന ദശയിൽത്തന്നെ ആധുനികതയോടുള്ള വിമർശങ്ങളും അതുമായി പൊരുത്തപ്പെടുന്നതിനുള്ള പ്രയാസങ്ങളും സൂചിപ്പിക്കപ്പെട്ടിട്ടുണ്ട് (Aloysius 2018: 24-25).

ആധുനികത വാസ്തവത്തിൽ നമ്മെ അന്യവൽക്കരണത്തിലേക്കും തടവിലേക്കും അജ്ഞാതകർതൃകതയിലേക്കും നയിക്കും; നമ്മെ ശിഥിലമാക്കും. സാമൂഹ്യശാസ്ത്രപഠനങ്ങൾക്ക് അടിത്തറയിട്ടവരെല്ലാം ആധുനികതയെക്കുറിച്ചുള്ള ഈ ആശങ്കകൾ പങ്കുവെച്ചിട്ടുണ്ട്. അതുകൊണ്ട് സ്വതന്ത്രമായിട്ടുള്ള ചിന്താമണ്ഡലങ്ങൾ അഥവാ ചിന്തയുടെ മണ്ഡലത്തിൽ രൂപപ്പെട്ടിട്ടുള്ള ഉദാരമാനവികതയുടെ സാധ്യതകൾ

തിരിച്ചറിഞ്ഞിട്ടും ആധുനികതയ്ക്കെതിരായ വിമർശനങ്ങൾ ഉന്നയിക്കപ്പെട്ടു. പിന്നീട് ആധുനികതയെക്കുറിച്ച് എഴുതിയവരൊക്കെ ആധുനികതയെ ഒരു വൈരുദ്ധ്യമായാണ് മനസ്സിലാക്കിയത്. ആധുനികത സമത്വത്തെക്കുറിച്ച് പറയുകയും പക്ഷെ എല്ലാ മേഖലകളിലും അസമത്വത്തെ ഉൽപ്പാദിപ്പിക്കുകയും ചെയ്തു. അതുപോലെ അത് ക്രമബദ്ധമാണെന്ന് പറയുമ്പോഴും പല സന്ദർഭങ്ങളിലും അവ്യവസ്ഥിതിയാണ് സൃഷ്ടിക്കുക. അതു നമ്മെ സ്വതന്ത്രരാക്കുമ്പോൾത്തന്നെ ശിക്ഷണത്തിനു വിധേയമാക്കും. ഇതെല്ലാംതന്നെ സാധാരണ സാമൂഹ്യശാസ്ത്രപണ്ഡിതന്മാർ നിരീക്ഷിച്ചിട്ടുള്ളതാണ്. സിദ്ധാന്തപരമായി ആധുനികത ധനാത്മകമായിരിക്കും അഥവാ പുരോഗമനപരമായിരിക്കും. എന്നാൽ പ്രായോഗികവശത്തിലേക്ക് വരുമ്പോൾ അത് ഋണാത്മകമായാണ് അനുഭവപ്പെടുന്നത് (Aloysius 2018: 25).

ജ്ഞാനോദയ ആധുനികതക്ക് നേരെയുള്ള പ്രധാന വിമർശനമാണ് ആധുനികത എല്ലാറ്റിനെയും ഏകാത്മകമായിത്തീർത്തു എന്നത്. ബൃഹദാഖ്യാനങ്ങൾ ഒരിക്കലും വൈവിധ്യങ്ങളെയോ വ്യത്യാസങ്ങളെയോ അംഗീകരിക്കുന്നില്ല. ആധുനികത എന്നത് ഒരു ബൃഹദ്മാതൃകയാണ്. അത് സാർവലൗകികതയാണ് അവകാശപ്പെടുന്നത്. മിഥ്യാത്മകമായതുകൊണ്ടു തന്നെ അത് തെറ്റിദ്ധരിപ്പിക്കുന്നതും ആണ്. ജ്ഞാനോദയത്താൽ നയിക്കപ്പെടുന്ന ആധുനികത മുന്നോട്ടു വെച്ച സാർവ്വലൗകികതയെക്കുറിച്ചുള്ള ഈ കാഴ്ചപ്പാടാണ് അഥവാ ബൃഹദാഖ്യാനപദ്ധതിയാണ് യഥാർത്ഥത്തിൽ ലോകയുദ്ധങ്ങൾക്കും വംശഹത്യകൾക്കും ഉപഭോഗപരതയ്ക്കും ഉപകരണാത്മകയുക്തിക്കും എല്ലാറ്റിനെയും ശകലിതമായി കാണുന്നതിനുമൊക്കെ കാരണമായിത്തീർന്നത്. ഇതിനോട് ഒരു സ്ത്രീവാദവിമർശനം കൂടി കൂട്ടിച്ചേർക്കേണ്ടതുണ്ട്. നടപ്പാക്കുന്നതിൽ മാത്രമല്ല, സങ്കല്പനപരമായിത്തന്നെ ആധുനികത ലിംഗപരമായ പക്ഷപാതിത്വമുള്ളതാണ് എന്ന വിമർശനം സ്ത്രീവാദികൾ ഉന്നയിക്കുന്നു (Aloysius 2018: 15-26).

ഈ വിമർശനം നിലനിൽക്കുമ്പോൾത്തന്നെ ആധുനികത എന്ന പ്രതിഭാസത്തെ അവർക്കും എതിർക്കാൻ കഴിയില്ല. എല്ലാ മനുഷ്യരും ഒരേപോലെയാണ് എന്ന കാഴ്ചപ്പാടിന്റെ അടിസ്ഥാനത്തിലാണ് ജനാധിപത്യവൽക്കരണ സങ്കല്പനം ആധുനികത മുന്നോട്ടു വെക്കുന്നത്. ആധുനികത മുന്നോട്ടു വെച്ച മറ്റു വസ്തുതകളെ ആധുനികതയുടെ തത്വമായി പരിഗണിക്കേണ്ടതില്ല. ആധുനികതയുടെ മൗലികമായ തത്വം മനുഷ്യരെ ഒരുപോലെ പരിഗണിക്കുക എന്നതാണ്. ഈ ആശയം സാർവലൗകികമായതാണ്. അത് ഓരോ ചരിത്രസന്ദർഭത്തിൽ

ഓരോരോ തരത്തിൽ വ്യാഖ്യാനിക്കപ്പെട്ടിട്ടുണ്ടാവാം. പക്ഷേ, ഒരു ബൃഹദാഖ്യാനമാണെന്നു കരുതി സമത്വമെന്ന ആശയത്തെ ആർക്ക് തള്ളിക്കളയാൻ സാധിക്കും? ഉത്തരാധുനികവാദികളും സ്ത്രീവിമോചനവാദികളും ആയവർക്കൊന്നുംതന്നെ സമത്വമെന്ന ആശയത്തെ തള്ളിക്കളയാനാവില്ല. അവർ ആവശ്യപ്പെടുന്നതും സമത്വം ആണ്. ആധുനികത മുന്നോട്ടുവെച്ച സമത്വമെന്ന ആശയത്തെ കൂടുതൽ മുന്നോട്ടു കൊണ്ടുപോകേണ്ടതുണ്ട്. എല്ലാ ലിംഗവിഭാഗത്തിൽപ്പെട്ടവരും തുല്യമായി പരിഗണിക്കപ്പെടണം എന്നത് ഒരു സാർവലൗകിക ആശയം തന്നെയാണ്. ആധുനികത മുന്നോട്ടുവച്ച സാർവലൗകികത എന്ന ആശയത്തെ തള്ളിക്കളയാൻ ഇവർക്കാർക്കും സാധിക്കില്ല (Aloysius 2018: 26-27).

ആധുനികതാവിമർശത്തിന്റെ വിമർശം

സൈദ്ധാന്തികമായും പ്രായോഗികമായും വൈരുദ്ധ്യം നിറഞ്ഞതാണ് ആധുനികത. ആധുനികതയുടെ ധർമ്മാത്മക ഘടകങ്ങളും ഋണാത്മക ഘടകങ്ങളും ചേർന്നുവരുന്നതിനെയാണ് വൈരുദ്ധ്യം എന്നു പറയുന്നത്. ഈ വൈരുദ്ധ്യത്തെ വിശദീകരിക്കുന്നതിനുമുമ്പ് - വിമർശനങ്ങളുടെ തന്നെ ചില പ്രശ്നങ്ങളിലേക്കാണ് കടക്കുന്നത്. ആധുനികതയെ സത്താപരമായും സംശുദ്ധവും സുതാര്യവുമായ ഒന്നായും മനുഷ്യാതീതമായും കാണുന്നു എന്നതാണ് ആധുനികതാവിമർശകർക്കെതിരെ അലോഷ്യസ് മുന്നോട്ടുവെക്കുന്ന വിമർശനങ്ങൾ.

ആധുനികതയെ വിമർശിക്കുന്നവർ അതിനെ ദൈനംദിന ജീവിതപശ്ചാത്തലത്തിൽനിന്നും മാറി കുറെക്കൂടി ഉയർന്ന തലത്തിൽ നിന്നുകൊണ്ട് നമ്മെ സ്വാധീനിക്കുന്ന ഒന്നായാണ് സൂചിപ്പിക്കുന്നത്. മനുഷ്യരുടെ ഉൽപ്പാദന പ്രവർത്തനങ്ങൾ, പരസ്പരവിനിമയം, ഭാവനാത്മകമായ ജീവിതം എന്നിവയിൽ നിന്നുണ്ടായിവരുന്നതാണ് ആധുനികത. അത് ആഗ്രഹത്തിൽ നിന്നല്ല, ഇവിടെയുള്ള മൂർത്തമായ മനുഷ്യബന്ധങ്ങളിൽ നിന്നുയർന്നു വന്നതാണ്. ആയതിനാൽ അതിനെ സത്താപരമായും സുതാര്യമായും ശുദ്ധമായും ഒക്കെ മനസ്സിലാക്കുന്നതിൽ പരിമിതിയുണ്ട്. വിമർശനാത്മകവ്യവഹാരങ്ങളിൽ ആധുനികതയെ പലപ്പോഴും ജീവിതത്തിൽനിന്നും വ്യവഹാരത്തിൽ നിന്നും അടർത്തിമാറ്റിയ ഒന്നായാണ് കാണാറുള്ളത്. സ്വാധികാരസഞ്ചാരപഥമുള്ളതാണ് ആധുനികത. ആധുനികത ആധുനികതയെത്തന്നെ നിയന്ത്രിക്കുന്ന ഒന്നാണ് എന്ന മട്ടിൽ ആധുനികതാവിമർശകർ അവതരിപ്പിക്കാറുണ്ട്. ചരക്കുകളുടെ കാര്യത്തിൽ മാർക്സ് പറഞ്ഞതുതന്നെയാണിത്. ചരക്ക് വാസ്തവത്തിൽ അതിനു പുറകിൽ പ്രവർത്തിച്ച അധ്വാനബന്ധങ്ങളും തൊഴിൽ

ഉൽപ്പാദനശക്തിയും മൂലധനവും ഉൾക്കൊള്ളുന്നതാണ്. ഇങ്ങനെയുള്ള ചരക്ക് മനുഷ്യബന്ധങ്ങളുടെ സൂചകമാണ്. പക്ഷേ ആ ചരക്ക് മനുഷ്യബന്ധങ്ങളെ മൂടിവെക്കുന്നതും മനുഷ്യബന്ധങ്ങൾക്കപ്പുറം നമ്മെ സ്വാധീനിക്കുന്ന അഥവാ മോഹിപ്പിക്കുന്ന ഒന്നായും മാറുന്നതിനെ കുറിച്ച് മാർക്സ് പറയുന്നുണ്ട്. യഥാർത്ഥജീവിതപശ്ചാത്തലത്തിൽ നിന്നടർത്തിമാറ്റി നമ്മെ വ്യാമോഹിപ്പിക്കുന്ന ഒന്നായി ചരക്ക് മാറുന്നു. ഇതേ കാര്യം തന്നെയാണ് ആധുനികതാ വിമർശകർക്കെതിരെയും ഉന്നയിക്കുന്നത്. അവർ ആധുനികതയെ അതിന്റെ ചരിത്രപരിസരത്തു നിന്നും അടർത്തി മാറ്റി, അത് മനുഷ്യനെ സ്വാധീനിക്കുകയും നിയന്ത്രിക്കുകയും ചെയ്യുന്ന ഒരു അതീതശക്തിയായി പ്രവർത്തിക്കുന്നു എന്ന് വിമർശിക്കുന്നു. ആധുനികത എന്ന സംജ്ഞ തന്നെ ഒരു പരിമിതിയോടുകൂടിയതാണ്. ആധുനികതക്ക് അതിന്റേതായ ഒരു യുക്തിയുണ്ടെന്നും ആ യുക്തിയിലാണത് നീങ്ങിക്കൊണ്ടിരിക്കുന്നതെന്നുമുള്ള മട്ടിലാണ് വിശദീകരിക്കപ്പെട്ടത്. ഈ വിശദീകരണങ്ങളിൽ, സ്വതന്ത്രമായ ജീവിതമുള്ള സ്വതന്ത്രജീവിയാണ് ആധുനികത എന്നു തോന്നും. ഇതുപോലെ ആധുനികതയെ നിയന്ത്രിക്കുന്നത് ആധുനിതയ്ക്കകത്തുള്ള ശക്തികളാണെന്നും അതിനുസരിച്ചാണ് അത് വളരുന്നതും തളരുന്നതും എന്ന മട്ടിലാണ് ആധുനികതാ വിമർശകർ പലരും അതിനെ നോക്കിക്കണ്ടിട്ടുള്ളത്. ഇത്തരത്തിൽ ആധുനികത എന്ന സംജ്ഞയെ ഒട്ടും തന്നെ പ്രശ്നവൽക്കരിക്കാതെ, ആധുനികതയെ അധിക്ഷേപിക്കുകയാണ് വിമർശകർ ചെയ്യുന്നത് എന്നതാണ് അലോഷ്യസിന്റെ വാദം.

ആധുനികതയെ സംബന്ധിച്ച വിമർശനങ്ങളുന്നയിക്കുന്നവർ ആധുനികത സാമൂഹ്യമായോ, മനുഷ്യർ തമ്മിലോ മനുഷ്യനും പ്രകൃതിയും തമ്മിലോ ഉള്ള സംഘർഷങ്ങളിൽ നിന്നോ ഇടപാടുകളിൽനിന്നോ ആണ് ഉണ്ടായിവന്നതെന്ന് അംഗീകരിക്കുന്നില്ല. ചരിത്രം പരിശോധിച്ചാൽ ഏതെങ്കിലും തരത്തിൽ ഏതെങ്കിലും ശക്തികളുടെ അധീശത്വവും അതിനെതിരായ ചെറുത്തു നിൽപ്പും ഉണ്ടാവും. അങ്ങനെയാണ് പൊതുവെ ചരിത്രം മുന്നോട്ടുപോവുന്നത്. അത് വ്യക്തികളാവാം ഗണങ്ങളാവാം. ആ തരത്തിലുള്ള അധീശത്വവും അതിനോടുള്ള പ്രതിരോധവും എന്ന മട്ടിലാണ് ചരിത്രം ഉണ്ടായിവന്നിട്ടുള്ളത്. ആധുനികതയും അങ്ങനെ ഉണ്ടായിവന്നിട്ടുള്ളതാണ്. ഇക്കാര്യം പലപ്പോഴും ആധുനികതാവിമർശനത്തിൽ നാം കാണുന്നതല്ല. മനുഷ്യരുടെ ഇംഗിതത്തിനനുസരിച്ചോ ഇച്ഛയ്ക്കനുസരിച്ചോ അല്ലാതെ സംഭവിക്കുന്ന ഒന്നാണ് ആധുനികത എന്ന മട്ടിലാണ് ആധുനികതാ വിമർശകർ പലപ്പോഴും ആധുനികതയെ സമീപിക്കുന്നത്. മനുഷ്യന്റെ

ഇച്ഛയ്ക്കതീതമായ ഒന്നല്ല ആധുനികത; മനുഷ്യന്റെ ഇച്ഛയ്ക്കനുസരിച്ച് രൂപപ്പെട്ട ഒന്നു തന്നെയാണത്. മറ്റു ചില രചനകളിൽ ആധുനികതയെ നേരിട്ട് മുതലാളിത്തവുമായി ബന്ധിപ്പിക്കുന്നു. മുതലാളിത്തം വിമർശ നവിധേയമാവേണ്ട ഒന്നാണ്. അങ്ങനെ വരുമ്പോൾ ആധുനികതയും എതിർക്കപ്പെടേണ്ട ഒന്നാണ് എന്നു വരും. മുതലാളിത്തത്തിനെതിരായ വിമർശനമുന്നയിച്ചവരിൽ പ്രധാനി മാർക്സ് ആണ്. അദ്ദേഹത്തിന്റെ വിമർശപദ്ധതിയിൽ മുതലാളി, തൊഴിലാളി എന്നീ ഏജൻസികളുണ്ട്. എന്നാൽ ഇങ്ങനെയൊരു ഏജൻസിയെപ്പറ്റി ആധുനികയ്ക്കെതിരെ വിമർശനമുന്നയിക്കുന്ന നിരാശാവാദികളായവർ സൂചിപ്പിക്കാറില്ല. മുതാലാളിത്തത്തിനെതിരായ വിമർശപദ്ധതി എങ്ങനെയാണോ ക്രമപ്രവൃദ്ധമായി വികസിച്ചുവന്നിട്ടുള്ളത്,അത്തരത്തിലൊരു വിമർശ പദ്ധതി ആധുനികതയ്ക്കെതിരായി വികസിച്ചുവന്നിട്ടില്ല.

ആധുനികതയുടെ വ്യത്യസ്തവും മൂർത്തവുമായ ചരിത്രാനുഭവങ്ങളുടെ വിമർശനത്തെയാണ് ആധുനികതാവിമർശനം എന്നതുകൊണ്ട് നാം ഉദ്ദേശിക്കുന്നത്. ആധുനികത എങ്ങനെയാണ് നടപ്പാക്കപ്പെട്ടത് എന്നത് പ്രധാനമാണ്. ധനാത്മകഫലങ്ങളും ഋണാത്മകഫലങ്ങളും ആധുനികത അതിന്റെ വ്യത്യസ്ത ചരിത്രസന്ദർഭങ്ങളിൽ സൃഷ്ടിച്ചിട്ടുണ്ട്. ചില ഘട്ടങ്ങളിൽ ധനാത്മകമായ ഫലങ്ങളാണ് ഋണാത്മകമായ ഫലങ്ങളേക്കാൾ മികച്ചുനിൽക്കുക. അതെന്തുകൊണ്ടാണ് എന്നത് ഒരു വിശദീകരണം ആവശ്യമുള്ളതാണ്. സംഭവങ്ങൾ നോക്കിയാണ് ആധുനികതയെ നാം വിലയിരുത്താറുള്ളതെന്ന് പറഞ്ഞു. ആധുനികത ശരിയോ തെറ്റോ നല്ലതോ ചീത്തയോ എന്നൊക്കെ നാം പരിശോ ധിക്കുന്നത് മൂർത്തമായ ചരിത്രസന്ദർഭങ്ങളെ വിശകലനം ചെയ്താണ്. ഭക്ഷണത്തിന്റെ ഗുണം എന്തെന്നു മനസ്സിലാക്കുന്നത് രുചിച്ചുനോ ക്കിയാണ്. അതുപോലെ ആധുനികത എന്തെന്ന് മനസ്സിലാക്കാൻ ആധുനികത സൃഷ്ടിച്ച സംഭവങ്ങളെ വിശകലനം ചെയ്യുകയാണ് വേണ്ടത്. അതുതന്നെയാണ് പലപ്പോഴും വിമർശകർ ചെയ്യുന്നത്. എന്നാൽ അതല്ല അതിന്റെ രീതി എന്നാണ് അലോഷ്യസ് പറയു ന്നത്. സംഭവങ്ങളെ നോക്കിയോ അവയുടെ ഗുണദോഷവിചിന്തനം നടത്തിയോ അല്ല നാം ആധുനികതയെ വിലയിരുത്തേണ്ടത്. പകരം അതിനു പിന്നിലുള്ള യുക്തിയെ ആണ് നാം മനസ്സിലാക്കേണ്ടത്. സംഭ വങ്ങളിൽ നിന്ന് അതിന്റെ പിന്നിൽ പ്രവർത്തിച്ച യുക്തിയെ കണ്ടെത്തി പരിശോധിച്ചാൽ മാത്രമേ നമുക്ക് ആധുനികതയെക്കുറിച്ച് ശരിയായ കാഴ്ചപ്പാടുണ്ടാക്കിയെടുക്കാൻ സാധിക്കൂ.

ഉത്തരാധുനികരായ ആളുകൾ പലപ്പോഴും ആധുനികതക്കെതിരായ വിമർശനം ഉന്നയിക്കുമ്പോൾ ദാർശനികമായ തലത്തിലാണ് ഇതിനെ കാണുന്നത്. അതിനുപകരം കുറെക്കൂടി സാമൂഹ്യശാസ്ത്രപരമായ കാഴ്ചപ്പാടിലൂടെയാണ് ആധുനികതയെ വിലയിരുത്തേണ്ടത് എന്ന് അലോഷ്യസ് പറയുന്നു. അതായത് ആധുനികത സൃഷ്ടിച്ച വ്യത്യസ്തമായ അനുഭവങ്ങളിലൂടെ തത്വചിന്താപരമായി ഒഴുകിനടന്നതുകൊണ്ട് കാര്യമില്ല. അവയുടെ പങ്കാളിത്തത്തെപ്പറ്റിയുള്ള സൂചനകളൊന്നും അതുവഴി ലഭിക്കുകയില്ല. പകരം ആധുനികതയുടെ അനന്യത എന്താണെന്ന് മനസ്സിലാക്കാൻ ആധുനികതക്കകത്തെ വൈജാത്യങ്ങൾ തിരിച്ചറിയാനും ദാർശനകമായി ഉയർന്നു നിന്നല്ല, ചരിത്രപരമായാണ് അതിനെ നാം പരിശോധിക്കേണ്ടത് (Aloysius 2018: 27-28).

ആധുനികത മേൽക്കോയ്മയുടെയും പ്രതിരോധത്തിന്റെയും സന്ദർഭത്തിൽ.

അധീശത്വവും അതിനോടുള്ള പ്രതിഷേധവും/പ്രതിരോധവും എന്ന തരത്തിൽ നാം എങ്ങനെയാണ് ആധുനികതയെ മനസിലാക്കേണ്ടത് എന്നാണിവിടെ ചർച്ച ചെയ്യുന്നത്. നമ്മുടെ ഇംഗിതമില്ലാതെ വന്നു വീഴുന്ന ഒന്നാണ് ആധുനികത എന്നു കാണുന്നതിനു പകരം നമ്മൾ തന്നെ നിർമ്മിക്കുകയും തകർക്കുകയും ചെയ്യുന്ന ഒന്നാണ് ആധുനികത എന്നു നാം മനസിലാക്കണം. നമുക്ക് ഒരു ഏജൻസി ഉണ്ടെന്നർത്ഥം. നമ്മുടെതന്നെ കർതൃത്വത്തിന്റെ പിൻബലത്തിലാണ് ആധുനികത സൃഷ്ടിക്കപ്പെടുകയും തകർക്കപ്പെടുകയും ചെയ്തത്. അതുകൊണ്ട് ആധുനികതയെ നാം സന്ദർഭവൽക്കരിക്കേണ്ടതുണ്ട്. മനുഷ്യർ ദൈനംദിന ജീവിതത്തിൽ നിരന്തരം നടത്തുന്ന വ്യവഹാരങ്ങളുടെ നീർച്ചുഴിയിലാണ് ആധുനികതയെ സന്ദർഭവൽക്കരിക്കേണ്ടത്.

ആധുനികത മുന്നോട്ടുവെച്ച ഒരു കാഴ്ചപ്പാടാണ് ഇവിടെ പരിശോധിക്കുന്നത്. സാമൂഹ്യശ്രേണിയുടെ ദിവ്യത്വത്തെക്കുറിച്ച് എന്തു തന്നെ പറഞ്ഞാലും ജനിക്കുന്ന സാഹചര്യം ഏതു തന്നെയായാലും മനുഷ്യരെല്ലാം തുല്യരാണ് എന്ന സങ്കല്പത്തിന്റെ അടിസ്ഥാനത്തിലാണ് സാമൂഹ്യഘടന ഉണ്ടാകേണ്ടതെന്ന് ആധുനികത നിർദ്ദേശിക്കുന്നു. ഇതാണ് ജനാധിപത്യത്തെയും സമത്വത്തെയും മുൻനിർത്തിക്കൊണ്ടുള്ള ജ്ഞാനോദയത്തിന്റെ ദാർശനികവും സാമൂഹ്യശാസ്ത്രപരവും ആയിട്ടുള്ള കാഴ്ചപ്പാട്. ആ കാഴ്ചപ്പാടിന് മേൽക്കോയ്മ കിട്ടുന്ന ഒന്നിനെയാണ് ആധുനികത എന്നു പറയുന്നത്. സമത്വമെന്താണ്, ജനാധിപത്യമെന്താണ് എന്ന് പൊതുവായി പറയാനാവില്ല. ഇന്ത്യയെ

സംബന്ധിച്ചിടത്തോളം സമത്വമെന്നതിനുള്ള പ്രധാന പ്രതിബന്ധം ജാതിവ്യവസ്ഥയാണ്. കൊളോണിയലിസം നിലനിൽക്കുന്ന ഒരു സമൂഹത്തെ സംബന്ധിച്ചിടത്തോളം സമത്വവാദം എന്നത് കോള നിവൽക്കരണത്തിന്റെ അന്ത്യം ആയിരിക്കാം. ഇതുപോലെ ഓരോ സമൂഹത്തിലും സമത്വമെന്ന ആദർശത്തിന് വ്യത്യസ്തമായ ഉള്ളടക്ക മാണുള്ളത്. അത് സ്ഥലത്തിനനുസരിച്ചും കാലത്തിനനുസരിച്ചും നിരന്ത രമായി പുനർരൂപീകരിക്കപ്പെടേണ്ടതാണ്. അസമത്വത്തിന്റെ സ്വഭാവം ഓരോ സമൂഹത്തിലും ഓരോന്നായിരിക്കും. അതു പരിഹരിക്കലാണ് അവിടത്തെ ആധുനികത എന്നതിനർത്ഥം.

സമത്വം, ജനാധിപത്യം എന്നീ വളരെ ലളിതമായ ആശയങ്ങളാണ് ആധുനികത മുന്നോട്ടു വെക്കുന്നത്. എങ്കിലും അതാണ് ഈ സമൂഹ ത്തിൽ രൂപം മാറി വന്നുകൊണ്ടിരിക്കുന്നത്. സമത്വം, ജനാധിപത്യം, എന്നിവയ്ക്കു വേണ്ടിയാണ് എല്ലാ സമൂഹങ്ങളിലും സമരങ്ങളെല്ലാം നടക്കുന്നത്. നിങ്ങൾ സമത്വത്തിനുവേണ്ടിയാണ് സംസാരിക്കുന്ന തെങ്കിൽ നിങ്ങൾ സംസാരിക്കുന്ന സമൂഹത്തിൽ സമത്വമില്ല എന്നാ ണർത്ഥം. ഇപ്പോൾ ഈ സമൂഹത്തിൽ ഇല്ലാത്ത സമത്വം ഭാവിയിൽ ഉണ്ടാകണം എന്നാണ് നാം ആഗ്രഹിക്കുന്നത്. സമത്വമെന്ന സങ്കല്പം മനുഷ്യരുടെ യുക്തിപരവും സദാചാരപരവുമായ ആന്തരികമായ ഒരു പ്രകൃതമാണ്. ആധുനികതയുടെ ഈ ജനാധിപത്യതത്വം താത്വികമായ ഒരു ചോദനയാണ്. അഭിജാതവർഗത്തോട് അവരുടെ അനർഹമായ പദവികൾ കൈയൊഴിയാൻ ആവശ്യപ്പെടുമ്പോൾത്തന്നെ അതുവരെ അധ:സ്ഥിതരായി കരുതപ്പെട്ട സാധാരണക്കാരായ മനുഷ്യരോട് ചേർന്നുകൊണ്ട് പൊതുമണ്ഡലത്തിന്റെ ഭാഗമായിത്തീരാനും അത് അവരോട് ആഹ്വാനം ചെയ്യുന്നു. അധ:സ്ഥിതവർഗത്തിന്റെ വിമോചനം ഉറപ്പാക്കുന്നതോടുകൂടി അഭിജാതവർഗത്തിന്റെ പദവികളിലേക്കെല്ലാം കടന്നുവരാൻ അവർക്ക് കഴിയുന്നു. അഭിജാതവർഗത്തോട് ആധുനികത മുന്നോട്ടുവെച്ച ഈ ആഹ്വാനം സ്വാഭാവികമായും അവർ സ്വീകരിക്കു മെന്നും അവരത് അംഗീകരിക്കുമെന്നും നമുക്ക് കരുതാൻ കഴിയില്ല. അധികാരം മനസ്സറിഞ്ഞാരും അടിയറ വെക്കാറില്ല; സമരം ചെയ്തും യുദ്ധം ചെയ്തും നേടിയെടുക്കുന്നതാണത്. അധികാരത്തിലെപ്പോഴും ഈ സംഘർഷത്തിന്റെയും മത്സരത്തിന്റെയും ഘടകമുണ്ട്. അഭിജാതവർഗം, ഏതു വഴിയിലൂടെയും അവരുടെ അധികാരം നിലനിർത്താനും പുനഃ സൃഷ്ടിക്കാനും ആവശ്യമായ ശ്രമങ്ങൾ നടത്തിക്കൊണ്ടിരിക്കും. അത് പുതുരൂപങ്ങളിലൂടെയോ ബലം പ്രയോഗിച്ചോ പ്രത്യയശാസ്ത്രപരമായോ ആവാം. വസ്തുക്കളുടെയും വസ്തുതകളുടെയും അർത്ഥവും വിശദീകരണവും

തങ്ങൾക്കനുകൂലമായി, പുതിയ അർത്ഥങ്ങൾ നൽകി പ്രത്യയശാസ്ത്രപരമായോ ബലപ്രയോഗത്തിലൂടെയോ അധീശവർഗം അവരുടെ നഷ്ടപ്പെടാൻ സാധ്യതയുള്ള ആഭിജാത്യങ്ങളെയും, അധികാരപദവികളെയും നിലനിർത്താൻ ശ്രമിക്കും.

ആധുനികതയുടെ ധാർമ്മികമായ ആദർശം ലളിതമാണെന്നു തോന്നാം. പക്ഷേ അതങ്ങനെയല്ല. മൂർത്തമായ ലോകത്ത് ബഹുമുഖമായും ബഹുതലമായും നടന്നു കൊണ്ടിരിക്കുന്ന സമരത്തിന്റെയും സഹകരണത്തിന്റെയും ലോകത്തിലാണ് ആധുനികതയുടെ സമത്വമെന്ന ആശയവും അതിന്റെ പ്രയോഗവും നടക്കുന്നത്. സാമൂഹ്യബന്ധങ്ങളുടെ ജനാധിപത്യവൽക്കരണത്തിനുള്ള ശ്രമങ്ങളെ എല്ലാ വഴികളിലും അഭിജാതവർഗം ചെറുത്തു തോൽപ്പിക്കാൻ ശ്രമിച്ചിട്ടുണ്ട്. വിഭാഗീയമായി കൽപ്പിക്കപ്പെട്ടിരിക്കുന്ന അധികപദവികൾ, തങ്ങൾ അഭിജാതരാണ് എന്ന മനോഭാവം, സാധൂകരിക്കാൻ കഴിയാത്ത അമിതാധികാരം ഇവയൊന്നും സാമൂഹ്യഗണങ്ങളിൽ നിന്ന് എളുപ്പത്തിൽ കൊഴിഞ്ഞു പോവില്ല. കാരണം അവ എത്രയോ കാലമായി അവർ അനുഭവിച്ചുകൊണ്ടിരിക്കുന്നതാണ്. ആധുനികതയുടെ ഉത്ഭവത്തിനുശേഷം രണ്ടോ മൂന്നോ നൂറ്റാണ്ടു കഴിഞ്ഞിട്ടും നാം മൗലികമായ ആവശ്യങ്ങൾക്കുവേണ്ടിയാണ് സമരം ചെയ്യുന്നത്. ഇപ്പോഴും സമത്വം നേടുന്നതിനുവേണ്ടിയുള്ള ശ്രമത്തിലാണ് നമ്മൾ. എത്രയോ സംഘർഷങ്ങൾക്ക് ശേഷവും ഇപ്പോഴും നാം അതേ തർക്കത്തിനു ചുറ്റുമാണ്. ജന്മം കൊണ്ട് ഒരു വിഭാഗത്തിനുമേൽ മറ്റൊരു വിഭാഗം മികവു കൽപ്പിക്കുന്നതിനെതിരെയാണ് ഇപ്പോഴും ലോകത്തെ നിരവധിയായ സമരങ്ങളും ശ്രമങ്ങളും നടന്നുകൊണ്ടിരിക്കുന്നത്. വംശീയത, വർഗീയത, ജാതീയത തുടങ്ങിയ നാഗരികതകൾക്കിടയിലെ സംഘർഷങ്ങൾക്കും കാരണം, സൂക്ഷ്മമായി പരിശോധിച്ചാൽ വ്യത്യസ്ത സാഹചര്യങ്ങളിൽ ജനിച്ചതുമൂലം മനുഷ്യർക്കുണ്ടാവുന്ന പ്രത്യേകതകളെ അവഗണിച്ചുകൊണ്ട് എല്ലാ മുനഷ്യരേയും തുല്യരായി കാണണം എന്ന ആശയം അംഗീകിരിക്കപ്പെടാത്തതാണ്. അവരാരും തങ്ങൾക്ക് ലഭിച്ചുകൊണ്ടിരിക്കുന്ന അവിഹിതമായ പദവികളെ ത്യജിക്കുന്നതിനു തയ്യാറല്ലാത്തതുകൊണ്ടാണ് ലോകത്തിപ്പോഴും സമത്വത്തിനുവേണ്ടിയുള്ള സമരങ്ങൾ നടന്നുകൊണ്ടിരിക്കുന്നത്. ഹിറ്റ്ലർ നടത്തിയ വംശീയതക്കാധാരം തന്നെ മറ്റുള്ളവരേക്കാൾ മികച്ചവരാണ് തങ്ങൾ എന്ന വിശ്വാസമായിരുന്നു. നിങ്ങൾ ഏത് വംശത്തിൽ പിറന്നുവോ അതാണ് നിങ്ങളുടെ സാമൂഹ്യപദവിക്ക് കാരണം എന്ന വിശ്വാസമായിരുന്നു ജർമ്മനിയിലെ വംശഹത്യക്ക് വഴിവെച്ചത്. ജന്മമാണ് നിങ്ങളുടെ പദവിയെ തീരുമാനിക്കുന്നത്

എന്നത് ജ്ഞാനോദയയുക്തിക്ക് നിരക്കുന്നതല്ല. അത് അതിനെതിരെ ഉയർത്തുന്ന ഒരു വെല്ലുവിളിയാണ്. ഇതുപോലെ ബ്രാഹ്മണിസത്തിന്റെ വേഷത്തിൽ പ്രത്യക്ഷപ്പെട്ട ആര്യനിസം തന്നെയാണ് ഇന്ത്യയിലെ വർഗീയ കലാപങ്ങളുടെയും ജാതീയതയുടെയും വേര്. കിഴക്കായാലും പടിഞ്ഞാറായാലും ആര്യനിസത്തിന്റെ ആശയങ്ങളിൽ മനുഷ്യരെല്ലാം തുല്യരാണ് എന്ന് ആദർശമില്ല. അവരെല്ലാം ഒരുപോലെ പരിഗണിക്കേണ്ടതാണ് എന്ന സങ്കല്പവും അവരിലില്ല. എല്ലാ മനുഷ്യരേയും ബഹുമാനത്തോടും ആദരവോടും കൂടി അംഗീകരിക്കണം എന്നതും അവർ യോജിക്കുന്ന കാര്യമല്ല. ഫെമിനിസ്റ്റുകൾ മുന്നോട്ടുവെയ്ക്കുന്ന സമത്വവാദത്തിന്റെ ആധാരവും ജന്മം മനുഷ്യരുടെ സാമൂഹ്യജീവിതത്തെ നിർണയിക്കുന്നതായിരിക്കരുത് എന്ന ജ്ഞാനോദയ ആദർശമാണ്. അസമത്വം ഇപ്പോഴും നിലനിൽക്കുന്നതുകൊണ്ടാണ് സ്ത്രീവാദികൾക്ക് ഈ ആശയങ്ങൾ മുന്നോട്ടു വെക്കേണ്ടി വരുന്നത്. ഇന്നു നമ്മുടെ സമൂഹം എല്ലാതരത്തിലുള്ള അസമത്വങ്ങളും സംഘർഷങ്ങളും നിലനിൽക്കുന്ന ഒന്നാണ്. ഈ അസമത്വത്തിനെതിരായ വിമർശാവബോധം സാധ്യമാകുന്നത് ആധുനികതക്കകത്താണ് (Aloysius 2018: 30-31).

ആധുനികത എന്നത് അധികാരത്തിന്റെ ഏകാത്മകവൽക്കരണമാണ്. ബഹുഭൂരിപക്ഷത്തെ ശാക്തീകരിക്കാനും ന്യൂനപക്ഷം വരുന്ന ഒരു വിഭാഗത്തിന്റെ ശക്തിയെ ഇല്ലാതാക്കാനുമാണ് ആധുനികത ആഹ്വാനം ചെയ്യുന്നത്. മനുഷ്യർ സമന്മാരണെന്ന ആശയം അംഗീകരിക്കാൻ തയ്യാറാല്ലാത്തവരാണ് ആധുനികതയുടെ ധാർമ്മികമായ ഈ ആദർശത്തെ ചെറുത്തത്. ആധുനികതയുടെ പദ്ധതി ലോകത്തെമ്പാടും അതിന്റെ സമത്വമെന്ന ആദർശത്തെ സ്ഥാപിക്കാൻ ശ്രമിച്ചിട്ടുണ്ട്. എന്നാൽ അത് എവിടെയൊക്കെയാണോ സ്ഥാപിതമാവാൻ ശ്രമിച്ചത് അവിടെയെല്ലാം ആധുനികതയുടെ ആശയങ്ങൾ പിൻവാങ്ങുന്നതാണ് നാമിപ്പോൾ കാണുന്നത്. സമത്വത്തിനെതിരായും മൗലികമായ ജനാധിപത്യവൽക്കരണത്തിനെതിരായുമാണ് പല ശക്തികളും ഉയർന്നു വരുന്നത് (Aloysius 2018: 31).

സാംസ്കാരികമായ സാമ്രാജ്യത്വത്തിന്റെ പ്രത്യേകത എന്ന നിലയ്ക്ക് ആധുനികത.

സംസ്കാരിക സാമ്രാജ്യത്വത്തിന്റെ പ്രക്രിയ എന്ന നിലയിലാണ് ആധുനികതയുടെ ജന്മനാടായ യൂറോപ്പ് അതിനെ കാണുന്നത്. എന്നാൽ സാമ്രാജ്യത്വശക്തികളിലൂടെയോ കൊളോണിയൽ ശക്തി കളിലൂടെയോ ആധുനികത വന്നെത്തിയ നാടുകളിൽ ആധുനികതയെ സാംസ്കാരികമായ അധ്യാരോപമായാണ് മനസിലാക്കുന്നത്. അതു കൊണ്ടുതന്നെ കൊളോണിയൽ അധികാരത്തിൽ നിന്ന് വിമുക്തമാവു കയും ദേശരാഷ്ട്രങ്ങളായി രൂപപ്പെടുകയും ചെയ്ത സമയത്ത് പാരമ്പര്യം, പ്രാദേശികത, തദ്ദേശീയത, അനന്യത തുടങ്ങിയ ചട്ടക്കൂടുകളാണ് അവർ പ്രതിരോധത്തിന് വേണ്ടിയും പുനർനിർമ്മാണത്തിനുവേണ്ടിയും യഥാർത്ഥത്തിൽ പ്രയോജനപ്പെടുത്തിയത്. കൊളോണിയലിസത്തെ എതിർക്കുക എന്നാൽ ഏറെക്കുറെ ആധുനികതയെ എതിർക്കുക എന്നാണെന്നു വന്നു. കോളനിവൽക്കരിക്കപ്പെട്ട സമൂഹങ്ങളിലെ വിമോചന ദേശീയസമരങ്ങളെല്ലാം കൊളോണിയലിസത്തെ എതിർ ക്കുക എന്നത് ആധുനികതയെ എതിർക്കുക എന്നാണെന്ന് വ്യാഖ്യാ നിച്ചു. കാരണം ആധുനികതയെ പാശ്ചാത്യമായ ഒരു സാംസ്കാരിക അധീശത്വരൂപമായിട്ടാണ് അവർ കണ്ടത്. എങ്കിലും ഈ ദേശരാ ഷ്ട്രങ്ങൾക്കൊന്നും കൊളോണിയൽ ആധുനികതയുടെ രൂപങ്ങളിൽ നിന്ന് വിമുക്തമാവാൻ സാധിച്ചില്ല. അതുകൊണ്ടുതന്നെ ഈ രാഷ്ട്രങ്ങൾ സാംസ്കാരികമായി ആധുനികതയെ ഒരു പാശ്ചാത്യപദ്ധതിയായി കാണുമ്പോൾത്തന്നെ ആധുനികതയുടെ പല രൂപങ്ങളെയും സ്വാംശീ കരിച്ചു. സംസ്കാരത്തിൽ മാത്രം ഊന്നിക്കൊണ്ട്, തദ്ദേശസംസ്കാര ത്തെ മഹത്വവൽക്കരിച്ചതുകൊണ്ടു കാര്യമില്ല എന്നും പകരം പലതും കൊളോണിയൽ ആധുനികതയിൽ നിന്നു സ്വീകരിക്കേണ്ടി വരുമെന്നും അവർക്ക് മനസ്സിലായി. അടിച്ചേൽപ്പിക്കപ്പെട്ടത് എന്നു കരുതുന്ന ഈ ആധുനികതയുടെ രൂപങ്ങൾ പതിയെപ്പതിയെ ജനസാമാന്യത്തിനിട യിൽ പ്രചാരം നേടുകയും അത് ജനജീവിതത്തിന്റെ ഭാഗമായിത്തീരു കയും ചെയ്തു. അതുകൊണ്ടു തന്നെ കൊളോണിയൽ അധികാരത്തിൽ നിന്ന് മുക്തമായ ദേശരാഷ്ട്രങ്ങളിലെ ബുദ്ധിജീവിവർഗം ആധുനികത യെക്കുറിച്ചു പറയുമ്പോൾ ബഹുമുഖമായ ആധുനികത അല്ലെങ്കിൽ ബഹുതല ആധുനികത എന്നു പറയുന്ന ആശയങ്ങളാണ് മുന്നോട്ടു വെച്ചത്. അങ്ങനെ ആധുനികതയെത്തന്നെ അവർ വ്യത്യസ്തമായ രീതിയിൽ നേടിയെടുക്കാൻ ശ്രമിച്ചു. വ്യതിരിക്തമായ വഴികളിലൂടെ ആധുനികതയെ നേടാൻ തന്നെയാണ് ദേശരാഷ്ട്രങ്ങൾ ശ്രമിച്ചത്.

ആധുനികതയെ ഈ രീതിയിൽ നോക്കിക്കാണുമ്പോൾ പലപ്പോഴും അതിന്റെ ധാർമ്മികത അതിനകത്ത് പരിഗണിക്കപ്പെട്ടില്ല. ഒരു പുതിയ വ്യവഹാരരൂപം ഉണ്ടായി വരുന്നതിനുള്ള പ്രേരണ പലപ്പോഴും ഉണ്ടായില്ല. വളരെ മൂർത്തവും പ്രായോഗികവുമായ സാധ്യതകളാണ് ബുദ്ധിജീവിവർഗം കാണുകയും അനുഭവിക്കുകയും ചെയ്തത്. മൂർത്തവും സവിശേഷവുമായ രൂപങ്ങളുമായുള്ള ഇടപാടുകളാണ് ഈ രാജ്യങ്ങളിലൊക്കെ നടന്നത്. അതായത് ബുദ്ധിജീവികളുടെ അനുഭവപരിസരത്തിൽ നിന്നാണ് സ്വാതന്ത്ര്യാനന്തരദേശരാഷ്ട്രങ്ങളിലെ ആധുനികത രൂപപ്പെട്ടു വരുന്നത് (Aloysius 2018: 32-33).

അനുഭവവൈകവാദത്തിലേക്കുള്ള ഒരു തിരിച്ചുപോക്കായിരുന്നു ദേശരാഷ്ട്രങ്ങളിലെ സ്വാതന്ത്ര്യാനന്തര ആധുനികതയുടെ ഗതിവിഗതികൾ. പ്രത്യക്ഷവാദത്തോട് അതിരു പങ്കിടുന്ന അനുഭവവൈകവാദമാണ് ദേശരാഷ്ട്രങ്ങളിൽ സ്വാതന്ത്ര്യാനന്തരം ആധുനികതയുടെ ഗതി നിർണയിക്കാൻ ബുദ്ധിജീവികൾ അവലംബിച്ച മാർഗം. ഉദാഹരണത്തിന് സാർവലൗകിക മനുഷ്യാവകാശത്തെപ്പറ്റി ഏഷ്യൻ രാജ്യങ്ങളിൽ നടന്നുകൊണ്ടിരിക്കുന്ന ചർച്ചകൾ പരിശോധിച്ചാൽ ഇതിന്റെ ഒരു മാതൃക മനസ്സിലാവും. മനുഷ്യാവകാശം എന്നു പറയുന്നത് പാശ്ചാത്യ സംസ്കാരത്തിന്റെ ഒരു നിർമ്മിതിയാണ്, അത് സാർവലൗകികതയുടെ പേരിൽ നമുക്കുമേൽ അടിച്ചേൽപ്പിക്കപ്പെട്ടതാണ് എന്ന വാദം വളരെ പ്രബലമാണ്. സംസ്കാരങ്ങളുടെ ഭാഗത്തുനിന്നാണ് ഈ കാര്യത്തിൽ പ്രധാനമായും എതിർപ്പ് കടന്നു വരുന്നത്. സംസ്കാരത്തിന്റെ പേരിൽ ഇവിടെ നിലനിൽക്കുന്ന ചില മർദ്ദകരൂപങ്ങളെ സംരക്ഷിക്കുക എന്നതാണ് ഇതിനർത്ഥം. ആധുനികതയെ പാശ്ചാത്യസാംസ്കാരിക നിർമ്മിതിയായി കണ്ടുകൊണ്ട് അതിനെ വിലയിരുത്തുമ്പോൾ ഈ പറയുന്ന സംസ്കാരങ്ങളിലെ ജ്ഞാനപദ്ധതികളുടെ സ്വഭാവമെന്താണ്, അവരുടെ അറിവ് ഇക്കാര്യത്തിൽ എങ്ങനെയാണ് എന്നതുകൂടി പരിശോധിക്കേണ്ടതാണ്. വൈരുദ്ധ്യങ്ങൾ കുറഞ്ഞതും സമഗ്രവും സ്ഥിരവുമായ ഒന്നാണ് നമ്മുടെ സംസ്കാരരൂപങ്ങൾ എന്നാണ് കൊളോണിയൽ നരവംശശാസ്ത്രപരമായ ഒരു കാഴ്ച. ഒരു തരത്തിൽ നിശ്ചലസ്വഭാവമുള്ള, അനാദിയായി തുടരുന്ന ഒന്നാണ് ഇന്ത്യൻ സംസ്കാരം എന്നാണിവർ വാദിക്കുന്നത്. തൽക്കാലം മാറ്റിവെച്ചാലും എഴുത്തുകാർ സാമാന്യമായി ഇപ്പോഴും ഇതേ രീതിയിൽത്തന്നെ ഏകശിലാത്മകമായ, ഏകത്വമുള്ള സംസ്കാരരൂപമായാണ് ഇന്ത്യൻ സംസ്കാരത്തെ കാണുന്നത്. ഇതിനെയാണ് സാംസ്കാരികവാദം എന്നു പറയുന്നത്. സാംസ്കാരികവാദത്തിന്റെ സ്വഭാവം എന്നത് സംസ്കാരത്തെ വൈരുദ്ധ്യരഹിതമായി ഏകിശിലാത്മകമായി

കാണുക എന്നതാണ്. ഈയൊരു രീതിയിൽ നിന്നു നാം മുന്നോട്ട് പോകേണ്ടതുണ്ട് (Aloysius 2018: 33).

അധികാരബന്ധങ്ങളുടെ ചലനാത്മകമായ സന്തുലിതാവസ്ഥയാണ് സംസ്കാരം

സംസ്കാരം, മതം, മൂല്യബോധം, ഹാബിറ്റസ് എന്നിവയെപ്പറ്റി ധാരാളം പഠനങ്ങൾ നടന്നുകൊണ്ടിരിക്കുന്ന സന്ദർഭമാണിത്. അങ്ങനെയുള്ള സന്ദർഭത്തിൽ സംസ്കാരം എന്നത് വ്യാവഹാരികമാണെന്നും പ്രത്യയശാസ്ത്രപരമാണെന്നും മനസ്സിലാക്കിക്കഴിഞ്ഞതിനുശേഷം നടക്കുന്ന സംസ്കാരപഠനങ്ങൾ വളരെ വ്യാപകമാണ്. സംസ്കാരത്തെ ഏകശിലാത്മകമായി പഠിക്കുന്നതും അതിനെ ഏകതാനമായി അവതരിപ്പിക്കുന്നതും അത് സംസ്കാരത്തിൽ അധീശത്വം പുലർത്തുന്ന വിഭാഗത്തിന്റെ പ്രതിനിധാനമാകുമ്പോഴാണ്. അവർ അധീശത്വം ചെലുത്തുന്നതോടൊപ്പം നിലനിൽക്കുന്ന പ്രതിഷേധങ്ങളും പ്രതിരോധങ്ങളും സംഘർഷങ്ങളും ബോധപൂർവ്വം മാറ്റി നിർത്തുന്നു. അധീശസംസ്കാരത്തിന്റെ കൂടെ പ്രതിരോധസംസ്കൃതിയെയും പ്രതിനിധാനം ചെയ്യുമ്പോൾ മാത്രമേ അത് ശരിയായ സാംസ്കാരിക പ്രതിനിധാനമായി മാറുകയുള്ളൂ. വാസ്തവത്തിൽ വിപരീത പ്രവണതകളുടെ ചലനാത്മകമായ സന്തുലിതാവസ്ഥയാണ് സംസ്കാരം. ഇങ്ങനെ സംസ്കാരത്തെ കണ്ടാൽ അതിനെ നിങ്ങൾക്ക് ഏകശിലാത്മകമായി അവതരിപ്പിക്കാൻ കഴിയില്ല.

ഇന്ത്യൻ സംസ്കാരം എന്നത് ആത്മീയതയുടെ സംസ്കാരമാണ്, സാമുദായിക സംസ്കാരമാണ് ഇന്ത്യയുടേത് എന്നിങ്ങനെ പൊതുവെ പറഞ്ഞു കേൾക്കാറുണ്ട്. സംസ്കാരത്തെ ഏകാത്മകമായി കാണുന്ന ഒരു സമീപനമാണ് ഈ പ്രസ്താവനകളിൽ കാണുന്നത്. ഇന്ത്യൻ സംസ്കാരം ആത്മീയതയുടെ സംസ്കാരമാണ് എന്നു പറയുമ്പോൾ അങ്ങനെ മാത്രമാണ് എന്നു മനസ്സിലാക്കുന്നതു ശരിയല്ല. അതിനെ പ്രതിരോധിക്കാൻ ശ്രമിക്കുന്ന സംസ്കാരത്തിന്റെ ധാരകളും വളരെ പ്രബലമാണ്. പക്ഷേ, ആത്മീയ സംസ്കാരമാണ് നമ്മുടെ സംസ്കാരമെന്ന് പറയാൻ ശ്രമിക്കുന്ന ശക്തികൾക്ക് ഇന്ത്യൻ സംസ്കാരത്തിൽ മേൽക്കൈയുണ്ട്. ഇന്ത്യൻ സംസ്കാരം ആത്മീയ സംസ്കാരം മാത്രമല്ല, അതിൽ ഭൗതിക ഘടകങ്ങളുമുണ്ട് എന്ന് പറയാൻ ശ്രമിക്കുന്നവർക്ക് ശക്തി കുറവാണ്. അത് നിയന്ത്രിക്കപ്പെടുകയോ അവഗണിക്കപ്പെടുകയോ ചെയ്യുന്നു. വിപരീത പ്രവണതകളുടെ പരസ്പര വ്യാഖ്യാനങ്ങൾ വളരെ ചലനാത്മകവും എപ്പോഴും മാറിക്കൊണ്ടിരിക്കുന്നതുമാണ്.

ആധുനികപൂർവ്വഇന്ത്യയിൽ ശ്രേണീകൃതമായ അധികാര ബന്ധങ്ങൾക്ക് സാധൂകരണം കിട്ടുകയും അത് ദൈവികമാണെന്ന് കരുതപ്പെടുകയും ചെയ്തു. ആ ഒരു പ്രവണതക്കെതിരായി ധാരാളം ചലനങ്ങളും പ്രതിരോധങ്ങളും ഉണ്ടായിരുന്നെങ്കിലും അവയ്ക്കൊന്നും മേൽക്കൈ കിട്ടിയില്ല. മേൽക്കൈ കിട്ടാത്തത് പ്രതിനിധാനം ചെയ്യപ്പെട്ടില്ല. അതുകൊണ്ട് സ്വാഭാവികമായും ഒരു ശബ്ദം മാത്രമേ നാം കേൾക്കുകയുള്ളൂ. അങ്ങനെ ഒരു ശബ്ദം മാത്രം കേൾക്കുമ്പോൾ നമുക്ക് സംസ്കാരം വളരെ സമഗ്രവും ഭദ്രവും ഏകശിലാത്മകവും വൈരുദ്ധ്യമില്ലാത്തതും ആണെന്ന് തോന്നും. അതുപക്ഷേ, ഒരു തെറ്റായ പ്രതിനിധാനമാണ് (Aloysius 2018: 33-34).

ആധുനികത: അടിസ്ഥാനപരമായ ഒരു ആഭ്യന്തര വിച്ഛേദം എന്ന നിലയിൽ

ആധുനികപൂർവ്വ സമൂഹങ്ങളെ അധികാരബന്ധങ്ങളുടെ പശ്ചാത്തലത്തിൽ പരിശോധിച്ചാൽ ശ്രേണീകൃതമായ അധികാരരൂപങ്ങൾ അധീശത്വം വഹിക്കുകയും, അതിനെ എതിർത്തുകൊണ്ട് സമത്വത്തിന് വേണ്ടി നിലകൊള്ളുന്ന ശക്തികൾ നിർവ്വഹിക്കുന്ന പ്രതിരോധങ്ങൾ നിയന്ത്രിക്കപ്പെടുകയോ അവഗണിക്കപ്പെടുകയോ ചെയ്യുന്നു. അധികാരബന്ധങ്ങൾക്കകത്തുവച്ച് ആധുനികപൂർവ്വ സമൂഹങ്ങളെക്കുറിച്ച് പഠിക്കുമ്പോൾ അധീശത്വരൂപത്തെ നാം കാണുകയും അധീശത്വത്തെ എതിർക്കുന്നവയെ നാം പ്രതിനിധീകരിക്കാതെ വിട്ടുകളയുകയും ചെയ്യും. ആധുനികപൂർവ്വ സമൂഹത്തെ അതിന്റെ അധികാരശ്രേണിക്ക് പുറത്തുവച്ച് വിശകലനം ചെയ്യാൻ കഴിയണം. അതേ അധികാരശ്രേണിക്കകത്തുവച്ചുതന്നെ വിശകലനം ചെയ്യാൻ ശ്രമിച്ചാൽ അത് പ്രത്യയശാസ്ത്രത്തിന്റെ താൽപ്പര്യങ്ങൾക്കനുസരിച്ചാണ് നിർവ്വഹിക്കപ്പെടുക. അധീശത്വം പുലർത്തുന്ന അധികാരശക്തികളും അധീശത്വത്തെ എതിർക്കുന്ന ശക്തികളും തമ്മിലുള്ള സംഘർഷമാണ് സംസ്കാരത്തിന്റെ അസ്തിവാരം. ആധുനികപൂർവ്വ സമൂഹത്തിൽനിന്ന് ആധുനികതയിലേക്കുള്ള പരിവർത്തനം ഒരു അധികാരഘടനയിൽ നിന്ന് മറ്റൊരു അധികാര ഘടനയിലേക്കുള്ളതായി മാറുന്നു. അധികാരശക്തികളാണ് ആധുനികപൂർവ്വ സമൂഹത്തിൽ നിന്ന് ആധുനികസമൂഹത്തിലേക്കുള്ള പരിവർത്തനത്തിൽ വിമോചനം എന്ന ആശയത്തെ തുറന്നുവിടുകയും എന്നാൽ അതിന്റെ പൂർണമായ സാക്ഷാത്ക്കാരത്തിന് സമ്മതിക്കാതെ അടിച്ചമർത്തുകയും ചെയ്യുന്നത്. എന്നാൽ നമ്മളതിനെ കാണുന്നതും മനസ്സിലാക്കുന്നതും അത് ആവിഷ്ക്കരിക്കപ്പെടുന്നതും സാംസ്കാരികമായാണ്. അടിസ്ഥാനപരമായി ഇതോരോ സമൂഹത്തിനകത്തും

ആഭ്യന്തരമായി സംഭവിക്കുന്നതാണ്. പരിണാമത്തിന്റെ ഉറവിടം ആഭ്യന്തരമാണ്. പക്ഷേ അതിന് ബാഹ്യശക്തികളുടെ സഹായവും ഉണ്ട്. വിമോചനമെന്ന ആശയം, ആ ആശയത്തിന് സംഭവിക്കുന്ന പരിണാമം എന്നിവയൊക്കെ ഒരു സംസ്കാരത്തിനകത്തു നിന്നു തന്നെയാണുണ്ടാകുന്നത്. അതേ സമയം പുറത്തുനിന്നുള്ള ശക്തികളുടെ സഹായവും അതിനുണ്ട് (Aloysius 2018: 34-36).

മൂർത്തമായ ബഹുവിധ ആധുനികതകളും ഏകവും സങ്കല്പനപരവുമായ മാതൃകാ ആധുനികതയും

എല്ലാ മനുഷ്യരേയും ഒരേ മൂല്യമുള്ളവരായി കാണുകയും പരിചരിക്കുകയും ചെയ്യുക എന്ന ആധുനികതയുടെ കേന്ദ്രാശയത്തെ ഉൾക്കൊള്ളുന്ന ഏകവും മാതൃകാപരവുമായ ഉൽകൃഷ്ട മാതൃകയ്ക്കുവേണ്ടിയുള്ള വാദത്തിലാണ് നാമെത്തി നിൽക്കുന്നത്. വളരെയധികം സങ്കീർണതകളുള്ള ആധുനികതയെ അതിന്റെ അടിസ്ഥാന ആദർശങ്ങളിലേക്ക് ലളിതവൽക്കരിക്കുക വഴി എല്ലാ സംസ്കാരങ്ങൾക്കകത്തും അന്തർലീനമായ ശക്തിയായി പ്രതിഷ്ഠിക്കാൻ സാധിക്കുകയും ചെയ്തു. സംസ്കാരങ്ങളുടെ ഉള്ളിൽ നിന്ന് അത് പുറത്തേക്ക് വ്യാപിക്കുകയും ആ സംസ്കാരത്തിനകത്ത് മേൽക്കോയ്മ നേടുകയും ചെയ്യുന്നതിനെയാണ് നാം ആധുനികവൽക്കരണം എന്ന് പറയുന്നത്. സമൂലമായ ജനാധിപത്യവൽക്കരണത്തിന്റേതായ ഈ സാർവലൗകിക തത്ത്വത്തിന്റെ വ്യാപനം തീർച്ചയായും ഒരു പരിധിവരെ വിവിധ സംസ്കാരങ്ങളെ ഏകാത്മകമാക്കുന്നതിന് സഹായിക്കുന്നു. എല്ലാ വൈവിധ്യങ്ങളെയും ഇല്ലാതാക്കിക്കൊണ്ട് ലോകം മുഴുവൻ ഏകസംസ്കാരമാക്കുക എന്നതല്ല ഇതുകൊണ്ടർത്ഥമാക്കുന്നത്. ഇത്തരത്തിലുള്ള ഭാഗികമായ ഏകാത്മകവൽക്കരണം പോലും പാശ്ചാത്യവൽക്കരണത്താൽ നമ്മുടെ സംസ്കാരത്തിലുണ്ടാകുന്ന ഏകാത്മകവൽക്കരണത്തിൽ നിന്നു വ്യത്യസ്തമാണ്. ഇന്ന് ലോകം സാംസ്കാരിക വൈവിധ്യങ്ങളെ തകർത്തുകൊണ്ട് ഉപരിപ്ലവമായി ഏകാത്മകമായിക്കൊണ്ടിരിക്കുകയാണ്. അതാവട്ടെ ജനാധിപത്യപരവും സമത്വാധിഷ്ഠിതവുമായ മൂല്യങ്ങളുടെ അടിസ്ഥാനത്തിലുള്ളതുമല്ല. സമത്വാധിഷ്ഠിതമായ ഏകാത്മക ലോകം എന്നാൽ സാംസ്കാരികമായ വൈവിധ്യങ്ങളെക്കൂടി ഉൾക്കൊള്ളുന്ന ലോകം എന്നാണർത്ഥമാക്കുന്നത്. അങ്ങനെയുള്ള ആഗോളവൽകൃത ലോകത്ത് സാംസ്കാരികത്തനിമകൾ കുറയുകയല്ല, വർധിക്കുകയാണ് ചെയ്യുക (Aloysius 2018: 36-37).

ഓരോ സംസ്കാരത്തിനകത്തെയും സമത്വാസമത്വങ്ങളുടെ ഹ്രസ്വവും ദീർഘവുമായ ചരിത്രം അതതു സംസ്കാരങ്ങൾക്കനുസരിച്ച് വ്യത്യാസപ്പെട്ടിരിക്കുന്നു. ആധുനികതാപ്രക്രിയ എന്നത് അടിസ്ഥാന പരമായി ഓരോ സംസ്കാരത്തിനകത്തു തന്നെയുള്ള ആന്തരിക പ്രവാഹമായി മനസിലാക്കുകയാണെങ്കിൽ ജനാധിപത്യം, സമത്വം, നീതി തുടങ്ങിയ മൂല്യങ്ങളെ ആന്തരികമായി സംസ്കാരത്തിനകത്തു വ്യാപിപ്പിക്കുന്നതിനും അതുവഴി അസമത്വത്തെ ക്രമാനുഗതമായി ഇല്ലാതാക്കാനും സാധിക്കും. ഈയൊരു പ്രക്രിയ അതിനകത്തു തന്നെയുള്ള അധികാരബന്ധങ്ങളെ പുനർവിന്യസിക്കുന്നു. മറ്റൊരുത രത്തിൽ പറഞ്ഞാൽ നമ്മുടെ സംസ്കാരവും സാംസ്കാരികഭാവനയും അതിനുള്ളിൽ നിന്നുകൊണ്ടു തന്നെ സമൂലമായ പരിവർത്തനത്തിന് വിധേയമാവും. ഇങ്ങനെ സംസ്കാരത്തിനകത്ത് സമത്വം മേൽക്കൈ നേടുന്ന ഏകവും മാതൃകാപരവുമായ ആദർശാത്മക ആധുനികത ഒരു ഏകാത്മക ലോകത്തെ മാത്രമല്ല വൈവിധ്യമാർന്ന ആധുനികതകളെ ക്കൂടിയാണ് മുന്നോട്ടു വെക്കുന്നത്.

സമകാലിക വ്യവഹാരത്തിലെ ആധുനികതകളൊന്നും തന്നെ സംസ്കാരത്തിനകത്ത് അധികാരത്തെ ഏകാത്മകമാക്കുന്ന ഈ പ്ര ക്രിയയിൽ ശ്രദ്ധവെക്കുന്നില്ല. ഒരു സംസ്കാരത്തിൽ ആന്തരികമായി സമത്വാധിഷ്ഠിത പാരമ്പര്യം മേൽക്കൈ നേടുകയും ആ സമൂഹത്തെ പുനർനിർമ്മിക്കുകയും ചെയ്യുന്നുണ്ടെങ്കിൽ മാത്രമേ ആ സംസ്കാര ത്തിനോ സമൂഹത്തിനോ ആധുനികമാകാനാവൂ. അങ്ങനെയല്ലാത്ത ഒരു സമൂഹത്തെ ആധുനികമെന്ന് പറയാനാവില്ല. ഭൗതിക പ്രക്രിയക ളാൽ സമത്വാധിഷ്ഠിതമായിത്തീരുന്ന ഒരു സമൂഹം പാരമ്പര്യത്താൽ വക്രീകരിക്കപ്പെടുകയോ പ്രത്യയശാസ്ത്രപരമായി പാരമ്പര്യത്തെ പുനർ നിർമ്മിച്ചുകൊണ്ട് അധികാര പുനക്രമീകരണം നടത്തുകയോ ആണ് ചെയ്യുക. ജന്മത്തിന്റെ അടിസ്ഥാനത്തിൽ മനുഷ്യരെ തുല്യരായി പരിഗ ണിക്കാതിരിക്കുന്ന ആശയങ്ങളെ നിഷേധിക്കുകയോ മറികടക്കുകയോ, പ്രത്യയശാസ്ത്രപരമായെങ്കിലും മുന്നോട്ടു പോവുകയോ ചെയ്യുന്ന സമൂഹ ത്തിനു മാത്രമേ ആധുനികതയിലേക്ക് മുന്നേറാനാവൂ.

അതുകൊണ്ടു തന്നെ ആധുനികതയുടെ സത്ത ഏകവും മാതൃ കാപരവുമാണ്. പക്ഷേ ഈ ഏകത്വമെന്നത് വൈവിധ്യങ്ങളെ ഉൾച്ചേർത്തതാണ്. ആധുനിക കാലത്തെ എല്ലാ സമൂഹങ്ങളും ആധുനികമല്ല, ജന്മത്തിന്റെ അടിസ്ഥാനത്തിലുള്ള അസമത്വങ്ങളെ നിഷേധിക്കുകയും മറികടക്കുകയും ചെയ്യുന്നതോടൊപ്പം വ്യക്തികൾ സമത്വമെന്ന മൂല്യത്തെ ഔപചാരികമല്ലാതെ തന്നെ വക്രമായെങ്കിലും

തിരിച്ചറിയുന്നതിലൂടെയാണ് സമൂഹം ഈ ആദർശാത്മക മാതൃകയിലേക്ക് മുന്നേറാൻ തുടങ്ങുന്നത്. ഈയൊരു മാനദണ്ഡം വച്ച പരിശോധിച്ചാൽ ഇന്നത്തെ പല ആധുനിക സമൂഹങ്ങളും അടിസ്ഥാനപരമായി ആധുനികമല്ലെന്ന് നമുക്ക് മനസിലാക്കാൻ സാധിക്കും (Aloysius 2018: 38).

ഉപസംഹാരം

ആധുനികതയുടെ കേന്ദ്രതത്വങ്ങളായി ജനാധിപത്യത്തെയും സമത്വത്തെയും രേഖപ്പെടുത്തുന്നതിനുള്ള ശ്രമമാണ് മുൻഖണ്ഡികകളിൽ നിർവഹിച്ചിട്ടുള്ളത്. ഒരു സമൂഹത്തിലെ ജനതയുടെ ചിന്തകളിലും സംഭാഷണങ്ങളിലും പ്രവൃത്തികളിലും സമത്വാധിഷ്ഠിത ആശയങ്ങളുമായി എതിരിടുകയും സംസ്കാരത്തിനകത്ത് ഈ ആശയങ്ങൾ മേൽക്കൈ നേടിക്കൊണ്ടിരിക്കുകയും ചെയ്യുമ്പോഴാണ് ആ സമൂഹം ആധുനികതയിലേക്കുള്ള പാതയിലാണെന്ന് നമുക്ക് പറയാനാവുക. സമകാലിക ലോകത്ത് ഇത്തരമൊരു മാതൃകയല്ല നിലവിലുള്ളത്. എന്നിരിക്കിലും ഈയൊരു മാതൃകയാണ് ആധുനികതയുടെ സത്തയായി പ്രവർത്തിക്കുന്നത്. ഈയൊരു മാതൃക കൃത്രിമത്വമുള്ളതും വ്യക്തവുമാണ്. യൂറോ-അമേരിക്കൻ വൻകരകൾക്കു പുറത്തുള്ള ആധുനികതയെക്കുറിച്ചുള്ള മിക്കവാറും എഴുത്തുകളിൽ വൈവിധ്യമാർന്ന ആധുനികവൽക്കരണ പ്രക്രിയകളെ എല്ലാം തന്നെ പാശ്ചാത്യവൽക്കരണമെന്ന രീതിയിൽ ലളിതവൽക്കരിക്കാറുണ്ട്. ഈയൊരു സന്ദർഭത്തിൽ ആധുനികത എന്ന നിലയിൽ സമൂലമായ സാമൂഹ്യ ജനാധിപത്യവൽക്കരണം എന്തിനെയാണ് നാം സ്വീകരിക്കേണ്ടത്, തിരസ്ക്കരിക്കേണ്ടത് എന്ന ധാരണ നൽകും. മൂന്നാമതായി മുകളിൽ പറഞ്ഞിട്ടുള്ളതുപോലെ ആധുനികതയെക്കുറിച്ച ഗൗരവമായി ആലോചിച്ചിട്ടുള്ള ചിന്തകരെല്ലാം സമത്വാധിഷ്ഠിതവും ജനാധിപത്യപരവുമായ സംവിധാനത്തെ ആധുനികതയുടെ ഒരു ഘടകമായി കണ്ടിട്ടുണ്ട്. അത്തരത്തിൽ ഈ പ്രബന്ധത്തിലുന്നയിക്കുന്ന മാതൃക പൂർണമായും പുതിയതല്ല. അവയെ വ്യത്യസ്തമായ തരത്തിൽ അവതരിപ്പിക്കുക മാത്രമാണ് ചെയ്തിട്ടുള്ളത്.

പൊതുസമ്മതമായ ഒരു ആഗോള ആധുനികതയെ ആണ് നാം തിരയുന്നതെങ്കിൽ നമ്മുടേതായ ആധുനികതയെ മാതൃകാപരവും സുഗ്രഹവും ആഴമേറിയതുമായ ജനാധിപത്യവൽക്കരണത്തോട് അനുഗുണമാക്കി വളർത്തിയെടുക്കുന്നതിനാണ് പരിഗണന നൽകേണ്ടത്. മാതൃകാപരമായ സമത്വാധിഷ്ഠിത ആധുനികതയെ അന്യവൽകൃതമെന്നു പറഞ്ഞു തള്ളിക്കളയാനാവില്ല. സമത്വവാദ സമൂഹത്തിലേക്കുള്ള

ഒരു തള്ളൽ നമ്മുടെ എല്ലാ സമൂഹത്തിലും ഏറിയും കുറഞ്ഞും കണ്ടെത്താനാവും. അതിന്റെ മുഴുവൻ സാധ്യതകളേയും തുറന്നുവിട്ടുകൊണ്ട് മുന്നോട്ടു കൊണ്ടുപോവുന്നതിലൂടെ മാത്രമേ അപൂർണമായ ആധുനികതാപദ്ധതിയെ നമുക്ക് പൂർത്തീകരിക്കാൻ സാധിക്കൂ.

ആധുനികത എന്ന നിലയിൽ സമൂലമായ ജനാധിപത്യവൽക്കരണ പ്രക്രിയയാണ് മാതൃകാപരവും ആദർശാത്മകവുമായിട്ടുള്ളത്. അതായത് ആദർശത്തെയും യാഥാർത്ഥ്യത്തെയും സമീകരിക്കാൻ ഈ മാതൃകക്ക് സാധിക്കും. ആധുനിക കാലത്ത് അസമത്വങ്ങൾ വർധിച്ചതായി നാം പറയാറുണ്ട്. അസമത്വം നിറഞ്ഞ സന്ദർഭങ്ങളെക്കുറിച്ചുള്ള നമ്മുടെ അവബോധം വർധിച്ചിട്ടുണ്ടെന്നുകൂടിയാണ് ഇത് സൂചിപ്പിക്കുന്നത്. അതുകൊണ്ടുതന്നെ ആശയങ്ങളിലെ ഈ ദ്വന്ദ്വാത്മകത സാമൂഹ്യമായ എതിരിടലിനും ഇടയാക്കും. യഥാർത്ഥത്തിലുള്ളതിനെയും നിലനിൽക്കുന്നതിനെയും രേഖപ്പെടുത്തുക എന്നതുമാത്രമല്ല ആധുനികതയുടെ വായന എന്നതുകൊണ്ടുദ്ദേശിക്കുന്നത്; യാഥാർത്ഥ്യത്തിന് പുറകിലുള്ള വസ്തുതകളും എന്തൊക്കെയാണെന്നും എന്തൊക്കെയാവാമെന്നും എടുത്തു കാണിക്കുക കൂടിയാണ്. ഇത് ഒരേ സമയം വായനയും പ്രവർത്തനത്തിനായുള്ള ആഹ്വാനവുമാണ്.

ആധുനികതയുമായുള്ള വിമർശനാത്മക ഇടപാട്[1]

ആധുനികത ഒരു ആഗോളപ്രതിഭാസമാണ്. ഇരുപതാംനൂറ്റാണ്ടോടെ അത് ലോകം മുഴുവൻ വ്യാപിച്ചുവെങ്കിലും അതിന്റെ ഉറവിടം പാശ്ചാത്യദേശമാണ്. വാസ്തവത്തിൽ പതിനഞ്ചാം നൂറ്റാണ്ടോടുകൂടിയെങ്കിലും ആധുനികതയുടെ ഉത്ഭവം കാണാൻ കഴിയും. പക്ഷേ, ആധുനികത എന്നതിന് ഇന്നു നാം കൊടുക്കുന്ന അർത്ഥം കൈവരുന്നത് പതിനെട്ടാം നൂറ്റാണ്ടിലെ പ്രബുദ്ധതയുടെ ഘട്ടം മുതലാണ്. മൊണ്ടെസ്ക്യൂ, വോൾട്ടയർ, ഹ്യൂം, റൂസ്സോ, ആദംസ്മിത്ത് തുടങ്ങിയവർ ആധുനികതയ്ക്ക് ദാർശനികമായ സംഭാവന നൽകുന്നതിൽ വലിയ പങ്കുവഹിച്ചു. പ്രബുദ്ധത ഒരു ഏകോപനപദ്ധതി ആയിരുന്നില്ല. അത് ഒരു പുതുയുഗത്തിന്റെ സവിശേഷതകളുടെ ഗണമായിരുന്നു. പുതുകാലത്തിന്റെ നിരവധി സവിശേഷതകളുടെ ഒരു ഗുണത്തെയാണ് നാം സാമാന്യമായി പ്രബുദ്ധത എന്നു പറയുന്നത്. അത് യുക്തിക്കും വസ്തുസ്ഥിതിവാദത്തിനും ശാസ്ത്രത്തിനും പുരോഗതിയ്ക്കും മതനിരപേക്ഷതയ്ക്കും സാർവലൗകികതയ്ക്കുമൊക്കെ ഊന്നൽ നൽകി. 'യുക്തിയുടെ വെളിച്ചം' എന്നാണ് ഇമ്മാനുവൽ കാന്റ് പ്രബുദ്ധതയെ വിളിച്ചത്. അതായത്,

1 അവിജിത് പതക്കിന്റെ ഇൻഡ്യൻ മോഡേണിറ്റി കോൺട്രഡിക്ഷൻസ്, പാരഡോക്സസ് ആൻഡ് പോസിബിലിറ്റീസ് എന്ന കൃതിയുടെ ആമുഖവും ഒന്നാം അധ്യായവുമാണ് (പേജ് 17 മുതൽ 76 വരെ) ഈ അധ്യായത്തിൽ പ്രയോജനപ്പെടുത്തിയിരിക്കുന്നത്. (Avijit Pathak, *Indian Modernity Contradictions, Paradoxes and possibilities*, Gyan Publishing House, New Delhi, 2013 reprint)

അന്ധവിശ്വാസത്തിന്റെയും അജ്ഞതയുടെയും ഇരുളിൽ നിന്നു സമൂഹം ഉണർന്നു വരുന്നതിന്റെ ഒരു സാമാന്യ പദ്ധതിയായിരുന്നു പ്രബുദ്ധത (Pathak 2013: 17).

ഒരർത്ഥത്തിൽ പറഞ്ഞാൽ ശുഭാപ്തിബോധമാണ് ആധുനികതയുടെ പ്രത്യേകത. പുതിയൊരു ലോകം സൃഷ്ടിക്കാനുള്ള സാധ്യതയെപ്പറ്റിയുള്ള പ്രതീക്ഷ. മതനിരപേക്ഷമായ യുക്തിയിലൂടെയും സാങ്കേതികവും ശാസ്ത്രീയവുമായ പര്യവേഷണങ്ങളിലൂടെയും ഒരു പുതുലോകം സൃഷ്ടിക്കാനാവുമെന്ന പ്രതീക്ഷയായിരുന്നു ആധുനികതയ്ക്കുണ്ടായിരുന്നത്. പത്തൊമ്പതാം നൂറ്റാണ്ടോടെത്തന്നെ വ്യവസായവൽക്കരണം, പ്രബുദ്ധതാവാദം എന്നിവയെല്ലാം ചേർന്നുണ്ടായ ആധുനികത യൂറോപ്പിൽ സാമൂഹ്യവും സാമ്പത്തികവും സാംസ്കാരികവുമായ വ്യാപകമാറ്റങ്ങളുണ്ടാക്കി. ഇരുപതാം നൂറ്റാണ്ടോടെ പാശ്ചാത്യേതര സമൂഹങ്ങളിൽ പലതും ആധുനികതയെ ആലിംഗനം ചെയ്യാനും തുടങ്ങി. ആധുനികതയുടെ വളർച്ച എന്നു പറയുന്നത് മതനിരപേക്ഷമായ ഭരണകൂടത്തിന്റെയും രാഷ്ട്രീയത്തിന്റെയും ഉദയംകൂടിയായിരുന്നു. ആഗോളമൂലധന വ്യവസ്ഥകൾ രൂപപ്പെട്ടുവരാൻ തുടങ്ങിയ കാലവുമായിരുന്നു അത്. കുറേക്കൂടി ഉയർന്ന സാമൂഹ്യവും ലിംഗപദവിപരവുമായ അധ്വാനവിഭജനത്തിന്റെയും മതപരമായ സംസ്കാരത്തിൽനിന്നും മതനിരപേക്ഷമായ സംസ്കാരത്തിലേക്കുള്ള പരിവർത്തനത്തിന്റെയും ദശയായിരുന്നു ആധുനികതയുടെ സന്ദർഭം (Pathak 2013: 17).

ആധുനികത എല്ലായ്പ്പോഴും ഭാവിയെ ലക്ഷ്യംവെച്ചുകൊണ്ടുള്ള ഒരു പദ്ധതിയാണ്. എസ്.എൻ.ഐസൻസ്റ്റഡ് പറയുന്നു: 'ഭൂതകാലം പവിത്രമാണെന്നാണ് എല്ലായ്പ്പോഴും നമ്മുടെ സങ്കല്പം'. (Eisenstadt 1987: 6). (അതുകൊണ്ട് അത് അതേപടി തുടരണമെന്നു കരുതുന്ന യാഥാസ്ഥിതിക വിഭാഗം ഉണ്ട്.) നമ്മുടെ സാമൂഹികവും രാഷ്ട്രീയവും സാംസ്കാരികവുമായ എല്ലാ ഘടകങ്ങളേയും നിയന്ത്രിക്കുന്ന ഒരു പ്രതീകാത്മകനിയന്ത്രണ സംവിധാനമാണത്. ഭൂതകാലത്തെ മാറ്റിവെച്ചുകൊണ്ട് പരീക്ഷണനിരീക്ഷണങ്ങളിലൂടെ ഭാവികാലത്തിലേക്കുള്ള ഊന്നലിന് വഴിയൊരുക്കുന്നതാണ് ആധുനികത. ആധുനികതയിൽ സാമൂഹികവും സാംസ്കാരികവും രാഷ്ട്രീയവുമായ എല്ലാ ഘടകങ്ങളേയും നിയന്ത്രിക്കുന്നത് ഭാവികാലമാണ്. യുക്തിഭദ്രമായ ഒരു സംസ്കാരത്തിന്റെയും കാര്യക്ഷമതയുള്ള സമ്പദ്ഘടനയുടെയും രൂപീകരണത്തിനാണ് ആധുനികത ശ്രമിക്കുന്നത്. അല്ലാതെ ഭൂതകാലത്തിന്റെ അവസ്ഥ തുടരുന്നതിനല്ല. ലോകം മാറ്റാൻ കഴിയുമെന്ന പ്രതീക്ഷയാണ് ആധുനികത നമുക്ക് നൽകിയത്. മനുഷ്യനെ സ്വതന്ത്രമാക്കുന്നത്

ഏതെങ്കിലും അതിഭൗതിക ശക്തികളല്ല, മറിച്ച് മനുഷ്യന്റെ തന്നെ മതനിരപേക്ഷയുക്തിയാണ്. മനുഷ്യനെ സിദ്ധാന്തജഡിലതകളിൽ നിന്നും മുൻവിധികളിൽനിന്നും വിമുക്തമാക്കുകയും ഒരു പുതുലോകം സൃഷ്ടിക്കാൻ സഹായിക്കുകയും ചെയ്യുന്നത് ഈ യുക്തിയാണ് (Pathak 2013: 17,18).

ആധുനികതയെ ശാസ്ത്രത്തിൽനിന്ന് വേർപെടുത്താനാവില്ല. ശാസ്ത്രം അടിസ്ഥാനപരമായി മനുഷ്യവിമോചനത്തെ സഹായിക്കുന്നതാണെന്നാണ് വിശ്വാസം. പ്രകൃതിവിഭവങ്ങൾ ചൂഷണംചെയ്തുകൊണ്ട് മനുഷ്യന്റെ ഭൗതികമായ അഭിവൃദ്ധിക്ക് സഹായിക്കുന്നത് ശാസ്ത്രമാണ്. അതുകൊണ്ടുതന്നെ സാങ്കേതികവിദ്യയുടെയും സമ്പദ്ഘടനയുടെയും വികാസത്തിന്റെ പ്രത്യയശാസ്ത്രമാണ് ആധുനികത. വളരെ ഊർജ്ജസ്വലവും നിരന്തരം വ്യാപിക്കുന്നതുമായ ഒരു മുതലാളിത്തക്രമത്തിനകത്തു മാത്രമേ ആധുനികതയ്ക്ക് നിലനിൽക്കാനാവൂ. സാമൂഹ്യസംഘാടനത്തിന്റെയും ബ്യൂറോക്രാറ്റിക് വ്യവസ്ഥയുടെയും ഭരണവ്യവസ്ഥയുടെയും വിപുലമായ പിന്തുണ അതിന് ആവശ്യമാണ്. മതനിരപേക്ഷവും ഭൗതികപരവും യുക്തിപരവും വ്യക്തിപരവുമായ സാംസ്കാരികമൂല്യങ്ങൾക്ക് അധീശത്വമുള്ള സമൂഹത്തിനു മാത്രമേ ആധുനികമായ ഒരു സമൂഹമായിത്തീരാൻ സാധിക്കൂ. സ്വകാര്യം/പൊതു എന്ന വേർതിരിവ് ഈ സമൂഹത്തിൽ നിയമപരമായിത്തന്നെ ഉണ്ടായിരിക്കണം. യുക്തിഭദ്രമായ ഒരു സംസ്കാരത്തിന്റെയും കാര്യക്ഷമതയുള്ള സമ്പദ്ഘടനയുടെയും രൂപീകരണത്തിനാണ് ആധുനികത ശ്രമിക്കുന്നത്. ദേശരാഷ്ട്രം എന്ന സങ്കല്പത്തിന്റെ പ്രത്യയശാസ്ത്രത്തെക്കൂടി അത് വളർത്തിയെടുക്കാൻ ശ്രമിക്കുന്നുണ്ട്. പൗരത്വം, ജനാധിപത്യപരമായ സ്വാതന്ത്ര്യം എന്നീ ആശയങ്ങൾ ഇതിന്റെ പ്രധാനപ്പെട്ട സവിശേഷതകളാണ് (Pathak 2013: 18).

ആധുനികതയുടെ വാഗ്ദാനങ്ങൾ വളരെ പ്രശസ്തമാണ്. അതേസമയം ആധുനികതയോട് നമുക്ക് പലതരം അതൃപ്തികളുണ്ട്. ആധുനികത അന്യവൽക്കരണത്തിനു കാരണമായിത്തീരുന്നു. അതിന്റെ വലിപ്പവും നിർവൈയക്തികതയും അമൂർത്തവൽക്കരണവും സാർവലൗകികമായ ഒരു സത്യം വിശദീകരിക്കുവാനാണ് ശ്രമിക്കുക. പലപ്പോഴും മാനവികമായ അനന്യതയെ അത് പരിഗണിച്ചില്ല. ആധുനികതയുല്പാദിപ്പിച്ച സാങ്കേതികവിദ്യ പ്രകൃതിയെത്തന്നെ നിഷേധിക്കുകയും മനുഷ്യരും ഭൂമിയും തമ്മിലുള്ള പരസ്പര പൊരുത്തത്തോടെയുള്ള സഹജീവനത്തിന്റെ സാധ്യതകളെത്തന്നെ നശിപ്പിക്കുകയും ചെയ്തു. ശാസ്ത്രീയ യുക്തിക്കു നൽകിയ പ്രാധാന്യം മനുഷ്യാസ്തിത്വത്തിന്റെ യുക്ത്യേതരമായ

മാനങ്ങളെ നിഷേധിച്ചു. അത് ആഗോളമായ ചില താത്പര്യങ്ങളാണ് നിലനിർത്തിയത്. അതുകൊണ്ടുതന്നെ അതെല്ലായ്പ്പോഴും വ്യത്യസ്തതകളെ നിരാകരിക്കുന്നതായും ലോകത്തിന്റെ ഭംഗി നഷ്ടപ്പെടുന്നതായും ഏകാത്മകവും ഏകതാനവുമായ ഒരു ലോകം സൃഷ്ടിക്കുന്നതായും നാം ഭയപ്പെട്ടു. വാസ്തവത്തിൽ നമ്മുടെ സാമൂഹ്യമായ അറിവുകളുടെ ഒരു വലിയ പങ്ക് രൂപപ്പെട്ടതുതന്നെ ആധുനികതയുടെ അനുഭവങ്ങളിലൂടെയാണ്. ആധുനികത നൽകിയ വാഗ്ദാനങ്ങളും ആധുനികതയോടുള്ള നമ്മുടെ നീരസങ്ങളും വാസ്തവത്തിൽ നമ്മുടെ സാമൂഹ്യജ്ഞാനത്തിന്റെ ഭാഗമാണ് (Pathak 2013: 18).

സാമൂഹ്യശാസ്ത്രവും ആധുനികതയും

ആധുനികതയോടുള്ള ഒരു ബൗദ്ധിക പ്രതികരണം എന്ന നിലയ്ക്കാണ് സാമൂഹ്യശാസ്ത്രം രൂപപ്പെട്ടിട്ടുള്ളത്. ഫ്രഞ്ചുവിപ്ലവത്തോടുകൂടി പ്രത്യക്ഷപ്പെട്ട ആധുനികതയുടെ കാലത്തിന് അർത്ഥം നൽകാൻ ശ്രമിച്ചവരാണ് ആദ്യകാല സാമൂഹ്യശാസ്ത്രജ്ഞരായ അഗസ്റ്റെ കോംതെയും സെയ്ന്റ് സൈമണും. മധ്യകാലസാമൂഹ്യക്രമത്തിന്റെ തകർച്ചയെയാണ് ഫ്രഞ്ചുവിപ്ലവം പ്രതിനിധീകരിക്കുന്നത്. പുതിയ ഉത്കണ്ഠകളോടും സാധ്യതകളോടും കൂടിയ ഒരു പുതിയ കാലഘട്ടത്തിന്റെ ഉത്ഭവ സന്ദർഭമായിരുന്നു അത്.

അക്കാലത്തെ സാമൂഹ്യശാസ്ത്രപഠനങ്ങളിൽ സാമൂഹ്യശാസ്ത്രവും ആധുനികതയും തമ്മിലുള്ള ബന്ധത്തെ രണ്ടുതരത്തിൽ അവതരിപ്പിക്കുന്നത് കാണാം. ഒന്ന്; വിജ്ഞാനത്തിന്റെ യഥാർത്ഥരൂപം ശാസ്ത്രമാണെന്ന് പ്രഖ്യാപിക്കപ്പെട്ട കാലമായിരുന്നു ആധുനികത. ആ കാലഘട്ടത്തിൽ ശാസ്ത്രത്തോട് ചേർന്നുനിൽക്കാനാണ് സാമൂഹ്യശാസ്ത്രം ശ്രമിച്ചത്. സാമൂഹ്യശാസ്ത്രമെന്നാൽ 'സമൂഹത്തിന്റെ ശാസ്ത്രം' എന്നാണ് സങ്കല്പിച്ചുവന്നത്. സമൂഹത്തെക്കുറിച്ചുള്ള ഒരു വസ്തുനിഷ്ഠജ്ഞാനം ഉൽപ്പാദിപ്പിക്കാനാണ് സാമൂഹ്യശാസ്ത്രം ശ്രമിക്കുന്നതെന്ന ഒരു കാഴ്ചപ്പാടാണ് അവർ മുന്നോട്ടുവെച്ചത്. രണ്ട്; ആധുനികസമൂഹത്തിന്റെ ഉള്ളടക്കമായി വരുന്ന മൂലധനവ്യവസ്ഥ, വ്യവസായവൽക്കരണം, ബ്യൂറോക്രസി തുടങ്ങിയ ഘടകങ്ങളെക്കുറിച്ചുള്ള പഠനമാണ് ആദ്യകാല സാമൂഹ്യശാസ്ത്രത്തിനകത്തു നടന്നത് (Pathak 2013: 19).

സെയ്ന്റ് സൈമൺ സമൂഹത്തെക്കുറിച്ചുള്ളൊരു പുതിയ ശാസ്ത്രത്തിന്റെ ആവശ്യകത ചൂണ്ടിക്കാട്ടി. അദ്ദേഹം അതിനെ സാമൂഹ്യശരീരശാസ്ത്രം എന്നാണ് വിളിച്ചത്. ന്യൂട്ടോണിയൻ സങ്കല്പനങ്ങളുടെ അടിസ്ഥാനത്തിൽ ലോകത്തിൽ വരുന്ന മാറ്റങ്ങളെ വിശദീകരിക്കാനുള്ള

ശ്രമമാണ് സെയ്ന്റ് സൈമൺ നടത്തിയത്. സാമൂഹ്യശാസ്ത്രത്തിന്റെ പിതാവെന്നറിയപ്പെടുന്ന അഗസ്തെ കോംതെ പ്രത്യക്ഷവാദത്തിനുവേണ്ടിയാണ് വാദിച്ചത്. പ്രത്യക്ഷവാദം വാസ്തവത്തിൽ ബൃഹദ് പ്രബുദ്ധതാവാദത്തിന്റെ ശുഭാപ്തിവിശ്വാസമായാണ് പ്രവർത്തിച്ചത്. ശാസ്ത്രത്തിലുള്ള സീമാതീതമായ വിശ്വാസം, മനുഷ്യന്റെ മനസ്സിനെ മതപരവും അതിഭൗതികവാദപരവുമായ കെട്ടുപാടുകളിൽനിന്ന് വിമോചിപ്പിക്കാനുള്ള ശാസ്ത്രത്തിന്റെ ശേഷിയിലുള്ള വിശ്വാസം എന്നിവ ഉൾച്ചേർന്നതായിരുന്നു പ്രത്യക്ഷവാദം. പ്രകൃതിനിയമങ്ങളെപ്പോലെ ഏതു പ്രതിഭാസത്തെയും വിശദീകരിക്കുന്ന ദാർശനിക പദ്ധതിയായാണ് ഫ്രഞ്ച് സാമൂഹ്യശാസ്ത്രജ്ഞർ പ്രത്യക്ഷവാദത്തെ കണ്ടത്. അതുകൊണ്ടുതന്നെ നിരീക്ഷണം, പരീക്ഷണം, വിശകലനം, നിർണയനം തുടങ്ങിയ ശാസ്ത്രീയരീതികളെ സാമൂഹ്യശാസ്ത്രത്തിനകത്തു കൊണ്ടുവരണമെന്ന് കോംതെ അഭിപ്രായപ്പെട്ടു (Pathak 2013: 19).

സാമൂഹ്യശാസ്ത്രവും ശാസ്ത്രവും തമ്മിലുള്ള ആഭിമുഖ്യം ക്ലാസിക്കൽ സാമൂഹ്യശാസ്ത്രത്തിന്റെ കാലംമുതൽ കാണാൻ സാധിക്കുന്ന ഒന്നാണ്. ഫ്രാൻസിൽ രൂപപ്പെട്ടുവന്ന പ്രത്യക്ഷവാദ പാരമ്പര്യത്തിന്റെ വക്താവാണ് എമിലിദുർഖൈം. ശാസ്ത്രീയചിന്തയുടെയും യുക്തിചിന്തയുടെയും പ്രമുഖ വക്താക്കളായിട്ടുള്ള ബേക്കണിന്റെയും ദക്കാർത്തിന്റെയും സ്വാധീനം ദുർഖൈമിൽ കാണാം. സാമൂഹ്യശാസ്ത്രപഠിതാക്കൾ എല്ലാറ്റിനേയും വസ്തുക്കളായി കാണണമെന്നും, പഠിക്കാൻ തുടങ്ങുമ്പോൾ എല്ലാതരം മുൻവിധികളിൽനിന്നും പുറത്തുകടക്കണമെന്നും ദുർഖൈം ആവശ്യപ്പെട്ടു. പഠിതാവിനു പുറത്ത് വസ്തുസ്വഭാവത്തിലാണ് സാമൂഹ്യയാഥാർഥ്യം നിലനിൽക്കുന്നത് എന്ന സങ്കല്പമാണ് ദുർഖീമിനുണ്ടായിരുന്നത്. അതുപോലെത്തന്നെ കാൾമാർക്സും ശാസ്ത്രത്തിന്റെ വലിയ ആരാധകനായിരുന്നു.പഠിതാവിന്റെ മനസ്സിനെ മങ്ങലേൽപ്പിക്കുന്നതോ, കാഴ്ചയെ മൂടിക്കളയുന്നതോ ആയ എല്ലാത്തരം ആദർശബിംബങ്ങളെയും മുൻവിധികളെയും മറികടക്കണമെന്ന് ബേക്കണെപ്പോലെ മാർക്സും പറഞ്ഞിട്ടുണ്ട്. ചരിത്രപരമായ ഭൗതികവാദം എന്ന ശാസ്ത്രത്തെ അദ്ദേഹം യാഥാർഥ്യത്തെ വക്രീകരിക്കുകയും തെറ്റായി ചിത്രീകരിക്കുകയും ചെയ്യുന്ന എല്ലാ പ്രത്യയശാസ്ത്രങ്ങൾക്കും അഭിമുഖമായി നിർത്തി. സാമൂഹ്യയാഥാർഥ്യത്തെ തലകീഴായി നിർത്തുന്ന പ്രത്യയശാസ്ത്രത്തെ മുഖാമുഖം നേരിടാൻ ശേഷിയുള്ള ഒന്നാണ് ചരിത്രപരമായ ഭൗതികവാദം എന്ന ശാസ്ത്രമെന്ന് മാർക്സ് സൂചിപ്പിച്ചു. ചുരുക്കത്തിൽ, നമ്മുടെ സാമൂഹ്യശാസ്ത്രപഠനത്തിന്റെ പരമ്പരയിൽ കോംതെ മുതൽ മാർക്സ് വരെയുള്ള എല്ലാ ചിന്തകരും ശാസ്ത്രത്തെ

പുകഴ്ത്തുകയോ പുരസ്കരിക്കുകയോ ചെയ്യുന്നതു കാണാം. ജ്ഞാനപദ്ധതി എന്ന നിലയിൽ സാമൂഹ്യശാസ്ത്രം പ്രബുദ്ധതയുടെ സന്തതിയാണ്; അത് ആധുനികവുമാണ് (Pathak 2013: 19).

സൂസൻ ജെ.ഹെക്ക്മാൻ പറയുന്നു. 'പ്രകൃതിശാസ്ത്രത്തിൽ വളരെ വ്യക്തമായ വിജയങ്ങളുടെ ഘട്ടമായിരുന്നു പ്രബുദ്ധതയുടെ ഘട്ടം. ന്യൂട്ടന്റെയും ഗലീലിയോയുടെയും കാലം മുതൽ തുടങ്ങുന്ന പ്രകൃതിശാസ്ത്രം പ്രകൃതിയെ കീഴടക്കാൻ തുടങ്ങി. അതൊരമ്പരപ്പിക്കുന്ന നേട്ടമായിരുന്നു. പ്രകൃതിശാസ്ത്രത്തിനുണ്ടാക്കാൻ സാധിച്ച വമ്പിച്ച നേട്ടം സാമൂഹ്യശാസ്ത്ര വിഷയങ്ങളിലുള്ളവരും ശ്രദ്ധിച്ചു. പ്രകൃതിശാസ്ത്രത്തിനുണ്ടായിട്ടുള്ള ഈ വിജയങ്ങളുടെ നിഴലിലാണ് സാമൂഹ്യശാസ്ത്രങ്ങളും വളർന്നത്. കൂടാതെ പ്രകൃതിശാസ്ത്രത്തിനകത്തെ ഗവേഷണരീതിശാസ്ത്രം സുവ്യക്തമായിരുന്നു. പ്രകൃതിശാസ്ത്രത്തിനുണ്ടായ പ്രകടമായ വിജയത്തിനു കാരണം അവർ പിന്തുടർന്ന രീതിശാസ്ത്രമാണ് എന്നതുകൊണ്ടുതന്നെ ആ രീതിശാസ്ത്രം സാമൂഹ്യശാസ്ത്രങ്ങൾക്കും ഉപയുക്തമാണ് എന്ന ധാരണയാണ് ഉണ്ടായിരുന്നത്. സാമൂഹ്യശാസ്ത്രപഠനത്തിലും ഒരു ന്യൂട്ടൻ വരാനുണ്ട് എന്ന മട്ടിലായിരുന്നു അക്കാലത്തെ ചിന്ത' (Hekman 1986:5)

ആധുനികതയുടെയും അതിന്റെ സ്ഥാപനങ്ങളുടെയും രൂപീകരണത്തെക്കുറിച്ച് മനസ്സിലാക്കാനും സാമൂഹ്യശാസ്ത്രം ശ്രമിച്ചു. അത്തരത്തിൽ ആധുനികലോകത്തെ മനസ്സിലാക്കാൻ ശ്രമിച്ച ചിന്തകനാണ് ദുർഖൈം അധ്വാനവിഭജനത്തിന്റെ സങ്കീർണത, ഒരു വ്യാവസായികസമൂഹത്തെ സാധ്യമാക്കിയ മനുഷ്യർ തമ്മിലുള്ള യാന്ത്രിക ഐക്യത്തിൽനിന്നു ജൈവികമായ ഐക്യത്തിലേക്കുള്ള പരിണാമപ്രക്രിയ എന്നിവയെല്ലാം അദ്ദേഹം പഠനവിധേയമാക്കി. ആധുനികലോകത്തെ എങ്ങനെ നോക്കിക്കാണണം എന്നാണ് മാക്സ്‌വെബർ നമ്മെ പഠിപ്പിക്കുന്നത്. മനുഷ്യജീവിതത്തിന്റെ എല്ലാ മണ്ഡലങ്ങളിലുമുള്ള യുക്തിയുടെ വളർച്ചയെക്കുറിച്ചും നിയമപരവും ഭരണപരവുമായ എല്ലാ ജീവിതസംഘട്ടനങ്ങളെയും യുക്തിവൽക്കരിക്കുന്നതിന്റെ വികാസത്തെക്കുറിച്ചും വെബർ പറയുന്നുണ്ട്. മാർക്സിനെ സംബന്ധിച്ചിടത്തോളം ആധുനികലോകത്തെ രൂപപ്പെടുത്തുന്നതിൽ ഏറ്റവും പ്രധാനപ്പെട്ട ശക്തി മുതലാളിത്തമാണ്. ഫ്യൂഡലിസത്തിന്റെ തകർച്ചയോടുകൂടി ദേശീയമോ അന്തർദേശീയമോ ആയ കമ്പോളത്തിൽ വിൽക്കാനുള്ള ചരക്കുകളെ ഉൽപ്പാദിപ്പിക്കലാണ് കാർഷികവൃത്തി എന്ന നിലവന്നു. അതോടൊപ്പം വസ്തുക്കൾ മാത്രമല്ല, മനുഷ്യാധ്വാനവും ചരക്കുവൽക്കരിക്കപ്പെട്ടു. ആ അർത്ഥത്തിൽ ആധുനികതയുടെ എല്ലാ സാമൂഹ്യക്രമങ്ങളും രൂപപ്പെടുന്നത് മൂലധനാധിഷ്ഠിതമായ മുതലാളിത്ത സമ്പദ്ഘടനയിൽനിന്നും

മറ്റു സ്ഥാപനങ്ങളിൽനിന്നുമാണെന്ന് മാർക്സ് പറയുന്നു (Pathak 2013: 20).

സാമൂഹ്യശാസ്ത്രവും ആധുനികതയുടെ ഒരാഘോഷം തന്നെയായിരുന്നു. ആന്റണി ഗിഡൻസ് ആധുനികതയെ 'ഇരുതലമൂർച്ച'യുള്ള പ്രതിഭാസം എന്നാണ് വിശേഷിപ്പിച്ചത്. കുറേക്കൂടി ഭാസുരമായ ഭാവിയെപ്പറ്റിയുള്ള ചിന്ത മുന്നോട്ടുവച്ചു എന്നതാണ് ആധുനികതയുടെ ഒരു സവിശേഷത. ഉദാഹരണത്തിന് മാർക്സ് വർഗസമരത്തെപ്പറ്റി പറയുമ്പോഴും ആ വർഗസമരങ്ങളുടെ അവസാനത്തിൽ കൂടുതൽ മാനവികമായ ഒരു സാമൂഹ്യവ്യവസ്ഥ രൂപപ്പെടുമെന്ന് ഭാവനചെയ്യുന്നുണ്ട്. മാർക്സിയൻ സോഷ്യലിസം തന്നെ ആധുനികതയുടെ ഉൽപ്പന്നമായിരുന്നെങ്കിലും അതൊരിക്കലും ശാസ്ത്രത്തിന്റെ വിമോചകശക്തിയെ ചോദ്യം ചെയ്തില്ല. അതുപോലെത്തന്നെ വ്യവസായവൽക്കരണം പുരോഗമിക്കുന്തോറും അധ്വാനവും വ്യക്ത്യധിഷ്ഠിതമായ ധാർമ്മികതയും തമ്മിൽ ഉദ്ഗ്രഥിതമായ, സൗഹാർദ്ദപൂർണമായ ഒരു സാമൂഹ്യജീവിതം സംജാതമാവുമെന്ന് ദുർഖൈം പറയുന്നു. അത്തരത്തിൽ, വ്യവസായവൽക്കരണം കുറേക്കൂടി നല്ല ഒരു സമൂഹത്തെ സൃഷ്ടിക്കുമെന്നും വർഗസമരം ആത്യന്തികമായി മാനവികമായ ഒരു സമൂഹത്തെ സൃഷ്ടിക്കുമെന്നും മാർക്സ്, ദുർഖൈം മുതലായവർ പറയുന്നുണ്ടെന്നു കാണാം. ശോഭനമായൊരു ഭാവിയെക്കുറിച്ചുള്ള സൂചനകൾ ഇതിലെല്ലാമുണ്ട് (Pathak 2013: 20,21).

അതേസമയം, സാമൂഹ്യശാസ്ത്രം എന്നു പറയുന്നത് ആധുനികതയുടെ മാത്രം ഒരു ഉത്സവമായിരുന്നു എന്നു പറയുന്നത് ശരിയല്ല. ആധുനികതയോടുള്ള നീരസങ്ങളെയും, സാമൂഹ്യശാസ്ത്രം പരിഗണിച്ചിരുന്നു. ഉദാഹരണത്തിന്, പ്രത്യക്ഷവാദത്തിന്റെയും പ്രബുദ്ധതാവാദത്തിന്റെയും വക്താവായിരുന്ന കോംതെ തന്നെ ആധുനികതയുടെ ഫലങ്ങളെ വലിയ രീതിയിൽ വിമർശിച്ചിരുന്നു. ഫ്രഞ്ചുവിപ്ലവത്തിനുശേഷം യൂറോപ്പിൽ രൂപംകൊണ്ട അമിതമായ വ്യക്തിവാദത്തെ കോംതെ വിമർശനാത്മകമായാണ് നോക്കിക്കണ്ടത്. ആധുനികനാഗരികതയുടെ ഒരു രോഗമായിട്ടാണ് വ്യക്തിവാദത്തെ അദ്ദേഹം മനസ്സിലാക്കിയത്. ധാർമ്മികതയോടെയുള്ള സമുദായങ്ങളുടെ പുനഃസ്ഥാപനത്തെയാണ് അദ്ദേഹം പിന്തുണച്ചത്. അതുപോലെ വ്യവസായവൽക്കരണത്തെ പുരസ്കരിക്കുമ്പോൾ തന്നെ അത് നിയമരാഹിത്യം നിലനിൽക്കുന്ന ഒരു സമൂഹത്തെ സൃഷ്ടിക്കുമെന്ന് ദുർഖൈം ഭയപ്പെട്ടു. ആധുനികസമൂഹത്തിൽ മനുഷ്യർ നേരിടുന്ന അന്യവൽക്കരണത്തെക്കുറിച്ച് മാർക്സ് പറഞ്ഞു. മുതലാളിത്തവും സ്വകാര്യസ്വത്തും മനുഷ്യബന്ധങ്ങളെ

വികലീകരിക്കുമെന്ന് അദ്ദേഹം കരുതി. മനുഷ്യരുടെ സർഗ്ഗാത്മകത നഷ്ടപ്പെടുന്നതിനെക്കുറിച്ചും തൊഴിലിലുള്ള മനുഷ്യരുടെ സന്തോഷം നഷ്ടപ്പെടുന്നതിനെക്കുറിച്ചും, സ്ത്രീയും പുരുഷനും തമ്മിലുള്ള ബന്ധം, വ്യക്തിയും ലോകവും തമ്മിലുള്ള ബന്ധം, മനുഷ്യരും പ്രകൃതിയും തമ്മിലുള്ള ബന്ധം തുടങ്ങിയവയെല്ലാം ശിഥിലമാകുന്നതിനെക്കുറിച്ചും മാർക്സ് സൂചിപ്പിക്കുന്നു. മാർക്സ്, വെബ്ബർ, ദുർഖൈം എന്നീ മൂന്നുപേരിൽ വെബ്ബറായിരുന്നു ഏറ്റവുമധികം നിരാശാവാദി. വിശ്വാസത്തോടും അർഥത്തോടുമുള്ള പ്രതിപത്തി ഇല്ലാതാവുന്ന കാലമാണ് ആധുനികത എന്നു വെബർ പറയുന്നുണ്ട്. ആധുനികതയുടെ 'ഇരുമ്പു പഞ്ജര'ത്തിൽ വ്യക്തികളുടെ സർഗ്ഗാത്മകതയും സ്വാധികാരവും ഞെരിഞ്ഞമരും എന്നും അദ്ദേഹം സൂചിപ്പിച്ചു (Pathak 2013: 21).

സാമൂഹ്യശാസ്ത്രത്തിലെ ഏറ്റവും വലിയ വൈരുധ്യമായി ഈ പ്രക്രിയയെ റോബർട്ട് നിസ്ബെറ്റ് അവതരിപ്പിക്കുന്നു. സാമൂഹ്യശാസ്ത്രം ആധുനികതയുടെ ഒരു ഉൽപ്പന്നമാണ്; അതിന്റെ ശാസ്ത്രം ആധുനികതയുടെ ശാസ്ത്രവും. എങ്കിലും അത് ആധുനികതയുടെ പോരായ്മകളെക്കുറിച്ച് പറയാതിരുന്നിട്ടില്ല (Pathak 2013: 21).

സമകാല സാമൂഹ്യശാസ്ത്രം ഇന്നേറ്റവും കൂടുതൽ പഠിക്കുന്നത് ആധുനികതയുടെ അസന്തുഷ്ടികളെക്കുറിച്ചാണ്. സാമൂഹ്യശാസ്ത്രത്തിൽ പ്രത്യക്ഷവാദത്തിനുണ്ടായിരുന്ന ജ്ഞാനശാസ്ത്രപരമായ പദവി ഇന്നു നഷ്ടപ്പെട്ടുകൊണ്ടിരിക്കുകയാണ് എന്നതാണ് ഇതിൽ എടുത്തുപറയേണ്ട ഒരു കാര്യം. സാമൂഹ്യശാസ്ത്രജ്ഞരിൽ ബഹുഭൂരിപക്ഷം പേരും ഇപ്പോൾ ശാസ്ത്രത്തെ ഉപേക്ഷിക്കുകയാണ്. മറ്റൊരുതരത്തിൽ പറഞ്ഞാൽ പ്രബുദ്ധതാവാദം മുന്നോട്ടുവച്ച അറിവിനെപ്പറ്റിയുള്ള സങ്കല്പത്തെത്തന്നെ അവർ ചോദ്യംചെയ്യാൻ തുടങ്ങിയിരിക്കുന്നു. ഇക്കൂട്ടത്തിൽപ്പെട്ട സാമൂഹ്യശാസ്ത്രജ്ഞരിൽ ഒരാളായ കാൾമാൻഹീമിന്റെ 'അറിവിന്റെ സാമൂഹ്യശാസ്ത്രം' (Sociology of knowledge) എന്ന പുസ്തകത്തിൽ സാമൂഹ്യശാസ്ത്രപരമായ അറിവ് സാർവ്വലൗകികവും വസ്തുനിഷ്ഠവുമല്ല, സാന്ദർഭികവും ആപേക്ഷികവുമാണെന്ന് പറയുന്നുണ്ട്. അതുപോലെത്തന്നെ പീറ്റർ ഹിഞ്ച് മുതൽ ഹരോൾഡ് ഗാർഫിങ്കൽ വരെയുള്ളവരിൽനിന്നു നാം മനസ്സിലാക്കുന്നത്, 'ജീവിതത്തിന്റെ ബഹുരൂപമാതൃക'കൾ വിശദീകരിക്കാൻ കഴിയുന്ന സാർവ്വലൗകികവും വസ്തുനിഷ്ഠവുമായ യുക്തിയില്ല എന്നാണ്. ഗവേഷകയുടെ/ഗവേഷകന്റെ സാർവ്വലൗകിക യുക്തികൊണ്ട് വിശദീകരിക്കാൻ കഴിയുന്നതല്ല സാമൂഹ്യപ്രതിഭാസങ്ങൾ. എങ്ങനെയാണ് ആളുകൾ അവരുടെ ലോകത്തിന് അർത്ഥം നൽകുന്നത്, അവരുടെ പ്രവൃത്തികൾക്കും ജ്ഞാനത്തിനും അർത്ഥം

നൽകുന്നത് തുടങ്ങിയ കാര്യങ്ങളാണ് ഇന്നു സാമൂഹ്യശാസ്ത്ര ഗവേഷകർ കണ്ടെത്താൻ ശ്രമിക്കുന്നത്. ഒരു സാമൂഹിക പ്രതിഭാസത്തെ വിവരിക്കുന്നതിനു പകരം അതിനെ മനസ്സിലാക്കുക, അതിന്റെ സാർവ്വലൗകികതയിൽനിന്ന് സവിശേഷതകളിലേക്ക് ശ്രദ്ധചെലുത്തുക, നിഷ്പക്ഷമായ യുക്തിക്കുപകരം സന്ദർഭങ്ങളിൽ ഊന്നൽ നൽകുക എന്നീ രീതികൾ പ്രത്യക്ഷവാദത്തിന് വലിയ വെല്ലുവിളി ഉയർത്തി. അറിവിന്റെ ഏറ്റവും അപ്രമാദിത്വരൂപം എന്ന നിലയിലുള്ള ശാസ്ത്രത്തിന്റെ പദവിയെ അത് വെല്ലുവിളിക്കുന്നു (Pathak 2013: 21).

സമൂഹത്തെക്കുറിച്ചുള്ള അറിവിന്റെ സ്വഭാവത്തിലുണ്ടാവുന്ന ഈ മാറ്റത്തോടൊപ്പംതന്നെ ആധുനികനാഗരികതയുടെ അടിത്തറകളെപ്പറ്റിയുള്ള ശക്തമായ വിമർശവും പുതിയ സാമൂഹ്യശാസ്ത്രപഠനങ്ങൾ ഉയർത്തിക്കൊണ്ടുവരുന്നുണ്ട്. വിമർശനാത്മക ചിന്തകരായ (ഫ്രാങ്ക്ഫർട്ട് സ്കൂൾ) മാർക്സിസ്റ്റുകൾ ആധുനികതയെ ഉപേക്ഷിച്ചത് ഈ പ്രക്രിയക്ക് വലിയതോതിൽ ആക്കംകൂട്ടി. ശാസ്ത്രം ഒരിക്കലും നമ്മെ വിമോചിപ്പിക്കുന്നില്ല. പകരം ഉപകരണാത്മകമായി മാറിക്കൊണ്ട് മനുഷ്യരെ മറ്റു മനുഷ്യർക്കുമേലും പ്രകൃതിക്കുമേലും ആധിപത്യം സ്ഥാപിച്ചെടുക്കുന്നതിനാണ് അത് സഹായിച്ചിട്ടുള്ളത്. അതിന്റെ സാങ്കേതികയുക്തി എല്ലായ്പ്പോഴും അധീശത്വത്തെ സാധൂകരിക്കുന്നതാണ്. അതുകൊണ്ട് സാങ്കേതിക വിദ്യാപരമായ യുക്തിയുടെ വിചിന്തനശാസ്ത്രത്തെ നാം മനസ്സിലാക്കേണ്ടതുണ്ട്. കാരണം, പ്രശ്നം സാങ്കേതികവിദ്യയുടെ പ്രയോഗമല്ല; സാങ്കേതികവിദ്യയുടെ ആധിപത്യം ആരെങ്കിലും ചിലരാൽ നിയന്ത്രിക്കപ്പെടുന്ന ഒരു സമൂഹത്തെ സൃഷ്ടിക്കും എന്നതാണ്. അങ്ങനെയുള്ള ഒരു സമൂഹത്തിൽ സംസ്കാരം വ്യവസായമായിത്തീരും. സംസ്കാരവ്യവസായം അത് നിലനിൽക്കുന്ന സമൂഹത്തിലെ ജനങ്ങളുടെ വിമർശനാത്മകബോധത്തെ ഇല്ലാതാക്കുന്നു. നിങ്ങൾക്ക് അനുകരിക്കാൻ കഴിയുന്ന മാതൃകകളും വാർപ്പുമാതൃകകളും സൃഷ്ടിക്കുകയാണ് വാസ്തവത്തിൽ സംസ്കാരവ്യവസായം ചെയ്യുന്നത് (Pathak 2013: 22).

ആധുനികതയോടുള്ള ഈ അവിശ്വാസം അഡോണോയിലും ഹൊക്കീമറിലും മാർക്യൂസിലും കാണാം. ഒന്നാം ലോകമഹായുദ്ധത്തിന്റെ ഭാഗമായുണ്ടായ നാശനഷ്ടങ്ങൾ, അതിന്റെ ദുരന്തങ്ങൾ, ജർമ്മനിയിൽ രൂപപ്പെട്ടുവന്ന ഹിറ്റ്ലറുടെ നാഷണൽ സോഷ്യലിസ്റ്റ് റെജീം എന്ന ഫാസിസ്റ്റ്‌രൂപം നൽകിയ അനുഭവങ്ങൾ, 1945-നു ശേഷം ലോകത്തിലെ വൻകിടശക്തികൾ ആണവായുധവുമായി നടത്തിയ മത്സരങ്ങൾ തുടങ്ങിയവ സാംസ്കാരികമായ നഷ്ടവും നാശവുമാണ് ലോകജനതയ്ക്ക് നൽകിയിട്ടുള്ളത്. ഈയൊരു ചിന്താപാരമ്പര്യത്തിൽ

ഉൾപ്പെടുന്നവരാണ് ഫ്രാങ്ക്ഫർട്ട് സ്കൂളുകാർ. 1960-കളിലാണ് അതിന്റെ വലിയ സ്വാധീനം സാമൂഹ്യശാസ്ത്രപഠനങ്ങളിലുണ്ടായത്. ബ്യൂറോക്രാറ്റിക് ആയതും സാങ്കേതികവുമായ യുക്തിവൽക്കരണത്തിനെതിരായ ഒരു ഉണർവ്വായി ഫ്രാങ്ക്ഫർട്ട് സ്കൂൾ ചിന്തമാറി എന്ന് ആ കാലഘട്ടത്തെക്കുറിച്ച് ടോം ബൊട്ടോമർ പറയുന്നുണ്ട് (Bottomore 1984:27-54).

ആധുനികതയോടുള്ള വിമർശനത്തെക്കുറിച്ച് പറയുമ്പോൾ പീറ്റർ എൽ.ബർഗർ ആധുനികത ഒരു എൻജിനീയറിംഗ് മനോഭാവമാണ് (Engineering Mentality) എന്നു പറയുന്നുണ്ട്. അതായത് യാന്ത്രികമായി നിങ്ങൾക്ക് നിയന്ത്രിക്കാനും സംഘടിപ്പിക്കാനും സാധിക്കുന്നതാണ് സമൂഹം എന്നൊരു സങ്കല്പം ആധുനികത മുന്നോട്ടുവെക്കുന്നുണ്ട്. മനുഷ്യനും ലോകവുമായുള്ള സ്വാഭാവികബന്ധത്തെ അത് അസ്ഥാനത്താക്കി. ആധുനികതയുടെ പ്രത്യേകത അന്യവൽക്കരണം നമ്മെ അനുഭവിപ്പിക്കുന്നത് അമൂർത്തമായ അതിന്റെ സ്ഥാപനങ്ങളാണ്. മാത്രമല്ല ആധുനികസമൂഹത്തിന്റെ ബഹുത്വപൂർണമായ ഘടനയ്ക്കകത്ത് വ്യക്തികൾ എപ്പോഴും ചലിച്ചുകൊണ്ടിരിക്കും. ഇങ്ങനെ ചലിച്ചുകൊണ്ടിരിക്കുന്ന, മാറിക്കൊണ്ടിരിക്കുന്ന, കുടിയേറിക്കൊണ്ടിരിക്കുന്ന, ബഹുത്വപൂർണമായ ഒരു സമൂഹമാണ് ആധുനികസമൂഹം. അതുകൊണ്ട് അവരെല്ലായ്പ്പോഴും അവരുടെ സാമൂഹ്യസന്ദർഭങ്ങളിൽ നിന്ന് വേരോടെ പിഴുതെറിയപ്പെടും. ഇത് അത്യന്തികമായി ബർഗർ പറയുന്ന വീടില്ലായ്മയിലേക്കാണ് നയിക്കുന്നത്. ബർഗറുടെ അഭിപ്രായത്തിൽ ഈ വീടില്ലായ്മയുടെ തകർന്നടിഞ്ഞ രൂപം ആവിഷ്കരിക്കപ്പെട്ടത് മതത്തിലാണ്. മനുഷ്യന്റെ എല്ലാ അസ്ഥിരതകൾക്കും അവ്യവസ്ഥകൾക്കുമിടയിൽ ഒരു സ്ഥിരത കൽപ്പിച്ചുകൊടുത്തത് മതങ്ങളാണ്. ആധുനികത അത്തരം ഉറപ്പുകളെത്തന്നെ ഇളക്കിക്കളഞ്ഞു. സമൂഹത്തിനകത്തെ ഈ വീടില്ലായ്മ പ്രപഞ്ചത്തിനകത്തെ വീടില്ലായ്മയായി മനുഷ്യർ അനുഭവിക്കാൻ തുടങ്ങി (Pathak 2013: 22,23).

ഭൂമി നൽകുന്ന എല്ലാ ജൈവോർജ്ജങ്ങളെയും തിന്നുതീർക്കുന്ന ഒരു അർബുദമായാണ് ആധുനികതയെ പിൽക്കാലസാമൂഹ്യശാസ്ത്രം നോക്കിക്കാണുന്നത്. അതുകൊണ്ടുതന്നെ അപആധുനികവൽക്കരണത്തിന്റേതായ ഒരു ബോധം ഉണ്ടാക്കിക്കൊണ്ടുവരാനാണ് പിന്നീട് സാമൂഹ്യശാസ്ത്രം ശ്രമിച്ചത്. ബർഗർ പറയുന്നു: ആധുനികത ഒരു ഘട്ടത്തിൽ മനുഷ്യനെ വിമോചിപ്പിക്കുന്നതായിരുന്നു. തീർച്ചയായും കുടുംബത്തിന്റെയും വംശത്തിന്റെയും ഗോത്രത്തിന്റെയും സമുദായങ്ങളുടെയും പിടിയിൽനിന്ന്, സങ്കുചിതമായ സാമൂഹികബന്ധങ്ങളിൽനിന്ന്

ആധുനികത മനുഷ്യനെ മോചിപ്പിച്ചു. മുൻപില്ലാത്തവിധം അത് വ്യക്തികൾക്കു മുമ്പിൽ ചലനത്തിന്റേതായ അവസരങ്ങളും സാധ്യതകളും തുറന്നുകൊടുത്തു. മനുഷ്യസമൂഹത്തെ വേണ്ടരീതിയിൽ കൈകാര്യം ചെയ്യുന്നതിനും പ്രകൃതിയെ നിയന്ത്രിക്കുന്നതിനുമൊക്കെ വലിയ ശക്തിയാണത് നൽകിയത്. പക്ഷേ ഈ സ്വാതന്ത്ര്യത്തിന് നമുക്ക് വലിയ വില നൽകേണ്ടിവന്നു. അതിനെ വിശദീകരിക്കാൻ പറ്റുന്ന ഏറ്റവും ലളിതമായ ഒരു സങ്കല്പനമാണ് വീടില്ലായ്മ അഥവാ വീടിന്റെ നഷ്ടം. ആധുനികതയുടെ ഇത്തരം അതൃപ്തികളിൽനിന്നുള്ള മോചനമാണ് ആധുനികതയുടെ അപനിർമ്മാണപരമായ ആശയങ്ങളും പ്രസ്ഥാനങ്ങളും നമുക്ക് വാഗ്ദാനം ചെയ്യുന്നത്. അതുകൊണ്ട് ആ ഒരു വാഗ്ദത്തമായ സങ്കല്പത്തെ ഏറ്റവും ചുരുങ്ങിയ വാക്കുകളിൽ നമുക്ക് 'വീട്'എന്നു വിളിക്കാം. ആധുനികതയോടുള്ള പ്രതികരണമെന്ന നിലയിൽ ഈ അപആധുനികവൽക്കരണം മനുഷ്യരെ ഒന്നുകിൽ മുമ്പോട്ടുനയിക്കാം അല്ലെങ്കിൽ പിറകോട്ടുനയിക്കാം. ഏതു തരത്തിലായാലും ആധുനികതയുടെ പ്രവണതകളെ അത് തിരുത്താനാഗ്രഹിക്കുന്നു. കാരണം അർത്ഥശങ്കകളുടെ കാലമായിരുന്ന ആധുനികത മനുഷ്യരെ അത്രമാത്രം അന്യവൽക്കരിച്ചു (Berger n.d.: 163-79).

ആധുനികതയും ഇന്ത്യൻ സാമൂഹ്യയാഥാർത്ഥ്യവും

ആധുനികതയോടുള്ള വിമർശനത്തോടെ ഇന്ത്യൻ സാമൂഹികാവസ്ഥയുടെ യാഥാർത്ഥ്യങ്ങളിലേക്ക് നോക്കാൻ തുടങ്ങുമ്പോൾ രണ്ടു ചോദ്യങ്ങളാണ് നാം അഭിമുഖീകരിക്കുന്നത്. ആധുനികതാവിമർശനത്തെ നമുക്ക് താങ്ങാനാവുമോ? എന്നതാണ് ഒന്നാമത്തേത്, കാരണം നമ്മുടെ സാഹചര്യങ്ങൾ പടിഞ്ഞാറുമായി താരതമ്യപ്പെടുത്താനാവില്ല. യൂറോപ്പാകട്ടെ അത്യാധുനികതയുടെ രോഗാണുക്കളെ അനുഭവിച്ചു കഴിഞ്ഞതാണ്. എന്നാൽ നാം ഇപ്പോഴും ജീവിക്കുന്നത് ഒരു ആധുനികപൂർവ്വസമൂഹത്തിന്റെ അടിച്ചമർത്തലുകളെല്ലാമുള്ള, ആധുനികതയുടെ സാധ്യതകൾ വേണ്ടത്ര ഉപയോഗപ്പെടുത്താത്ത ഒരു സമൂഹത്തിലാണ്. ഇന്ത്യയെപ്പോലുള്ള ഒരു സമൂഹത്തിനകത്ത് കൂടുതൽ ശാസ്ത്രവും യുക്തിബോധവും സാങ്കേതികവിദ്യയും ആവശ്യമുണ്ട്. ഇവിടെ ആധുനികതാവിമർശം കൂടുതൽ യാഥാസ്ഥിതികത്വത്തിലേക്ക് നയിക്കാൻ ഇടയാക്കും (Pathak 2013: 29,30).

രണ്ട്, നമുക്ക് ആധുനികതയുടെ അന്യവൽക്കരണത്തെ വിമർശിക്കാനാവുമോ? എന്നതാണ്. കാരണം ഇന്ത്യയിലെ ആധുനികത എന്നത് പാരമ്പര്യത്തിന്റെ നിഷേധമല്ല എന്ന വാദം പ്രബലമാണ്.

അത് സംസ്ക്കാരനാശമോ വേരുകളെ ഇല്ലായ്മ ചെയ്യലോ ഉണ്ടാക്കിയില്ല. എം.എൻ. ശ്രീനിവാസന്റെ നിരീക്ഷണം ഇവിടെ പ്രസക്തമാണ്. 'ഏതെങ്കിലും ഒരു തലത്തിലുണ്ടായ പാശ്ചാത്യവൽക്കരണം അതുമായി ബന്ധപ്പെട്ട മറ്റൊരുതലത്തിൽ ഉണ്ടായില്ല. അവ രണ്ടും രണ്ടായി തുടരുകയാണുണ്ടായത്' എന്ന് അദ്ദേഹം പറയുന്നു. രാംപുരയിലെ ബുൾഡോസർ ഡ്രൈവറുടെ കേസ് പഠനത്തിലൂടെ അദ്ദേഹം ഇക്കാര്യം സമർത്ഥിക്കുന്നു. ഡ്രൈവർ പാശ്ചാത്യസാങ്കേതികവിദ്യയെ ഉപയോഗിക്കുമ്പോൾത്തന്നെ പാരമ്പര്യമതവിശ്വാസങ്ങളെ അന്ധമായി പിന്തുടരുകയും മന്ത്രവാദത്തിൽവരെ വിശ്വസിക്കുകയും ചെയ്യുന്നു. പാശ്ചാത്യസാങ്കേതികവിദ്യ ഉപയോഗിക്കുന്നു എന്നതുകൊണ്ട്, ഉപയോഗിക്കുന്നവർ യുക്ത്യധിഷ്ഠിതമായ ശാസ്ത്രലോകവീക്ഷണം പുലർത്തുന്നു എന്ന് പറയാനാവില്ല. അതുമാത്രമല്ല, ആധുനികശാസ്ത്രവിദ്യയെ പാരമ്പര്യാവശ്യങ്ങൾക്ക് ഉപയോഗിക്കാനും സാധ്യമാണ്. ഉദാഹരണത്തിന് അച്ചടി ആധുനികജ്ഞാനത്തെ മാത്രമല്ല, പാരമ്പര്യ ഇതിഹാസങ്ങൾ, പുരാവൃത്തങ്ങൾ, മതപ്രഭാഷണങ്ങൾ തുടങ്ങിയ മതസാഹിത്യത്തെക്കൂടിയാണ് പ്രചരിപ്പിച്ചത്. നമുക്ക് മദ്രാസിലെ വ്യവസായപ്രമുഖരെക്കുറിച്ചുള്ള മിൽട്ടൺ സിംഗറുടെ പഠനത്തെ എടുത്തു പരിശോധിക്കാം (Singer 1972: 35). പാശ്ചാത്യമാതൃകയെ അന്ധമായി അനുകരിക്കാതെ തങ്ങളുടെ ജീവിതത്തെ എങ്ങനെയാണവർ കള്ളികളിലാക്കുന്നതെന്ന് സിംഗർ കാണിച്ചുതരുന്നു. അവർ തങ്ങളുടെ ജോലിസ്ഥലത്ത് ആചാരബന്ധമല്ലാത്തൊരു ആധുനികമാതൃക പിന്തുടരുകയും ഗാർഹികവും സാമൂഹികവുമായ ഇടങ്ങളിൽ പാരമ്പര്യ സംസ്കാരം നിലനിർത്തുകയും ചെയ്യുന്നു. സാങ്കേതിക ആധുനികത ഒരിക്കലും പാരമ്പര്യസംസ്കാരത്തെ തകർക്കുന്നില്ല എന്ന് സിംഗർ വാദിക്കുന്നു. ഇന്ത്യൻ നാഗരികതയുടെ പാരമ്പര്യത്തിന് മാറുന്നതും വികസിക്കുന്നതുമായ സമൂഹത്തിന്റെയും സാംസ്ക്കാരത്തിന്റെയും ഘടനയിലേക്ക് പുതിയ കണ്ടുപിടുത്തങ്ങളെ ഉൾച്ചേർക്കാനുള്ള കഴിവുണ്ട്. അതുകൊണ്ടുതന്നെ പാരമ്പര്യത്തെയും ആധുനികതയെയും ദ്വന്ദ്വങ്ങളായി കാണേണ്ടതില്ല എന്ന് സിംഗർ പറയുന്നു. പുതിയതും വൈദേശികവും അപരിചിതവുമായവയെ തങ്ങൾക്കനുകൂലമാക്കിത്തീർക്കുന്ന പ്രതിഭാസങ്ങളിലും പ്രക്രിയകളിലും ഈ കഴിവ് പ്രതിഫലിച്ചുകാണുന്നു. റുഡോൾഫ് ആന്റ് റുഡോൾഫും ആധുനികതയെയും പാരമ്പര്യത്തെയും വിപരീതങ്ങളായി കാണുന്നതിനെ എതിർക്കുന്നു. പാരമ്പര്യപ്രതീകങ്ങളെ ആധുനിക ബഹുജനമുന്നേറ്റങ്ങൾക്കുവേണ്ടി ഗാന്ധി ഉപയോഗപ്പെടുത്തിയതിനെ അവർ ഉദാഹരിക്കുന്നു. പരിവർത്തനദിശയിൽ ഇന്ത്യൻ കർഷകജനതയെ ഇന്ത്യൻ ജനാധിപത്യത്തിന്റെ ഭാഗമാക്കുന്നതിനും അവർക്കിടയിലെ

വിഭാഗീയതകളെ മറികടന്നുകൊണ്ട് സമത്വഭാവന വളർത്തുന്നതിനും ജാതി എന്ന സംവർഗത്തെ ഗാന്ധിജി പ്രയോജനപ്പെടുത്തിയതിനെക്കുറിച്ചും അവർ ഉദാഹരിക്കുന്നു. ആധുനികവൽക്കരണത്തിന്റെ ചരിത്രപരതയെക്കുറിച്ചുള്ള അവകാശവാദങ്ങൾ സാമൂഹ്യശാസ്ത്രരചനകളിൽ നമുക്ക് കാണാവുന്നതാണ്. തെരഞ്ഞെടുത്ത പ്രക്രിയകളുടെ ഉൾച്ചേർക്കലും സമന്വയവുമാണ് പാരമ്പര്യവും ആധുനികതയും തമ്മിലുള്ള സമ്പർക്കത്തിന്റെ ഫലമായുണ്ടാകുന്നത്. ഒരാൾ ഒരുപക്ഷേ ആധുനികതയുടെ ഉപകരണാത്മകമൂല്യങ്ങളെ സ്വീകരിച്ചു എന്നുവരാം. അതേസമയം അയാൾ പാരമ്പര്യത്തിന്റെ സംവർഗങ്ങളെ പിൻപറ്റിയെന്നും വരാം. ചുരുക്കിപ്പറഞ്ഞാൽ പാശ്ചാത്യനാടുകളിൽ ആധുനികത സൃഷ്ടിച്ചതുപോലെയുള്ള ഒരു അന്യവൽക്കരണം ഇന്ത്യയിൽ നടപ്പാക്കപ്പെട്ട ആധുനികതയ്ക്കില്ല. നിങ്ങൾ ആധുനികതയെ സ്വീകരിച്ചു എന്നതുകൊണ്ട് അതൊരിക്കലും നിങ്ങളെ അന്യവൽക്കരിക്കുന്നില്ല (Pathak 2013: 30,31).

ഇതിനർഥം ഇന്ത്യയിൽ ആധുനികത വളരെ സന്തോഷകരമായ ഒരനുഭവമായിരുന്നു എന്നല്ല. ഇന്ത്യയിലെ ആധുനികതയുടെ ഇനം ഏതുതരത്തിലുള്ളതാണെന്ന് പ്രശ്നവൽക്കരിക്കുകയും പുനഃപരിശോധിക്കുകയും ചെയ്യാം. ഇതിന് രണ്ട് കാരണങ്ങളുണ്ട്. ഒന്ന്, ഇന്ത്യയിലുള്ള സവിശേഷമായ ആധുനികത പൂർണമായും പാശ്ചാത്യ ആധുനികതയുടെ അഥവാ സാങ്കേതിക വിദ്യാപരമായ ആധുനികതയുടെ കുഴപ്പങ്ങളിൽനിന്നു വിമുക്തമാണെന്ന് പറയാൻ കഴിയില്ല. ഈ രണ്ടുതരം ആധുനികതയ്ക്കും ചില പരിമിതികളും പോരായ്മകളുമുണ്ട്. കാരണം, ആധുനികതയുടെ വരവോടെ കടന്നുവന്ന ശാസ്ത്രവും സാങ്കേതികവിദ്യയും അതിന്റെ ഉപകരണാത്മക യുക്തിയെക്കൂടി കൊണ്ടുവരുന്നുണ്ട്. പാരിസ്ഥിതികാഘാതവും പാരമ്പര്യത്തിന്റേയും പ്രാദേശികമായ അറിവുകളുടെയും നാശവും ഇതോടെ ഇന്ത്യയിലുണ്ടാകുന്നു. പാരമ്പര്യവാദികൾ ചെയ്യുന്ന വിട്ടുവീഴ്ചകൾക്കും ഒരു പരിധിയുണ്ട്. ആധുനികത കൂടുതൽ ശക്തിയാർജ്ജിച്ചുവരുമ്പോൾ അത് ഇന്ത്യൻസമൂഹത്തെ മുഴുവൻ ഏകാത്മകമാക്കാനുള്ള ശ്രമം നടത്തുന്നു. അത് നമ്മുടെ സാംസ്കാരിക പാരമ്പര്യങ്ങളെ ഭീഷണിപ്പെടുത്തുന്നു (Pathak 2013:31).

പക്ഷേ, ഇത് ഒരു പുതിയ ഉൽക്കണ്ഠയല്ല. കൊളോണിയൽ കാലം തൊട്ടുതന്നെ നമുക്ക് ഈ ഭയമുണ്ട്. ആധുനികതയോടുള്ള നമ്മുടെ പരിചയം ആരംഭിക്കുന്നത് കൊളോണിയൽ കാലം മുതലാണ്. വിദ്യാഭ്യാസത്തിന്റെ വ്യാപനം, നഗരവൽക്കരണം, വ്യവസായവൽക്കരണം, വിനിമയ വ്യവസ്ഥയുടെ വ്യാപനം, ദേശീയതയുടെ വ്യാപനം

തുടങ്ങിയവയിലൂടെയെല്ലാം സമൂഹത്തെ ആധുനികീകരിക്കാൻ തുടങ്ങി. അതുകൊണ്ട് ഇന്ത്യയിലേക്കുവന്ന ആധുനികതയെ നാം കൊളോണിയൽ ആധുനികത എന്നു പറയുന്നു. അത് അതിന്റേതായ മുറിവുകളെയും ഉത്കണ്ഠകളെയും തിക്താനുഭവങ്ങളെയും ഉൽപ്പാദിപ്പിച്ചു. കൊളോണിയലിസം അതിന്റെ ആഭ്യന്തരസ്വഭാവമായ അസമത്വം സൃഷ്ടിച്ചു. അത് ഹിംസാത്മകമായി നമ്മുടെ സമൂഹത്തിലിടപെട്ടു. അതുപോലെത്തന്നെ നമ്മുടെ സ്വത്വബോധത്തിൽ പരിക്കേൽപ്പിക്കുകയും ചെയ്തു. പാശ്ചാത്യർ തങ്ങളുടേതാണ് ഏറ്റവും ശ്രേഷ്ഠമായ നാഗരികത എന്ന ഭാവം നമ്മുടെമേൽ പതിപ്പിച്ചു. കൊളോണിയൽ ആധുനികത നമ്മെ നമ്മുടെ അധമപദവിയിൽനിന്നു മോചിപ്പിക്കും എന്ന് അവർ പഠിപ്പിച്ചു (Pathak 2013: 31).

ആധുനികതയെ തീർച്ചയായും നമുക്ക് നിഷേധിക്കാനാവില്ല. പക്ഷേ, അതേസമയം തന്നെ ആധുനികത നമ്മുടെ സാംസ്കാരികമായ സ്വത്വത്തെ തകർക്കുമെന്നും ഇന്ത്യക്കാർ ഭയപ്പെട്ടു. ആധുനികതയുമായി ഇന്ത്യക്കാരുണ്ടാക്കിയ എല്ലാ ബന്ധങ്ങളിലും ഒരു സംഘർഷം നിലനിൽക്കുന്നതായി കാണാം. ആധുനികതയെ ആഘോഷപൂർവ്വം കൊണ്ടാടിയപ്പോൾത്തന്നെ നമ്മുടെ സംസ്കാരത്തിന്റെ പവിത്രതയെ നാം മറന്നുപോയില്ല. അതുകൊണ്ടുതന്നെ ആധുനികതയുമായുള്ള നമ്മുടെ ഇടപാടുകളെല്ലാംതന്നെ സന്ദിഗ്ധമായിരുന്നു. ആധുനികതയെ ആലിംഗനം ചെയ്യുമ്പോൾത്തന്നെ നാമതിൽനിന്നു വേറിട്ടുനിന്നു. അതിന്റെ ഫലമായി അപകോളനീകരണ പ്രക്രിയയിലൂടെ ആധുനികതയിലേക്ക് ഒരു വിമർശനാത്മക വഴിതുറന്നു. അപകോളനീകരണം ആധുനികതാവിമർശനം തന്നെയാണ്. ഉദാഹരണത്തിന് ഗാന്ധി പാശ്ചാത്യനാഗരികതയ്ക്കെതിരെ രൂക്ഷമായ വിമർശനമാണുന്നയിച്ചത്. ഗാന്ധിയുടെ ഇന്ത്യയെക്കുറിച്ചുള്ള സങ്കല്പങ്ങളെ പ്രബുദ്ധതാവാദപരമായ ആധുനികതയുടെ കാഴ്ചയിലൂടെ വിശദീകരിക്കാനാവില്ല. അങ്ങനെയാണ് ഗാന്ധി ഒരു ആധുനികോത്തരവാദികൂടിയായിത്തീരുന്നത്. (Pathak 2013: 31,32).

ജവഹർലാൽ നെഹ്റു സ്വാതന്ത്ര്യാനന്തര ഇന്ത്യയിൽ ആധുനികതയുമായുള്ള അസന്തുഷ്ടി പരമാവധി കുറയ്ക്കാൻ ശ്രമിച്ചു. അദ്ദേഹവും ആധുനികതയുടെ സന്ദിഗ്ധതകളിൽനിന്നും മുക്തനായിരുന്നില്ല. എങ്കിലും അദ്ദേഹം മുന്നോട്ടുവെച്ച രാഷ്ട്രപുനർനിർമ്മാണം എന്ന ആശയം പൂർണമായും ആധുനികമായ ഒരു അജണ്ടയായിരുന്നു. ഇന്ത്യക്ക് ഉറച്ച ഒരു അടിത്തറ ഉണ്ടാക്കേണ്ടത് മതനിരപേക്ഷമായ ഭരണകൂടത്തിന്റെ ബാധ്യതയാണെന്ന് നെഹ്റു കരുതി.

നെഹ്റുവിയൻ ആധുനികതയുമായുള്ള ഇന്ത്യയുടെ പ്രണയം ദീർഘകാലം നിലനിന്നില്ല. നെഹ്റുവിന്റെ ബോധ്യങ്ങൾ കൂടുതൽ കൂടുതൽ പ്രതിസന്ധികളിലേക്ക് നീങ്ങി. തൊഴിലില്ലായ്മ, ദാരിദ്ര്യം, .വർഗ്ഗീയ ശക്തികളുടെ വളർച്ച, ജാതി കേന്ദ്രീകൃതമായ സാമൂഹ്യമുന്നേറ്റങ്ങൾ, വംശീയത, ഭാഷാപരവും പ്രാദേശികവുമായ സാമൂഹ്യപ്രസ്ഥാനങ്ങൾ എന്നിവയെല്ലാം ഉണ്ടായിവന്നു. ഈ ഒരു അന്തരീക്ഷത്തിൽനിന്നുണ്ടായിവന്ന സാമൂഹ്യശാസ്ത്രപരമായ ഭാവുകത്വമാണ് ആഷിഷ് നന്ദിയുടെയും രജനി കോത്താരിയുടെയും മറ്റും എഴുത്തുകളിൽ കാണാനാവുന്നത്. ഇവരെല്ലാം നെഹ്റുവിയൻ ആധുനികതയുടെ വിമർശകരാണ്. ഒരു വരേണ്യപക്ഷപാതിത്വം ആധുനികതയ്ക്കുണ്ട് എന്നാണ് അവർ വാദിക്കുന്നത്. വികസനത്തെക്കുറിച്ചുള്ള സാങ്കേതിക വിദ്യാപരമായ മാതൃകകളെ അവർ വിമർശിച്ചു. കാരണം സാങ്കേതികവിദ്യ എന്ന ആശയത്തിനകത്തുതന്നെ ഒരു ഹിംസ നിലനിൽക്കുന്നുണ്ടെന്ന് അവർ പറയുന്നു. മതനിരപേക്ഷത, ശാസ്ത്രബോധം, ശാസ്ത്രയുക്തി എന്നു പറയുന്നവയൊന്നും നമ്മുടെ സാംസ്കാരിക പാരമ്പര്യവുമായി ഒത്തുപോകുന്നതല്ല എന്ന വിമർശനമാണ് അവർ ഉന്നയിക്കുന്നത്. ഒരർത്ഥത്തിലത് ഗാന്ധിയോട് ചേർന്നുപോകുന്ന വാദങ്ങളാണ്. അദ്ദേഹത്തിന്റെ സങ്കല്പത്തിലുള്ള ഇന്ത്യ അക്രമാസക്തമായ സാങ്കേതികവിദ്യയാൽ മലിനമാക്കപ്പെടാത്തതും പാശ്ചാത്യശാസ്ത്രത്താൽ കോളനിവൽക്കരിക്കപ്പെടാത്തതുമായ ഒന്നാണ്. വികേന്ദ്രീകരണത്തിലൂടെ അഭിവൃദ്ധിയിലേക്ക് വളരുന്നതും ആത്മീയതയാൽ വളർത്തപ്പെട്ടതുമായ, പാരിസ്ഥിതികമായ വൈകാരികതയോടും ആത്മശക്തിയോടും കൂടിയ ഇന്ത്യയെ ആണ് അദ്ദേഹം വിഭാവനം ചെയ്തത് (Pathak 2013: 32).

പടിഞ്ഞാറൻ സാമൂഹ്യശാസ്ത്രവ്യവഹാരങ്ങൾ ആധുനികതയെ വിമർശനാത്മകമായി സമീപിക്കുന്നു. ആധുനികതയുടെ വിമോചനാത്മകവും നാഗരികവുമായ മൂല്യത്തെ അത് നിഷേധിക്കുന്നു. സമകാലിക ഇന്ത്യയിലും സാമൂഹ്യശാസ്ത്രകാരന്മാരിൽ ആധുനികതയുടെ പ്രത്യേകിച്ചും നെഹ്റു മുന്നോട്ടുവെച്ച രാഷ്ട്രനിർമ്മാണ സങ്കല്പത്തെ വിമർശിക്കുന്നവരുണ്ട്. ഗാന്ധിയാൽ സ്വാധീനിക്കപ്പെട്ടവർ, വിമർശനാത്മക ചിന്തയാൽ സ്വാധീനിക്കപ്പെട്ടവർ, ഉത്തരാധുനിക ചിന്തകർ മുതലായവരെല്ലാം ആധുനികതയ്ക്കെതിരായ വിമർശനങ്ങൾ ഉന്നയിച്ചു.

ഇതിന്റെ ബൗദ്ധികമായ അന്തരീക്ഷമാണ് നാം അന്വേഷിക്കുന്നത്. ഇന്ത്യയെ സംബന്ധിച്ചിടത്തോളം കാര്യങ്ങൾ വളരെ സങ്കീർണ്ണമാണ്. ആധുനികതയോടുള്ള വിമർശനം ഒരു പരിധിവരെ ശരിയാണ്. പക്ഷേ അതിനർത്ഥം പാരമ്പര്യത്തെ മഹത്വവൽക്കരിക്കുക എന്നതല്ല.

കാരണം പാരമ്പര്യത്തെ പരിഷ്കരിക്കുകയും പുനർനിർവ്വചിക്കുകയും ചെയ്തിട്ടില്ലെങ്കിൽ അത് അടിച്ചമർത്തുന്ന ഒരു ശക്തിയായി മാറും. മാത്രമല്ല ഇന്ത്യയെ സംബന്ധിച്ചിടത്തോളം സ്വാതന്ത്ര്യം കാംക്ഷിക്കുന്ന അടിച്ചമർത്തപ്പെട്ട ജനകോടികൾ പലതും ആധുനികതയോടെ ഉയർന്നുവരികയാണുണ്ടായത്.

ആധുനിക ഇന്ത്യയുടെ ബൗദ്ധിക പാരമ്പര്യങ്ങൾ

ആധുനികഇന്ത്യയിലെ ബൗദ്ധികപാരമ്പര്യത്തിന്റെ വളർച്ചയെക്കുറിച്ച് മനസ്സിലാക്കാനാണ് ഇനി ശ്രമിക്കുന്നത്. അതുകൊണ്ടുതന്നെ രാഷ്ട്ര പുനർനിർമ്മാണവും ആധുനികതയും തമ്മിലുള്ള ബന്ധം, രാഷ്ട്ര പുനർനിർമ്മാണവും പാരമ്പര്യവും തമ്മിലുള്ള ബന്ധം, പാരമ്പര്യവും ആധുനികതയും തമ്മിലുള്ള ബന്ധം തുടങ്ങിയവയെക്കുറിച്ചെല്ലാം രാജാറാംമോഹൻറോയ് മുതൽ നെഹ്റുവരെയും ഗാന്ധിയന്മാർ മുതൽ മാർക്സിസ്റ്റുകൾവരെയും നടത്തിയിട്ടുള്ള സംവാദങ്ങളെ ഇവിടെ സംക്ഷേപിക്കുന്നു. ചിന്താരൂപങ്ങളെയും പ്രവണതകളെയും ലോകവീക്ഷണങ്ങളെയും മുൻനിർത്തിക്കൊണ്ട് ബുദ്ധിജീവികളും രാഷ്ട്രവും തമ്മിലുള്ള സങ്കീർണമായ ബന്ധങ്ങളെ വിശദമായി വിലയിരുത്തുന്നു.

ബുദ്ധിജീവികളും അവരുടെ ആദർശങ്ങളും: സങ്കല്പനപരമായ ഒരു വിശദീകരണം

ആശയങ്ങൾ ഉല്പാദിപ്പിക്കുകയും പ്രചരിപ്പിക്കുകയും ചെയ്യുന്നതിനൊപ്പം ആശയങ്ങളെ വിമർശിക്കാനും തയ്യാറാവുന്നവരെയാണ് വിപുലമായ അർത്ഥത്തിൽ നാം ബുദ്ധിജീവികൾ എന്നു വിളിക്കുന്നത്. എഴുത്തുകാർ, കലാകാരന്മാർ, ശാസ്ത്രജ്ഞർ, ദാർശനികർ, മതത്തെക്കുറിച്ച് ചിന്തിക്കുന്നവർ, സാമൂഹ്യചിന്തകർ, രാഷ്ട്രീയ നിരീക്ഷണങ്ങൾ നടത്തുന്നവർ ഇവരെയെല്ലാം നാം ബുദ്ധിജീവികൾ എന്നാണ് പറയുന്നത്. ഇത് മതിയായ ഒരുതരം തിരിവല്ല. ബുദ്ധിജീവികൾ ഏതു തരത്തിലുള്ള കഴിവുകളോടുകൂടിയവരാണ് എന്നതു പ്രധാനമാണ്. ചില ആദർശങ്ങളെ മുൻനിർത്തിയാണ് ബുദ്ധിജീവികൾ പ്രവർത്തിക്കുന്നതും അവർ വിലയിരുത്തപ്പെടുന്നതും. എന്തെല്ലാം തരത്തിലുള്ള ആദർശങ്ങളാണ് ഒരു കാലഘട്ടത്തിൽ ഉയർന്നുവരുന്നത് എന്നതിന്റെ അടിസ്ഥാനത്തിലാണ് ബുദ്ധിജീവികൾ അവരുടെ നിലപാടുകളോ പ്രസ്താവനകളോ വ്യക്തമാക്കുന്നത്. ആദർശങ്ങൾ ഇതിനകത്ത് പ്രധാനമാണ് എന്നതാണ് ആദ്യമേ പറയേണ്ട ഒരു കാര്യം (Pathak 2013: 35).

വിമർശാവബോധത്തിന്റെ പ്രാഥമ്യം

ബുദ്ധിജീവികൾ എന്നു വിശേഷിപ്പിക്കുന്ന ആളുകളിൽ നിന്നു സാധാരണ നിലയ്ക്കു നാം പ്രതീക്ഷിക്കുന്നത് വിമർശനാത്മകമായ അവബോധമാണ്. ഈ വിമർശാവബോധമാണ് അവരുടെ അസ്തിത്വത്തെ വേറിട്ടു നിർത്തുന്നത്. ഈ വിമർശാവബോധത്തിന്റെ ഉടമകളായതുകൊണ്ടു തന്നെ സാമാന്യബുദ്ധിക്ക് വസ്തുതാപരമായി തോന്നുന്ന കാര്യങ്ങളോടു അവർക്ക് ഇടഞ്ഞു നിൽക്കേണ്ടതായി വരാം. അതുപോലെ തന്നെ ഔപചാരികമായോ അധികാരത്തിന്റെ അടിസ്ഥാനത്തിലോ അംഗീകരിക്കപ്പെട്ട ഒരു കാര്യം ഇവർ അംഗീകരിക്കണം എന്നില്ല. ആ അർത്ഥത്തിൽ പൊതുബോധം, യാഥാർത്ഥ്യം, സത്യം എന്നിവയെപ്പറ്റി നാം സ്വീകരിക്കുന്ന ആശയങ്ങൾ ഇവർ അംഗീകരിച്ചുകൊള്ളണം എന്നുമില്ല. എല്ലാ സമൂഹത്തിലും കാണുന്നതിനപ്പുറമുള്ള ചിലതിനെ പ്രവചിക്കാൻ സാധിക്കുന്നവരാണ് ബുദ്ധിജീവികൾ എന്ന് എഡ്വേർഡ് ഷിൽസ് പറയുന്നു. ഒരു ബുദ്ധിജീവി തന്റെ വിമർശാവബോധം കൊണ്ടാണ് ഏതെങ്കിലും തരത്തിൽ ഉൽപ്പതിഷ്ണുവാകുന്നതെന്നു പറയുന്നതിൽ തെറ്റില്ല. ഒരു യാഥാസ്ഥിതിക ബുദ്ധിജീവി ആയിരുന്നാൽപ്പോലും വിമർശനാത്മകമായ അന്വേഷണത്തെ നിരാകരിക്കാനാവില്ല. അതുകൊണ്ട്, വിമർശാവബോധമാണ് ഒരാൾ ബുദ്ധിജീവിയാണ് എന്നു പറയുന്നതിന്റെ പ്രഥമമായ തെളിവ്. ഏറ്റവും പിന്തിരിപ്പനായ ആശയങ്ങൾ അവതരിപ്പിക്കുന്ന ബുദ്ധിജീവികൾക്കു പോലും വിമർശനാത്മകമായ അന്വേഷണത്തിന്റെ വഴി പിൻപറ്റേണ്ടിവരുമെന്നും അതുകൊണ്ടുതന്നെ ഭാഗികമായെങ്കിലും നിലവിലിരിക്കുന്ന സാംസ്കാരിക മൂല്യങ്ങളെ തള്ളിക്കളയേണ്ടിവരുമെന്നും ഷിൽസ് പറയുന്നു (Pathak 2013: 36).

കാണുന്ന ലോകത്തെക്കുറിച്ച് സംതൃപ്തി ഉള്ള ഒരാൾക്ക് ഒരിക്കലും ബുദ്ധിജീവി ആവാൻ സാധിക്കുകയില്ല.ബുദ്ധിജീവികൾ എല്ലായ്പ്പോഴും അസ്വസ്ഥരായിരിക്കും.തന്റെ കാലത്തെക്കുറിച്ച് ചിന്തിക്കുകയും അത്ഭുതപ്പെടുകയും ആത്മപ്രതിഫലനാത്മകമായി ആലോചിക്കുകയുമൊക്കെ ചെയ്യുന്നവരാണ് ബുദ്ധിജീവികൾ. തന്റേതായ വീക്ഷണം ഇല്ലാത്ത ഒരു ബുദ്ധിജീവികളെക്കുറിച്ച് നമുക്ക് ആലോചിക്കാനാവില്ല. ലോകത്ത് ബുദ്ധിജീവികൾക്കല്ലാതെ വേറെയാർക്കും ഈ വിമർശനാത്മകചിന്ത ഇല്ല എന്നല്ല ഈ പറഞ്ഞതിനർത്ഥം. എല്ലാ ആളുകളും ചിന്തിക്കുകയും അത്ഭുതപ്പെടുകയും ഒക്കെ ചെയ്യുന്നുണ്ട്. ആ അർത്ഥത്തിൽ ബുദ്ധിജീവികളല്ലാത്തവരായി ആരുമില്ല. ജീവിക്കുക എന്നതിനർത്ഥം തന്നെ നിങ്ങൾ ചിന്തിക്കുക എന്നതാണ്. ഉദാഹരണത്തിന്, ബാങ്കിലെ ജോലി

കഴിഞ്ഞു വന്ന് കവിതയെഴുതുകയും ലേഖനങ്ങൾ പ്രസിദ്ധീകരിക്കുകയും ചെയ്യുന്ന ഒരു അക്കൗണ്ടന്റിനെ സമൂഹത്തിൽ കണ്ടെത്താൻ പ്രയാസം ഇല്ല. അതുപോലെ തന്നെ, ഒഴിവു ദിവസം എൽ. ഐ. സി. ഏജന്റിനെ കണ്ട് തന്റെ ഭാവി സുരക്ഷിതമാക്കാൻ ശ്രമിക്കുന്ന ഒരു ഫിലോസഫി പ്രൊഫസറെയും സമൂഹത്തിൽ കണ്ടെത്താനാകും. അക്കൗണ്ടന്റ് ലോകത്തെക്കുറിച്ചും തന്റെ ചുറ്റുപാടിനെക്കുറിച്ചും മറ്റും ചിന്തിക്കുന്നുണ്ട് എന്നും അതുപോലെ പ്രൊഫസർ ഏതു നേരവും ലോകത്തെക്കുറിച്ചു ചിന്തിക്കാതെ കുറച്ചൊക്കെ തന്റെ ഭാവിയെയും ജീവിതത്തെയും സുരക്ഷിതമാക്കാൻ ശ്രമിക്കുന്നുണ്ടെന്നും കാണാം. അതേസമയം പ്രാഥമികമായ പരിശോധനയിൽ ബാങ്കിൽ ജോലി ചെയ്യുന്ന അക്കൗണ്ടന്റിന്റെ ധർമ്മത്തിൽ നിന്നും വ്യത്യസ്തമായ ധർമ്മമാണ് പ്രൊഫസ്സർ നിർവ്വഹിക്കുന്നതെന്ന് മനസ്സിലാക്കാൻ പ്രയാസമില്ല. പ്രൊഫസ്സർ ജീവിക്കുന്നത് ആശയങ്ങളുടെ ലോകത്താണ്. അയാളുടെ തൊഴിലുതന്നെ ചിന്തിക്കലാണ്. അതായത് എല്ലാ മനുഷ്യരും ബുദ്ധിജീവികളാണെന്ന് പറയാമെങ്കിലും ആശയങ്ങളുടെ ലോകത്ത് ജീവിക്കുകയും ചിന്തിക്കുക എന്നതു തന്നെ പ്രാഥമിക ധർമ്മമായിരിക്കുകയും ചെയ്യുന്നവരെയാണ് നാം സാമാന്യമായി ബുദ്ധിജീവികൾ എന്നു വിളിക്കുന്നത്. അവരുടെ സാമാന്യമല്ലാത്ത ചിന്താപരമായ സവിശേഷതകളാണ് അവരെ വേറിട്ടു നിർത്തുന്നത്. ഈ പ്രപഞ്ചത്തിന്റെ സ്വഭാവമെന്താണെന്നും അതിനെ നിയന്ത്രിക്കുന്ന നിയമങ്ങളെന്തൊക്കെയാണെന്നും അന്വേഷിച്ചു പോകുന്ന ജോലിയാണ് ബുദ്ധിജീവികളേറ്റത് (Pathak 2013: 37). 'എല്ലാ മനുഷ്യരും ബുദ്ധിജീവികളാണ്; .. എന്നാൽ എല്ലാ മനുഷ്യർക്കും ബുദ്ധിജീവികളുടെ ധർമ്മം അനുഷ്ഠിക്കാനാവില്ല' എന്ന് ആന്റോണിയോ ഗ്രാംഷി വ്യക്തമായി പറയുന്നുണ്ട് (Gramci 1971:9).

സംവാദത്തിലുള്ള വിശ്വാസം

പലപ്പോഴും നമ്മുടെ സമൂഹത്തിൽ ബുദ്ധിജീവികൾ എന്നു വിളിക്കുന്നവർ വിശാലമായ സമൂഹവുമായി തങ്ങളുടെ ആലോചനകൾ പങ്കുവെക്കുന്നുണ്ടോ എന്ന ചോദ്യം പ്രധാനമാണ്. ബുദ്ധിജീവികൾ അവരുടെ വിമർശാവബോധത്തെക്കുറിച്ചുള്ള അതിരുകവിഞ്ഞ ആത്മവിശ്വാസത്തോടെ ഇരുന്നുകൊണ്ട്, സാമാന്യ ജനങ്ങളുടെ നിരന്തരമായ അഭിനിവേശങ്ങളുമായും സമരങ്ങളുമായും ബന്ധപ്പെടുന്നതിൽ പരാജയപ്പെടുന്നു. ഇതാണ് അവരുടെ അറിവിന്റെ വിരോധാഭാസം; അത് വിഭജിക്കുകയും അന്യവൽക്കരിക്കുകയുമാണ് ചെയ്യുന്നത്. ബുദ്ധിജീവികൾ പഠിപ്പിക്കാനും ശിക്ഷണം നൽകാനും തയ്യാറാവുമെങ്കിലും സ്വയം

പഠിക്കാൻ വിസമ്മതിക്കുന്നു. ഇത് വാസ്തവത്തിൽ ബുദ്ധിജീവികൾക്ക് സമൂഹത്തിൽ ലഭിച്ചുകൊണ്ടിരുന്ന അംഗീകാരത്തിന് ഇടിവുണ്ടാക്കുന്നു. അവർ അന്യവൽകൃതമായ ശീലങ്ങളും വിശ്വാസങ്ങളും പ്രയോഗങ്ങളും പിൻപറ്റുന്ന, സമൂഹത്തിനു പുറത്തുനിൽക്കുന്നവരായാണ് കാണപ്പെട്ടുന്നത്. അങ്ങനെ വരുമ്പോൾ സമൂഹത്തിലെ സാമാന്യ മനുഷ്യരുമായുള്ള ബന്ധം ഇല്ലാതാവുന്നു (Pathak 2013: 37).

സാമാന്യജനങ്ങളുമായുള്ള ഈ അകലത്തെ ബുദ്ധിജീവികൾക്ക് എങ്ങനെ മറികടക്കാനാവും? ഇതിനർത്ഥം ജനപ്രിയതയിലേക്ക് പോകണം എന്നല്ല. ജനപ്രിയത പ്രവർത്തിക്കുന്നത് രണ്ടു വഴികളിലൂടെയാണ്. ഒന്ന്, ഭൂരിപക്ഷസമൂഹത്തിന്റെ പിന്തുണ ലഭിക്കണം എന്നുള്ളതുകൊണ്ട് ബുദ്ധിജീവികൾ സത്യത്തെക്കുറിച്ചുള്ള പ്രായോഗികദർശനം സ്വീകരിച്ചു എന്നുവരാം. സമൂഹം അംഗീകരിച്ച സത്യം പറയാനാണ് അവർ ശ്രമിക്കുക. മറ്റൊരുതരത്തിൽ പറഞ്ഞാൽ, സമൂഹത്തിലെ ആരെയെങ്കിലും ശല്യപ്പെടുത്താനോ സമൂഹത്തിൽ ഏതെങ്കിലും തരത്തിലുള്ള നടുക്കമുണ്ടാക്കാനോ അവർ ശ്രമിക്കില്ല. ഭൂരിപക്ഷത്തിന്റെ പ്രീതി പിടിച്ചുപറ്റുകയാണ് ഇതുവഴി ചെയ്യുന്നത്. ബുദ്ധിജീവികൾക്ക് സമൂഹത്തെ നിയന്ത്രിക്കാനോ സമൂഹത്തെക്കുറിച്ച് വിധി പറയാനോ അർഹതയില്ല എന്ന തരത്തിൽ ആധുനികോത്തരവാദികൾ ബുദ്ധിജീവികളെത്തന്നെ തള്ളിക്കളയുന്നു എന്ന് സിഗ്മണ്ട് ബോമാൻ ചൂണ്ടിക്കാണിക്കുന്നു. ഉത്കൃഷ്ടമായ സത്യം എന്നൊന്നില്ല എന്നും ഒന്നിനും ഒരു സ്ഥിരതയുമില്ലെന്നും ഉത്തരാധുനികർ പറയുന്നു. ഒന്നും തമ്മിൽ സാരൂപ്യമില്ല. എല്ലാത്തിനും തമ്മിൽ വ്യത്യസ്തതകൾ മാത്രമേയുള്ളൂ. അതുകൊണ്ടു തന്നെ സമൂഹത്തെ മൂല്യനിർണയം ചെയ്യാനോ പഠിപ്പിക്കാനോ വിധികൽപ്പിക്കാനോ ബുദ്ധിജീവികൾക്ക് സവിശേഷാധികാരമൊന്നുമില്ല. അവർ പാരമ്പര്യത്തിന്റെ വ്യാഖ്യാതാക്കൾ മാത്രമാണ് അവർക്ക് ബൗദ്ധികമായ മേൽപദവി കൽപ്പിക്കാനാവില്ല (Pathak 2013: 37).

ഈ രണ്ടുവാദങ്ങളും ഒരു പരാജയനിലപാടാണ് പ്രകടമാക്കുന്നത്. ബുദ്ധിജീവികൾ ജനങ്ങളെ മനസ്സിലാക്കേണ്ടത് അത്യാവശ്യമാണ്. ജനങ്ങളെ മനസ്സിലാക്കണമെങ്കിൽ അവർ ജനങ്ങളെ മാനിക്കണം എന്നതും പ്രധാനമാണ്. സത്യം എന്നു പറയുന്നതും ഒരു പ്രശ്നമണ്ഡലമാണ്. സത്യത്തിനു മുകളിൽ ആർക്കും (ബുദ്ധിജീവികൾക്കുക്കൂടെ) കുത്തകയൊന്നുമില്ല. അതേ സമയം പരാജയമനോഭാവത്തെ വെല്ലുവിളിച്ചുകൊണ്ട് പരാജയനിലപാടിനെതിരെ പൊരുതുകയും വിമർശനാത്മകശക്തിയെ തിരിച്ചു പിടിച്ചുകൊണ്ട് സംവാദം സാധ്യമാക്കുകയുമാണ് വേണ്ടത് (Pathak 2013: 37,38).

സംവാദം എന്നത് ജനപ്രിയതയല്ല; അതേ സമയം പരാജയവാദവുമല്ല. സംവാദമെന്നാൽ വിശ്വാസമാണ്. വിദ്യാഭ്യാസചിന്തകനായ പൗലോഫ്രെയർ പറയുന്നത് സംവാദത്തിൽ ഏർപ്പെടണമെങ്കിൽത്തന്നെ നിങ്ങൾക്ക് വിമർശനാത്മകചിന്ത ഉണ്ടായിരിക്കണം എന്നാണ്. വിമർശനാത്മക ചിന്തയുടെ സാന്നിധ്യത്തിൽ മാത്രമേ സംവാദം സാധ്യമാവൂ. സംവാദാത്മകത ഇല്ലാതെ ആശയവിനിമയം ചെയ്യാനും സാധ്യമല്ല. ആശയവിനിമയം ഇല്ലാതെ വിദ്യാഭ്യാസവും സാധ്യമാവുകയില്ല (Freire 1972:14). ആ അർത്ഥത്തിൽ ബുദ്ധിജീവിയായ ഒരാൾ എന്നാൽ സംവാദാത്മകമായ ഒരു ഉണ്മയാണ്. സംവാദം നമ്മെ പഠിക്കാൻ പ്രേരിപ്പിക്കുന്നു. ലോകത്തോട് കൂടുതൽ കൂടുതൽ സംവദിക്കാൻ ശ്രമിക്കുന്തോറുമാണ് ബുദ്ധിജീവികൾ കൂടുതൽ കൂടുതൽ വളരുന്നത്. ബുദ്ധിജീവികളുടേതല്ലാത്ത മറ്റു ധർമ്മം നിർവ്വഹിക്കുന്നവർക്കും അവരുടെ ബോധവും ബുദ്ധിയും വികസിപ്പിക്കാൻ ഈ സംവാദം സഹായിക്കുന്നു. ആന്റോണിയോ ഗ്രാംഷി പറയുന്ന അധഃസ്ഥിതവിഭാഗങ്ങളിലെ ജൈവബുദ്ധിജീവി എന്ന സങ്കല്പത്തിൽ ആശയവിനിമയത്തിന്റെ ഈ മുഖ്യപ്രകൃതി കാണാനാവും. സംവാദത്തിലൂടെ വിമർശാവബോധം വികസിപ്പിച്ചെടുത്തവരാണ് ജൈവബുദ്ധിജീവികൾ എന്നു ഗ്രാംഷി പറയുന്നു. ആശയവിനിമയത്തിന്റെ വ്യത്യസ്ത രീതികൾ വികസിപ്പിച്ചെടുത്തവരാണ് കീഴാളജൈവബുദ്ധിജീവികൾ. സംവാദാത്മകമായ ഒരു മൂല്യബോധം ഉൽപ്പാദിപ്പിച്ചുകൊണ്ട് എഴുതുകയും പറയുകയും മാത്രം ചെയ്യുന്നൊരാളെയല്ല, പ്രായോഗിക ജീവിതത്തിൽ നിർമ്മാതാവായും സംഘാടകനായും അതിനെ നിരന്തരം പരിഷ്കരിക്കുന്ന ഒരാളായും പ്രവർത്തിക്കുന്ന വ്യക്തിയെയാണ് ഗ്രാംഷി ജൈവബുദ്ധിജീവി എന്നു വിളിക്കുന്നത് (Gramci 1971:10). പുറത്തു നിന്നു വന്നവരായോ അധിനിവേശകരായോ അപരിചിതത്വമുള്ളവരായോ ജൈവബുദ്ധിജീവികളെ ജനങ്ങൾക്കു തോന്നരുത്. അങ്ങനെ തോന്നിക്കഴിഞ്ഞാൽ ജനങ്ങൾക്കവരിൽ വിശ്വാസമുണ്ടാവുകയില്ല.വിശ്വാസമെന്നത് പ്രധാനമാണ്. വിമർശനാത്മക ചിന്ത എന്നാൽ തീർച്ചയായും വിയോജിപ്പാണ്. എന്നാൽ വിയോജിപ്പ് നിലനിൽക്കുമ്പോൾത്തന്നെ ജനങ്ങളെ സ്നേഹത്തിലൂടെ വിശ്വാസത്തിലെടുക്കുകയും തിരുത്തുകയും വേണം (Pathak 2013: 38).

ചിന്താപരമായ സ്വാതന്ത്ര്യം

ബുദ്ധിജീവികളിൽ നിന്നു നാം പ്രതീക്ഷിക്കുന്ന വിമർശനാത്മകചിന്ത എന്നത് നിസ്സാരമായ ഒന്നല്ല. അതിന് സ്വഭാവഗുണവും

ഇച്ഛാശക്തിയുള്ള ഒരു മനസ്സമുണ്ടാകണം. നാം ജീവിക്കുന്ന സാമൂഹിക സാംസ്കാരിക സന്ദർഭത്തെമുറിച്ച കടക്കുന്നതിനും നമ്മുടെ ശത്രുക്കളിൽ നിന്നുപോലും പഠിക്കുന്നതിനും അധികാരത്തിന്റെയും പണത്തിന്റെയും ഉപകരണാത്മക താല്പര്യങ്ങൾക്കപ്പുറം പോകുന്നതിനും നമുക്ക് മതിയായ സ്വാതന്ത്ര്യം ആവശ്യമാണ് (Pathak 2013: 38).

ഈ സന്ദർഭത്തിൽ 'സമൂഹവുമായി ചേർന്നു നിൽക്കാത്ത' ബുദ്ധിജീവികളെക്കുറിച്ചുള്ള കാൾ മാൻഹീമിന്റെ (Karl Mannheim) പഠനം പ്രസക്തമാണ്. അറിവിന്റെ സാമൂഹ്യശാസ്ത്രത്തിന്റെ വളർച്ചയുതകുന്ന പരിതസ്ഥിതികളെ മനസ്സിലാക്കുമ്പോൾ മാൻഹീം പുതിയ ബൗദ്ധികതയുടെ ജനനത്തെക്കുറിച്ച് പറയുന്നുണ്ട്. ഒരു കാലത്ത് ബൗദ്ധിക പ്രവർത്തനം എന്നത് ഒരു പ്രത്യേക പുരോഹിതവർഗം കൈകാര്യം ചെയ്തിരുന്നതാണ്. ഒരു പ്രത്യേക വർഗത്തിന്റെയോ വിഭാഗത്തിന്റെയോ കുത്തകയാണ് ബുദ്ധിജീവിതം എന്ന ധാരണയിൽ നിന്നും നാം പുറത്തുകടന്നു. ഏതെങ്കിലും ഒരു പ്രത്യേകവർഗത്തോട് ചേർന്നു നിൽക്കുന്നവരല്ല ഇന്ന് ബുദ്ധിജീവികൾ. മിക്കവാറും എല്ലാ സാമൂഹ്യ ജീവിതത്തിനകത്തു വരുന്നവരും ഇന്നതിൽ ഉൾപ്പെടുന്നു. പാരമ്പര്യ നിഷ്ഠമായ നിയന്ത്രണങ്ങളിൽ നിന്നുള്ള മോചനം ബുദ്ധിജീവികളെ സ്വതന്ത്രമായി ചിന്തിക്കാൻ പ്രേരിപ്പിക്കുന്നു. ഈ സ്വാതന്ത്ര്യം വ്യത്യസ്തമായ പ്രത്യയശാസ്ത്രങ്ങൾക്കും കാഴ്ചപ്പാടുകൾക്കും തമ്മിൽ സംയോജിക്കാനും അങ്ങനെ സാമൂഹ്യയാഥാർത്ഥ്യത്തെക്കുറിച്ച് കുറേക്കൂടി ശരിയായിട്ടുള്ളൊരു നിർവ്വചനത്തിലേക്കെത്തിച്ചേരാനും സഹായിക്കുന്നു. വിദ്യാഭ്യാസം ഇക്കാര്യത്തിൽ ഒരു പ്രധാന പങ്കുവഹിക്കുന്നുണ്ടെന്ന് മാൻഹീം കരുതുന്നു. സാമൂഹ്യയാഥാർത്ഥ്യത്തിനകത്ത് നിലനിൽക്കുന്ന വിപരീതബലങ്ങളുടെ അന്തർധാരകളിലൂടെ കടത്തിവിട്ട് ഒരു കർതൃത്വത്തെ വളർത്തിയെടുക്കുക എന്നതാണ് വിദ്യാഭ്യാസത്തിന്റെ ലക്ഷ്യം (Mannheim 1960: 136-46).

സ്വതന്ത്രബുദ്ധിജീവിതം എന്ന സങ്കല്പത്തിന് നമ്മുടേതുപോലുള്ള ഒരു സമൂഹത്തിൽ ഏതെങ്കിലും അർത്ഥമുണ്ടോ എന്നത് പരിശോധിക്കേണ്ട വസ്തുതയാണ്. അറിവ് എവിടെ നിന്നാണ് ഉൽപ്പാദിപ്പിക്കപ്പെടുന്നത് എന്നിടത്തു വച്ചാണ് നമ്മുടെ അന്വേഷണം ആരംഭിക്കേണ്ടത്. ശാസ്ത്രജ്ഞർ അവരുടെ ഗവേഷണം നിർവ്വഹിക്കുന്നത് വല്ലതും സങ്കീർണവുമായ പരീക്ഷണശാലകളിലാണ്. ഗവേഷണം എല്ലായ്പ്പോഴും സ്ഥാപനങ്ങളിലേ സാധ്യമാവൂ. സ്വാഭാവികമായി സ്ഥാപനത്തിന്റെ താൽപര്യം ഗവേഷണത്തെയും സ്വാധീനിക്കും. സ്ഥാപനങ്ങളെ നിയന്ത്രിക്കുന്നത് ഗവൺമെന്റാണ്. ഗവൺമെന്റിന്റെ താൽപര്യം

ജനങ്ങളുടേതാവണം എന്നില്ല. ഭരണകൂടം സമ്പന്നരുടെ താൽപര്യങ്ങൾക്കു വേണ്ടിയാണ് പ്രവർത്തിക്കുന്നതെങ്കിൽ സ്ഥാപനങ്ങളും ആ രീതിയിലാണ് പ്രവർത്തിക്കുക. അറിവും അധികാരവും തമ്മിലുള്ള ബന്ധം വളരെ പ്രധാനമാണ്. ലോകത്ത് വരേണ്യവർഗമായി ശാസ്ത്രജ്ഞർ മാറിക്കൊണ്ടിരിക്കുന്നത് അതുകൊണ്ടാണ് (Pathak 2013: 39).

ശാസ്ത്രവും സാങ്കേതികവിദ്യയും മാത്രമല്ല, എല്ലാ വിഷയങ്ങളും ഈ രീതിയിലാണ് നീങ്ങിക്കൊണ്ടിരിക്കുന്നത്. ഒരർത്ഥത്തിൽ എല്ലാതരത്തിലുള്ള ബുദ്ധിജീവിതവും സംഘടിതമായ സ്ഥാപനങ്ങളായി മാറിക്കൊണ്ടിരിക്കുകയാണ്. എല്ലാ ബുദ്ധിജീവിതവും സ്ഥാപനവൽക്കരിക്കപ്പെട്ടുകൊണ്ടിരിക്കുന്നു എന്നതുകൊണ്ടുതന്നെ സ്വതന്ത്രബുദ്ധിജീവിതവും സാധ്യമാകുന്നില്ല. ഇങ്ങനെയായിരിക്കെത്തന്നെ സ്ഥാപനങ്ങൾക്കകത്ത് വിമർശാവബോധമോ സ്വതന്ത്രചിന്തയോ ഉണ്ടാക്കിക്കൊണ്ടുവരിക എന്നത് ശ്രമകരമാണ്. അതിനകത്ത് ചില പ്രതിലോമചിന്തകൾ ഉയർത്തിക്കൊണ്ടുവരാനുള്ള ശ്രമമാണ് ബുദ്ധിജീവികൾ നടത്തുന്നത്. ഈയൊരു സംഘർഷാത്മകതയ്ക്കകത്താണ് അനുസരണക്കേടു കാണിക്കുന്ന ബുദ്ധിജീവികൾ ഉണ്ടാവുന്നത് (Pathak 2013: 39,40).

വർഗവ്യവസ്ഥിതികളെ മറികടക്കാനുള്ള ത്വര

ബുദ്ധിജീവികൾക്കും അവരവരുടേതായ വർഗപരമായ സ്വത്വം ഉണ്ട്. കാരണം എല്ലാവരെയും പോലെ ബുദ്ധിജീവികളും സാമാന്യമായ ലോകത്തു തന്നെയാണ് ജീവിക്കുന്നത്. അതുകൊണ്ടുതന്നെ ഉൽപ്പാദനവ്യവസ്ഥയും അതിൽനിന്നും രൂപപ്പെട്ടു വരുന്ന സങ്കീർണമായ സാമൂഹ്യബന്ധങ്ങളും ബുദ്ധിജീവികളെയും സ്വാധീനിക്കും. സവിശേഷമായ ഉൽപ്പാദനം നിലനിൽക്കുന്ന ഏതൊരു സമൂഹത്തിലെയും സാമൂഹ്യഗണങ്ങൾ അതു രൂപപ്പെടുന്ന സന്ദർഭം മുതൽ തന്നെ ഒന്നോ അതിൽക്കൂടുതലോ തലങ്ങളിലുള്ള ജൈവബുദ്ധിജീവികളെ ഉൽപ്പാദിപ്പിക്കുന്നതായി ആന്റോണിയോ ഗ്രാംഷി പറയുന്നു. ഓരോ സാമൂഹ്യവർഗവും രൂപപ്പെട്ടുവരുന്ന മുറയ്ക്ക് ഓരോ വർഗത്തിലും അവരവരുടേതായ ജൈവബുദ്ധിജീവികൾ രൂപപ്പെടുന്നുണ്ട്. ജന്മിമാർക്കിടയിൽ അവരുടെ വർഗതാൽപര്യങ്ങൾ സംരക്ഷിക്കുന്നവരും കുടിയാന്മാർക്കിടയിൽ അവരുടെ വർഗതാല്പര്യങ്ങൾ സംരക്ഷിക്കുന്നവരുമായിരിക്കും ഈ ജൈവബുദ്ധിജീവികൾ. ആ സാമൂഹ്യവിഭാഗത്തിന് ഒരേകാത്മക സ്വഭാവമുണ്ടാക്കുകയാണ് ഇവരുടെ ലക്ഷ്യം. ഗ്രാംഷിയെ സംബന്ധിച്ചിടത്തോളം ബുദ്ധിജീവികളും അവരുടെ വർഗവും തമ്മിലുള്ള ബന്ധം

വളരെ പ്രകടമാണ്. അവർ ആ വർഗത്തിന്റെ നിലനിൽപ്പിനാവശ്യമായ ആശയങ്ങൾ ഉൽപ്പാദിപ്പിക്കുകയും സാഹിത്യരചന നിർവ്വഹിക്കുകയും ചെയ്യും. സാമൂഹ്യശ്രേണിയുടെയും രാഷ്ട്രീയ ഭരണകൂടത്തിന്റെയും കീഴാള ധർമ്മങ്ങളെ നടപ്പിലാക്കാൻ അധീശവർഗത്താൽ നിയുക്തരായവരാണ് ബുദ്ധിജീവികൾ. അതുകൊണ്ടുതന്നെ കീഴാള വിഭാഗങ്ങൾക്കിടയിലും ഇതുപോലെ അവരുടെ ആശയങ്ങൾ ഉൽപ്പാദിപ്പിക്കുന്ന ജൈവബുദ്ധിജീവികൾ ഉണ്ടാവേണ്ടതുണ്ട്. ഭരണവർഗത്തിന്റെ മേൽക്കോയ്മയെ എതിർക്കുന്നതിനും ഒരു പ്രതിരോധത്തെ രൂപപ്പെടുത്തിയെടുക്കുന്നതിനും അതുവഴി മാത്രമേ സാധിക്കൂ എന്ന് ഗ്രാംഷി പറയുന്നു. തങ്ങൾ ഏതു വർഗത്തോടാണ് ചേർന്നുനിൽക്കുന്നതെന്ന് പരമ്പരാഗത ബുദ്ധിജീവികൾ അറിയുന്നില്ല. വാസ്തവത്തിൽ സ്വതന്ത്രബുദ്ധിജീവികളെയാണ് നാം പരമ്പരാഗത ബുദ്ധിജീവികൾ എന്നു വിളിക്കുന്നത്. ജൈവബുദ്ധിജീവികൾ തങ്ങളുടെ വർഗതാല്പര്യങ്ങളെക്കുറിച്ചും ചരിത്രപരമായ ചുമതലകളെക്കുറിച്ചും ബോധമുള്ളവരായിരിക്കും (Gramsci 1971: 7-12).

ജൈവബുദ്ധിജീവികളെക്കുറിച്ചുള്ള ഗ്രാംഷിയുടെ സങ്കല്പം ഒരു വഴിത്തിരിവായിരുന്നു. ആ സങ്കല്പമാണ് നമ്മെ സംവാദം, ആശയവിനിമയം, മൗലികപ്രവൃത്തികൾ എന്നിവയെക്കുറിച്ച് ബോധവാന്മാരാക്കിയത്. ജൈവബുദ്ധിജീവികൾ എല്ലായ്പ്പോഴും സമൂഹത്തെ മാറ്റിത്തീർക്കുക എന്ന ലക്ഷ്യത്തോടെയായിരിക്കും സംവാദങ്ങളിൽ ഏർപ്പെടുക. അതേ സമയം തന്നെ അവർ തങ്ങളുടെ വർഗത്തോടുള്ള ബന്ധം വിധിഹിതമാണ് എന്ന വാദത്തെ അംഗീകരിക്കുന്നവരല്ല. ഒരേ സമയം തന്റെ വർഗത്തെപ്പറ്റി ബോധ്യമുണ്ടായിരിക്കുകയും അതേ സമയം തന്റെ വർഗത്തിന്റെ പരിമിതികളെ മറികടക്കാൻ ശ്രമിക്കുകയും ചെയ്യുന്ന ഒരാളാണ് ജൈവബുദ്ധിജീവി. തന്റെ വർഗപരമായ പരിമിതികളെ മറികടക്കാൻ അയാളെ പ്രാപ്തമാക്കുന്നത് അയാളുടെ വിമർശനാത്മക ചിന്തയാണ്. വരേണ്യവിഭാഗത്തിൽപ്പെട്ട ബുദ്ധിജീവികൾ കീഴാളവിഭാഗക്കാർക്കുവേണ്ടി പ്രവർത്തിക്കുന്നത് അതുകൊണ്ടാണ് മാർക്സിനെയും ഏംഗൽസിനെയും പോലുള്ളവർ തങ്ങളുടെ വർഗപരമായ സ്വത്വത്തെ മറികടക്കുന്നതങ്ങനെയെന്നാണ് ചരിത്രം നമ്മോട് പറയുന്നത്. ഇവിടെ ഒരു സംഘർഷം ഉണ്ടായിരിക്കും എന്നതുകൊണ്ടുതന്നെ ഇതത്ര എളുപ്പമുള്ളതല്ല. ഗ്രാംഷി വർഗസ്വത്വം എന്നുള്ളതിനെ സത്താപരമായല്ല മനസ്സിലാക്കുന്നത്, ചിന്തകൊണ്ട് നിങ്ങൾക്കതിനെ മറികടക്കാൻ സാധിക്കും എന്നാണ് അദ്ദേഹം കരുതുന്നത്. ചരിത്രപരമായി നിർണയിക്കപ്പെട്ട വർഗം എന്ന സങ്കല്പവും

വിമർശനാത്മക ബോധവും തമ്മിൽ അന്തസ്സന്നിവേശപരമായ ഒരു വൈരുദ്ധ്യം നിലനിൽക്കുന്നുണ്ടെന്ന് ഗ്രാംഷി പറയുന്നു. അതുകൊണ്ട് ബുദ്ധിജീവികൾ എന്നു പറയുന്നവർ അതിന്റെ ആദർശാത്മകമായ അർത്ഥത്തിൽ പലതരത്തിലുള്ള ജഡിലോക്തികളിൽ നിന്ന് സ്വയം വിമോചിക്കാൻ ശ്രമിക്കുന്നവരാണ് (Pathak 2013: 40-41).

ചിന്തയും പ്രവൃത്തിയും തമ്മിലുള്ള പൊരുത്തം: വികാരജീവി എന്ന നിലയിൽ

ബുദ്ധിജീവികൾ ചിന്തിക്കുക മാത്രമേയുള്ളൂ, പ്രവർത്തിക്കുകയില്ല എന്ന ആക്ഷേപം നിലവിലുള്ളതാണ്. ഇവിടെ ചിന്തിക്കുക എന്ന ക്രിയ പ്രവർത്തിക്കുക എന്ന ക്രിയയേക്കാൾ കുറഞ്ഞ ഒന്നാണ് എന്ന ചിന്തയിൽ നിന്നാണ് ഈ വിമർശനം ഉന്നയിക്കുന്നത്. ബഹുമുഖമായ ശേഷികളുള്ളവരാണ് മനുഷ്യർ. ഒരു എൻജിനീയർക്ക് കവിയാകാനും സംഗീതജ്ഞനാകാനും തത്വജ്ഞാനിയാവാനും കഴിയും. അയാളുടെ എൻജിനീയറിംഗ് കഴിവിനെക്കുറിച്ചു മാത്രം പറഞ്ഞുകൊണ്ട് മറ്റു ശേഷികളെ ന്യൂനീകരിക്കുന്നത് ശരിയല്ല. കവിതയും തത്വചിന്തയും മനുഷ്യന്റെ ഉൽപ്പാദനത്തെ വർദ്ധിപ്പിക്കുന്നുണ്ടാവില്ല.രാജ്യത്തിന്റെ സമ്പദ്‌വ്യവസ്ഥ വർധിപ്പിക്കുന്നതിൽ ദാർശനികർക്കു പങ്കില്ല. പക്ഷേ, പ്രവർത്തിക്കുക മാത്രം ചെയ്യുന്ന മനുഷ്യസമൂഹത്തെക്കുറിച്ച് നമുക്കാലോചിക്കാനാവില്ല. ചിന്തിക്കുകയും സ്വപ്നം കാണുകയും ചെയ്യുന്ന മനുഷ്യർ കൂടിയുണ്ടാകുമ്പോഴാണ് സമൂഹം ഉണ്ടാകുന്നത്. മനുഷ്യനെന്ന ജീവിയുടെ അടിസ്ഥാനപ്രകൃതം ആ രീതിയിലുള്ളതാണ്.

ചിന്തിക്കുക എന്നത് 'ചിന്ത' മാത്രമാണെന്ന ആലോചന ശരിയല്ല. ചിന്തിക്കുക എന്നത് ഒരു പ്രവൃത്തികൂടിയാണ്. പ്രവൃത്തിയിൽ നിന്നകന്നു നിൽക്കുന്ന 'ചിന്ത" മാത്രമായൊരു 'ചിന്ത' ലോകത്തില്ല. ചിന്ത എന്നാൽ തന്നെ ഇടപെടൽ എന്നാണർത്ഥം. നാം പറയുന്ന യഥാർത്ഥലോകം സ്ഥിരമോ ഉറച്ചതോ ആയ ഒന്നല്ല. യഥാർത്ഥലോകവുമായി നാം നിരന്തരം നടത്തിക്കൊണ്ടിരിക്കുന്ന ഇടപാടുകളാണ് ചിന്ത. ഉദാഹരണത്തിന് മുതലാളിത്തത്തെയും അതിന്റെ അസംതൃപ്തികളെയും കുറിച്ചുള്ള മാർക്സിയൻ ചിന്തകളാണ് നമ്മുടെ 'കൂട്ടായവിധി'കളെ രൂപപ്പെടുത്തിയതെന്നു കാണാം. സാധാരണ അർത്ഥത്തിൽ പറയുന്നതോ പ്രവർത്തിക്കുന്നതോ അയ ആളുടെ കൈകളോ കാലുകളോ ചലിക്കുന്നതായിരിക്കും. എന്നാൽ ചിന്തിക്കുന്ന വ്യക്തി നിശ്ചലനായിരിക്കും. അതുകൊണ്ട് അയാൾ പ്രവൃത്തിക്കുന്നില്ലെന്ന് പറയാനാവില്ല.

അദൃശ്യമായ പ്രവൃത്തികളുമുണ്ട്. ചിന്ത അത്തരത്തിൽ ഒരു അദൃശ്യമായ പ്രവൃത്തിയാണ് (Pathak 2013: 41).

മാർക്സ് ഏറ്റവുമധികം ഊന്നൽ നൽകിയത് സിദ്ധാന്തവും പ്രവൃത്തിയും തമ്മിലുള്ള ഐക്യത്തിനാണ്. പ്രവൃത്തിയില്ലാത്ത ചിന്ത എന്നത് ഒരു സങ്കല്പം മാത്രമാണ്. ആത്മീയമായ ചിന്തപോലും പ്രവൃത്തിയിലേക്ക് നയിക്കും. മൂർത്തമായ ജീവിതാനുഭങ്ങളിൽ നിന്നാണ് ചിന്ത രൂപപ്പെടുന്നത്. വിമർശനാത്മക ചിന്ത എന്നത് വൈകാരികമായ ഊർജ്ജം ഉള്ള ഒരു പ്രവൃത്തിയാണ്. മാർക്സോ ഗ്രാംഷിയോ ആവട്ടെ ഗാന്ധിയോ ടാഗോറോ ആവട്ടെ ഇത്തരത്തിൽ വൈകാരികതയില്ലാത്ത ഒരു മഹാദാർശനികരെയും നമുക്കു ഭാവന ചെയ്യാനാവില്ല. ഈയൊരു വൈകാരികതയാണ് പുറത്തുള്ള സമൂഹത്തിൽ രൂപപ്പെട്ടുന്ന സമരങ്ങളോട് ഐക്യപ്പെടാൻ ബുദ്ധിജീവികളെ സഹായിക്കുന്നത്. അവർക്ക് സാമൂഹ്യജീവിതത്തിലെ പ്രതിസന്ധിയിൽ നിന്നു വിട്ടുനിൽക്കാനാവില്ല. വിപ്ലവത്തിന്റെ മൂർധന്യദശകളിലും രാഷ്ട്രവിമോചന സന്ദർഭങ്ങളിലും ബുദ്ധിജീവികൾ സാമൂഹ്യ പ്രവർത്തകരായിത്തീരുന്നതിനും സാമൂഹ്യപ്രവർത്തകർ ബുദ്ധിജീവികളായിത്തീരുന്നതിനും നാം സാക്ഷ്യം വഹിച്ചിട്ടുണ്ട്. എന്നാൽ എല്ലാകാലത്തും ബുദ്ധിജീവികൾ പ്രവൃത്യാരായിക്കൊള്ളണമെന്നില്ല. പക്ഷേ ശക്തിയേറിയതും വൈകാരികവുമായ വിമർശനാത്മക ചിന്ത അവരെ പ്രായോഗിക ജീവിതത്തിൽ നടക്കുന്ന സമരങ്ങളിലും കലാപങ്ങളിലും പ്രക്ഷോഭങ്ങളിലും പങ്കെടുക്കാൻ പ്രേരിപ്പിക്കുന്നു. ഇത്രയുമാണ് ബുദ്ധിജീവിതത്തെക്കുറിച്ചുള്ള ആദർശാത്മകമായ നിലപാടുകൾ. ബുദ്ധിജീവിതത്തെ സംബന്ധിച്ചുള്ള ഈ ആദർശാത്മകത പ്രായോഗിക ജീവിതത്തിൽ കാണണം എന്നില്ല. പക്ഷേ അത്തരത്തിലുള്ള ആദർശാത്മകതയാണ് നമ്മെ സ്വയം വിമർശനത്തിന് പ്രേരിപ്പിക്കുന്നത് (Pathak 2013: 41,42).

ആധുനിക ബുദ്ധിജീവികളുടെ ജനനം

ആധുനിക ഇന്ത്യയിലെ ബുദ്ധിജീവിതത്തിന്റെ ആവിർഭാവവും വളർച്ചയുമാണ് ഇനി പരിശോധിക്കുന്നത്. അതിന് ഈ ബുദ്ധിജീവിതം വികസിച്ചു വന്ന പശ്ചാത്തലം നാം മനസ്സിലാക്കണം. ഏതൊക്കെ തരത്തിലുള്ള ആവശ്യങ്ങളാണ് ഇത്തരത്തിലുള്ള ഒരു ബുദ്ധിജീവിതത്തിന്റെ വളർച്ചയെ പ്രചോദിപ്പിച്ചത് എന്നു നാം അന്വേഷിക്കണം. വിശാലമായി പറയുമ്പോൾ രണ്ട് പരിഗണനകളാണ് ആധുനിക ഇന്ത്യയിലെ ബുദ്ധിജീവികൾക്ക് ഉണ്ടായിരുന്നത്.

(i) നമ്മുടെ പാരമ്പര്യത്തെയും മതാത്മകതയെയും സാമൂഹ്യസ്ഥാപനങ്ങളെയും സാംസ്കാരിക പ്രയോഗങ്ങളെയും മനസ്സിലാക്കാനുള്ള ഔത്സുക്യം അക്കാലത്തുണ്ടായി. ഒപ്പം പാരമ്പര്യം എന്നത് ആധുനികതയുടെ വഴിയിലുള്ള ഒരു തടസ്സമാണോ എന്ന ചോദ്യവും ഉയർന്നു വന്നു. ആധുനികതയിലെ പ്രബുദ്ധത, യുക്തിബോധം, സാങ്കേതികവും സാമ്പത്തികവുമായ സ്ഥാപനങ്ങളുടെ വളർച്ച, മതേതരമായ മാനവികത ഇവയ്ക്കെല്ലാം തടസമായി നിൽക്കുന്നതാണോ പാരമ്പര്യം എന്ന ചോദ്യം അവരുടെ പ്രധാന പരിഗണന നേടി. അതോടൊപ്പം പാരമ്പര്യത്തിൽ നിന്ന് നമ്മുടെ ആധുനിക ജീവിതത്തിനാധാരമായ കരുക്കളും ഉപാധികളും വികസിപ്പിച്ചെടുക്കാൻ കഴിയുമോ എന്ന മറ്റൊരു ചോദ്യവുമുണ്ടായി.

(ii) ആധുനികതയുടേതായ ഒരു ഭാവുകത്വം സൃഷ്ടിക്കുന്നതിനും അതിന്റെ സാർവ്വലൗകികമായ പദ്ധതികളാവിഷ്കരിക്കുന്നതിനുമുള്ള ഒരു ത്വര അക്കാലത്തുണ്ടായിരുന്നു. അങ്ങനെ വരുമ്പോൾ ആധുനികത എന്നത് ഒരു വരേണ്യ പദ്ധതിയാണോ അതോ ഇന്ത്യയിലെ ബഹുസഹസ്രം വരുന്ന കീഴാള ജനതയ്ക്ക് ആധുനികതയിൽ വല്ല പങ്കുമുണ്ടോ എന്ന ചോദ്യവും അക്കാലത്തുന്നയിക്കപ്പെട്ടു. മറ്റൊന്ന്, ഇന്ത്യ ഒരു ആധുനിക ദേശരാഷ്ട്രമായിത്തീരുന്നതിന് വികസനം, ഉൽപ്പാദനം, ഏകാത്മകത, ശാസ്ത്രബോധം എന്നിവയെക്കുറിച്ചുള്ള സാർവ്വലൗകികമായ ചില ലക്ഷ്യങ്ങളെ സാക്ഷാത്ക്കരിക്കയാണോ വേണ്ടത് എന്ന ചോദ്യമായിരുന്നു (Pathak 2013: 42).

ഈ രണ്ടു ചോദ്യങ്ങളുമായി ബന്ധപ്പെടാത്ത ഒരു ആധുനിക ഇന്ത്യൻ ബുദ്ധിജീവിയെപ്പോലും നമുക്ക് കണ്ടെത്താനാവില്ല. ഈ വിഷയത്തെ സംബന്ധിച്ച് അവർക്ക് ഒറ്റ അഭിപ്രായമല്ല ഉണ്ടായിരുന്നത്. അവരിൽ മാർക്സിസ്റ്റുകളും സമൂഹ പരിഷ്കരണവാദികളും ലിബറലുകളുമുണ്ടായിരുന്നു. ബുദ്ധിജീവികളും ആധുനികതയും തമ്മിലുള്ള ബന്ധം വളരെ സങ്കീർണമാണ്. പല ആശയധാരകളോടു കൂടിയാണ് അവർ ഇന്ത്യൻ സമൂഹത്തിൽ ഇടപെടാൻ തുടങ്ങിയത്. അതുകൊണ്ടുതന്നെ ഇന്ത്യൻ ബുദ്ധിജീവി വിഭാഗത്തിന്റെ വിമർശനാത്മകത, എവിടെ നിന്നാണ് ഉൽഭവിക്കുന്നത്, അതിന്റെ സാമൂഹ്യമായ ഉള്ളടക്കമെന്താണ്, അവർ സാമൂഹ്യ പരിവർത്തനത്തിനായുള്ള പോരാട്ടത്തിൽ എത്രമാത്രം പങ്കെടുത്തിട്ടുണ്ട്, സാമാന്യമനുഷ്യരുമായി ബന്ധപ്പെടാൻ അവർക്ക് എത്ര ശേഷിയുണ്ടായിരുന്നു തുടങ്ങിയ കാര്യങ്ങൾ അറിഞ്ഞാൽ മാത്രമേ ഈ സങ്കീർണ്ണത മനസ്സിലാക്കാൻ സാധിക്കൂ.

ആധുനിക ചരിത്രസന്ദർഭത്തിൽ ബുദ്ധിജീവികൾ രൂപപ്പെടുന്ന സവിശേഷ സന്ദർഭത്തെയാണ് നാം പരിശോധിക്കുന്നത്. കൊളോണിയലിസത്തിന്റെ സന്ദർഭത്തിൽ ബുദ്ധിജീവികളെ അടയാളപ്പെടുത്തുക എന്നതാണ് ഇതിലെ പ്രാഥമികമായ കാര്യം. ഈ കൊളോണിയൽ സന്ദർഭത്തിൽ തന്നെയാണ് ബുദ്ധിജീവികൾ അവരുടെ സാംസ്കാരിക പാരമ്പര്യത്തെ സ്വന്തമായ വീക്ഷണത്തിലൂടെ വികസിപ്പിച്ചെടുത്തത്. കൊളോണിയലിസം എന്നത് ഭൗതികമായ അടിച്ചമർത്തലോ ബലപ്രയോഗമോ മാത്രമല്ല, സാംസ്കാരികവും പ്രതീകാത്മകവുമായ ചില അധികാരങ്ങളും ഇതിനകത്തു പ്രവർത്തിക്കുന്നുണ്ട്. യൂറോപ്യർ തങ്ങളുടെ നാഗരികതയെ ഉത്തമമെന്നും മറ്റുള്ള നാഗരികതകളെ അധമമെന്നും കരുതി. കോളനിവൽക്കരണത്തിലൂടെ യൂറോപ്യർ നടപ്പിലാക്കാൻ ശ്രമിച്ച പരിഷ്കരണ പദ്ധതി, കൊളോണിയൽ ഭരണത്തെയും സംസ്കാരത്തെയും സാധൂകരിക്കുകയാണ് ചെയ്തത്. മെക്കാളെയുടെ വിദ്യഭ്യാസ പദ്ധതി തന്നെ അങ്ങനെയുള്ള ഒന്നായിരുന്നു. ക്രൈസ്തവത, ആധുനികശാസ്ത്രം, പാശ്ചാത്യമായ ആശയങ്ങൾ എന്നിവ ചേർന്ന പദ്ധതി ഇന്ത്യക്കാരെ അജ്ഞതയിൽ നിന്നു മോചിപ്പിക്കും എന്ന ധാരണയാണ് കൊളോണിയലിസത്തിനുണ്ടായിരുന്നത്. ഈ പദ്ധതിയുമായി മുഖാമുഖം നിന്നുകൊണ്ടാണ് ആധുനിക ഇന്ത്യൻ ബുദ്ധിജീവിതം രൂപപ്പെട്ടു വന്നത്. അതായത് യൂറോപ്യൻ നവോത്ഥാനമാണ് ഇന്ത്യൻ വിമർശനപദ്ധതികളുടെ സൂചകമായി നിലകൊണ്ടത്. ഇന്ത്യൻ ബുദ്ധിജീവിവർഗം തങ്ങളുടെ സംസ്കാരം, മതം, പാരമ്പര്യം എന്നിവയെ യൂറോപ്യൻ പ്രബുദ്ധതയുടെ വെളിച്ചത്തിൽ വിമർശനാത്മകമായി നോക്കിക്കാണുകയും ഒരു പുതിയ ഇന്ത്യൻ സ്വത്വബോധം രൂപപ്പെടുത്തുന്നതെങ്ങനെയാണെന്ന അന്വേഷണം നടത്തുകയും ചെയ്തു. ഇതാണ് ഇന്ത്യൻ ബുദ്ധിജീവിതത്തിന്റെ ആദ്യഘട്ടത്തിലെ ഉള്ളടക്കം (Pathak 2013: 43).

കെ.എൻ. പണിക്കർ പറയുന്നു: 'യൂറോപ്യൻ പ്രബുദ്ധതയാണ് ഇന്ത്യയെ രക്ഷപ്പെടുത്താനുള്ള ഒറ്റമൂലിയെന്ന് പത്തൊമ്പതാം നൂറ്റാണ്ടിലെ ബുദ്ധിജീവികൾ കരുതി. മതപരമായ അന്ധവിശ്വാസങ്ങൾ, സാമൂഹ്യമായ വിജ്ഞാനവിരോധം എന്നിങ്ങനെ ഇന്ത്യൻ സമൂഹത്തിനെ രോഗാതുരമാക്കുന്നത് ജനങ്ങളുടെ അജ്ഞതയാണ് എന്നവർ കണ്ടെത്തി' (പണിക്കർ 1995:8-9). ശാസ്ത്രത്തിലാണ് അവർ പ്രതീക്ഷ പുലർത്തിയത്. റാംമോഹൻ റോയ് അത്തരത്തിലുള്ള ഒരാളായിരുന്നു. അക്ഷയ്കുമാർ ദത്ത് പാരമ്പര്യമായ പഠനരീതിയെ നിരാകരിച്ചു. അതുപോലെ തന്നെ എല്ലാ ആധുനിക ശാസ്ത്രസാധ്യതകളും പഴയ

'ശാസ്ത്ര'ങ്ങളിലുണ്ട് എന്നു കരുതിയവരെയെല്ലാം വിദ്യാസാഗർ പരിഹസിച്ചു. മുസ്ലിങ്ങളുടെ പരമ്പരാഗത മദ്രസാ പഠനമാണ് അവരുടെ എല്ലാതരത്തിലുള്ള പുരോഗതിക്കും തടസ്സമായി നിൽക്കുന്നതെന്നാണ് സർ സയ്യദ് അഹമ്മദ്ഖാൻ അഭിപ്രായപ്പെട്ടത്. വേദങ്ങളുടെ പ്രാമാണ്യത്തെ അംഗീകരിച്ച ആര്യസമാജക്കാർപോലും ആധുനിക ശാസ്ത്രത്തിന്റെ പ്രാധാന്യത്തെ ഉയർത്തിക്കാട്ടി. അങ്ങനെ ശാസ്ത്രബോധത്തിലൂടെ അജ്ഞത നീക്കാമെന്നും അതുവഴി അന്ധവിശ്വാസങ്ങളും അനാചാരങ്ങളുമില്ലാതാക്കാമെന്നും കരുതിക്കൊണ്ട് ആധുനിക വിദ്യാഭ്യാസത്തിനുള്ള ശ്രമങ്ങളാണ് ഇന്ത്യയിൽ നടന്നത് (Pathak 2013: 43-44).

കഥ ഇതുമാത്രമായിരുന്നില്ല. ആധുനിക ശാസ്ത്രത്തോടുള്ള ആഭിമുഖ്യം, തങ്ങളുടെ മതത്തിന്റെയും സംസ്കാരത്തിന്റെയും ആകരങ്ങളെ ഉപയോഗിക്കുന്നതിൽ നിന്നവരെ തടഞ്ഞില്ല. ദിവ്യമായ ചില കാര്യങ്ങൾ നമുക്കു മുന്നിൽ അവതരിപ്പിക്കുന്നതാണ് വേദങ്ങൾ എന്ന് റാം മോഹൻ വിചാരിച്ചു. കേശവചന്ദ്രസെൻ ആരതിയുഴിയലും പൂജയും ഉപേക്ഷിച്ചില്ല. ദയാനന്ദസ്വാമികളാവട്ടെ വേദങ്ങളുടെ സാർവ്വകാലികവും സാർവ്വലൗകികവുമായ പ്രസക്തിയെക്കുറിച്ച് പറഞ്ഞു. ഇത്തരത്തിൽ പാരമ്പര്യവും ആധുനികതയും മതവും ശാസ്ത്രവും തമ്മിലുള്ള ചലനാത്മകമായ ഒരു ഇടപാടിലൂടെയാണ് പത്തൊമ്പതാം നൂറ്റാണ്ടിലെ ബുദ്ധിജീവികളുടെ ആലോചനകൾ വികസിച്ചു വന്നത് (Pathak 2013: 44).

ഇന്ത്യൻ നവോത്ഥാനത്തിന്റെ ഉറവിടമായി നാം സാധാരണ കാണാറുള്ളത് ബംഗാൾ നവോത്ഥാനത്തെയാണ്. രാജാറാം മോഹൻ റോയും അദ്ദേഹത്തെ പിന്തുടർന്നുവന്നവരും പുതുതായി രൂപപ്പെട്ട ആശയങ്ങൾക്ക് വലിയ ഊർജ്ജം നൽകി. പടിഞ്ഞാറിന്റെ സർവ്വശക്തമായ സ്വാധീനത്തെ മറികടക്കാൻ ബഹുഭൂരിപക്ഷം വരുന്ന ഈ ബുദ്ധിജീവികൾക്കു സാധിച്ചില്ല. കാരണം പടിഞ്ഞാറ് അവരെ ചൂഴ്ന്നു നിൽക്കുന്ന ഒന്നായിരുന്നു. പാശ്ചാത്യരുടെ ഭൗതിക മേഖലയിലുള്ള വികാസവും അഭിവൃദ്ധിയും, ശാസ്ത്രം, യുക്തി എന്നിവയുമാണ് പൊതുവെ നാം പടിഞ്ഞാറ് എന്നതുകൊണ്ടർത്ഥമാക്കുന്നത്. ചുരുക്കിപ്പറഞ്ഞാൽ പടിഞ്ഞാറുമായുള്ള ഈ ഇടപാടിൽ നിന്നു ജനിച്ചവരാണ് ആധുനിക ഇന്ത്യൻ ബുദ്ധിജീവികൾ. പടിഞ്ഞാറുമായുള്ള ഇടപാടുകളിൽ നിന്നു രൂപപ്പെട്ട വിമർശാവബോധത്തോടെ, തങ്ങളുടെ സാംസ്കാരികമായ പാരമ്പര്യത്തിലുള്ള അതൃപ്തമായ ഘടകങ്ങളോട് ചെറുത്തുനിൽക്കാനുള്ള ശ്രമമാണ് പത്തൊമ്പതാം നൂറ്റാണ്ടിലെ ബുദ്ധിജീവികൾ നടത്തിയത്. അവരെല്ലാം തങ്ങളുടെ ഭൂതകാലത്തെ പലമട്ടിൽ വ്യാഖ്യാനിച്ചു.

അവർ നേരിട്ട ഈ പ്രതിസന്ധിയെ മനസ്സിലാക്കാതെ ഇന്ത്യൻ ബുദ്ധിജീവി ചരിത്രം പഠിക്കാൻ സാധിക്കില്ല (Pathak 2013: 44).

പല അർത്ഥത്തിൽ ഇന്ത്യൻ ബുദ്ധിജീവികളെ പ്രചോദിപ്പിച്ച ഒരു ചിന്തകനാണ് രാജാറാം മോഹൻ റോയ്. അദ്ദേഹത്തെ വിമർശിക്കുന്നവർക്കുപോലും അദ്ദേഹത്തിന്റെ സ്വാധീനത്തിൽ നിന്നു രക്ഷപ്പെടാൻ സാധിച്ചിട്ടില്ല. യുക്തിയിലുള്ള ഉറച്ച വിശ്വാസമാണ് റാം മോഹൻ റോയുടെ ഏറ്റവും പ്രധാനപ്പെട്ട സവിശേഷത. അദ്ദേഹത്തിന്റെ പുരോഗമനചിന്തയും വളരെ പ്രധാനമാണ്. 'തന്റെ നാട്ടുകാരുടെ മുകളിൽ അടിച്ചേൽപ്പിക്കപ്പെട്ടിരിക്കുന്ന അടിമത്തത്തേയും കീഴാളപദവിയെയും വിമോചിപ്പിക്കുക എന്നതായിരുന്നു അദ്ദേഹത്തിന്റെ ലക്ഷ്യം. മാത്രമല്ല അവരുടെ ജീവിത സൗകര്യങ്ങളും സന്തോഷവും വർധിപ്പിക്കാൻ അദ്ദേഹം ആഗ്രഹിച്ചു' (Sarkar 1979: 16). ഒരു പുതുകാലം പിറന്നിരിക്കുന്നു എന്ന് അദ്ദേഹം മനസ്സിലാക്കി. ഗണിതശാസ്ത്രം, രസതന്ത്രം, ശരീരശാസ്ത്രം തുടങ്ങി മനുഷ്യനു പ്രയോജനപ്രദമായ പുതിയ വിഷയങ്ങൾ പഠിക്കാനും അദ്ദേഹം ആളുകളോട് ആവശ്യപ്പെട്ടു. തന്റെ കാലഘട്ടത്തിലുണ്ടായിരുന്ന ജീർണിച്ചതും തിളക്കമറ്റതും മലിനമായതുമായ എല്ലാറ്റിനുമെതിരെ അദ്ദേഹം സമരം ചെയ്തു. 1804-ൽ പുറത്തിറങ്ങിയ 'തുഹ്ഫത്തുൽ മുവാഹിദ്ദീൻ'എന്ന പേർഷ്യനിലുള്ള അദ്ദേഹത്തിന്റെ പുസ്തകം (അതിന് അറബി ഭാഷയിലുള്ള ഒരാമുഖമുണ്ട്) യുക്തിയുടെ ഒരു ആഘോഷം തന്നെയായിരുന്നു. വിഗ്രഹാരാധനയ്ക്കെതിരായ ഒരാക്രമണമാണ് ഈ പുസ്തകം നടത്തിയത്. വിഗ്രഹാരാധന എന്നത് മനസ്സിനു ശക്തിയില്ലാത്തവരുടെ, ബുദ്ധിശൂന്യരുടെ ദൗർബ്ബല്യമാണെന്ന് ഇതിൽ അദ്ദേഹം പറയുന്നു (Sarkar 1979: 80). യുക്തിയോടെ ചിന്തിക്കുന്നവരെയാണ് അദ്ദേഹം ബുദ്ധിയുള്ള മനുഷ്യർ എന്നു പറയുന്നത്. അവർ അന്ധവിശ്വാസങ്ങളെ സഹിക്കാൻ പാടില്ല. ആചാരാനുഷ്ഠാനങ്ങൾക്കെല്ലാം കാരണം പൗരോഹിത്യമാണെന്നും ബ്രാഹ്മണരുടെ ഗൂഢാലോചനയിലൂടെയാണ് ഇതെല്ലാം നടക്കുന്നത് എന്നും അദ്ദേഹം പറയുന്നു. അദ്ദേഹത്തെ ഉദ്ധരിച്ചാൽ "വിവരമുള്ള ബ്രാഹ്മണർക്കെല്ലാം വിഗ്രഹാരാധന എന്നത് അസംബന്ധമാണെന്നറിയാം. എന്നാൽ ഈ ആചാരങ്ങളും അനുഷ്ഠാനങ്ങളും ഉത്സവങ്ങളുമെല്ലാം അവരുടെ ഭാഗ്യത്തിനും സൗകര്യത്തിനുമുള്ള ഒരവസരമാണ്. അതുകൊണ്ട് തന്നെ വിഗ്രഹാരാധനകൊണ്ട് പ്രയോജനമൊന്നുമില്ലെന്നറിഞ്ഞിട്ടും അവരതിനെ പ്രോത്സാഹിപ്പിക്കുന്നു" (Sarkar 1979: 82).

യുക്തിയെ ഇത്രമാത്രം ആദർശവൽക്കരിച്ച ഒരാളായിട്ടും അദ്ദേഹത്തിന്റെ യുക്തിയും സന്ദിഗ്ദ്ധതകളിൽ നിന്നു മോചിപ്പിക്കപ്പെട്ടതായിരുന്നില്ല. വിഗ്രഹാരാധാനയെ എതിർത്തപ്പോഴും അദ്ദേഹം ദൈവത്തെ

കൈയൊഴിഞ്ഞില്ല. ദൈവവിശ്വാസം എന്നത് അദ്ദേഹത്തിന്റെ മതപര തയെയാണ് ചൂണ്ടിക്കാണിക്കുന്നത്. ഹിന്ദുക്കളുടെ ഇടയിലുണ്ടായിരുന്ന വ്യത്യസ്തമായ ആചാരവിശ്വാസങ്ങൾ, ശുദ്ധാശുദ്ധ സങ്കല്പങ്ങൾ, ഭക്ഷണം കഴിക്കുന്നതിനെയും കുടിക്കുന്നതിനെയും പറ്റിയുള്ള വിശ്വാ സങ്ങൾ എന്നിവയെല്ലാം അസംബന്ധമാണെന്ന് അദ്ദേഹം പറഞ്ഞു. ബഹുദൈവവിശ്വാസികളായിരുന്ന ഹിന്ദുക്കളെ ഏകദൈവവിശ്വാസി കളാക്കിത്തീർക്കുക വഴി ഹിന്ദുമതത്തെ ശക്തിപ്പെടുത്തുക എന്നതായി രുന്നു അദ്ദേഹത്തിന്റെ ലക്ഷ്യം പൗരോഹിത്യത്തെ എതിർത്തുകൊണ്ട് അദ്ദേഹം വേദാന്തത്തെ ഉയർത്തിപ്പിടിച്ചു. ഈ ലക്ഷ്യത്തെ മുൻനിർ ത്തിക്കൊണ്ട് അദ്ദേഹം വേദാന്തത്തെയും അഞ്ച് ഉപനിഷത്തുകളെയും ബംഗാളി ഭാഷയിലേക്ക് വിവർത്തനം ചെയ്യുകയുണ്ടായി (Sarkar 1979: 77,79).

ബംഗാളിൽ സാമൂഹ്യപരിഷ്കരണപ്രവർത്തനങ്ങളിൽ ഏർപ്പെ ട്ടിരുന്ന മറ്റൊരു സംഘമായിരുന്നു 'യങ്ബംഗാൾ'.ഹെൻറി ലൂയിസ് വിവിയൻ ദെറോസിയോ ആയിരുന്നു അതിന്റെ ഉപജ്ഞാതാവ്. ദൈവത്തെ നിഷേധിച്ച മതേതരവാദിയായിരുന്നു അദ്ദേഹം. പാശ്ചാ ത്യജ്ഞാനവും ശാസ്ത്രവും കഴിയുന്നത്ര ഇന്ത്യക്കാർക്കിടയിൽ പ്രചരിപ്പി ക്കുക എന്നതായിരുന്നു അദ്ദേഹത്തിന്റെ ലക്ഷ്യം. ഹിന്ദു കോളേജിലെ അധ്യാപകനായിരുന്ന അദ്ദേഹം തന്റെ വിദ്യാർത്ഥികൾക്ക് വലിയ രീതിയിലുള്ള പ്രചോദനമായിരുന്നു. ഭൂതകാലത്തിന്റെ ഭാരത്തെ കുടഞ്ഞെറിയുവാനും പൗരോഹിത്യവും മതവും അടിച്ചേൽപ്പിച്ച എല്ലാ ആചാരങ്ങളിൽ നിന്നും, അതിന്റെ അപമാനങ്ങളിൽ നിന്നും പുറത്തു കടക്കാനും അദ്ദേഹം ഉദ്ബോധിപ്പിച്ചു. ചുറ്റുപാടുമുള്ള എല്ലാറ്റിനേയും അതുപോലെ സ്വീകരിക്കുന്ന സമൂഹമനോഭാവത്തെ ഇളക്കുന്നതി നായി കയ്യിലൊരു ചുറ്റികയുമായി നടന്ന ബുദ്ധിജീവികളായാണ് ദെറോസിയോവും അദ്ദേഹത്തിന്റെ വിദ്യാർത്ഥികളും അറിയപ്പെട്ടത്. ഭക്ഷണം കഴിക്കുന്നതിലും വെള്ളം കുടിക്കുന്നതിലുമുള്ള വിധി വിലക്കു കളെ അവർ ലംഘിച്ചു. തങ്ങൾക്ക് എന്തിനോടെങ്കിലും എതിർപ്പുണ്ടെ ങ്കിൽ അത് ഹിന്ദുയിസത്തോടാണെന്ന് അവർ എഴുതി (Sarkar 1979: 101,103).

രാജാറാം മോഹൻ റോയും യങ് ബംഗാൾ എന്ന സംഘടനയും തമ്മിലുള്ള സാമ്യതകൾ, അക്കാലത്തു ബംഗാളിൽ വളർന്നുവന്ന പുതിയ ബൗദ്ധികതയെ മനസ്സിലാക്കാൻ സഹായിക്കുന്നതാണ്. വിമർശനാ ത്മകമായ മനസ്സോടെയാണ് അവർ എല്ലാറ്റിനേയും നോക്കിക്കണ്ടത്. പാശ്ചാത്യമായ ഉദാരത, യുക്തി, ശാസ്ത്രീയ ചിന്ത എന്നിവയോടൊക്കെ

അവർ തുറന്ന സമീപനം പുലർത്തി. അതിൽനിന്നു കിട്ടിയ ധൈര്യത്തിൽ നിന്ന് അവർ തങ്ങളുടെ തന്നെ സാംസ്കാരികമായ പാരമ്പര്യത്തെ പുനർനിർവ്വചിച്ചു. ഈ വിമർശനാത്മകത വെറും അക്കാദമിക താൽപര്യത്തിനപ്പുറം സമൂഹത്തെ മാറ്റണമെന്ന ഉദ്ദേശത്തോടുകൂടിയുള്ള വൈകാരികത കൂടി ഉൾച്ചേർന്നതായിരുന്നു. എന്നാൽ ഈ വിമർശനാത്മക ചിന്ത എല്ലാവർക്കും സ്വീകാര്യമായിരുന്നില്ല, പ്രത്യേകിച്ച് പാരമ്പര്യവാദികളായിരുന്നവർക്ക്. അവർ തങ്ങളുടെ സമകാലികരാൽ വിമർശിക്കപ്പെടുകയും കുറ്റപ്പെടുത്തപ്പെടുകയും ചെയ്തു. ശങ്കരശാസ്ത്രി, മൃതുഞ്ജയ വിദ്യാലങ്കാർ, സുബ്രഹ്മണ്യശാസ്ത്രി തുടങ്ങിയ അക്കാലത്തെ യാഥാസ്ഥിതിക പണ്ഡിതരിൽ നിന്നും രാജാറാം മോഹൻ റോയിക്ക് പലതരത്തിലുള്ള എതിർപ്പുകളും നേരിടേണ്ടി വന്നു. ഹിന്ദുകോളേജിലെ അധ്യാപകനായിരുന്ന ദെറോസിയോവും അദ്ദേഹത്തിന്റെ ശിഷ്യന്മാരും 'യുക്തിവാദികളായ നാൽക്കാലികൾ '(ethiest beast) എന്നാണ് വിളിക്കപ്പെട്ടത്. സംവാദാത്മകതയിലുള്ള താൽപര്യത്താൽ അവർ എല്ലായ്പ്പോഴും അവരുടെ ആശയങ്ങൾ ബംഗാളി ഭാഷയിൽ എഴുതുകയും ജനങ്ങൾക്കിടയിൽ പ്രചരിപ്പിക്കാൻ ശ്രമിക്കുകയും ചെയ്തു (Pathak 2013: 46).

ബംഗാൾ നവോത്ഥാനമാണ് ഇന്ത്യൻ ആധുനികവൽക്കരണത്തിന്റെ വേര് എന്ന പ്രബലമായ വിശ്വാസം നമ്മുടെ ചരിത്രകാരന്മാർക്കും സാമൂഹ്യശാസ്ത്രകാരന്മാർക്കുമിടയിലുണ്ട്. രാജാ റാംമോഹൻ റോയ് മുന്നോട്ടുവച്ച 'പാശ്ചാതികവാദം' (Westernism) യാഥാസ്ഥിതിക പൗരസ്ത്യവാദത്തിനെതിരെയായിരുന്നുവെന്ന് പ്രൊഫസർ സുശോഭൻ സർക്കാർ പറയുന്നു. രാജാറാം മോഹൻ റോയ് ഭൂതകാലത്തിന് ഒരു വിള്ളലുണ്ടാക്കിയെങ്കിലും അത് ഒരു പരിമിത വൃത്തത്തിനകത്ത് ഒതുങ്ങി നിൽക്കുന്നതായിരുന്നുവെന്ന് പ്രൊഫസ്സർ സുമിത് സർക്കാർ പറയുന്നു. ധാരാളം വൈരുദ്ധ്യങ്ങൾ അദ്ദേഹത്തിന്റെ പ്രവൃത്തിയിൽ ഉണ്ടായിരുന്നു. സാമൂഹ്യപരിഷ്കരണത്തിന് മുന്നിൽ നിന്നു പ്രവർത്തിച്ചവർക്ക് അവരുടെ ആദർശങ്ങൾക്കനുസരിച്ച് ജീവിക്കാൻ കഴിഞ്ഞിരുന്നില്ല എന്ന് സർക്കാർ നമ്മെ ഓർമ്മിപ്പിക്കുന്നു. ദെറോസിയോവിന്റെ പിൻഗാമികളായിരുന്നവർ മധ്യവയസ്കരായപ്പോഴേക്കും സാമൂഹ്യാംഗീകാരം ലഭിക്കുന്നതിനായി യാഥാസ്ഥിതികത്വത്തിലേക്ക് പിൻമടങ്ങുന്ന കാഴ്ചയാണ് കാണുന്നത്. രാജാറാം മോഹൻ റോയ് ജീവിതാന്ത്യം വരെ ജാതിയിൽ വിശ്വസിക്കുകയും ജാതിയുടെ ചിഹ്നങ്ങൾ കൊണ്ടുനടക്കുകയും ചെയ്തു. ഉദാഹരണത്തിന് ഇംഗ്ലണ്ടിൽ പോവുമ്പോഴും അദ്ദേഹം ബ്രാഹ്മണനായ പാചകക്കാരനെ കൂടെ കൊണ്ടുപോയിരുന്നു. മാത്രമല്ല

അദ്ദേഹം പൂണൂൽ ധരിച്ചിരുന്നു. സതിയനുഷ്ഠിക്കുന്നതിനെ എതിർത്ത പ്പോഴും വിധവാവിവാഹത്തെ അനുകൂലിച്ചില്ല. സന്ന്യാസത്തോടെയുള്ള വൈധവ്യജീവിതത്തെ അദ്ദേഹം മഹത്വവൽക്കരിച്ചു (Pathak 2013:46).

സുമിത് സർക്കാർ പറയുന്ന മറ്റൊരുകാര്യം, ഈ വൈരുദ്ധ്യങ്ങൾ ക്കിടയിലും ബംഗാൾ നവോത്ഥാനത്തിനുണ്ടായിരുന്ന വരേണ്യ സ്വഭാ വത്തെക്കുറിച്ചാണ്. ബ്രഹ്മസമാജത്തിന്റെ ആശയങ്ങൾക്ക് ഒരിക്കലും സാധാരണ ജനങ്ങളെ ആകർഷിക്കാൻ കഴിഞ്ഞില്ല എന്ന് അദ്ദേഹം അഭിപ്രായപ്പെടുന്നു. ബുദ്ധിജീവികൾക്കുമാത്രം സാധിക്കുന്ന ഒരേർ പ്പാടായിരുന്നു അത്. അതുകൊണ്ടുതന്നെ ഒരു ജനകീയമതം എന്ന നിലയ്ക്കു വികസിക്കാൻ ഒരിക്കലും ബ്രഹ്മസമാജത്തിനു സാധിച്ചില്ല. ബ്രഹ്മസമാജത്തിന്റെ ബുദ്ധിജീവികൾ ഇംഗ്ലീഷ് വിദ്യാഭ്യാസത്തിനക ത്തെ പ്രതിലോമകരവും അന്യവൽക്കൃതവുമായ ഘടകങ്ങളെപ്പോലും സ്വാഗതം ചെയ്തു. ബ്രിട്ടീഷ് കച്ചവടക്കാരും സംരംഭകരുമായിച്ചേർന്ന് നിന്നുകൊണ്ട് ബംഗാളിനകത്ത് ഒരു ബൂർഷ്വാ മുതലാളിത്ത വികസനം ഉണ്ടാക്കുന്നതിനെക്കുറിച്ചാണ് അവർ ആലോചിച്ചത്. അത്തരത്തിൽ ബംഗാൾ നവോത്ഥാനം ഹിന്ദുക്കളായ വരേണ്യ വിഭാഗത്തിനകത്ത് ഒരു കൊളോണിയൽ ചട്ടക്കൂടിനുള്ളിൽ രൂപപ്പെട്ടതാണെന്ന് സുമിത് സർക്കാർ പറഞ്ഞുവെക്കുന്നു (Sarkar 1979: 1,8).

ഇതെല്ലാം പറയുമ്പോഴും പരിമിതമായ തോതിൽ റാം മോഹന്റെ പ്രസ്ഥാനം ഉണ്ടാക്കിയ ചലനത്തെ നമുക്ക് കാണാതിരിക്കാനാവില്ല. ഈയൊരു ആരോഗ്യകരമായ സംവാദം ഇന്ത്യൻ ബുദ്ധിജീവിതത്തി ന്റെ വ്യതിരിക്തതകളെയും സാധ്യതകളെയും പരിശോധിക്കുവാനും പുനഃപരിശോധിക്കുവാനും സഹായിക്കുന്നു എന്നതാണ് പ്രധാനം. ആധുനികതയും പാരമ്പര്യവും തമ്മിലുള്ള സാംസ്കാരികമായ അഭിമു ഖത്തിന്റെ ഉൽപ്പന്നമാണ് നമ്മുടെ വിമർശനാത്മക ചിന്ത എന്ന് നാം കണ്ടു കഴിഞ്ഞു. അത് പാശ്ചാത്യരിൽ നിന്നു പ്രചോദനം ഉൾക്കൊള്ളു കയും തദ്ദേശീയ സംസ്കാരവുമായി സംവാദത്തിലേർപ്പെടുകയും ചെയ്തു. അവർ ഇംഗ്ലീഷ് വിദ്യാഭ്യാസത്തിന്റെ പുരോഗമനാത്മകവശങ്ങളെ കണ്ടപ്പോഴും പ്രാദേശികഭാഷകളുടെ അഭിവൃദ്ധിക്കായി പ്രവർത്തി ച്ചു. ബ്രിട്ടീഷ് ഭരണത്തെ ഒരു ദൈവിക നിയോഗമായാണവർ കണ്ടത്. പക്ഷേ കൊളോണിയൽ ഭരണത്തിന്റെ ചൂഷണ സ്വഭാവത്തെക്കുറിച്ച് ബോധമുള്ളവരുമായിരുന്നു അവർ. അതുകൊണ്ടുതന്നെ ഇന്ത്യൻ ബുദ്ധി ജീവിതത്തെ ഏതെങ്കിലും ഒരു തരത്തിൽ മുദ്രകുത്തുന്നതിനു പകരം അതിലെ ബഹുമുഖധാരകളെ അതായി മനസ്സിലാക്കുന്നതാണ് നല്ലത് (Pathak 2013: 47).

(i) ആദ്യകാലത്ത് നമ്മുടെ ബുദ്ധിജീവികളെല്ലാം പാശ്ചാത്യയുക്തി വാദവുമായി പ്രണയത്തിലായിരുന്നു. അതുകൊണ്ടുതന്നെ മതപരവും സാംസ്കാരികവുമായ നിരവധി ആചാരങ്ങളെ തള്ളിക്കളയാൻ അവർ ആഹ്വാനം ചെയ്തു. അതേസമയം ഈ പ്രവൃത്തി അന്യവൽക്കരണ ത്തിനു കാരണമായി. ബുദ്ധിജീവികൾ യുക്തിവാദികളായി, സാധാരണ മനുഷ്യരിൽ നിന്നു വിട്ടുനിൽക്കുകയും ചെയ്തു.

(ii) പാശ്ചാത്യസംസ്കാരത്തിന്റേതല്ലാത്ത ഭാഷയിലൂടെ നമ്മുടെ തന്നെ പാരമ്പര്യരൂപങ്ങളെ ഉപയോഗിച്ചു കൊണ്ട് ഒരു പുതിയ വിനി മയപദ്ധതി വികസിപ്പിക്കുവാൻ അവർ ശ്രമിച്ചു. എന്നാൽ ഇതിനായി പാശ്ചാത്യയുക്തിവാദത്തെ കൈയൊഴിഞ്ഞുകൊണ്ട് വേദോപനിഷ ത്തുക്കളെ ആശ്രയിക്കുകയാണ് ചെയ്തത്. പാശ്ചാത്യമായതെല്ലാം തങ്ങളുടെ പാരമ്പര്യത്തിലുമുണ്ട് എന്നു കണ്ടെത്താനുള്ള ശ്രമമായി അതു വളർന്നു ചിലപ്പോഴത് കിഴക്കിന്റെയും പടിഞ്ഞാറിന്റെയും സമന്വയമായി തോന്നിച്ചെങ്കിൽ മറ്റു ചിലപ്പോൾ തങ്ങളുടെ തന്നെ സാംസ്കാരിക പാരമ്പര്യത്തെ സ്ഥാപിക്കുന്നതിനും കൊളോണിയലിസമുയർത്തിയ വെല്ലുവിളികളെ തൃപ്തികരമായി നേരിടാനുള്ള ശ്രമങ്ങളായും തോന്നിച്ചു.

(iii) അതെ സമയം തന്നെ ഇതിൽ ഒരു വിഭാഗം ആളുകൾ സാധാരണ ജനങ്ങൾക്കിടയിലേക്ക് ഇറങ്ങിച്ചെല്ലുകയും അവരെ പരിഷ്കരിക്കുന്നതിനും പുതിയ ചില ജീവിതക്രമങ്ങൾ ഉണ്ടാക്കാനുള്ള പരിശ്രമങ്ങൾ നടത്തുകയും ചെയ്തു (Pathak 2013: 47).

ഇത്തരത്തിലുള്ള വിവിധ സാധ്യതകളുടെ പലതരത്തിലുള്ള കൂടിച്ചേരലുകൾ കൊളോണിയൽ കാലത്തെ ബുദ്ധിജീവികളുടെ അഭി പ്രായങ്ങളിൽ കാണാം. ഈ പ്രക്രിയയുടെ വികാസത്തെ കൂടുതൽ മനസ്സിലാക്കുന്നതിലൂടെ മാത്രമേ അക്കാലത്തെ ബുദ്ധിജീവികളും അവരുടെ സാമുദായിക സംസ്കാരവും തമ്മിലുള്ള വൈരുദ്ധ്യാത്മകവും സംവാദാത്മകവുമായ ബന്ധത്തെ കണ്ടെത്താൻ സാധിക്കു.

അക്കാലത്തെ വിമർശാവബോധമുള്ള മനസ്സുകളാകെ അസ്വസ്ഥരാ യിരുന്നു. പാശ്ചാത്യസംസ്കാരത്തോടും വിജ്ഞാനത്തോടും ആഭിമുഖ്യം പുലർത്തിയിരുന്നപ്പോൾത്തന്നെ അവർ തദ്ദേശീയ സംസ്കാര ത്തോട് വിമുഖത പ്രകടിപ്പിച്ചിരുന്നില്ല. സമൂഹത്തിന്റെ മാറ്റവും പരി ഷ്കരണവുമായിരുന്നു അവരുടെ ലക്ഷ്യം. ബംഗാൾ നവോത്ഥാന നായകരിലൊരാളായ ഈശ്വരചന്ദ്ര വിദ്യാസാഗർ 'പാരമ്പര്യവാദി യായ പരിഷ്കാരി' എന്നാണ് അറിയപ്പെട്ടത്. അദ്ദേഹം കുലീനതയ്ക്കും വിധവാവിവാഹനിരോധനത്തിനുമെതിരായിരുന്നു. പക്ഷേ അദ്ദേഹം വേദശാസ്ത്രങ്ങളെ ആശ്രയിച്ചാണ് താൻ മുന്നോട്ടുവച്ച വിപ്ലവകരമായ

ആശയങ്ങൾക്ക് സാധൂകരണം കണ്ടെത്തിയത്. യൂറോപ്പിന്റെ വിജയ ഗാഥയിൽ നിന്നും പാഠം ഉൾക്കൊണ്ട് സ്വന്തം രാജ്യത്തെ പുനർനിർമ്മിക്കാനാണ് അദ്ദേഹം ശ്രമിച്ചത്. അറിവിനോടുള്ള യൂറോപ്പിന്റെ സമീപനത്തെ അദ്ദേഹം മഹത്വവൽക്കരിച്ചു. അധികാരത്തോടുള്ള അവരുടെ ആഭിമുഖ്യത്തെ അദ്ദേഹം വാഴ്ത്തി. അറിവിനെ അധികാരമായി കണ്ടു എന്നതാണ് യൂറോപ്പിന്റെ എല്ലാ മുന്നേറ്റങ്ങൾക്കും ആധാരമായ തെന്ന് അദ്ദേഹം അഭിപ്രായപ്പെട്ടു. ബങ്കിം ചന്ദ്ര ചാറ്റർജിയെ സംബന്ധിച്ചിടത്തോളം ഹിന്ദുക്കൾ ഭൂമി കീഴടക്കുന്നതിൽ പരാജയപ്പെട്ടവരാണ്. കാരണം അറിവ് മോക്ഷത്തിനുള്ള ഉപാധിയാണെന്നു വിചാരിച്ച അവർ ഒരിക്കലും അറിവിനെ അധികാരമായി ഉപയോഗിച്ചില്ല. അതുകൊണ്ട് അവർക്ക് ഭൂമി കീഴടക്കാനായില്ല (Chatterjee 1986:57). അതാണ് ഹിന്ദുക്കൾക്ക് പറ്റിയ അപകടമെന്ന് ബങ്കിം എഴുതുന്നു. സംസ്കാരം, വിദ്യാഭ്യാസം, അധികാരം, ധനം, സന്തോഷം തുടങ്ങിയവയിലെല്ലാം ബംഗാളികളേക്കാൾ എത്രയോ ഉയരത്തിലാണ് ബ്രിട്ടീഷുകാർ എന്ന ദ്ദേഹം വിശ്വസിച്ചു (Raychaudhuri 1987:14). പടിഞ്ഞാറിന്റെ ഭൗതിക സംസ്കാരമാണ് അതിന്റെ മേൽക്കോയ്മയ്ക്ക് കാരണം. ഇതൊക്കെ പറയുമ്പോഴും അദ്ദേഹം യൂറോപ്യൻ വ്യവസായത്തെയും ശാസ്ത്രനേട്ടങ്ങളെയും ഹിന്ദു ധർമ്മവുമായി ബന്ധിപ്പിച്ചു. ദേശീയ സംസ്കാരത്തിന്റെ ഏറ്റവും ആദർശാത്മക രൂപമായി അദ്ദേഹം കണ്ടെടുക്കുന്നത് ശ്രീകൃഷ്ണനെയാണ്. ഗൃഹസ്ഥൻ, നിയമപാലകൻ, യോദ്ധാവ്, ഉപദേശകൻ, വിശുദ്ധൻ തുടങ്ങി എല്ലാ ഗുണങ്ങളുമടങ്ങിയ ഒരു പൂർണമനുഷ്യനായാണ് ബങ്കിം ചന്ദ്രൻ ശ്രീകൃഷ്ണനെ കാണുന്നത് (Chatterjee 1986:70).

ബങ്കിം ചന്ദ്രചാറ്റർജിയും സന്ദിഗ്ധതകളിൽ നിന്നു മോചിതനായിരുന്നില്ല. ഇന്ത്യൻ സമൂഹത്തിന്റെ പരിമിതികളെക്കുറിച്ച് അദ്ദേഹം നിരന്തരം ആലോചിച്ചുകൊണ്ടിരുന്നെങ്കിലും യൂറോപ്യരുടെ പോരായ്മകളെ കാണാതിരുന്നില്ലെന്ന് തപൻ റായ് ചൗധരി ചൂണ്ടിക്കാണിക്കുന്നു. യൂറോപ്യൻ ദേശീയതയുടെ രോഗാതുരതയെ അദ്ദേഹം കണ്ടു. ഹിന്ദു ധർമ്മത്തിന്റെ അടിസ്ഥാനത്തിലുള്ള ഇന്ത്യയെ ആണ് ബങ്കിം വിഭാവനം ചെയ്തത് എന്നതുകൊണ്ടുതന്നെ, യൂറോപ്യരുടെ ദേശീയതാസങ്കല്പത്തെ അദ്ദേഹം അംഗീകരിച്ചില്ല. യൂറോപ്പിനോട് പ്രണയമുണ്ടായിരുന്നെങ്കിലും ഹിന്ദുധർമ്മത്തെ വിട്ടുകളയാൻ അദ്ദേഹം തയ്യാറായിരുന്നില്ല. പാശ്ചാത്യ മതസങ്കല്പത്തേക്കാൾ ആഴവും പരപ്പുമുള്ളതാണ് ഹിന്ദു ധർമ്മമെന്ന് ബങ്കിം വിശ്വസിച്ചു. ഇംഗ്ലീഷ് വിദ്യാഭ്യാസത്തെക്കുറിച്ച് അദ്ദേഹത്തിന് വലിയ മതിപ്പുണ്ടായിരുന്നെങ്കിലും ഇംഗ്ലീഷ് വിദ്യാഭ്യാസത്തിലൂടെ മാതൃഭാഷ മറന്നുപോകുന്ന വിഭാഗത്തെപ്പറ്റി ബങ്കിം

വിമർശനമുന്നയിച്ചു. ഇന്ത്യൻ ബുദ്ധിജീവിതത്തിനകത്തെ അസ്വസ്ഥ മായ മനസ്സിനെ നമുക്ക് ബങ്കിം ചന്ദ്രനിൽ വായിച്ചെടുക്കാനാവും. വിമർശനപരതയുണ്ട് എന്നാൽ സമീകരണമില്ല, തുറന്ന സമീപനമുണ്ട് എന്നാൽ ബഹിഷ്കരണമില്ല. ഇത്തരത്തിൽ രണ്ടു സാധ്യതകളെ നമു ക്കതിൽ കാണാനാവും. യൂറോപ്യൻ ശാസ്ത്രത്തെ ആലിംഗനം ചെയ്യുന്ന യുക്തിവാദിയായ ഒരാൾ അതേസമയം മതത്തിന് പുതിയ അർത്ഥം നൽകിക്കൊണ്ട് പാരമ്പര്യത്തെ പുതുക്കുന്ന ഒരു സാംസ്കാരിക പര്യ വേഷകൻ. ഇങ്ങനെ ബൗദ്ധികമായ മനസിനകത്ത് അസ്വസ്ഥമായ ആത്മാവോടുകൂടിയവരായിരുന്നു അന്നത്തെ ബുദ്ധിജീവികൾ (Pathak 2013: 48-49).

ബങ്കിമിനെപ്പോലെ തന്റെ രാജ്യത്തിന്റെ തകർച്ചയിൽ വളരെയ ധികം വേവലാതിയുള്ള ഒരാളായിരുന്നു വിവേകാനന്ദൻ. ഇന്ത്യയിൽ ജീവിക്കുന്ന കോടാനുകോടി മനുഷ്യർ എന്തുകൊണ്ടാണ് കൈയി ലൊതുങ്ങുന്നത്ര ആളുകളുള്ള യൂറോപ്യന്മാരാൽ ഭരിക്കപ്പെട്ടത് എന്ന ചോദ്യമാണ് അദ്ദേഹം ഉന്നയിച്ചത്. 'യൂറോപ്യന്മാർക്ക് അവരിൽ വിശ്വാസമുണ്ടായിരുന്നു. നമുക്കതില്ലാതെപോയി' എന്ന് അതിനുത്തര വും അദ്ദേഹം തന്നെ പറഞ്ഞു (Vivekananda 1991:190). വിശ്വാസത്തി ന്റെ ശക്തി നാം പാശ്ചാത്യരിൽ നിന്നു പഠിക്കേണ്ട പാഠമാണ് എന്ന് അദ്ദേഹം പറഞ്ഞു. "തങ്ങളാണ് ലോകം ഭരിക്കാൻ വേണ്ടി ജനിച്ചവർ എന്ന് ബ്രിട്ടീഷുകാർ വിശ്വസിക്കുന്നു. സൂര്യനിലേക്കോ ചന്ദ്രനിലേക്കോ പോകണമെന്നവർ വിചാരിച്ചാൽ അവർ പോയിരിക്കും. കാരണം അവർ അവരിൽത്തന്നെ വിശ്വസിക്കുന്നു. അതാണ് അവരെ മഹത്തു ക്കളാക്കുന്നത്. യൂറോപ്യന്മാർക്കുള്ളതിന്റെ ആയിരത്തിലൊന്നു വിശ്വാസം മാത്രമേ നമുക്കുള്ളൂ" (Vivekananda 1991:243).

ഇന്ത്യക്കാരെ തങ്ങളുടെ ആത്മീയവും സാംസ്കാരികവുമായ സ്രോതസ്സുകളെക്കുറിച്ച് ബോധമുള്ളവരാക്കിക്കൊണ്ട് ഹിന്ദുയിസത്തി ന്റെ പുനരുത്ഥാനത്തിലൂടെ അവർക്ക് ആത്മവിശ്വാസമുണ്ടാക്കാൻ ശ്രമിച്ചു എന്നതാണ് ചരിത്രത്തിൽ വിവേകാനന്ദനുള്ള പ്രസക്തി അതുകൊണ്ടുതന്നെ വിവേകാനന്ദൻ പാശ്ചാത്യരുടെ വിജയഗാഥകളെ അതുപോലെ വിഴുങ്ങാൻ തയ്യാറായിരുന്നില്ല. അവരുടെ ആത്മീയത യുടെ നിഷേധത്തെ അദ്ദേഹം എടുത്തുകാണിച്ചു.അദ്ദേഹം പറഞ്ഞു: "ശാസ്ത്രത്തിന് ഭക്ഷണവും വസ്ത്രവും അതുപോലെ സഹജീവിയുടെ മുകളി ലുള്ള അധികാരവും മാത്രമേ നൽകാനാവൂ" (Vivekananda 1991:370). പാശ്ചാത്യരെ സംബന്ധിച്ചിടത്തോളം പ്രഥമ പരിഗണന ശരീരത്തിനാ ണെന്നും അതിനുശേഷമേ ആത്മാവിനെ പരിഗണിക്കുന്നുള്ളുവെന്നും

അദ്ദേഹം ജനങ്ങളെ ഓർമ്മിപ്പിച്ചു. അതുകൊണ്ടുതന്നെ ഒന്നിനെയും കീഴടക്കുകയോ രക്തച്ചൊരിച്ചിലുണ്ടാക്കുകയോ ചെയ്യാത്ത നമ്മുടെ മതമാണ് ഏറ്റവും സത്യാത്മകമായ മതം എന്ന് അദ്ദേഹം പറഞ്ഞു (Vivekananda 1991:370,380).

ഇന്ത്യക്കാരുടെ ധാർമ്മിക ബോധത്തെ ഉണർത്തുക എന്നതായിരുന്നു അക്കാലത്തെ ബുദ്ധിജീവികളുടെ ലക്ഷ്യം. കൊളോണിയലിസം നമ്മുടെ സംഘചേതനയ്ക്കുണ്ടാക്കിയ ആഴത്തിലുള്ള മുറിവിനെ ഉണക്കുന്നതിന് നമ്മുടെ പാരമ്പര്യത്തിനും ശക്തിയുണ്ടെന്നു പറഞ്ഞുകൊണ്ട് ജനങ്ങളിൽ ആത്മവിശ്വാസമുണ്ടാക്കാനാണ് വിവേകാനന്ദൻ ശ്രമിച്ചത്. പാരമ്പര്യസംസ്കാരത്തിലുള്ള ഈ വിശ്വാസത്തെ സാംസ്കാരിക പുനരുത്ഥാനം എന്നതിനുപകരം സാംസ്കാരിക പ്രതിരോധമായാണ് കെ.എൻ.പണിക്കർ മനസ്സിലാക്കുന്നത് (Panikar 1986:403:33) ദയാനന്ദ സരസ്വതിയെ ഉദാഹരണമായെടുക്കാം. രാജാറാം മോഹൻറോയ്, കേശവചന്ദ്രസെൻ, ദേവേന്ദ്രനാഥ ടാഗോർ തുടങ്ങിയ ബ്രഹ്മസമാജക്കാരെപ്പോലെ ദയാനന്ദസരസ്വതിയും ബഹുദൈവവിശ്വാസം, ബാലവിവാഹം, വിദേശയാത്രയ്ക്കും വിധവാവിവാഹത്തിനുമുള്ള വിലക്ക്, ജന്മത്തിന്റെ അടിസ്ഥാനത്തിലുള്ള ജാതി എന്നിവയെ എതിർത്തു. അക്കാലത്തെ മറ്റു ബുദ്ധിജീവികളെപ്പോലെ തന്നെ ദയാനന്ദസരസ്വതിയും ഹിന്ദുയിസത്തിനുള്ള മേൽക്കോയ്മയെ ഉറപ്പിച്ചുകൊണ്ടിരുന്നു. ഹിന്ദുമതത്തെ ശുദ്ധീകരിച്ചുകൊണ്ട് വൈദിക സംസ്കാരത്തിന്റെ തുടർച്ച വീണ്ടെടുക്കാനാണ് ദയാനന്ദ സരസ്വതി ശ്രമിച്ചത് (Pathak 2013: 50).

മതപരമായ പ്രതീകങ്ങളെ പ്രയോജനപ്പെടുത്തിയ മറ്റൊരാളാണ് ബാലഗംഗാധരതിലക്. അദ്ദേഹം ഭഗവത്ഗീതയെ പുനർവ്യാഖ്യാനിച്ചു. മുഗളന്മാരിൽ നിന്നും മറാത്താ സാമ്രാജ്യത്തെ മോചിപ്പിക്കാൻ ശിവാജി നയിച്ച യുദ്ധത്തെ അദ്ദേഹം ഓർമ്മിപ്പിച്ചു. അതുപോലെ വിദേശികളായ ബ്രിട്ടീഷുകാർക്കെതിരെ നാം പോരാടണമെന്നാണ് അദ്ദേഹം ആഗ്രഹിച്ചത്. ഗണേശോത്സവത്തെയും തന്റെ രാഷ്ട്രീയ ലക്ഷ്യങ്ങൾക്കുവേണ്ടി അദ്ദേഹം പ്രയോജനപ്പെടുത്തി (Pathak 2013: 50).

ശ്രീ അരബിന്ദോയുടെ കാര്യത്തിലും ഇതാവർത്തിക്കുകയാണുണ്ടായത്. യൂറോപ്യൻ വിദ്യാഭ്യാസം ലഭിക്കുകയും യൂറോപ്യൻ സാഹിത്യവും സംസ്കാരവുമായി ബന്ധമുണ്ടാവുകയും ഒരു വിപ്ലവാത്മക ജീവിതപശ്ചാത്തലം ഉണ്ടായിരിക്കുകയും ചെയ്തിട്ടും അദ്ദേഹം പാശ്ചാത്യ നാഗരികതയുടെ രോഗാതുരമായ അവസ്ഥയെ വിമർശിക്കുകയും ഇന്ത്യയുടെ ആത്മീയമായ സമ്പന്നതയെ ഉറപ്പിക്കുകയും ചെയ്തു. യൂറോപ്പിനെ

മഹത്തരമായി കാണുന്നതിനോട് അദ്ദേഹത്തിന് യോജിപ്പുണ്ടായിരുന്നില്ല. അത് നമ്മിൽ നിരാശയും നിഷ്ക്രിയത്വവും ശൂന്യതാബോധവും മാത്രമേ ഉണ്ടാക്കുകയുള്ളൂ എന്ന് അരബിന്ദോ പറഞ്ഞു. പാശ്ചാത്യ ക്രിസ്തുമതവുമായി ഹിന്ദുമതത്തെ താരതമ്യപ്പെടുത്താൻ അദ്ദേഹം വിസമ്മതിച്ചു. അർത്ഥത്തെയും കർമ്മത്തെയും ധർമ്മവും മോക്ഷവുമായി ബന്ധപ്പിക്കുന്ന ഒന്നാണ് ഇന്ത്യൻ തത്വചിന്ത. അതുകൊണ്ട് ഇന്ത്യക്കാർ ഭൗതിക ജീവിതത്തെ നിഷേധിച്ചിട്ടില്ല എന്ന് ഇന്ത്യൻ തത്വചിന്തയുടെ തന്നെ വ്യാഖ്യാനത്തിലൂടെ ഉറപ്പിച്ചെടുക്കുകയാണ് അരബിന്ദോ ചെയ്തത്. പാശ്ചാത്യർക്ക് ഭൗതികമായ കർമ്മവും അർത്ഥവും മാത്രമേയുള്ളൂ. അതുകൊണ്ട് പാശ്ചാത്യർക്ക് ഭാവന ചെയ്യാനാവാത്ത ഒന്നാണ് നമ്മുടെ തത്വചിന്ത (Pathak 2013: 50).

1857 നുശേഷമാണ് ഇന്ത്യയിൽ സർവ്വകലാശാലകൾ സ്ഥാപിക്കാൻ തുടങ്ങിയത്. അതോടെ ഇന്ത്യയിൽ ഇംഗ്ലീഷ് വിദ്യാഭ്യാസം ലഭിക്കുന്ന ആളുകളുടെ എണ്ണം വർധിക്കാൻ തുടങ്ങി. ഉദാഹരണത്തിന് 1880 ൽ ഇംഗ്ലീഷ് വിദ്യാഭ്യാസം ലഭിച്ച ആളുകളുടെ എണ്ണം 50000 ആയിരുന്നു. 1887-ൽ അത് 2,98,000 ആയും 1907 ൽ അത് 5,05,000 ആയും വർധിച്ചു. ലക്ഷക്കണക്കിനാളുകൾ ഇംഗ്ലീഷ് വിദ്യാഭ്യാസത്തിലേക്ക് ദ്രുതഗതിയിൽ കടന്നുവരുന്നതിന്റെ ദൃഷ്ടാന്തമാണിത്. അതുപോലെ 1885-ൽ വില്ക്കപ്പെട്ടിരുന്ന ഇംഗ്ലീഷ് പത്രങ്ങളുടെ എണ്ണം 90,000 ആയിരുന്നെങ്കിൽ 1905-ൽ അത് 2,76,000 ആയി വർധിച്ചു (Sarkar 1983:65). ഇങ്ങനെ ഇംഗ്ലീഷ് വിദ്യാഭ്യാസത്തിലൂടെ ഉയർന്നു വന്ന ഇന്ത്യൻ ബുദ്ധിജീവികൾ രാഷ്ട്രീയത്തിൽ ഇടപെടാൻ തുടങ്ങി. അങ്ങനെയാണ് 1885 -ൽ ആദ്യമായി ഇന്ത്യയിലൊരു രാഷ്ട്രീയ സംഘടന ഉണ്ടാവുന്നത്. വ്യവസായ മൂലധനത്താൽ പിന്തുണയ്ക്കപ്പെട്ട ഇന്ത്യൻ ബുദ്ധിജീവികളാണ് ഇന്ത്യയിലെ ആദ്യ രാഷ്ട്രീയ സംഘടനയായ ഇന്ത്യൻ നാഷണൽ കോൺഗ്രസിന് രൂപം നൽകുന്നത്. ഇംഗ്ലീഷ് വിദ്യാഭ്യാസം, ആധുനികതയുടെ വാഗ്ദാനങ്ങളോടുള്ള വിശ്വാസം എന്നിവ അക്കാലത്തെ പ്രത്യേകതകളായിരുന്നു. ബ്രിട്ടീഷുകാരുമായുള്ള ബന്ധം സ്വാതന്ത്ര്യത്തിന്റേതും ജനാധിപത്യത്തിന്റേതുമായ ഒരു പുതിയ ഭാവിയിലേക്ക് കൊണ്ടുപോകുമെന്ന് അവർ വിശ്വസിച്ചു. പ്രചോദനത്തിനും മാർഗ്ഗനിർദ്ദേശത്തിനുമായി നാം ഇംഗ്ലണ്ടിലേക്കാണ് നോക്കേണ്ടതെന്നും ഉദാത്തമായ രാഷ്ട്രീയപ്രവർത്തനം നടക്കുന്നതവിടെയാണെന്നും സുരേന്ദ്രനാഥ ബാനർജി അഭിപ്രായപ്പെട്ടു. ബ്രിട്ടീഷ് ഭരണത്തിലുള്ള ഉറച്ച വിശ്വാസം മൗലികമായി ചിന്തിക്കുന്നതിൽ നിന്നവരെ തടഞ്ഞു. അതുകൊണ്ടവർ ബ്രിട്ടീഷ് ഭരണഘടനയ്ക്കകത്തു നിന്നുകൊണ്ടുള്ള സമരരീതികളാണ് അവലംബിച്ചത് (Desai 1982:321).

പക്ഷേ ബ്രിട്ടീഷ് ഭരണത്തിനു കീഴിൽ അവർക്ക് കടുത്ത നിരാശ യുണ്ടായി. മിതവാദികളായ അവർക്ക് പ്രാധാന്യം നഷ്ടപ്പെടുകയും തീവ്രവാദികളായ തിലകൻ, അരബിന്ദോ, ലാലാ ലജ്പത് റായ് തുടങ്ങിയ നേതാക്കൾ ഉയർന്നു വരികയും ചെയ്തു. അവർ തങ്ങളുടെ ഭൂതകാലത്തിൽ നിന്ന് ആവേശമുൾക്കൊണ്ടുകൊണ്ട് സ്വരാജ്യം, സ്വയംഭരണം എന്നീ ആവശ്യങ്ങൾ ഉന്നയിച്ചു. അതോടെ രാഷ്ട്രീയം കൂടുതൽ കലുഷിതമായി. ഗാന്ധിയുടെ വരവോടെ രാഷ്ട്രീയത്തിന് പുതിയൊരർത്ഥം കൈവന്നു. ഗാന്ധി കോൺഗ്രസ് നേതൃത്വത്തിലേക്ക് കടന്നുവന്നതോടെ ഇന്ത്യയിലെ ബഹുസഹസ്രം വരുന്ന ജനങ്ങൾ കോൺഗ്രസിൽ അണിചേരാൻ തുടങ്ങി. അവരിൽ തൊഴിലാളികൾ, കർഷകർ, മുതലാളിമാർ, വിദ്യാർത്ഥികൾ, വക്കീലന്മാർ, അതിലുപരി സ്ത്രീകൾ എന്നിവരെല്ലാമുണ്ടായിരുന്നു. ഒരു വിനിമയ പ്രക്രിയയിലൂടെ ബുദ്ധിജീവികളെയും സാമാന്യ ജനങ്ങളെയും ഇടപെടുവിക്കുക എന്നതായിരുന്നു ഗാന്ധിജിയുടെ മാർഗം (Pathak 2013: 51).

ഗാന്ധി വാസ്തവത്തിൽ ദേശീയ പ്രസ്ഥാനത്തിൽ ഒരു വഴിത്തിരിവായിരുന്നു. രാജാറാം മോഹൻറോയ് പുതുകാലത്തിലേക്കുവേണ്ട യുക്തിയുടെ വെളിച്ചം നമുക്കു കാണിച്ചു തരികയാണ് ചെയ്തതെങ്കിൽ, ഗാന്ധി നമ്മെ ഓർമ്മിപ്പിച്ചത് നമുക്കുണ്ടായിരിക്കേണ്ട ധാർമ്മിക ശക്തിയെക്കുറിച്ചാണ്. ആധുനിക നാഗരികതയ്ക്കെതിരെ പ്രക്ഷോഭം നയിക്കുന്നതിനാവശ്യമായ ധാർമ്മികശക്തിയെക്കുറിച്ച് നമ്മെ ഓർമ്മിപ്പിക്കുകയാണ് ഗാന്ധി ചെയ്തത്. ഒരു ബുദ്ധിജീവിയുടെയും ഒരു പ്രവൃത്യാരുടെയും സംലയനം നാം ഗാന്ധിയിൽ കാണുന്നു. ഗാന്ധി സത്യാന്വേഷകനായിരുന്നു. അതേ സമയം അദ്ദേഹം പ്രായോഗികമതിയുമായിരുന്നു. ജീവിതത്തിൽ അദ്ദേഹം ഉപയോഗിച്ച പ്രതീകങ്ങൾ അദ്ദേഹം കാണിച്ച ധൈര്യം എന്നിവയെല്ലാം അദ്ദേഹത്തിനു ജനങ്ങളുമായുണ്ടായിരുന്ന ബന്ധത്തെയാണ് സൂചിപ്പിക്കുന്നത്. പ്രത്യേകിച്ചും അദ്ദേഹത്തിന്റെ വിനിമയശേഷിയെ അദ്ദേഹത്തിന്റെ മുൻഗാമികളുടേതുമായി ബന്ധപ്പെടുത്തുന്നത് ശ്രമകരമാണ്. തന്റെ പൂർവഗാമികളെപ്പോലെ ഗാന്ധിയും താൻ ജീവിച്ചിരുന്ന സമൂഹത്തിന്റെ ശോഷണത്തിൽ അസ്വസ്ഥനായിരുന്നു. അവരെപ്പോലെത്തന്നെ തന്റെ സംസ്കാരത്തെ പരിഷ്കരിക്കുന്നതിനും പുനർനിർമ്മിക്കുന്നതിനും ഗാന്ധിയും വളരെ ജാഗ്രത പുലർത്തി. തന്റെ മുൻഗാമികളായ രാജാറാം മോഹൻറോയിയെപ്പോലെ, ബങ്കിംചന്ദ്രചാറ്റർജിയെപ്പോലെ, വിവേകാനന്ദനെപ്പോലെ ഗാന്ധിയും മതവുമായി ഇടപാടുകളുണ്ടാക്കി (Pathak 2013: 52).

മതത്തിന്റെ അർത്ഥമെന്താണ്? ലോകത്തെ മാറ്റുന്നതിൽ മതത്തിന് എന്തു സ്ഥാനമാണുള്ളത് തുടങ്ങിയ കാര്യങ്ങളും ഗാന്ധിയുടെ പര്യാലോചനകളിൽ വന്നു. എന്നാൽ മേൽപ്പറഞ്ഞവരെക്കാളേറെ പടിഞ്ഞാറിനെക്കുറിച്ചുള്ള ചില നിരീക്ഷണങ്ങൾ അവതരിപ്പിച്ചത് ഗാന്ധിയാണ്. ഇന്ത്യയും പാശ്ചാത്യ നാഗരികതയും തമ്മിലുള്ള അഭിമുഖം എങ്ങനെയായിരിക്കണം എന്നതിനെക്കുറിച്ച് ഗാന്ധി നിരവധി നിരീക്ഷണങ്ങൾ നടത്തിയിട്ടുണ്ട്. പലതിലും ഗാന്ധിക്ക് തന്റെ മുൻഗാമികളുമായി തുടർച്ച സൂക്ഷിക്കാൻ കഴിഞ്ഞിട്ടുണ്ടെങ്കിലും ഗാന്ധി വളരെ വ്യത്യസ്തനായ ഒരു ബുദ്ധിജീവിയായിരുന്നു. പൂർവഗാമികളിൽനിന്ന് വ്യത്യസ്തമായി രാഷ്ട്രീയവുമായുള്ള അദ്ദേഹത്തിന്റെ ബന്ധം വിവേകാനന്ദനോ രാജാറാം മോഹൻ റോയ്ക്കോ ബങ്കിം ചന്ദ്ര ചാറ്റർജിക്കൊ ഉണ്ടായിരുന്നില്ല. അതിശക്തമായ കൊളോണിയൽ വിരുദ്ധ ദേശീയ വിമോചനസമരത്തിന്റെ രാഷ്ട്രീയം ഗാന്ധിയ്ക്കുണ്ടായിരുന്നു. വളരെ ഋജുവും തീവ്രവും യഥാതഥവുമായിരുന്നു ഗാന്ധിയുടെ രാഷ്ട്രീയം. തന്റെ ആശയങ്ങളെ അദ്ദേഹം നിരന്തരം പരീക്ഷണവിധേയമാക്കിക്കൊണ്ടിരുന്നു. തന്റെ ആത്മീയമായ അന്വേഷണങ്ങളെപ്പോലും അദ്ദേഹം ഈ പരീക്ഷണങ്ങളിൽനിന്ന് പുറത്തു നിർത്തിയില്ല. പടിഞ്ഞാറിന് അദ്ദേഹം ചാർത്തിക്കൊടുത്ത അർത്ഥം വളരെ വ്യത്യസ്തമായ ഒന്നായിരുന്നു (Pathak 2013: 52).

റാംമോഹൻറോയിയും ബങ്കിം ചന്ദ്ര ചാറ്റർജിയും ആയിരുന്നാലും പാശ്ചാത്യശാസ്ത്രത്തേയും വ്യവസായത്തെയും ഇന്ത്യ അനുകരിക്കണം എന്നു വിചാരിച്ചിരുന്ന ധൈഷണികരാണ്. പക്ഷേ പാശ്ചാത്യനാഗരികതയ്ക്കെതിരെ അദ്ദേഹം ഉയർത്തിയ പ്രതിഷേധമാണ് ഗാന്ധിയുടെ കാര്യത്തിൽ ഏറ്റവും ശ്രദ്ധേയമായ വസ്തുത. തന്റെ നാട്ടുകാരോട് പാശ്ചാത്യനാഗരികതയുടെ പുരോഗമനാത്മകമായ വശത്തെക്കുറിച്ചല്ല, അതിന്റെ ആത്മീയ ശൂന്യതയെക്കുറിച്ചും ഹിംസയെക്കുറിച്ചും കാടത്തത്തെക്കുറിച്ചുമാണ് പറഞ്ഞത്. ഈ ധാർമ്മികതയുടെ ഉള്ളിലൂടെയല്ലാതെ നമുക്ക് ഗാന്ധിയെ മനസ്സിലാക്കാനാവില്ല. ആധുനിക മുതലാളിത്ത സമൂഹത്തിന്റെ ഉപകരണാത്മക ശാസ്ത്രത്തെയും സാങ്കേതികവിദ്യയെയും വിദ്യാഭ്യാസം, വൈദ്യം, ആഡംബരത്തോടുള്ള ആസക്തി എന്നിവയെയും വിമർശനവിധേയമാക്കാൻ അദ്ദേഹത്തെ പ്രാപ്തമാക്കിയത് ഈ ധാർമ്മികശക്തിയാണ്. ഗാന്ധി പറയുന്നു: “നാം മനസ്സിലാക്കേണ്ട ഒരു കാര്യം നമ്മുടെ മനസ്സ് അസ്വസ്ഥമായ ഒരു പറവയാണ്. കിട്ടുന്തോറും അതിന്റെ ആർത്തി കൂടി വരും. നിങ്ങൾ വികാരങ്ങളിൽ എത്രമാത്രം ആണ്ടിറങ്ങുന്നുവോ അത്രമാത്രം നിങ്ങൾ

അസ്വസ്ഥരായിക്കൊണ്ടിരിക്കും" (Gandhi 1938:55). ഒരു ഉദാഹരണമെടുത്താൽ, ആധുനികതയെക്കുറിച്ച് പറയുമ്പോൾ നാം അഭിമാനത്തോടെ പറയുന്നതാണ് ആധുനികവൈദ്യത്തെക്കുറിച്ച്. എന്നാൽ ഗാന്ധിജി പറയുന്നു: "ഞാൻ കൂടുതൽ ഭക്ഷണം കഴിച്ചു. അപ്പോൾ എനിക്ക് ദഹനക്കേടു വന്നു. ഞാൻ ഡോക്ടറുടെ അടുത്തെത്തി. അയാൾ എനിക്ക് മരുന്നു തന്നു. അപ്പോൾ എന്റെ അസുഖം മാറി. ഞാൻ വീണ്ടും കൂടുതൽ കഴിച്ചു. അയാളുടെ മരുന്ന് വീണ്ടും കഴിച്ചു. ആദ്യത്തെ തവണ ഞാൻ ഗുളിക കഴിച്ചില്ലായിരുന്നെങ്കിൽ ഞാനാ തെറ്റിനുള്ള ശിക്ഷ അനുഭവിക്കുമായിരുന്നു. മാത്രമല്ല ഞാൻ പിന്നീട് കൂടുതൽ കഴിക്കുകയുമില്ലായിരുന്നു. വാസ്തവത്തിൽ എന്റെ അമിതവികാരങ്ങളിൽ ഇടപെടാനുള്ള മനസ്സിന്റെ ചോദനയെ സഹായിക്കുകയാണ് ഡോക്ടർ ചെയ്തത്, അതിനെ നിയന്ത്രിക്കുകയല്ല" (Gandhi 1938:53). പാശ്ചാത്യ നാഗരികതയെ നാം പിന്തുടർന്നാൽ നമ്മുടെ രാജ്യം കച്ചവടക്കാരുടെ ഒരു ദേശമായിത്തീരുമെന്ന് അദ്ദേഹം പറയുന്നു. അതിനു നാം വഴിപ്പെട്ടു പോകാൻ പാടില്ല. ആത്മാഭിമാനത്തിനും സ്വത്വത്തിനും വേണ്ടി പൊരുതിക്കൊണ്ടിരുന്ന കോളനിവൽക്കരിക്കപ്പെട്ട ജനതക്ക് ആത്മവിശ്വാസം നൽകാൻ തന്റെ അസന്ദിഗ്ധവും ദൃഢവുമായ ധാർമ്മികമൂല്യബോധംകൊണ്ട് ഗാന്ധിക്ക് സാധിച്ചു. പടിഞ്ഞാറുള്ളവർ പരിഷ്കൃതരാണെന്നും മറ്റുള്ള ദേശക്കാരെ നവീകരിക്കുന്നത് അവരുടെ ബാധ്യതയാണെന്നുമുള്ളവാദങ്ങളോട്, അവർക്കതിന് എന്തധികാരമാണുള്ളതെന്നാണ് ഗാന്ധി ചോദിച്ചത് (Pathak 2013: 53).

അതേ സമയം ഗാന്ധി പാശ്ചാത്യദേശത്തെ വിമർശിച്ചു എന്നതുകൊണ്ട് ഗാന്ധി ഒരു പാരമ്പര്യവാദിയായിരുന്നു എന്ന് പറയാനാവില്ല. തന്റെ സംസ്കാരത്തിനകത്തെ അസ്പൃശ്യത, സ്ത്രീകളെ അടിച്ചമർത്തൽ, ധാർമ്മികമായ മൂല്യശോഷണം എന്നിവയോടൊക്കെ വിമർശനമുള്ള ആളായിരുന്നു ഗാന്ധി. 'ഞാനൊരു സനാതന ഹിന്ദു'വാണെന്ന് അദ്ദേഹം എല്ലായ്പ്പോഴും പറഞ്ഞു. പക്ഷേ അദ്ദേഹം വാസ്തവത്തിൽ ഹിന്ദു(മത)ത്വത്തിനകത്തുള്ള ഒരു റിബലായിരുന്നു. അദ്ദേഹം സത്യത്തിനുവേണ്ടിയുള്ള പരീക്ഷണത്തിൽ നിരന്തരം ഏർപ്പെട്ടുകൊണ്ടിരുന്നു. അങ്ങനെ ഹിന്ദുമതം എന്നതിനുതന്നെ മറ്റൊരർത്ഥം പ്രദാനം ചെയ്യുകയാണ് ചെയ്തത്. ഉദാഹരണത്തിന് അദ്ദേഹത്തിന്റെ ആത്മകഥയിൽ അദ്ദേഹം പഠിക്കാൻ വിദേശത്തു പോകുന്നതിനെക്കുറിച്ചു പറയുന്നുണ്ട്. വിദേശത്തു പോകുന്നത് ജാത്യാചാരങ്ങൾക്ക് എതിരായിരുന്നു. അതുകൊണ്ട് അദ്ദേഹത്തിന്റെ ജാതിക്കാർ അതിൽനിന്നദ്ദേഹത്തെ തടയാൻ ശ്രമിച്ചു. അദ്ദേഹം അവരോടെതിർക്കുകയും ജാത്യാചാരം

പാലിക്കാതിരിക്കുകയും ചെയ്തു (Gandhi 1927:29-30). അദ്ദേഹം പൂണൂൽ ധരിക്കുന്നതിനും തയ്യാറായിരുന്നില്ല.

അദ്ദേഹം പറയുന്നു: "ഞാൻ പൂണൂൽ ധരിക്കില്ല. അനേകം ഹിന്ദുക്കൾ പൂണൂൽ ധരിക്കാതെയാണ് ജീവിക്കുന്നത് എങ്കിൽ എനിക്കും അതിന്റെ ആവശ്യമില്ല. ഇനി ഈ പൂണൂൽ ആത്മീയമായി നവീകരിക്കപ്പെട്ടതിന്റെ ഒരു അടയാളമാണെങ്കിൽ അതു ധരിക്കുന്ന ആളുടെ ജീവിതം ഉയർന്നതും പരിശുദ്ധവുമായിരിക്കണം എന്നാണതു വിഭാവനം ചെയ്യുന്നത്. ആ അർത്ഥത്തിൽ നോക്കുമ്പോൾ അതു ധരിക്കാൻ ഇന്നത്തെ ഇന്ത്യയിൽ ഒരു ഹിന്ദുവിനും അവകാശമില്ല എന്നാണ് ഞാൻ മനസ്സിലാക്കുന്നത്. കാരണം അത്രമാത്രം ജീർണിച്ച ഒരു സംസ്കാരത്തിലാണ് നാം ജീവിക്കുന്നത്. സമൂഹത്തിലെ ജാതി വിവേചനവും അസ്പൃശ്യതയും ഉയർന്നവർ താഴ്ന്നവർ എന്നിങ്ങനെയുള്ള വിവേചനങ്ങളുമെല്ലാം ഇല്ലാതാവുന്ന കാലത്തു മാത്രമേ അതു ധരിക്കാനാവൂ. അങ്ങനെ ധരിക്കുന്ന കാലത്ത്, അത് എല്ലാവർക്കും ധരിക്കാനുമാകും" (Gandhi 1927:295-96)

ബിക്കു പരേഖിന്റെ അഭിപ്രായത്തിൽ, ഗാന്ധി പാരമ്പര്യത്തിന് വില കൽപ്പിച്ചിരുന്നെങ്കിലും പാരമ്പര്യവാദിയായിരുന്നില്ല. അദ്ദേഹം തന്റെ പാരമ്പര്യത്തിന്റെ ഉപാദാനങ്ങളെ സ്വീകരിക്കുകയും, തന്റെ തീവ്രമായ സർഗ്ഗാത്മകതയിലൂടെ രാഷ്ട്രീയവും സാംസ്കാരികവുമായ ഒരു ബദൽ അജണ്ട മുന്നോട്ടു വെക്കുകയുമാണ് ചെയ്തത്. ഉദാഹരണത്തിന് മോക്ഷം എന്ന സങ്കല്പം. എല്ലാ ദുഃഖങ്ങളിൽനിന്നുമുള്ള മോചനമാണ് മോക്ഷം. മോക്ഷത്തിലെത്തുമ്പോഴുണ്ടാകുന്ന അനുഭവമാണ് പരമാനന്ദം. എന്നാൽ ഗാന്ധിയെ സംബന്ധിച്ചിടത്തോളം ആനന്ദം മാത്രമല്ല, ദുഃഖവും മോക്ഷമാണ്. മറ്റുള്ളവരുടെ ദുഃഖം നിങ്ങൾ ഏറ്റെടുക്കുകയും അത് നിങ്ങളുടെ കൂടി ദുഃഖമാക്കി മാറ്റുകയും ചെയ്യുമ്പോൾ നിങ്ങൾക്ക് ലഭിക്കുന്നതാണ് മോക്ഷം. ദുഃഖത്തിൽനിന്ന് മോചിപ്പിക്കലല്ല, മറ്റുള്ളവരുടെ ദുഃഖം ഏറ്റെടുക്കലാണ് മോക്ഷമെന്ന് ഗാന്ധി മോക്ഷത്തെ പുനർനിർവചിച്ചു. അതുപോലെ തന്നെ തപസ്യ എന്നു പറയുന്നത് കാട്ടിലേക്ക് പോയി തീകുണ്ഡത്തിനു നടുവിലിരിക്കുക എന്നതല്ല, യഥാർത്ഥ തപസ്യ എന്നത് തന്റെ സഹജീവികളുടെ കഷ്ടപ്പാടുകളിൽ സഹായിക്കുകയാണ് എന്ന് അദ്ദേഹം പറഞ്ഞു. ഇങ്ങനെ പാരമ്പര്യത്തിൽനിന്ന് എല്ലാറ്റിനേയും സ്വീകരിക്കുകയും അവയ്ക്കെല്ലാം മറ്റൊരർത്ഥം നൽകുകയുമാണ് ഗാന്ധി ചെയ്തത്. അതുകൊണ്ടാണ് അദ്ദേഹം മറ്റൊരു യാഥാസ്ഥിതിക പാരമ്പര്യവാദിയല്ലാത്തത് (Pathak 2013: 54).

ഒരു പാരമ്പര്യ ഹിന്ദുവിനും ഇങ്ങനെ പറയാനാവില്ല: “പ്രപഞ്ചത്തിലെ ഏറ്റവും നിസ്സാരമായ ജീവിയോടുപോലും നിങ്ങൾക്കു സ്നേഹമുണ്ടാവുമ്പോൾ മാത്രമേ പ്രപഞ്ചം മുഴുവൻ നിറഞ്ഞിരിക്കുന്ന സത്യത്തിന്റെ അംശത്തെ അഥവാ ദൈവത്തെ നിങ്ങൾക്ക് മുഖാമുഖം കാണാനാവൂ. അങ്ങനെയുള്ള ഒരാളെ സംബന്ധിച്ച് ജീവിതത്തിന്റെ ഒരു മണ്ഡലത്തിൽനിന്നും വിട്ടുനിൽക്കാനാവില്ല. സത്യത്തോടുള്ള എന്റെ ഈ അർപ്പണമാണ് എന്നെ രാഷ്ട്രീയത്തിലേക്കു നയിച്ചത്. അങ്ങനെ വരുമ്പോൾ ചില ആളുകൾ പറയും മതവും രാഷ്ട്രീയവും ഒന്നല്ല, മതം രാഷ്ട്രീയത്തിൽനിന്നു വിട്ടുനിൽക്കേണ്ടതാണ് എന്ന്. അങ്ങനെയുള്ള ആളുകൾ വാസ്തവത്തിൽ മതം എന്താണെന്ന് മനസ്സിലാക്കിയിട്ടില്ല” (Gandhi 1927:383).

ഹിന്ദുയിസത്തെ മൗലികമായി നവീകരിക്കാനാണ് ഗാന്ധി ശ്രമിച്ചത്. ഇത് അദ്ദേഹത്തിന്റെ രാഷ്ട്രീയവും ബൗദ്ധികവുമായ പരിശ്രമങ്ങൾക്ക് പുതിയ മാനം നൽകി. ഗാന്ധിയുടെ വിമർശാവബോധം അദ്ദേഹത്തിന്റെ തുറന്ന പ്രകൃതത്തിൽത്തന്നെ പ്രകടമായിരുന്നു. പാരമ്പര്യത്തെ അടഞ്ഞ ഒന്നായല്ല ഗാന്ധി കണ്ടത്, അതിനെ ചലനാത്മകമായ ഒരു സാധ്യതയായാണ് അദ്ദേഹം മനസ്സിലാക്കിയത്. അദ്ദേഹം പ്രചലിതമായ, വിമർശനാത്മകമായ ഒരു പാരമ്പര്യത്തെക്കുറിച്ചാണ് ചിന്തിച്ചത്. ഒരിക്കലും നിലയ്ക്കാത്ത അന്വേഷണങ്ങളുടെ ഒരു മണ്ഡലമാണ് പാരമ്പര്യം എന്നദ്ദേഹം കരുതി. അതുകൊണ്ട് ഹിന്ദുവായിരിക്കുമ്പോൾത്തന്നെ ക്രിസ്തുമതത്തിൽനിന്നും ജൈനമതത്തിൽനിന്നും ഇസ്ലാംമതത്തിൽനിന്നും എന്തെങ്കിലും സ്വീകരിക്കുന്നതിന് അദ്ദേഹം മടിച്ചില്ല. അതുവഴി ഹിന്ദുമതത്തെ ശക്തിപ്പെടുത്താനാണ് അദ്ദേഹം ശ്രമിച്ചത്. അതേസമയം തന്നെ പാശ്ചാത്യരായ ടോൾസ്റ്റോയ്, തോറോ, റസ്കിൻ മുതലായ പണ്ഡിതരിൽനിന്നും ഗാന്ധി പല ആശയങ്ങളും സ്വീകരിച്ചു. അദ്ദേഹത്തിന്റെ ഈ തുറന്ന സമീപനമാണ് ഒരു പുതിയ ലോകത്തെ ഭാവന ചെയ്യാൻ അദ്ദേഹത്തിന് ശക്തി നൽകിയത്. അദ്ദേഹം ഭാവന ചെയ്ത ഈ പുതിയലോകം പരമ്പരാഗത സമൂഹമോ യൂറോപ്യനായ ആധുനിക സമൂഹമോ അല്ല. അതിന്റെ ആധാരശില എന്നു പറയുന്നത് അഹിംസയാണ്. ജീവിതവും പ്രകൃതിയും തമ്മിലുള്ള ഏകതാനമായ ബന്ധം, വികേന്ദ്രീകരണം/അധികാരത്തിന്റെ വ്യാപനം, ലാളിത്യം, സത്യസന്ധത ഇവയൊക്കെയാണ് അഹിംസയുടെ പ്രത്യേകത. അദ്ദേഹം മുന്നോട്ടുവച്ച ഈ ‘ഉട്ടോപ്യ’നായ സങ്കല്പം എല്ലാവരും അംഗീകരിക്കണം എന്നില്ല. എങ്കിലും വരേണ്യരും ജനസാമാന്യവും തമ്മിലുള്ള അകൽച്ചയെ വിച്ഛേദിക്കാൻ അദ്ദേഹത്തിന്റെ രാഷ്ട്രീയവും

ബൗദ്ധികവുമായ ജീവിതത്തിനു സാധിച്ചു. നായകരും നയിക്കപ്പെട്ടുന്നവരും തമ്മിലുള്ള വ്യത്യാസത്തെ അദ്ദേഹത്തിനു തകർക്കാനായി. ഗാന്ധി വാസ്തവത്തിൽ ഒരു മാതൃക മുന്നോട്ടു വയ്ക്കുകയാണ് ചെയ്തത്. പുരോഗമനാത്മകമായി ചിന്തിക്കുന്ന ഒരാൾക്ക് അത് കണ്ടില്ലെന്നു നടിക്കാനാവില്ല. അദ്ദേഹത്തെ നിങ്ങൾക്ക് ഒരു മ്യൂസിയത്തിലെ വസ്തുവാക്കി ആരാധിക്കാം, അല്ലെങ്കിൽ വിലകുറച്ചു കാണാം, പക്ഷേ അദ്ദേഹത്തിൽനിന്നു സ്വതന്ത്രമാവുന്നത് എളുപ്പമല്ല (Pathak 2013: 54).

ഉദാഹരണത്തിന്, ഇന്ത്യയിലെ പ്രധാനപ്പെട്ട മാർക്സിസ്റ്റുകളിലൊരാളായ ഡാങ്കേയ്ക്കുപോലും ഗാന്ധിയെ കണ്ടില്ലെന്നു നടിക്കാനായില്ല. 1921-ൽ ഡാങ്കെ എഴുതിയ പുസ്തകമാണ് *ഗാന്ധിയും ലെനിനും* (Gandhi Vs Lenin). തന്റെ മുൻഗാമികളെപ്പോലെ ഡാങ്കേയും പടിഞ്ഞാറിനെക്കുറിച്ചു മനസ്സിലാക്കാൻ ആഗ്രഹിച്ചു. ചലനാത്മകമായ ഒരു ഊർജമാണ് അവരെ പുരോഗതിയിലേക്ക് നയിച്ചത് എന്ന് അദ്ദേഹം കരുതി. പക്ഷേ പാശ്ചാത്യർക്ക് സുഖസൗകര്യങ്ങളെക്കുറിച്ചല്ലാതെ അവരുടെ ഉത്തരവാദിത്തങ്ങളെക്കുറിച്ചോ കടമകളെക്കുറിച്ചോ ധാരണയുണ്ടായിരുന്നില്ല. ഇത് അവരെ അഴിമതിയിലേക്ക് നയിച്ചു. അവരുടെ ഈ 'അശുദ്ധമാക്കപ്പെട്ട വ്യക്തിത്വം' തന്നെയാണ് ലോകം മുഴുവൻ കളങ്കിതമാക്കാൻ ബ്രിട്ടൻ ഇറങ്ങിപ്പുറപ്പെട്ടതിനു കാരണം. ഇതിനർത്ഥം ഇന്ത്യയിൽ കണ്ടകാര്യങ്ങളിൽ ഡാങ്കെ സന്തോഷവാനായിരുന്നു എന്നല്ല. ഡാങ്കെ പടിഞ്ഞാറിന്റെ ഊർജ്ജത്തെ മനസ്സിലാക്കാനാഗ്രഹിച്ചു. അതേസമയം അതിന്റെ തിന്മകളിൽനിന്നു മുക്തമാവാനും ആഗ്രഹിച്ചു. അതിനുള്ള ഒരു ഇന്ത്യൻ വഴിയാണ് അദ്ദേഹം അന്വേഷിച്ചത്. അതുകൊണ്ടുതന്നെയാണ് ഗാന്ധിയിലേക്ക് അദ്ദേഹത്തിന്റെ ശ്രദ്ധ തിരിഞ്ഞത് (Pathak 2013: 54-55).

പടിഞ്ഞാറുമായുള്ള വിമർശനാത്മക ബന്ധം എന്നു പറയുന്നത് ഡാങ്കെയെ സംബന്ധിച്ചിടത്തോളം മുതലാളിത്തത്തെയും ആർത്തി, നിഷ്ക്രിയത്വം, ക്രൂരത, സുഖഭോഗാസക്തി, ധാർമ്മികതയില്ലായ്മ തുടങ്ങിയ അതിന്റെ സവിശേഷതകളെയും ചെറുക്കാനുള്ള ഒരു വഴിയാണ്. രാഷ്ട്രീയമായ ധാർമ്മികതയ്ക്കു വേണ്ടിയുള്ള ഈയൊരു സമരത്തിൽ ഗാന്ധിക്കും ലെനിനും വ്യത്യസ്തമായ പരിഹാരങ്ങളാണ് നിർദ്ദേശിക്കാനുള്ളത്. ഈ രണ്ടു ധാരകളും ഡാങ്കെ മനസ്സിലാക്കാൻ ശ്രമിച്ചിട്ടുണ്ട്. വ്യവസായ നാഗരികതയോടുള്ള ഗാന്ധിയുടെ വിമർശനത്തോട് ഡാങ്കെ യോജിച്ചിരുന്നില്ല. ലെനിന്റെ ബോൾഷെവിനിസത്തിൽ ഉണ്ടായിരുന്ന അതിക്രമത്തിന്റെയും ബലപ്രയോഗത്തിന്റെയും രീതികളോടും അദ്ദേഹത്തിന് യോജിപ്പുണ്ടായിരുന്നില്ല. ഗാന്ധിയുടെ

അഹിംസാസമ്പ്രദായം വളരെ ശക്തിയുള്ള ഒന്നാണെന്ന് ഡാങ്കെ കരുതി. ഗാന്ധിയുടെ ധാർമ്മികവും ആത്മീയവുമായ സന്ദേശങ്ങൾ ഉൾക്കൊള്ളാൻ അദ്ദേഹം ശ്രമിച്ചു. മാർക്സിസത്തെയും ആധുനികതയെയും ഇന്ത്യയുടെ സ്വഭാവമുള്ളതാക്കി മാറ്റുന്നതിൽ ഡാങ്കെക്ക് തുണയായത് ഗാന്ധിയാണ് (Pathak 2013: 55). ഗാന്ധിയോട് എതിരിട്ടുനിന്ന മാർക്സിസ്റ്റുകൾക്കുപോലും ഗാന്ധിയിൽനിന്ന് ചിലത് സ്വീകരിക്കാനുണ്ടായിരുന്നു.

ആദ്യകാലത്ത് മാർക്സിസ്റ്റായിരിക്കുകയും പിന്നീട് റാഡിക്കൽ ഹ്യൂമനിസ്റ്റായി മാറുകയും ചെയ്ത എം.എൻ റോയിക്ക് പ്രബുദ്ധതയുടെ യുക്തിപരതയിൽ വലിയ വിശ്വാസമാണുണ്ടായിരുന്നത്. വികേന്ദ്രീകരണം, പങ്കാളിത്ത ജനാധിപത്യം, പാർട്ടികളില്ലാത്ത രാഷ്ട്രീയ പ്രവർത്തനം തുടങ്ങിയ ആശയങ്ങളാണ് അദ്ദേഹം മുന്നോട്ടുവെച്ചത് (Pathak 2013: 55).

ഈയൊരു സന്ദർഭത്തിൽ, കൊളോണിയൽ കാലഘട്ടത്തിലെ ബൃഹദ്സമൂഹവുമായി ബുദ്ധിജീവികൾ എങ്ങനെയൊക്കെയാണ് ഇടപാടുകൾ ഉണ്ടാക്കിയത് എന്നതിനെ സംബന്ധിച്ച് നമുക്ക് താഴെ പറയുന്ന നിഗമനങ്ങളിൽ എത്തിച്ചേരാം.

1. കൊളോണിയൽ കാലഘട്ടത്തിലെ ഇന്ത്യൻ ബുദ്ധിജീവികളുടെ മുഖ്യധാര ഇടപെട്ടുകൊണ്ടിരുന്നത് സാമൂഹ്യവും മതപരവുമായ പരിഷ്കരണത്തിനും പരിവർത്തനത്തിനുമൊക്കെ വേണ്ടിയാണ്. റാംമോഹൻ റോയ് മുതൽ ഗാന്ധിവരെയുള്ളവരുടെ ഒരു നിര പരിശോധിച്ചാൽ അവർ യഥാർത്ഥ ലോകത്തുനിന്നു വിട്ടുനിന്ന് ധ്യാനാത്മകമായി ചിന്തിക്കുന്ന ബുദ്ധിജീവികൾ ആയിരുന്നില്ല എന്നും അവരവരുടേതായ രീതിയിൽ ചിന്തിക്കുകയും പ്രവർത്തിക്കുകയും ചെയ്യുന്ന ആളുകളായിരുന്നു എന്നും കണ്ടെത്താനാകും. അവരുടെ വിമർശനാത്മക ബോധത്തിന് ഒരു വൈകാരികതലം കൂടി ഉണ്ടായിരുന്നു. ഒരു പുതിയ ഇന്ത്യ സൃഷ്ടിക്കുക എന്ന ലക്ഷ്യത്തിനുവേണ്ടിയാണ് അവർ പ്രവർത്തിച്ചുകൊണ്ടിരുന്നത്.

2. ഇന്ത്യക്കൊരു പുതിയ സ്വത്വം നിർമ്മിച്ചെടുക്കുക എന്ന പദ്ധതിയുടെ ഭാഗമായാണ് ബുദ്ധിജീവികൾ പലരും പടിഞ്ഞാറേക്കു നോക്കിയത്. എന്നാൽ ഈ നോട്ടത്തെ സംബന്ധിച്ച് അവർക്ക് വ്യത്യസ്തമായ അഭിപ്രായങ്ങളാണ് ഉണ്ടായിരുന്നത്. പടിഞ്ഞാറിന്റെ ലിബറൽ മനോഭാവം, പുരോഗമനപരമായ ആശയങ്ങൾ, ശാസ്ത്രം, ലോകം മുഴുവൻ കീഴടക്കാനും സ്വാധീനിക്കാനുമുള്ള അവരുടെ ശേഷി തുടങ്ങിയവയിൽ പലതും അക്കാലത്തെ ബുദ്ധിജീവികളെ സ്വാധീനിച്ചു. പടിഞ്ഞാറിന്റെ ആശയപ്രപഞ്ചത്താൽ അപഹരിക്കപ്പെട്ടു പോവാതിരിക്കാൻ

ജാഗ്രത പുലർത്തിയവരും അക്കൂട്ടത്തിൽ ഉണ്ടായിരുന്നു. ചുരുക്കത്തിൽ പാരമ്പര്യവാദം, വിമർശനാത്മക പാരമ്പര്യവാദം, വിമർശനാത്മക ആധുനികത, ആധുനികത എന്നിങ്ങനെ 4 ധാരകളിലായാണ് ഇന്ത്യൻ ബുദ്ധിജീവിതം പ്രവർത്തിച്ചത്. കൊളോണിയലിസത്തിന്റെ മനശ്ശാസ്ത്രത്തിന് വലിയ അളവിൽ വിജയിക്കാൻ കഴിഞ്ഞുവെന്ന് ആഷിഷ് നന്ദി നിരീക്ഷിക്കുന്നുണ്ട്. ഗാന്ധിക്ക് മുമ്പുണ്ടായിരുന്ന ബുദ്ധിജീവികളിൽ ബഹുഭൂരിപക്ഷവും പാശ്ചാത്യദേശത്താലും ആശയങ്ങളാലും പ്രലോഭിപ്പിക്കപ്പെട്ട ആളുകളായിരുന്നു. പടിഞ്ഞാറിന്റെ സംവർഗങ്ങളിലൂടെയാണ് അവർ ലോകത്തെ നോക്കിയത്. അതിന്റെ ആണധികാര വ്യവസ്ഥയും ചരിത്രത്തെയും പുരോഗമനത്തെയും കുറിച്ച് അവർക്കുണ്ടായിരുന്ന കാഴ്ചപ്പാടുമെല്ലാം ഈ ബുദ്ധിജീവികളെ സ്വാധീനിച്ചു.

3. ഇന്ത്യൻ സംസ്കാരത്തിന്റെ ആത്മീയതയെ പടിഞ്ഞാറിന്റെ സ്വാധീനത്തിൽനിന്ന് രക്ഷപ്പെടുത്താനുള്ള ശ്രമത്തിൽ പങ്കെടുത്തത് അക്കാലത്തെ ബുദ്ധിജീവികളാണ്. യൂറോപ്യൻശാസ്ത്രത്തെ പുരസ്കരിക്കുന്നവർക്കുപോലും ഇന്ത്യൻ സംസ്കാരത്തിന്റെ ഈ ശക്തിയെ കൈയൊഴിയാൻ മനസ്സുണ്ടായിരുന്നില്ല. പടിഞ്ഞാറിന്റെ ഭൗതികശാസ്ത്രവും ഇന്ത്യൻ ആത്മീയതയും തമ്മിലുള്ള സമന്വയമാണ് ഉണ്ടാവേണ്ടതെന്ന് ഇവർ കരുതി. ആത്മീയതയുടെ ഈ ആഘോഷത്തിന്റെ ഉള്ളടക്കം വേദങ്ങളും ഗീതയും ഉപനിഷത്തുക്കളുമൊക്കെയായിരുന്നു. ഇന്ത്യൻ എന്ന അർത്ഥത്തിൽ അവർ ഈ വേദങ്ങളെയും ഉപനിഷത്തുക്കളെയുമൊക്കെ ആദർശവൽക്കരിച്ചു. സ്വാഭാവികമായും ഇത് മുസ്‌ലീം ജനവിഭാഗങ്ങളെ അന്യവൽക്കരിക്കുന്നതിന് കാരണമായി. മാത്രമല്ല ഈ പറഞ്ഞ ധാരയിൽപ്പെട്ട ബുദ്ധിജീവികളിൽ പലരെയും ബ്രിട്ടീഷുകാരുണ്ടാക്കിവെച്ച മുസ്‌ലീം അപരസങ്കല്പവും മധ്യകാല ഇന്ത്യ ഇരുണ്ടയുഗമാണ് എന്ന സങ്കല്പവും സ്വാധീനിക്കുകയും ചെയ്തിരുന്നു.

4. കൊളോണിയൽ കാലഘട്ടത്തിൽ ഉയർന്നുവന്ന ബുദ്ധിജീവികളധികവും പരമ്പരാഗത വിദ്യാഭ്യാസം ലഭിച്ചവരായിരുന്നു. ആ ആളുകൾ തന്നെയാണ് പിന്നീട് ഇംഗ്ലീഷ് വിദ്യാഭ്യാസവും നേടുന്നത്. ഒരു വഴിയിൽ അവർക്കു ലഭിച്ച ഇംഗ്ലീഷ് വിദ്യാഭ്യാസവും മറുവഴിയിൽ ലഭിച്ച സംസ്കൃത-പാരമ്പര്യവും വിദ്യാഭ്യാസവും ചേർന്ന് അവർ ബഹുഭൂരിപക്ഷം വരുന്ന സാധാരണ ജനങ്ങളിൽനിന്ന് അകന്ന ഒരു നില സ്വീകരിച്ചു. എന്നു കരുതി അവർ ജനങ്ങളിൽനിന്നും പൂർണമായി അകന്നു എന്നർത്ഥമില്ല. കാരണം അവർ സാമൂഹ്യപരിഷ്കരണം എന്ന അജണ്ട സ്വീകരിച്ച ആളുകളായിരുന്നു. ഇംഗ്ലീഷ് വിദ്യാഭ്യാസം നമ്മെ നമ്മുടെ സംസ്കാരത്തിൽനിന്ന് അന്യവൽക്കരിക്കുന്നുണ്ടെന്ന്

അവരിൽ പലരും മനസ്സിലാക്കി. റാംമോഹന്റെ 'സംമ്പദ് കൗമുദി', യങ്ബംഗാളിന്റെ 'ഗ്യാനവേശൻ', കേശബ് ചന്ദ്രസെന്നിന്റെ 'സുലഭ് സമാചാർ', ദാദാബായ് നവറോജിയുടെ 'രാസ്ത് ഗോഫ്താർ' തുടങ്ങിയ പത്രമാസികകൾ ഇതിനുദാഹരണമാണ്. മെക്കാളെയുടെ വിദ്യാഭ്യാസ സമ്പ്രദായത്തിനപ്പുറത്ത്, കുറെക്കൂടി വിപുലമായ ഒരു ജനസമൂഹത്തെ അഭിമുഖീകരിക്കാനുള്ള ശ്രമങ്ങളുടെ ഭാഗമായിരുന്നു ഇവയെല്ലാം.

5. ബ്രിട്ടീഷ് കൊളോണിയലിസവും ഇന്ത്യൻ സമൂഹവും തമ്മിലുള്ള വിപരീതാത്മക ബന്ധത്തെപ്പറ്റി വേണ്ടത്ര ധാരണയില്ലാത്ത ബുദ്ധിജീവികളും അക്കാലത്തുണ്ടായിരുന്നു. ബ്രിട്ടീഷ് ഭരണത്തിലും ആധുനികവൽക്കരിക്കാനും വ്യവസായവൽക്കരണം നടത്താനുമുള്ള അതിന്റെ കഴിവിലും അവർ വിശ്വാസം പ്രകടിപ്പിച്ചു. ഇംഗ്ലണ്ടിനെ ഒരു വിമോചനശക്തിയായാണ് അവർ കണ്ടത്. അതിന്റെ പൗരസ്വാതന്ത്ര്യത്തെക്കുറിച്ചുള്ള സങ്കല്പങ്ങൾ, ആധുനിക സാമ്പത്തിക വികസന സങ്കല്പങ്ങൾ എന്നിവയിലൂടെ ലോകത്തെ മുഴുവൻ നവീകരിക്കാനും ആധുനിക നാഗരികതയിലേക്ക് കൊണ്ടുപോവാനും ഇംഗ്ലണ്ടിനു കഴിയും എന്നവർ കരുതി. 'സ്വാതന്ത്ര്യത്തെക്കുറിച്ചുള്ള എല്ലാ ആശയങ്ങളും ഇന്ത്യയിലേക്കു വന്നത് ഇംഗ്ലണ്ടിലൂടെയാണ്.' ആ നിലയ്ക്ക് ബ്രിട്ടീഷ് ഭരണം എന്നത് ഒരു ദൈവാനുഗ്രഹം പോലെ വന്നുചേർന്നതാണ് എന്ന് കേശബ് ചന്ദ്രസെൻ ഒരിക്കൽ വാദിച്ചിട്ടുണ്ട്. അതേസമയം ബ്രിട്ടീഷ് ഭരണത്തിന്റെ ചൂഷണ സ്വഭാവത്തെക്കുറിച്ചും ഈ ബുദ്ധിജീവികൾ ഉൽകണ്ഠപ്പെട്ടിരുന്നു. ഗാന്ധി പാശ്ചാത്യദേശത്തോട് ഉന്നയിച്ച വിമർശനങ്ങളൊന്നും ടാഗോറിന് ഉണ്ടായിരുന്നില്ലെങ്കിലും ആധുനിക നാഗരികതയെപ്പറ്റി അദ്ദേഹം പറഞ്ഞ ചില കാര്യങ്ങളോട് യോജിക്കാതിരിക്കാൻ ടാഗോറിന് സാധിച്ചില്ല. വളരെ വലിയ രീതിയിൽ പരിഷ്കൃതരാണ് എന്നു പറയുന്ന ബ്രിട്ടീഷുകാർ ഇന്ത്യയിലെ മഹാഭൂരിപക്ഷം മനുഷ്യരുടെ ക്ഷേമത്തോട് അലംഭാവം പുലർത്തുന്നത് വെറുക്കപ്പെടേണ്ട കാര്യമാണ് എന്നു *Crisis in civilization* എന്ന ലേഖനത്തിൽ ടാഗോർ പറയുന്നുണ്ട്. പാശ്ചാത്യനാഗരികതയുടെ അന്തരാത്മാവിൽ ഹിംസയുടെ ഘടകമുണ്ട് എന്ന് അദ്ദേഹം കണ്ടു. 'നാഗരികതയുടെ അരുവി യൂറോപ്പിന്റെ ഹൃദയത്തിൽനിന്നാണ് ഉറവപൊട്ടുക എന്ന് ഒരു കാലത്ത് ഞാൻ വിചാരിച്ചിരുന്നു. എന്നാൽ ആ പ്രതീക്ഷകൾ മുഴുവൻ പാഴായിപ്പോയി എന്ന് ഈ അന്ത്യനിമിഷങ്ങളിൽ എനിക്ക് തോന്നുന്നു.' എന്ന് ടോഗോർ വിലപിക്കുന്നുണ്ട്. സമത്വത്തെപ്പറ്റിയുള്ള ആശയം തന്നെയാണ് ഈ കാലഘട്ടത്തിലെ എല്ലാ ബുദ്ധിജീവികളിലും സാമാന്യമായി ഉണ്ടായിരുന്നത് എന്നത് പ്രധാനമാണ്. തുല്യതയെക്കുറിച്ചുള്ള

ബങ്കിം ചന്ദ്രചാറ്റർജിയുടെ ലേഖനം, സോഷ്യലിസത്തെക്കുറിച്ചുള്ള വിവേകാനന്ദന്റെ ചിന്തകൾ, സമത്വത്തെക്കുറിച്ചുള്ള ഗാന്ധിയുടെ സങ്കല്പ്പം (പാർത്ഥചാറ്റർജിയുടെ വാക്കുകൾ കടമെടുത്താൽ - കർഷക ജനസാമാന്യത്തെ രാഷ്ട്രീയവൽക്കരിച്ച എന്നതാണ് ഗാന്ധിയുടെ കഴിവ്) തുടങ്ങിയ സമത്വത്തെക്കുറിച്ചുള്ള സങ്കല്പ്പങ്ങളെല്ലാം പത്തൊമ്പതാം നൂറ്റാണ്ടിലെ ബുദ്ധിജീവികൾക്കിടയിൽ വളർന്നു വന്നു (Pathak 2013: 55-57).

സ്വാതന്ത്ര്യാനന്തര ഇന്ത്യയിലെ ആധുനികതയെ സംബന്ധിച്ച പദ്ധതിയും അതിൽ ബുദ്ധിജീവികൾ വഹിച്ച പങ്കും

ഇന്ത്യയിലെ ആധുനികതാപദ്ധതി ആരംഭിക്കുന്ന സമയത്ത് പാരമ്പര്യവും ആധുനികതയും തമ്മിലും ശാസ്ത്രവും മതവും തമ്മിലും സംസ്കാരവും വികസനവും തമ്മിലുമൊക്കെ പലതരത്തിൽ ഇടപാടുകൾ നടന്നിരുന്നു എന്ന് നാം പറഞ്ഞു. ഈ വിഷയങ്ങളായിരുന്നു അക്കാലത്തെ ബുദ്ധിജീവികളുടെ പ്രധാന ആലോചനയിലുണ്ടായിരുന്നത്. സ്വാതന്ത്ര്യാനന്തരകാലമായപ്പോഴേയ്ക്ക് ഈ പ്രശ്നങ്ങളെല്ലാം പരിഹരിച്ച എന്ന് നമുക്ക് പറയാനാവില്ല. എങ്കിലും പുതിയ ചില അജണ്ടകൾ കൂടി സ്വാതന്ത്ര്യാനന്തര കാലത്ത് ഇന്ത്യൻ ബുദ്ധിജീവികൾ ഏറ്റെടുത്തു. നമുക്ക് ലഭിച്ച സ്വാതന്ത്ര്യത്തെ എങ്ങനെ നിലനിർത്താം? നമ്മുടെ രാജ്യത്ത് എങ്ങനെ ഒരു ക്രമവും ഐക്യവും ഉണ്ടാക്കിയെടുക്കാം, എങ്ങനെ നമുക്ക് വ്യവസായവൽക്കരണം നിർവ്വഹിക്കാം, എങ്ങനെ നമ്മുടെ രാജ്യത്തെ ആധുനികവൽക്കരിക്കാം, എങ്ങനെ നമുക്ക് ദേശരാഷ്ട്രത്തിന്റെ അധികാരത്തെ ശക്തിപ്പെടുത്താം എന്നിങ്ങനെയുള്ള അജണ്ടകളാണ് കടന്നുവന്നത് (Pathak 2013:58).

സ്വാതന്ത്ര്യാനന്തരം ഇന്ത്യയിലെ ബുദ്ധിജീവികളെ മനസ്സിലാക്കുന്നതിൽ നമ്മെ ഏറ്റവുമധികം സഹായിക്കുന്നത് ജവഹർലാൽ നെഹ്രുവിന്റെ കാഴ്ചപ്പാടും ജീവിതവുമാണ്: നെഹ്രു ഒരു രാഷ്ട്രീയക്കാരൻ മാത്രമായിരുന്നില്ല ഒരു ബുദ്ധിജീവികൂടിയായിരുന്നു. അദ്ദേഹം സ്വാതന്ത്ര്യപൂർവ്വ ഇന്ത്യയിലെ നിറഞ്ഞ സാന്നിധ്യമായിരുന്നെങ്കിലും, അദ്ദേഹത്തിന്റെ പ്രാധാന്യം ചരിത്രത്തിൽ അടയാളപ്പെടുന്നത് സ്വാതന്ത്ര്യാനന്തര ഇന്ത്യയിലെ പ്രഥമ പ്രധാനമന്ത്രി എന്ന നിലയ്ക്കാണ്. എങ്ങനെ നമ്മുടെ രാജ്യത്തെ സ്ഥിരതയുള്ളതാക്കുകയും ആധുനികീകരിക്കുകയും ശാക്തീകരിക്കുകയും ചെയ്യണം എന്നും അതുവഴി ഇന്ത്യയെ

വികസനത്തിലേക്കും പുരോഗതിയിലേക്കും നയിക്കണമെന്നും ഉള്ള ചോദ്യങ്ങളാണ് അദ്ദേഹത്തിന്റെ പ്രവൃത്തിയിലും ചിന്തയിലും നിറഞ്ഞിരുന്നത് (Pathak 2013: 58).

രാജാറാം മോഹൻറോയിയുടെ നവോത്ഥാന പാരമ്പര്യം നെഹ്രു ഉപേക്ഷിച്ചു എന്ന് നമുക്ക് പറയാനാവില്ല. കാരണം രാജാറാം മോഹൻ റോയിയെപ്പോലെ ശാസ്ത്രത്തിലും യുക്തിയിലും വളരെയധികം വിശ്വാസമുണ്ടായിരുന്ന ആളായിരുന്നു നെഹ്രു. ശാസ്ത്രത്തിന്റെയും യുക്തിയുടെയും പാരമ്പര്യം പാശ്ചാത്യർക്കാണുള്ളത് എന്ന സങ്കല്പം റാംമോഹനെപ്പോലെ നെഹ്രുവിനുമുണ്ടായിരുന്നു. ആധുനികതാ പദ്ധതിയോട് വൈകാരികമായ ബന്ധം പുലർത്തിയ ബുദ്ധിജീവിയായിരുന്നു അദ്ദേഹം. ഇന്ത്യ സ്വയം ആധുനികവൽക്കരിക്കപ്പെട്ടുമെന്നും, ഇന്ത്യയുടെ ഭൂതകാലത്തിന്റെ പ്രശ്നങ്ങളെ മറികടന്നു കൊണ്ട് ഒരു പുതിയ യുഗത്തിലേക്ക് പ്രവേശിക്കുമെന്നും അദ്ദേഹം വിശ്വസിച്ചു. നെഹ്രു എല്ലായ്പ്പോഴും ഇന്ത്യയുടെ ഭാവിയെക്കുറിച്ചാണ് ആലോചിച്ചു കൊണ്ടിരുന്നത്. വലിയ തോതിൽ ദീർഘവീക്ഷണമുള്ള ആളായിരുന്നു അദ്ദേഹം. 'ഭൂതകാലത്തെ സുവർണ കാലഘട്ടമെന്നു പറഞ്ഞുകൊണ്ട് ആദർശവൽക്കരിക്കുന്നതിനോട് നെഹ്രുവിന് യോജിപ്പുണ്ടായിരുന്നില്ല. കാരണം, നമ്മുടെ ഭൂതകാലമെന്നത് ഒട്ടുംതന്നെ അഭിമാനിക്കാൻ വകയില്ലാത്തതാണെന്ന് നെഹ്രുവിനറിയാമായിരുന്നു' (Nehru 1983:81). ഭൂതകാലത്തിന്റെ മഹിമയെ ആദർശവൽക്കരിക്കുന്ന ഒരു പ്രസ്ഥാനത്തിനും ഇന്ത്യയെ ഭാവിയിലേക്ക് നയിക്കാൻ കഴിയില്ലെന്ന് അദ്ദേഹം കരുതി. പട്ടിണിയിലും ദാരിദ്ര്യത്തിലും ജീവിക്കുന്ന ഇന്ത്യക്ക് ഭൂതകാല മഹിമയിലൂടെ അതിജീവിക്കാനാവുകയില്ലെന്ന് അദ്ദേഹത്തിനറിയാമായിരുന്നു. അതുകൊണ്ട് 'ഭൂതകാലത്തിന്റെ ചങ്ങലക്കെട്ടുകളിൽനിന്നും സ്വയം മോചനം നേടി ഭാവിയിലേക്ക് കുതിക്കേണ്ട രാഷ്ട്രമാണ് ഇന്ത്യ' എന്ന് അദ്ദേഹം പറഞ്ഞു (Nehru 1983:509). ഒരു രാഷ്ട്രത്തിന്റെ സമൃദ്ധി എന്നു പറയുന്നത് ആ രാജ്യത്ത് ജീവിക്കുന്ന പൗരന്റെ/പൗരിയുടെ ഭൗതിക ക്ഷേമമാണെന്നും, ഇന്ത്യപോലൊരു രാജ്യത്തിന്റെ ക്ഷേമം നിലനിൽക്കുന്നത് അതിന്റെ മതനിരപേക്ഷമായ മൂല്യങ്ങളിലാണെന്നും വ്യവസായവൽക്കരണമാണ് ഇന്ത്യയുടെ അവികസിതാവസ്ഥയെ മറികടക്കാനുള്ള വഴി എന്നും നെഹ്രു വിചാരിച്ചു.

ഈ കാര്യങ്ങളിൽ ഗാന്ധിയും നെഹ്രുവും തമ്മിൽ വലിയ തോതിൽ അഭിപ്രായവ്യത്യാസം ഉണ്ടായിരുന്നു. നെഹ്രുവിന് ഗാന്ധിയോട് വളരെയധികം ബഹുമാനമുണ്ടായിരുന്നു. പല കാര്യങ്ങളിലും അദ്ദേഹം ഗാന്ധിയെ ആശ്രയിക്കുകയും ചെയ്തു. ഗാന്ധിയില്ലാത്തൊരു നെഹ്രുവിനെ

നമുക്ക് സങ്കല്പ്പിക്കാനാവില്ല. നെഹ്രുവിന്റെ ബോധത്തെയും കാഴ്ചപ്പാടുകളെയും നിർണയിച്ചത് യുക്തിയും ശാസ്ത്രബോധവുമാണ്. എന്നാൽ ഗാന്ധിയാവട്ടെ ആധുനികതയുടെ വിമർശകനായിരുന്നു. ലാളിത്യത്തെ പുരസ്കരിക്കുകയും ആധുനികതയെ വിമർശിക്കുകയും മതാത്മകമായ ഭാഷയിൽ സംസാരിക്കുകയും ധാർമ്മികതയെ ഉയർത്തിപ്പിടിക്കുകയും ചെയ്തയാളാണ് ഗാന്ധി. ഭൂതകാലത്തെ തിരസ്കരിച്ചുകൊണ്ട് ഭാവിയെ ലക്ഷ്യം വച്ച് പ്രവർത്തിക്കുകയും ഭൗതികമായ ഉന്നമനമാണ് ഒരു രാഷ്ട്രത്തിന്റെ യഥാർത്ഥ പുരോഗതി എന്നും മതേതരത്വമാണ് ശരി എന്നും വിചാരിക്കുകയും ചെയ്തയാളാണ് നെഹ്റു. ഗാന്ധിയ്ക്കും നെഹ്റുവിനും ഒരുമിച്ച നിൽക്കാൻ കഴിയുമായിരുന്നില്ല. നെഹ്രു പറയുന്നു: "എത്രയോ കാലമായി ഞാൻ അദ്ദേഹത്തോട് (ഗാന്ധിയോട്) അടുത്തിടപഴകി. അദ്ദേഹത്തിന്റെ ലക്ഷ്യങ്ങളെന്തായിരുന്നു എന്നതിനെ സംബന്ധിച്ച് എനിക്കിപ്പോഴും വ്യക്തത വന്നിട്ടില്ല" (Nehru 1983:509). അൽപം ക്ഷുഭിതനായിത്തന്നെ നെഹ്രു തന്റെ ആത്മകഥയിൽ ഇങ്ങനെ എഴുതുന്നു: 'ഒരു രാഷ്ട്രീയ പ്രശ്നത്തോട് മതാത്മകമായും വൈകാരികമായും സമീപിക്കുന്ന ഗാന്ധിയുടെ രീതി എനിക്ക് പലപ്പോഴും അസ്വസ്ഥത ഉണ്ടാക്കിയിട്ടുണ്ട്. അദ്ദേഹം എല്ലായ്പ്പോഴും ദൈവവുമായി ബന്ധപ്പെടുത്തിയാണ് എല്ലാറ്റിനേയും വിശദീകരിക്കുന്നത്. അതിനോട്ടും എനിക്ക് വിയോജിപ്പുണ്ട്.' (Nehru 1984:370). അതുമാത്രമല്ല, ഹിന്ദുസ്വരാജ് എന്ന ഗാന്ധിയുട ആശയത്തിന്റെ വിമർശകനായിരുന്നു നെഹ്രു. കാരണം അത് ആധുനികതയുടെ പല മൂല്യങ്ങളേയും നിഷേധിക്കുകയും ഇന്ത്യയുടെ പരമ്പരാഗത ജീവിതശൈലിയെ ആദർശവൽക്കരിക്കുകയും ചെയ്യുന്നുണ്ട് എന്ന് നെഹ്രു കരുതി. ഏറ്റവും തെറ്റായതും അപകടകരമായതുമാണ് ഗാന്ധിയുടെ ഹിന്ദുസ്വരാജ് എന്ന സങ്കല്പം എന്ന് നെഹ്രു എഴുതി. അതിനകത്ത് ഗാന്ധി ദാരിദ്ര്യത്തേയും കഷ്ടപ്പാടിനേയും സന്യാസജീവിതത്തേയുമൊക്കെ ആദർശവൽക്കരിക്കുകയാണ് ചെയ്യുന്നത്. 'മാറ്റത്തിന്റെ ഒരു നദിയെ നമുക്ക് തടഞ്ഞു നർത്താനാവില്ല' മാറിക്കൊണ്ടിരിക്കുന്നതാണ് ലോകം. അതിൽനിന്ന് നിങ്ങൾക്ക് മാറിനിൽക്കാനാവില്ല എന്ന് നെഹ്രു പറയുന്നു. 'ഏദൻ തോട്ടത്തിലെ ആപ്പിൾ തിന്ന നമുക്ക് ആ രുചി മറന്ന് പ്രാചീന ജീവിതത്തിലേക്ക് മടങ്ങിപ്പോവാനാവില്ല.' ലോകത്തിലെ സുഖ സൗകര്യങ്ങൾ അനുഭവിച്ചുകഴിഞ്ഞ നാം അതു മറന്നുകൊണ്ട് പ്രാചീന ജീവിതത്തിലേക്ക് മടങ്ങിപ്പോവുക എന്നത് അസംബന്ധമാണ് എന്നും ആ സുഖസൗകര്യങ്ങൾ എല്ലാവർക്കും അനുഭവിക്കാൻ കഴിയുകയാണ് വേണ്ടത് എന്നും നെഹ്രു പറയുന്നു (Nehru 1984: 510-511).

ഭാവിയെ ലക്ഷ്യംവെച്ചുകൊണ്ട് ഇന്ത്യയെ ആധുനികവൽക്കരിക്കാൻ ശ്രമിച്ച ധൈഷണികനാണ് നെഹ്റു എന്ന് പറയുമ്പോഴും അദ്ദേഹം എല്ലാത്തരം സന്ദിഗ്ധതകളിൽനിന്നും മുക്തനായിരുന്നു എന്ന് പറയാനാവില്ല. നെഹ്റുവിന്റെ ആത്മകഥയിലായാലും 'ഇന്ത്യയെ കണ്ടെത്തലിൽ' ആയാലും ഒരു വിമർശനാത്മക ബുദ്ധിജീവിയെ നമുക്ക് കണ്ടെത്താനാവും. ഉറച്ച ബോധ്യങ്ങളുള്ള ഒരാളായിരുന്നില്ല അദ്ദേഹം. നെഹ്റു തന്റെ അന്വേഷണങ്ങൾ നടത്തിക്കൊണ്ടേയിരുന്നു. നെഹ്റുവിനും താൻ പറയുന്ന കാര്യങ്ങളിൽ ആശയക്കുഴപ്പം ഉണ്ടായിരുന്നു. ആധുനികതയെ ഇത്രത്തോളം പുരസ്കരിച്ച ഒരു മനുഷ്യൻ ഇന്ത്യയിൽ മറ്റൊരാളില്ല. പക്ഷേ ആധുനികതയെ അദ്ദേഹം സംശയിച്ചുകൊണ്ടേയിരുന്നു. ഇന്ത്യപോലൊരു രാജ്യത്തിന് ആധുനികത എത്രത്തോളം ചേർന്നതാണ് എന്നതിനെ സംബന്ധിച്ച് നെഹ്റുവിനു തന്നെ സംശയങ്ങളുണ്ടായിരുന്നു.

'ഇന്ത്യ എല്ലായ്പ്പോഴും എന്റെ രക്തത്തിലുണ്ട്. തീർച്ചയായും ആന്തരികമായി അതെന്നെ പ്രചോദിപ്പിച്ചിരുന്നു. പക്ഷേ അന്യവൽക്കരിക്കപ്പെട്ട ഒരു വിമർശകൻ എന്ന നിലയ്ക്കാണ് ഞാൻ പലപ്പോഴും ഇന്ത്യയെ സമീപിച്ചിട്ടുള്ളത്. അങ്ങനെ നോക്കുമ്പോൾ ഇന്ത്യയുടെ വർത്തമാനകാലത്തിലും ഭൂതകാലത്തിലും തിരുത്തേണ്ടതായ പല കാര്യങ്ങളുമുണ്ടെന്നാണ് എനിക്ക് തോന്നിയിട്ടുള്ളത്. ഒരു പരിധിവരെ ഞാനിന്ത്യയെക്കണ്ടത് പടിഞ്ഞാറിന്റെ വഴിയിലൂടെയാണ്. പാശ്ചാത്യനായ ഒരാൾ സൗഹൃദത്തോടെ എങ്ങനെയാണോ ഇന്ത്യയെ കണ്ടിട്ടുണ്ടാവുക, അതുപോലെയാണ് ഞാൻ കാണാൻ ശ്രമിച്ചത്. ആധുനികതയുടെ കൈകളിലേക്ക് ഇന്ത്യയെ എത്തിക്കാനാണ് ഞാൻ ഔത്സുക്യം കാണിച്ചത്. അപ്പോഴും 'ഞാൻ ഇന്ത്യയെ യഥാർത്ഥത്തിൽ മനസ്സിലാക്കിയിട്ടുണ്ടോ?' എന്ന ചോദ്യം എന്റെ മനസ്സിൽ ഉയർന്നുവരുന്നു' (Nehru 1983:50).

ഈ സംശയമാണ് ഇന്ത്യയെ കണ്ടെത്തലിന് നെഹ്റുവിനെ പ്രേരിപ്പിച്ചത്. ഇന്ത്യൻ പാരമ്പര്യത്തിന്റെ ജീവത്തായ ധാരയെ കണ്ടെത്താൻ ഈ അന്വേഷണത്തിൽനിന്ന് അദ്ദേഹത്തിന് സാധിച്ചു. നെഹ്റു അധികാരത്തിൽ വന്നതിനുശേഷം അദ്ദേഹത്തിന്റെ ദർശനങ്ങൾ തന്നെയാണ് കുറെക്കാലം ഇന്ത്യയിൽ നിലനിന്നത്. പാർലമെന്ററി ജനാധിപത്യം, ദേശീയ ഐക്യം, സോഷ്യലിസം, മതേതരത്വം എന്നിവയൊക്കെ ആയിരുന്നു ഈ ദേശീയ ദർശനത്തിന്റെ സവിശേഷതകൾ എന്ന് ബിഖു പരേഖ് പറയുന്നു (Parekh 1991:35-47). നമ്മുടെ രാജ്യത്തെ വ്യവസായവൽക്കരണം സാധാരണമനുഷ്യരെ സാമ്പത്തിക സ്വാതന്ത്ര്യത്തിലേക്ക് നയിക്കുമെന്ന് നെഹ്റു കരുതി. വ്യവസായവൽക്കരണം

തുടങ്ങുന്നതോടുകൂടി ആളുകൾ ഗ്രാമത്തിൽ നിന്ന് നഗരത്തിലേക്ക് കുടിയേറുകയും അവർ പുതിയ മനുഷ്യരായിത്തീരുകയും ഗ്രാമങ്ങളിലെ ജാതിബന്ധങ്ങളും കെട്ടുപാടുകളും ഇല്ലാതായിത്തീരുകയും ചെയ്യുമെന്നും അദ്ദേഹം വിചാരിച്ചു. അതോടെ ഒരാളുടെ സ്വത്വം ഇന്ത്യക്കാരന്റേതായിത്തീരുകയും അതിലൂടെ ദേശരാഷ്ട്രം ശക്തിപ്പെടുകയും ചെയ്യുമെന്നായിരുന്നു നെഹ്റുവിന്റെ ധാരണ. ദാരിദ്ര്യത്തെ ഇല്ലാതാക്കുന്നതിനു മാത്രമല്ല, മനുഷ്യരെ യുക്തിപൂർവ്വം ചിന്തിക്കുന്നതിനും അവരിൽ ശാസ്ത്രബോധമുണ്ടാക്കുന്നതിനും വ്യവസായവൽക്കരണം പ്രേരിപ്പിക്കും എന്ന് അദ്ദേഹം കരുതി. കൃഷി എന്നത് വളരെ പ്രാചീനമായ ഒരു തൊഴിലാണെന്നും സാംസ്കാരികമായി അധമമായ ഒരു പ്രവൃത്തിയാണെന്നും അതു പലപ്പോഴും അന്ധവിശ്വാസജഡിലമായ ജീവിതാവബോധത്തെ സൃഷ്ടിക്കുമെന്നും നെഹ്റു വിചാരിച്ചിരുന്നു. കാർഷികവൃത്തിയിൽനിന്നു തന്നെ ഇന്ത്യൻ ജനതയെ മോചിപ്പിക്കേണ്ടതാണെന്ന അഭിപ്രായക്കാരനായിരുന്നു അദ്ദേഹം. കൃഷിയും വ്യാവസായികാടിസ്ഥാനത്തിൽ ചെയ്യുക എന്നാണ് അദ്ദേഹം ഉദ്ദേശിച്ചത്. പരമ്പരാഗതമായ കാർഷികവ്യവസ്ഥ പരമ്പരാഗത ജന്മിത്ത വ്യവസ്ഥയും ജാതിവ്യവസ്ഥയും അകത്തു നിലനിൽക്കുന്നതുകൊണ്ട് അത് ഇന്ത്യയുടെ വളർച്ചയെ തടയും. വ്യവസായവൽക്കരണം ജനങ്ങളുടെ ബോധത്തെ നവീകരിക്കാനുള്ള ഒരു പ്രവൃത്തിയാണെന്ന് നെഹ്റു കരുതി. അതുപോലെ സ്ഥിതി സമത്വം എന്ന ആശയം വാസ്തവത്തിൽ ശാസ്ത്രത്തിന്റേയും യുക്തിയുടേയും പ്രയോഗം തന്നെയാണ്. ശാസ്ത്രാവബോധമാണ് പരമ്പരാഗതമായ ജീവിതാവബോധത്തിനകത്തുപെട്ടു പോയ സമൂഹത്തെ നവീകരിക്കുന്നതിന് നിർണായകമായിത്തീരുന്നത് എന്ന് നെഹ്റുവിനറിയാമായിരുന്നു. 'ശാസ്ത്രബോധം എന്നത് ഒരു ജീവിതരീതിയായിത്തീരണമെന്ന് അദ്ദേഹം കരുതി. അത് ചിന്തയുടെ, പ്രവൃത്തിയുടെ ഒരു വഴിയാണ്. നമ്മുടെ സഹജീവികളുമായി ബന്ധപ്പെടാൻ പ്രേരിപ്പിക്കുന്ന ഒന്നാണ് ശാസ്ത്രബോധം' (Nehru 1983:512). ശാസ്ത്രം നമ്മുടെ ജീവിതത്തിനകത്തു പ്രവർത്തിക്കണം. എല്ലാറ്റിനേയും ശാസ്ത്രീയമായി മനസ്സിലാക്കുക എന്ന സങ്കല്പമാണ് അദ്ദേഹത്തിനുണ്ടായിരുന്നത് (Nehru 1983:512). മറ്റൊന്നാണ് മതനിരപേക്ഷത എന്ന സങ്കല്പം. ആത്മീയതയ്ക്കോ ദൈവചിന്തയ്ക്കോ നെഹ്റു എതിരായിരുന്നില്ല. പക്ഷേ, അതിന്റെ അടിസ്ഥാനത്തിലുള്ള സ്ഥാപനവൽക്കരിക്കപ്പെട്ട മതാവിഷ്കാരങ്ങളെ അദ്ദേഹത്തിന് അംഗീകരിക്കാൻ കഴിയുമായിരുന്നില്ല. ഒരു ആധുനികരാഷ്ട്രത്തിന് പുരോഗതി പ്രാപിക്കണമെങ്കിൽ ആ രാജ്യം മതനിരപേക്ഷമായേ പറ്റൂ എന്ന് നെഹ്റു പറഞ്ഞു.

'ഇന്ത്യയെ ആധുനികവൽക്കരിക്കേണ്ടത് ചരിത്രപരമായ ആവശ്യകതയാണ് എന്ന് നെഹ്റു കരുതി. മാത്രമല്ല ഇന്ത്യയുടെ അതിജീവനത്തിനും സാമ്പത്തിക വികാസത്തിനും ഒഴിവാക്കാൻ പറ്റാത്ത അവസ്ഥയാണ് ആധുനികത എന്നും അദ്ദേഹം കണ്ടു. ആധുനികത എന്നത് കുറെക്കൂടി ഉയർന്ന ഒരു നാഗരികതയാണ്. ചരിത്രവും ധാർമ്മികതയും ഒന്നുചേരുന്നു. ആധുനികത എന്നത് വ്യവസായവൽക്കരണം മാത്രമല്ല, മതനിരപേക്ഷത, മാനവികത, ശാസ്ത്രജീവിതബോധം, യുക്തിബോധം എന്നിവയും ഉള്ളടങ്ങിയതാകുന്നു' (Parekh 1995: 21-56).

ആധുനിക ബുദ്ധിജീവികളെ വളരെയധികം പ്രചോദിപ്പിച്ച ഒന്നായിരുന്നു നെഹ്റു തുടക്കം കുറിച്ച പദ്ധതി. ഇന്ത്യയിലെ ബുദ്ധിജീവികളായ പലർക്കും ആധുനികതയുടെ പദ്ധതികൾക്കുവേണ്ടി അവരുടെ അറിവിനെ ഉപയോഗിയ്ക്കാനും അധികാരത്തിന്റെ കേന്ദ്രത്തിലേക്ക് വരാനും നെഹ്റുവിന്റെ കാലഘട്ടത്തിൽ സാധിച്ചിട്ടുണ്ട്. അദ്ദേഹം അക്കാലഘട്ടത്തിലെ ബുദ്ധിജീവികളായ പലരുടെയും സഹായവും ഉപദേശവും സ്വീകരിച്ചു. വളരെ ആദരവോടുകൂടിയാണ് അദ്ദേഹം ഇന്ത്യയിലെ ബുദ്ധിജീവികളെ കണ്ടിരുന്നത്. അതുകൊണ്ടുതന്നെ അദ്ദേഹം ശാസ്ത്രപരീക്ഷണശാലകൾ, സാങ്കേതികവിദ്യാസ്ഥാപനങ്ങൾ, സർവകലാശാലകൾ, ഗവേഷണ കേന്ദ്രങ്ങൾ തുടങ്ങി ധാരാളം പഠനകേന്ദ്രങ്ങൾ ആരംഭിച്ചു. ഒരു പുതുരാഷ്ട്രം നിർമ്മിക്കുക എന്ന സന്ദേശമാണ് അദ്ദേഹം ആ കാലഘട്ടത്തിനു നൽകിയത്. ഒരു പുതിയ രാഷ്ട്രത്തെ നിർമ്മിക്കാനും അതിനെ വ്യവസായവൽക്കരിക്കാനും ആധുനികവൽക്കരിക്കാനും ഒക്കെയുള്ള ഒരു അജണ്ടയാണ് നെഹ്റു മുന്നോട്ടുവച്ചത്. വികസനം ഉറപ്പുവരുത്താനും അങ്ങനെ ശാസ്ത്രബോധത്തെ പ്രോത്സാഹിപ്പിക്കാനുമാണ് അദ്ദേഹം ശ്രമിച്ചത്. ഇന്ത്യയിൽ വളർന്നുവന്ന ബുദ്ധിജീവികളുമായി വളരെ അടുത്തബന്ധം ഉണ്ടാക്കാൻ അദ്ദേഹത്തിനു സാധിച്ചു. അദ്ദേഹത്തിന്റെ ഇംഗ്ലീഷ് വിദ്യാഭ്യാസവും ആധുനിക വീക്ഷണവും സ്വപ്നമാനവികതയുമെല്ലാം ബുദ്ധിജീവികളെ ആകർഷിക്കുന്ന ഘടകങ്ങളായിരുന്നു. ഗാന്ധി ഇതിനെല്ലാം എതിരായിരുന്നു. അദ്ദേഹം കായികാധ്വാനത്തിലും ഗ്രാമകേന്ദ്രിതമായ ജനാധിപത്യത്തിലും മതപരതയിലും വിശ്വസിച്ചിരുന്ന ആളാണ്. അതുകൊണ്ട് ഗാന്ധിസം വാസ്തവത്തിൽ നാം മറികടക്കേണ്ട ഒരു പരിമിതിയായിട്ടാണ് അക്കാലത്ത് നെഹ്റുവിനെ പിന്തുണച്ച ബുദ്ധിജീവികൾ കണ്ടത്. നെഹ്റുവിലാണ് ഇന്ത്യക്ക് മുന്നോട്ടുപോവാനുള്ള ഒരു സാധ്യത ഉള്ളതെന്ന് അവർ വിചാരിച്ചു. സ്വാതന്ത്ര്യാനന്തര ഇന്ത്യയുടെ ഒരു പൊതുസ്ഥിതി മനസ്സിലാക്കുന്നതിനുമുമ്പ് നെഹ്റുവിന്റെ വീക്ഷണം

മനസ്സിലാക്കുക എന്നത് പ്രധാനമാണ്. നെഹ്റുവിന്റെ സന്ദർഭത്തിലെ ബുദ്ധിജീവിതത്തെ താഴെക്കാണുംവിധം മനസ്സിലാക്കാം.

i) സാർവ്വലൗകികമായ ആധുനികത, വ്യവസായ സംസ്കാരം, മതനിരപേക്ഷത, ശാസ്ത്രബോധം ഇതിനെയെല്ലാം അക്കാലത്തെ ബുദ്ധിജീവികൾ സ്വീകരിച്ചു. വ്യത്യസ്ത രാഷ്ട്രീയാഭിപ്രായങ്ങൾ ഉണ്ടായിരുന്നവർപോലും ഇക്കാര്യങ്ങളിൽ നെഹ്റുവിനെ പിന്തുണച്ചു. ഉദാഹരണത്തിന് ഇടതുപക്ഷക്കാർക്ക് നെഹ്റുവിന്റെ അജണ്ടകളോട് അഭിപ്രായവ്യത്യാസങ്ങൾ ഉണ്ടായിരുന്നെങ്കിലും അദ്ദേഹം മുന്നോട്ടുവച്ച പുരോഗമനപരമായ സമീപനത്തെ അവർ ശ്ലാഘിച്ചു. കാരണം മാർക്സിസം ആത്യന്തികമായി ആധുനികതയേയും നവോത്ഥാനത്തെയും പുരസ്കരിക്കുന്ന സിദ്ധാന്തമാണ്. അതുകൊണ്ട് അവർക്ക് കുറെയൊക്കെ നെഹ്റുവിനോട് ചേർന്നുനിൽക്കാൻ സാധിച്ചു. മാർക്സിസ്റ്റുകാരെ സംബന്ധിച്ചിടത്തോളം യുക്തിയുടെ പ്രാധാന്യം, ശാസ്ത്രത്തിന്റെ സാധുത, ചരിത്രത്തിന്റെ രേഖീയത തുടങ്ങിയവയെല്ലാം അവരുടെ ആശയങ്ങളുമായി ചേർന്നു പോവുന്നതായിരുന്നു. മാർക്സിസ്റ്റുകാർ മുന്നോട്ടുവച്ച വർഗസങ്കല്പത്തെ നെഹ്റു പൂർണമായും നിരാകരിച്ചിരുന്നില്ല. അധഃസ്ഥിതരായ ആളുകളുടെ അധ്വാനമാണ് രാഷ്ട്രത്തെ നിലനിർത്തുന്നതെന്ന് നെഹ്റുവിനറിയാമായിരുന്നു. അതുകൊണ്ട് അവരെ വർഗ്ഗപരമായിത്തന്നെ അഭിമുഖീകരിക്കേണ്ട ബാധ്യത കോൺഗ്രസ്സിനുണ്ട് എന്ന് നെഹ്റു വാദിച്ചു. മാർക്സിസ്റ്റ് ദർശനത്തിന്റെ സ്വാധീനം നെഹ്റുവിലുണ്ടായിരുന്നു. ആ സ്വാധീനം അദ്ദേഹം കോൺഗ്രസ്സിനകത്ത് കൊണ്ടുവരാൻ ശ്രമിച്ചു. ഒരു തരത്തിൽ പറഞ്ഞാൽ മാർക്സിസ്റ്റ് ആശയത്തെ മാർക്സിസ്റ്റ് ഇതര ഉദ്ദേശ്യത്തോടുകൂടി ഉപയോഗിച്ച ആളാണ് നെഹ്റു. അദ്ദേഹത്തിന്റെ നെഹ്റുവിയൻ സോഷ്യലിസം എന്ന പദ്ധതി അപൂർണമായിരുന്നതുകൊണ്ടു തന്നെ അതിന് ലക്ഷ്യം കാണാനായില്ല. അതേസമയം ഇന്ത്യയിലെ മാർക്സിസ്റ്റുകാർ നെഹ്റുവിനോട് കാണിച്ച അടുപ്പം പ്രധാനമാണ്. ഭൂതകാലത്തിന്റെ ഭാരം അധികം ചുമക്കാത്ത ആളാണ് നെഹ്റു എന്ന വിശ്വാസമാണ് മാർക്സിസ്റ്റുകാർക്ക് ഉണ്ടായിരുന്നത്. നെഹ്റുവിനെ സംബന്ധിച്ചിടത്തോളം സാംസ്കാരികമായ മുൻവിധികളെ ചെറുത്തു തോൽപ്പിക്കുക, ശാസ്ത്രബോധം പ്രചരിപ്പിക്കുക. ജാതി, സമുദായം, മതം തുടങ്ങിയ 'അയഥാർത്ഥ' പ്രശ്നങ്ങളിൽ നിന്ന് സാമ്പത്തിക വികസനത്തിന്റേതായിട്ടുള്ള ദേശീയോദ്ഗ്രഥനത്തിന്റേതായിട്ടുള്ള യഥാർത്ഥ പ്രശ്നങ്ങളിലേക്ക് ശ്രദ്ധതിരിക്കുക എന്നതായിരുന്നു പ്രധാനം.

ii) സ്വാതന്ത്ര്യാനന്തര ഇന്ത്യയിൽ രൂപപ്പെട്ടുവന്ന ബുദ്ധിജീവികൾ വരേണ്യവിഭാഗത്തിൽപ്പെട്ടവർ മാത്രമായിരുന്നില്ല. ജനാധിപത്യപര മായ ഒരു പ്രക്രിയ ഇന്ത്യൻ സമൂഹത്തിനകത്തു നടന്നതുകൊണ്ടുതന്നെ വിവിധ വിഭാഗങ്ങളിൽനിന്നുള്ള ബുദ്ധിജീവികൾ ഇന്ത്യൻ ബൗദ്ധികത യ്ക്കകത്തു കടന്നുവന്നു. അവരുടെ മധ്യവർഗ-നഗര ബന്ധങ്ങളെ നമുക്ക് മാറ്റിനിർത്താനാവില്ല. എങ്കിലും അവരെല്ലാവരും ഒരു തരത്തിൽ പാശ്ചാത്യ മാതൃകകളെ പിൻപറ്റുന്നവരായിരുന്നു.

iii) ഈ ബുദ്ധിജീവികൾ ഇന്ത്യയിലെ പ്രമുഖ കോളേജുകളിലും, സർവകലാശാലകളിലും ദേശീയ പരീക്ഷണശാലകളിലും ഗവേഷ ണസ്ഥാപനങ്ങളിലും നിന്നുള്ളവരായിരുന്നു. പ്രൊഫസർമാർ, ശാസ്ത്ര ജ്ഞർ, കലാകാരന്മാർ, പത്രപ്രവർത്തകർ, സാമൂഹ്യപ്രവർത്തകർ എന്നിവരെല്ലാം അതിലുൾപ്പെടുന്നു. ഇവരെല്ലാം രാഷ്ട്രീയപ്പാർട്ടികളു മായി നേരിട്ടു ബന്ധം പുലർത്തിയിരുന്നവരല്ല. പക്ഷേ അവരെല്ലാം അഭിപ്രായസ്വാതന്ത്ര്യമുള്ള പുരോഗമനവാദികളായിരുന്നു.

iv) സാമ്പത്തിക ഉദാരവൽക്കരണത്തിന്റെ കാര്യത്തിൽ ഈ ബുദ്ധിജീവികൾ ചില വിയോജിപ്പുകൾ രേഖപ്പെടുത്തി. മുതലാളിത്ത ത്തെ അനിയന്ത്രിതമായി വികസിക്കാൻ അനുവദിക്കരുത് എന്ന നിലപാടാണ് അവർ സ്വീകരിച്ചത്. പൊതുമേഖല നിലനിൽക്കണം, രാഷ്ട്രത്തിന്റെ സ്വയംഭരണാവകാശം നിലനിൽക്കണം, സോഷ്യലിസം എന്ന ആദർശം ഉയർത്തിപ്പിടിയ്ക്കണം തുടങ്ങിയ കാര്യങ്ങളിൽ ഈ ബുദ്ധിജീവികളെല്ലാം സാമാന്യമായി ഒരേ അഭിപ്രായം പുലർത്തി. മറ്റൊരു വശത്ത് രാഷ്ട്രീയത്തിനു സംഭവിക്കുന്ന വർഗ്ഗീയവൽക്കരണ ത്തെ നെഹ്റുവിനെപ്പോലെ ബുദ്ധിജീവികളും എതിർത്തു. ഒരു വശത്ത് സോഷ്യലിസ്റ്റ് ആശയങ്ങളും മറുവശത്ത് സെക്കുലർ ആദർശങ്ങളും ഉയർത്തിപ്പിടിച്ചുകൊണ്ടാണ് നെഹ്റുവിയൻ യുഗം ഇന്ത്യയിൽ ആരംഭിച്ചത്. അതുകൊണ്ട് ഇടതുപക്ഷക്കാർക്കായാലും മതേതരവാ ദികൾക്കായാലും നെഹ്റുവിന്റെ ഗൃഹാതുരത്വത്തിൽനിന്ന് രക്ഷപ്പെടാൻ കഴിയില്ല (Pathak 2013:61-63).

മതേതര മാനവികതയെ പുരസ്ക്കരിച്ചുകൊണ്ട് സാംസ്കാരിക മായുള്ള മുൻവിധികളെ പരാജയപ്പെടുത്തുക എന്ന ആശയത്തിന്റെ പ്രാധാന്യം നിലനിൽക്കുന്നുണ്ട് എന്നതാണ് ബുദ്ധിജീവികൾക്കിടയിൽ നെഹ്റുവിന് പ്രചാരം ലഭിക്കുന്നതിന് പ്രധാന കാരണമായത്. സാമ്പ ത്തിക വിദഗ്ദ്ധരും ശാസ്ത്രജ്ഞന്മാരും മാത്രമല്ല, സാംസ്കാരികമണ്ഡല ത്തിലുണ്ടായിരുന്ന ബുദ്ധിജീവികളും ആധുനികതയെ ആവേശപൂർവ്വം സ്വീകരിക്കുകയാണുണ്ടായത്. രണ്ടു സിനിമകളെ മുൻനിർത്തിയാണ്

ഇതിനെ വിശദീകരിക്കുന്നത്. ഇബ്സന്റെ ‘Enemy of the people’ എന്ന നാടകത്തെ മുൻനിർത്തി സത്യജിത് റായ് സംവിധാനം ചെയ്ത സിനിമയാണ് ‘ഗണശത്രു’. ആ സിനിമയ്ക്കകത്ത് സത്യജിത് റായ് യുക്തിയെക്കുറിച്ചാണ് സംസാരിക്കുന്നത്. പൗരോഹിത്യം സൃഷ്ടിക്കുന്ന രോഗങ്ങളെ ചെറുത്തു തോൽപ്പിയ്ക്കാൻ തീരുമാനിച്ചുറച്ച യുക്തിവാദി യായ ഒരു ഡോക്ടർ ആണ് ഇതിലെ കഥാപാത്രം. കാരണം സംഘടിത മതങ്ങളെല്ലാം അന്ധവിശ്വാസവും അജ്ഞതയുമാണ് വളർത്തുന്നതെ ന്ന് സത്യജിത് റായ് കരുതി. യുക്തിയുടെ പ്രാധാന്യത്തിലേക്കാണ് അദ്ദേഹം വിരൽചൂണ്ടുന്നത്. വാസ്തവത്തിൽ യുക്തിവാദിയായ ഓരോ ആളും ഇന്ത്യയിൽ നിർവ്വഹിക്കണമെന്ന് നെഹ്റു കരുതിയ ജോലിയാണ് ആ ഡോക്ടർ നിർവ്വഹിക്കുന്നത്. അന്ധതയ്ക്കും അജ്ഞതയ്ക്കുമെതിരായ സമരമാണത്. അപർണസെന്നിന്റെ ‘പരമ’ എന്ന സിനിമ ആദർ ശാത്മകമായ പരമ്പരാഗത പദവികളിൽ നിന്ന് സ്വയം സ്വാതന്ത്ര്യം പ്രഖ്യാപിക്കുന്ന ഒരു സ്ത്രീയെ ആണ് അവതരിപ്പിക്കുന്നത്. ഒരു പുതിയ സ്ത്രീ പിറക്കുന്ന സിനിമയാണത്. ‘ഞാനൊരു വ്യക്തിയാണ്’ എന്ന് ആ സ്ത്രീ അതിനകത്ത് തിരിച്ചറിയുന്നുണ്ട്. മറ്റൊരർത്ഥത്തിൽ പറഞ്ഞാൽ അവർ പരമ്പരാഗതമായ സ്ത്രീ സങ്കല്പത്തെത്തന്നെ വിമർശിക്കുകയാണ് ചെയ്തത്. ഈ രണ്ടു സിനിമകളും നെഹ്റുവിയൻ സന്ദേശത്തെയാണ് പ്രക്ഷേപിക്കുന്നത്. ആധുനികതയെ നിങ്ങൾക്ക് പുരസ്ക്കരിക്കണമെങ്കിൽ പാരമ്പര്യത്തിന്റെ പലതരം അവശിഷ്ടങ്ങളെ കുടഞ്ഞു കളഞ്ഞേ മതിയാവൂ. ഇന്ത്യൻ ജനതയെ പഠിപ്പിക്കുകയും ഉണർത്തുകയും പ്രബുദ്ധതയിലേക്ക് നയിക്കുകയും ചെയ്യാനുള്ള ബുദ്ധി ജീവികളുടെ ശ്രമങ്ങളായിരുന്നു ഇവയെല്ലാം (Pathak 2013: 63-64).

എല്ലാ ബുദ്ധിജീവികളും നെഹ്റുവിന്റെ വഴിയിലായിരുന്നു എന്നു പറയാനാവില്ല. നെഹ്റു ഇന്ത്യൻ ജനതയുടെ പാരമ്പര്യങ്ങളെയും വിശ്വാസങ്ങളെയും മതബോധത്തെയും ഒന്നും അംഗീകരിച്ചില്ല എന്നും അദ്ദേഹത്തിന്റെ മതനിരപേക്ഷത യൂറോപ്പിന്റേതായ ഒരു ചിന്തയാണ് എന്നും കരുതുന്ന ബുദ്ധിജീവികളും ഇന്ത്യയിൽ ഉണ്ട്. അതുകൊണ്ട് നെഹ്റുവിന്റെ പാത പിന്തുടരുന്നവരെ അവർ കപടമതേതരവാദികൾ എന്ന് വിളിക്കാറുണ്ട്. പാശ്ചാത്യമായ നോട്ടമാണ് നെഹ്റുവിയൻ ചിന്തക ളിലുള്ളതെന്നും അതുകൊണ്ടാണ് പാശ്ചാത്യ മതനിരപേക്ഷതയ്ക്കുവേണ്ടി വാദിക്കുന്നതെന്നും ഇന്ത്യയിൽ മതമാണ് പ്രധാനം, അതിനെ അംഗീ കരിക്കാതിരിക്കാൻ ആവില്ലെന്നും ഈ ബുദ്ധിജീവികൾ പറയുന്നു. അതിൽപ്പെട്ടവരാണ് ഹിന്ദുത്വവാദികളായ ബുദ്ധിജീവികൾ. നെഹ്റുവിൽ നിന്നും വ്യത്യസ്തമായ ഒരു പദ്ധതിയാണ് അവർ ഏറ്റെടുത്തിട്ടുള്ളത്.

അവർ ചരിത്രത്തെ തിരുത്തിയെഴുതാനാണ് ശ്രമിക്കുന്നത്. പഴയ പ്രതാപത്തെ വിട്ടുകളയാൻ അവർ ആഗ്രഹിക്കുന്നില്ല. അതുകൊണ്ട് സാംസ്കാരികമായ പാരമ്പര്യമാണ് മതനിരപേക്ഷതയെക്കാൾ അവർക്ക് പ്രധാനം (Pathak 2013:64).

നെഹ്രുവിയൻ ചിന്തകൾക്കെതിരെ വിമർശനമുന്നയിച്ച മറ്റൊരു വിഭാഗം ബുദ്ധിജീവികളും ഇന്ത്യയിലുണ്ട്. 'കീഴാള ചരിത്രകാരന്മാർ' എന്നറിയപ്പെടുന്ന അവർ നെഹ്രുവിനെക്കുറിച്ച് കുറെക്കൂടി കാതലായ വിമർശനമുന്നയിച്ചവരാണ്. ഇന്ത്യയിലെ വരേണ്യ ബൂർഷ്വാ വർഗ്ഗത്തിന്റെ വീക്ഷണമാണ് നെഹ്രുവും അദ്ദേഹത്തെ പിൻപറ്റുന്ന ബുദ്ധിജീവികളും മുന്നോട്ടുവച്ചിട്ടുള്ളത് എന്ന വിമർശനമാണ് അവർ ഉന്നയിക്കുന്നത് (Guha 1982:1-7). രൺജിത് ഗുഹയെപ്പോലുള്ളവർ ഈ വിഭാഗത്തിലുൾപ്പെടുന്നു. അവരുടെ വിമർശനങ്ങൾ ഇങ്ങനെ ക്രോഡീകരിക്കാം:

i) നെഹ്റുവിന്റെ രാഷ്ട്ര പുനർനിർമ്മാണ പദ്ധതി കർഷകർ, ആദിവാസികൾ, അധഃസ്ഥിത വിഭാഗങ്ങൾ തുടങ്ങിയ കീഴാള ജനതയ്ക്ക് പങ്കാളിത്തമില്ലാത്ത ഒരു പദ്ധതിയാണ്. പകരം അതിനെ മുഴുവൻ നിർണയിക്കുകയും നിയന്ത്രിക്കുകയും ചെയ്തുകൊണ്ടിരിക്കുന്നത് ശാസ്ത്രജ്ഞന്മാരും സാങ്കേതിക വിദഗ്ദ്ധരും ഇംഗ്ലീഷ് വിദ്യാഭ്യാസം ലഭിച്ച ബുദ്ധിജീവികളുമൊക്കെയാണ്. കീഴാള ജനതയ്ക്ക് കർതൃത്വം ലഭിക്കുന്ന ഒരു സന്ദർഭത്തിൽ നെഹ്രുവിന്റെ രാഷ്ട്രപുനർനിർമ്മാണസങ്കല്പം അതിന്റെ വരേണ്യതയുടേയും രക്ഷാകർതൃമനോഭാവത്തിന്റെയും അടിസ്ഥാനത്തിൽ ചോദ്യം ചെയ്യപ്പെടും. കാഞ്ച ഐലയ്യാ, ഗെയിൽ ഓംവെദ്, ജി. അലോഷ്യസ് തുടങ്ങിയവരാണ് ഈ വിമർശനം പ്രധാനമായും ഉന്നയിച്ചത്.

ii) ചുറ്റുമുള്ള ആളുകളെ പഠിപ്പിക്കുകയും നാഗരികവൽക്കരിക്കുകയും ഒക്കെ ചെയ്യണമെന്നു പറയുമ്പോൾ, ഈ ആളുകളൊന്നും ജഡവസ്തുക്കളല്ല എന്ന് മനസ്സിലാക്കണം. അവർക്ക് അവരവരുടേതായ ചരിത്രവും അനുഭവങ്ങളുമുണ്ട്. ആ അർത്ഥത്തിൽ നിങ്ങളവരെ ഒരു സക്രിയ കാര്യകർത്താവായി മാറ്റണം. അതിലൂടെ മാത്രമേ രാഷ്ട്രപുനർനിർമ്മാണം യഥാർത്ഥത്തിൽ നടക്കുകയുള്ളൂ. യാഥാസ്ഥിതിക ഇടതുപക്ഷത്തിനു പകരം ഒരു വിമർശനാത്മക ഇടതുപക്ഷം എന്ന സങ്കല്പം കീഴാളപഠനങ്ങളുടെ ഭാഗമായി രൂപപ്പെട്ടു വരുന്നുണ്ട്. അതുവരെയും അടയാളപ്പെടുത്താതെ പോയ കീഴാള സമരങ്ങളെയും കീഴാള മുന്നേറ്റങ്ങളേയും ചരിത്രത്തിന്റെ മുഖ്യധാരയിലേക്ക് കൊണ്ടുവരാനാണ് ഇതിന്റെ ഭാഗമായി കീഴാള ചരിത്രകാരന്മാർ ശ്രമിച്ചത്. ഈ സബാൾട്ടേൺ ഗ്രൂപ്പിനകത്തുതന്നെ രണ്ടു വിഭാഗങ്ങൾ ഉണ്ടായിരുന്നു. അതിൽ

ഒരു വിഭാഗം യുക്തിബോധത്തെയും പാശ്ചാത്യ പ്രബുദ്ധതയേയുമെല്ലാം ചോദ്യം ചെയ്യുന്ന ആധുനികോത്തരവാദികളാണ്. ആഷിഷ്നന്ദിയെ പ്പോലുള്ളവർ ഈ ഗണത്തിലുൾപ്പെടുന്നു. ഇവർ ആധുനികതയെത്ത ന്നെ സംശയിക്കുന്നവരാണ്. അതുകൊണ്ടവർ ചരിത്രമെന്ന ബൃഹദാ ഖ്യാനത്തെത്തന്നെ തിരസ്കരിക്കുന്നു. പകരം, ചരിത്രം ശകലിതമാണ് എന്ന സങ്കല്പമാണ് ഈ ആധുനികോത്തരവാദികൾ മുന്നോട്ടുവച്ചത്. ഇങ്ങനെ സബാൾട്ടേണിറ്റിയ്ക്കകത്തുതന്നെ യുക്തിയേയും പ്രബുദ്ധത യേയും അംഗീകരിക്കുന്നവരും അതിനെ നിരാകരിക്കുന്നവരും ഉണ്ട്. അങ്ങനെ നെഹ്റുവിയൻ സന്ദർഭത്തിലെ ആദർശാത്മക ഏകഭാ ഷണത്തിനു പകരം ചരിത്രത്തെയും വികസനത്തെയും കുറിച്ചുള്ള ബഹുസ്വരമായ ഒരു ഭാഷ ഉൾക്കൊള്ളാൻ കഴിയുക എന്നതും ഏറ്റവും പ്രധാനമായിത്തീരുന്നു (Pathak 2013: 65-66).

നെഹ്റുവിന്റെ രാഷ്ട്ര പുനർനിർമ്മാണം എന്ന പദ്ധതിയുടെ ഒരു പ്രധാനപ്പെട്ട ഘടകം ശാസ്ത്രമായിരുന്നു. ശാസ്ത്രബോധം എന്നതിന് വലിയ ഊന്നലാണ് നെഹ്റു നൽകിക്കാണുന്നത്. സ്വയം യന്ത്രവൽ ക്കരിച്ചും ആധുനികവൽക്കരിച്ചും പിറക്കുന്ന ഒരു പുതിയ ഇന്ത്യയെ ആണ് അദ്ദേഹം ഭാവനയിൽ കണ്ടത്. ഇന്നത്തെ ഇന്ത്യയിൽ നെഹ്റു വിന്റെ ഈ വീക്ഷണത്തെ അതിശക്തമായെതിർക്കുന്ന ഒരു ബൗദ്ധി കധാരയുണ്ട്. ശാസ്ത്രത്തിന്റെ രാഷ്ട്രീയത്തെ വിമർശിക്കുകയും നമ്മുടെ രാജ്യത്തുള്ള ആധുനികേതരമായ ബദൽപാരമ്പര്യങ്ങളെ പുരസ്ക്ക രിക്കുകയുമാണ് ഈ ധാര ചെയ്യുന്നത്. അക്കൂട്ടത്തിൽപ്പെട്ട ഒരാളായ ആധുനികതയുടെ വിമർശകനായ ആഷിഷ്നന്ദി ഇക്കാര്യം വളരെ ശക്തമായി പറയുന്നുണ്ട്. നമ്മുടെ മനസ്സിന് കൊളോണിയലിസം ഉണ്ടാ ക്കിയ നാശനഷ്ടങ്ങളെക്കുറിച്ചും അത് നമ്മുടെ ആത്മാഭിമാനത്തിൽ എത്രമാത്രം മുറിവേൽപ്പിച്ചിട്ടുണ്ട് എന്നും അദ്ദേഹം ആലോചിക്കുന്നു. മതേതര ശ്രേണീവൽക്കരണമാണ് നാം സ്വീകരിച്ചിട്ടുള്ളത്. മനുഷ്യനെ മനുഷ്യേതര വസ്തുക്കൾക്കുമുകളിൽ പ്രതിഷ്ഠിക്കുക, സ്ത്രീകൾക്കുമുകളിൽ പുരുഷനെ സ്ഥാപിക്കുക, കുട്ടികൾക്കു മുകളിൽ മുതിർന്നവരെ സ്ഥാപി ക്കുക, ചരിത്ര നിരപേക്ഷതയ്ക്കു മുകളിൽ ചരിത്രത്തെ സ്ഥാപിക്കുക, പാരമ്പര്യത്തിനു മേലെ ആധുനികതയെ സ്ഥാപിക്കുക, അപരിഷ്കൃ തയ്ക്കു മുകളിൽ പരിഷ്കൃതിയെ സ്ഥാപിക്കുക ഇങ്ങനെ വിപുലമായ രീതിയിലുള്ള ശ്രേണീകരണം ഉണ്ട്. ഇതിനെയാണ് ആഷിഷ്നന്ദി മതേതരശ്രേണീവൽക്കരണം എന്നു പറയുന്നത് (Pathak 2013:66). അതുപോലെ പാശ്ചാത്യ വികസന സങ്കല്പവും യൂറോപ്യൻ കാഴ്ചപ്പാ ടിലുള്ള പുരോഗതി എന്ന സങ്കല്പവുമാണ് നാം സ്വാംശീകരിച്ചിട്ടുള്ളത്.

അതെല്ലാം നമ്മുടെ ആത്മാഭിമാനത്തെ മുറിവേൽപ്പിച്ചു. നാം എങ്ങനെയാണ് പടിഞ്ഞാറിനെ ആന്തരവൽക്കരിച്ചിട്ടുള്ളതെന്നും കൊളോണിയൽ യജമാനന്മാരുടെ ഭാഷയിൽ നാം എങ്ങനെയാണ് സംസാരിക്കുന്നതെന്നും ആഷിഷ് നന്ദി വിശദീകരിക്കുന്നു.

ഗാന്ധിയെ ആണ് ഒരു മാതൃകയായി ആഷിഷ് നന്ദി സ്വീകരിക്കുന്നത്. ഗാന്ധി എങ്ങനെയാണ് ഒരു ബദൽ അജണ്ട മുന്നോട്ടുവച്ചത് എന്ന് നന്ദി വിശദീകരിക്കുന്നു. സാമ്രാജ്യത്വത്തിന്റെ എല്ലാതരം സംവർഗങ്ങളോടും ഗാന്ധി സമരം ചെയ്തു. ദുർബലമാണെന്നു കരുതി യൂറോപ്പ് മാറ്റിവച്ചവയെല്ലാം ശക്തിയുള്ളതാണെന്ന് അദ്ദേഹം സ്ഥാപിക്കാൻ ശ്രമിച്ചു. അദ്ദേഹം രാഷ്ട്രീയമണ്ഡലത്തെ സ്ത്രൈണവൽക്കരിച്ചു. അമിതപൗരുഷമാണ് ധൈര്യം എന്നതിനെ ഗാന്ധി തിരുത്തിക്കാണിച്ചു. യുദ്ധം, ഹിംസ എന്നിവയ്ക്കു പകരം പട്ടിണികിടക്കുക, സത്യാഗ്രഹം, അഹിംസ എന്നിവയൊക്കെയായിരുന്നു അദ്ദേഹത്തിന്റെ മാർഗങ്ങൾ. ഓരോ സമരത്തിലും, സമരം ചെയ്തുകൊണ്ടിരിക്കുന്നവരെയും ആർക്കെതിരെയാണോ സമരം ചെയ്യുന്നത് അവരെയും അവരുടെ പരിമിതികളിൽനിന്നു വിമുക്തമാക്കാനാണ് അദ്ദേഹം ശ്രമിച്ചത്. നിരാഹാരം കിടക്കുകവഴി അധികാരത്തിലുള്ള ആളുടെ മനസ്സുമാറ്റുക എന്നതാണ് ലക്ഷ്യമിടുന്നത്. മനുഷ്യരുടെ ഉള്ളിലെ കാരുണ്യത്തെ ഉണർത്താനാണ് ഗാന്ധിജി ശ്രമിക്കുന്നത്. അതോടെ അധികാരത്തിൽനിന്ന് നാം വിമുക്തരായിത്തീരും. ഇത് അധികാരികളെത്തന്നെ പരിഷ്കരിക്കുകയാണ് ചെയ്യുന്നത്. ആഷിഷ് നന്ദി ആധുനികതയോടുള്ള തന്റെ അപ്രിയം നിരന്തരം രേഖപ്പെടുത്തിയിട്ടുണ്ട്. ഹിംസയുടെയും അധീശത്വത്തിന്റെയും യുക്തിയെ ആഘോഷിക്കുന്ന ഒന്നാണ് ആധുനികത എന്ന് അദ്ദേഹം വിമർശിക്കുന്നുണ്ട്. ആധുനിക പുരോഗമന ബുദ്ധിജീവികൾ ജനങ്ങളെ അവരുടെ അന്ധവിശ്വാസങ്ങളുടെ പേരിൽ നിരന്തരം വിമർശിച്ചുകൊണ്ടേയിരിക്കും. സാധാരണ ജനങ്ങളെ അവർ ശാസ്ത്രവും യുക്തിയും പഠിപ്പിക്കും. ഇതിനു പകരം ആധുനികതാവാദികൾ സ്വയം പരിശോധിക്കുകയാണ് വേണ്ടത് എന്ന് നന്ദി പറയുന്നു. അവർ നടപ്പിലാക്കാനുദ്ദേശിക്കുന്ന പദ്ധതികളുടെ രോഗാതുരത അവർ തിരിച്ചറിയണം. ദേശീയതയുടെയും വികസനത്തിന്റെയും ശാസ്ത്രത്തിന്റെയും പേരിൽ ആളുകൾ ചൂഷണം ചെയ്യപ്പെടുകയും കൊല്ലപ്പെടുകയും ചെയ്യുന്നു. ഈയൊരു സന്ദർഭത്തിൽ ശാസ്ത്രം ഭരണകൂട യുക്തിയായി മാറുന്നു എന്ന വിമർശനമാണ് നന്ദി ഉന്നയിക്കുന്നത്. സാങ്കേതിക വിദ്യയുടെ ഒരു കെട്ടുകാഴ്ച/ദൃശ്യവിസ്മയമാണ് ഭരണകൂടം. സാങ്കേതികതയ്ക്ക് എല്ലാ ദുരിതങ്ങളേയും ഇല്ലാതാക്കാനാവും എന്നൊരു സങ്കല്പം നിലനിൽക്കുന്നുണ്ട്. വളരെ

ഉപകരണാത്മകമായി 'വരേണ്യ വിഭാഗത്തിന്റെ അധീശത്വത്തെ നിലനിർത്തുകയും അതിനെ സാധൂകരിക്കുകയും ചെയ്യുക എന്നതാണ് ശാസ്ത്രം ഇന്ത്യയിൽ ചെയ്യുന്ന ദൗത്യം. ശാസ്ത്രംതന്നെ ഒരു മതമായി മാറുകയാണ്. ചെയ്യുന്ന എല്ലാ കാര്യങ്ങളും ശാസ്ത്രത്തിന്റെ പേരിൽ ന്യായീകരിക്കപ്പെടുന്നു. ഒരിക്കലും നിങ്ങൾക്ക് ശാസ്ത്രത്തെ ചോദ്യം ചെയ്യാനാവില്ല എന്നു വരുന്നു. ഇത് തീർച്ചയായും രാഷ്ട്രീയത്തിന്റെ തുറന്ന സംസ്കാരത്തെ ഇല്ലാതാക്കും. അതുകൊണ്ട് ശാസ്ത്രത്തെ വീണ്ടും രാഷ്ട്രീയവൽക്കരിക്കുക എന്നതാണ് നമ്മുടെ മുന്നിലുള്ള വെല്ലുവിളി. ശാസ്ത്രം ഒരു പരിശോധയ്ക്ക് വിധേയമാവണം. ശാസ്ത്രത്തിന്റെ എസ്റ്റേറ്റിനു പുറത്തുള്ളവരും ശാസ്ത്രത്തിന്റെ ഇരകളായിത്തീർന്നവരും ശാസ്ത്രത്തെ ചോദ്യം ചെയ്യണം എന്നാണ് നന്ദി പറയുന്നത്. നന്ദി നൽകുന്ന സന്ദേശം വളരെ വ്യക്തമാണ്. ആധുനികർക്ക് ബൗദ്ധികമായി ലഭിച്ചുകൊണ്ടിരിക്കുന്ന മേൽക്കൈ തകർക്കപ്പെടേണ്ടതാണ് എന്നാണ് അദ്ദേഹം പറയാൻ ശ്രമിക്കുന്നത്. കണ്ണും ചെവിയുമില്ലാത്ത ഈ ശാസ്ത്രം എന്തിനെയെല്ലാം തകർത്തു കളഞ്ഞിട്ടുണ്ടോ അതിനെയെല്ലാം തിരിച്ചുപിടിക്കണം എന്നുള്ളതാണ് നന്ദിയുടെ ആവശ്യം. ബുദ്ധിജീവികൾ ആധുനികതയുടേയും ശാസ്ത്രത്തിന്റെയും പ്രലോഭനങ്ങളിൽ പെട്ടുപോകരുത്. ഇരകളാക്കപ്പെട്ടവരുടെ, നിശ്ശബ്ദരാക്കപ്പെട്ടവരുടെ, പ്രാന്തവൽക്കരിക്കപ്പെട്ടവരുടെ സ്വാതന്ത്ര്യത്തിനുവേണ്ടിയുള്ള ശബ്ദത്തെയാണ് അവർ കേൾക്കേണ്ടത് എന്നും അദ്ദേഹം പറയുന്നു (Nandy 1988: 7,10,11).

ഈ വിമർശനങ്ങൾ ഇന്ന് വളരെയധികം ജനപ്രിയമായിക്കൊണ്ടിരിക്കുകയാണ്. ചിപ്കോ മൂവ്മെന്റ്, ഭോപ്പാൽ വാതകദുരന്തം എന്നീ സന്ദർഭങ്ങളിലെല്ലാം ഉണ്ടായിവന്നിട്ടുള്ള ജനകീയ പ്രസ്ഥാനങ്ങൾ ആഷിഷ് നന്ദി ഉന്നയിച്ച വിമർശനങ്ങൾ ശരിയാണ് എന്നു കാണിക്കുന്നവയാണ്. പുതിയകാലത്തുയർന്നു വരുന്ന ബുദ്ധിജീവികൾ തൃണമൂലതലത്തിൽ രൂപപ്പെട്ടുവരുന്ന പരിസ്ഥിതി പ്രസ്ഥാനങ്ങളുമായി ഐക്യപ്പെടുന്നതാണ് കാണാൻ കഴിയുന്നത്. അത്തരത്തിലുള്ള പ്രസ്ഥാനങ്ങളെല്ലാം വനനശീകരണത്തിനും വലിയ ഡാമുകൾ പണിയുന്നതിനും എതിരാണ്. ഈ പ്രസ്ഥാനങ്ങളെ പിന്തുണയ്ക്കുക എന്നതാണ് ഇന്നത്തെ ഇന്ത്യയിലെ പല ബുദ്ധിജീവികളുടെയും ഒരു സമീപനം. ഇതിന്റെയൊക്കെ ഭാഗമായി നെഹ്റു മുന്നോട്ടുവച്ച വികസന മാതൃകയിൽനിന്നും ആധുനികതാ സങ്കല്പത്തിൽനിന്നും ഒരു വിച്ഛേദം വളരെ പ്രബലമായി ഇന്ന് നിലനിൽക്കുന്നുണ്ട്. രാമചന്ദ്ര ഗുഹയുടെ പ്രബന്ധങ്ങളിൽ ഈയൊരു വിച്ഛേദനത്തിന്റെ സൂചന കാണാം. സാമ്പത്തിക വിദഗ്ധന്മാരും സാമൂഹ്യശാസ്ത്രകാരന്മാരും ഇന്ത്യയിലെ

പാരിസ്ഥിതിക സംവാദങ്ങളിൽ വലിയ താൽപര്യം കാണിച്ചിട്ടില്ല എന്നാണ് അദ്ദേഹം പറയുന്നത്. കാരണം പാരിസ്ഥിതികമായി രൂപപ്പെട്ടു വരുന്ന ഈ പ്രതിരോധങ്ങൾ ഇന്ത്യയുടെ ദ്രുതഗതിയിലുള്ള വ്യവസായവൽക്കരണത്തിന് തടസമാകുമെന്നോ അതിൽനിന്നൊരു വ്യതിയാനമായിരിക്കുമെന്നോ അവർ ഭയന്നിട്ടുണ്ടാവണം. സ്വാതന്ത്ര്യാനന്തര ഇന്ത്യയിലുണ്ടായിരുന്ന ബൗദ്ധികാന്തരീക്ഷം എന്നു പറയുന്നത്, മനുഷ്യനും പ്രകൃതിയും തമ്മിലുള്ള വിനിമയങ്ങളോട് ഒട്ടും ചേർന്നു നിൽക്കാത്തതായിരുന്നു. കാര്യങ്ങൾ മാറിക്കൊണ്ടിരിക്കുകയാണ് സാമൂഹികമായ പാരിസ്ഥിതികബോധം വളരെ പ്രബലമായി ഇന്നു രൂപപ്പെട്ടുവരുന്നുണ്ട്. മനുഷ്യൻ, പ്രകൃതി, സമ്പദ്ഘടന, സംസ്കാരം, പരിസ്ഥിതി, എന്നിവയെല്ലാം തമ്മിലുള്ള പാരസ്പര്യത്തെക്കുറിച്ചുള്ള ഒരു പുതിയ തരത്തിലുള്ള ബോധമാണിത്. സാമൂഹ്യപരിസ്ഥിതി വിജ്ഞാനം (social ecology) എന്നാണ് രാമചന്ദ്ര ഗുഹ ഇതിനെ വിളിക്കുന്നത് (Pathak 2013:67,68).

ഇതിന്റെ ഭാഗമായി ഗാന്ധിയിലേക്ക് തിരിയുന്ന പ്രവണതയും വളരെ പ്രബലമാണ്. ആധുനികതയെയും വികസനത്തെയും കുറിച്ചുള്ള ഗാന്ധിയൻ വിചാരങ്ങളോട് കുറെക്കൂടി അനുകമ്പാപൂർണമായ ഒരു നിലപാട് ഇന്ത്യൻ ബുദ്ധിജീവികൾ സ്വീകരിക്കാൻ തുടങ്ങി. പഴയ നെഹ്റുവിയൻ ചിന്താഗതി പുലർത്തുന്നവരും പുതുഗാന്ധിയന്മാരും തമ്മിൽ ഇക്കാര്യത്തിലൊരു സംവാദംതന്നെ തുടങ്ങിവെച്ചിട്ടുണ്ട്. സംസ്കാരവും മതവും ആധുനികതയും സാമൂഹ്യപ്രസ്ഥാനങ്ങളും ആണ് ഈ സംവാദങ്ങളുടെയെല്ലാം കേന്ദ്രം. ഗ്രാമീണർക്കിടയിൽ, നഗരങ്ങളിലെ പാവപ്പെട്ടവർക്കിടയിൽ, ദളിതർക്കും ആദിവാസികൾക്കുമിടയിൽ പ്രവർത്തിക്കുന്ന ധാരാളം സന്നദ്ധസംഘടനകൾ ഈ കാലഘട്ടത്തിൽ ഉണ്ടായിവന്നിട്ടുണ്ട്. മധ്യവർഗ ബുദ്ധിജീവികളെ ആകർഷിക്കുന്നതിൽ ഇത്തരം പ്രസ്ഥാനങ്ങൾ ഒരു പരിധിവരെ വിജയിച്ചിട്ടുണ്ട്. ഒരു സമൂഹത്തിലെ പ്രാന്തവൽകൃതരായ ജനങ്ങൾക്ക് ശബ്ദം നൽകുന്നതിന് ഈ മധ്യവർഗ ബുദ്ധിജീവികൾക്ക് വളരെ വലിയൊരളവിൽ സാധിച്ചിട്ടുണ്ട്. സാമൂഹ്യശാസ്ത്രപരമായ ഒരു വീക്ഷണത്തിൽ നിലനിൽക്കുന്ന വികസനമാതൃക എന്നു പറയുന്നത് ഒരു പരാജയമാണ്. കാരണം അതിന്റെ പക്ഷപാതിത്വം, അതിൽ നിലനിൽക്കുന്ന അസന്തുലിതാവസ്ഥ, കഷ്ടപ്പാടനുഭവിക്കുന്നവരെ ഉയർത്തിക്കൊണ്ടുവരാനുള്ള ശേഷിക്കുറവ്, ഇതെല്ലാം അതിന്റെ പരാജയത്തെയാണ് കാണിക്കുന്നത്. ഇത് നിലവിലുള്ള ഭരണകൂടത്തിന്റെയും മുഖ്യധാരാ രാഷ്ട്രീയപ്പാർട്ടികളുടെ കൂടി പരാജയമാണ്. ജനങ്ങളുമായി വിനിമയം നടത്തുന്നതിനോ അവരുടെ

പ്രശ്നങ്ങൾ പരിഹരിക്കുന്നതിനോ മുഖ്യധാരാ രാഷ്ട്രീയപ്പാർട്ടികൾക്ക് കഴിയുന്നില്ല. ഗവൺമെന്റിന്റെ സ്ഥാപനപരമായ ചട്ടക്കൂടുകൾക്കു പുറത്താണ് ഈ പരിസ്ഥിതി ഗ്രൂപ്പുകൾ (NGOs) പ്രവർത്തിക്കുന്നത്. തൃണമൂലതലത്തിൽ രൂപപ്പെട്ടു വരുന്ന ജനകീയ പ്രസ്ഥാനങ്ങൾ രാഷ്ട്രീയത്തെത്തന്നെ പുനർനിർവ്വചിക്കുന്നുണ്ട് എന്ന് രജനി കോത്താരി പറയുന്നു (Kotheri 1988:46). ജനാധിപത്യസ്ഥാപനങ്ങളുടെ മൂല്യങ്ങൾ കടലെടുത്തുപോകുന്ന കാലത്ത് പാവപ്പെട്ടവരുടെ താൽപര്യങ്ങളെയോ അഭിലാഷങ്ങളേയോ ഭരണകൂടം തൃപ്തിപ്പെടുത്തുന്നില്ല. ഭരണകൂടം ഇപ്പോഴും വിശ്വസിക്കുന്നത് സാങ്കേതികമായ ആധുനികവൽക്കരണത്തിലാണ്. ആ അർത്ഥത്തിൽ പുതിയൊരു രാഷ്ട്രീയമാണ് നമുക്ക് ആവശ്യമായിട്ടുള്ളത്. ഭരണകൂടവിരുദ്ധമായ ഊർജ്ജവും വിശ്വാസവും ഉൽപ്പാദിപ്പിക്കുന്ന പ്രസ്ഥാനങ്ങളെയാണ് നമുക്ക് ഇനി ആവശ്യം. ഈ പ്രസ്ഥാനങ്ങളിലാണ് സ്വാതന്ത്ര്യത്തിന്റെ സാധ്യതകളുള്ളത് എന്ന് അദ്ദേഹം പറയുന്നു. മാത്രമല്ല ഇതുവരെ രാഷ്ട്രീയത്തിനു പുറത്തു നാം പരിഗണിച്ചിരുന്ന സംസ്കാരം, ലിംഗഭേദം, പ്രായം, സാങ്കേതികത, പരിസ്ഥിതി, ആരോഗ്യം, പോഷകാഹാരം, വിദ്യാഭ്യാസം തുടങ്ങി എല്ലാ വിഷയങ്ങളും ഇവരുടെ പരിഗണനയ്ക്ക് വന്നുതുടങ്ങിയിട്ടുണ്ട്. സ്വാഭാവികമായും കൂടുതൽ ജനാധിപത്യപരമായ സാമൂഹ്യക്രമവും ഭരണകൂടവും ഉണ്ടാവുക എന്നതാണ് നമുക്ക് മുന്നിലുള്ള വെല്ലുവിളി. അതിലേക്കുള്ള സമ്മർദ്ദഗ്രൂപ്പുകളായി മാറാൻ ഈ പ്രസ്ഥാനങ്ങൾക്ക് സാധിക്കും എന്നാണ് അദ്ദേഹം കരുതുന്നത് (Kotheri 1988:109).

ഇതിന്റെയൊക്കെ ഭാഗമായി ഒരു പുതിയ ബുദ്ധിജീവി സങ്കല്പം തന്നെ രൂപപ്പെട്ടു വന്നു. ആ സങ്കല്പത്തിനകത്ത് ഗാന്ധിയുടെ സന്ദേശം ഉള്ളടങ്ങിയിട്ടുണ്ട്. കാരണം ഈ ബുദ്ധിജീവികൾ പരിശീലനം ലഭിച്ചവരല്ല. നെഹ്റുവിന്റെ കാലത്ത് പദ്ധതികൾ ശാസ്ത്രീയമായി ആസൂത്രണം നടത്തുന്നതിലാണ് ഇന്ത്യയിലെ ബുദ്ധിജീവികൾ ഇടപെട്ടിരുന്നത്. വികസനത്തിന്റെ പേരിൽ ബഹുഭൂരിപക്ഷം വരുന്ന ജനങ്ങളെ പരീക്ഷണവസ്തുക്കളാക്കുകയാണ് ചെയ്തത് എന്ന വിമർശനം രൂപപ്പെട്ടു. പരിശീലനത്തിലൂടെ ലഭിച്ച അറിവ് കേന്ദ്രീകൃതമായ അധികാരമായിത്തീരുന്ന സന്ദർഭമുണ്ടായിരുന്നു. അതിന് പകരം അത്തരം തടസ്സങ്ങളെയെല്ലാം മറികടന്നുകൊണ്ട് തങ്ങളകപ്പെട്ടുപോയ ചില തടവറകളിൽനിന്ന് പുറത്തുവരാൻ ബുദ്ധിജീവികൾക്ക് സാധിച്ചിട്ടുണ്ട്. അങ്ങനെ അവർ കൂടുതൽ ജനങ്ങളുമായി ഇടപെടാനും ജനങ്ങളിൽ നിന്നു അഭിപ്രായങ്ങൾ സ്വീകരിക്കാനും ശേഷിയുള്ളവരായി മാറുന്നു. കോത്താരിതന്നെ ഇതിനൊരുദാഹരണമാണ്. പരിശീലനം ലഭിച്ച

ബുദ്ധിജീവി എന്ന പദവിയിൽനിന്ന് പുറത്തുകടക്കാൻ ശ്രമിച്ച ആളാണ് അദ്ദേഹം. മനുഷ്യരുടെ ഭരണകൂടം എന്നതിൽനിന്നു ഭരണകൂടത്തെ മാനവികമാക്കാനാണ് പുതിയ ബുദ്ധിജീവികൾ ശ്രമിക്കുന്നത്. ചരിത്രത്തിന്റെ ഇരകളായ മനുഷ്യർക്കുവേണ്ടി, അവരുടെ വികാരങ്ങളോട് പ്രതിബദ്ധതയുള്ളവരായി പുതിയകാലത്തെ ബുദ്ധിജീവികൾ മാറിയിട്ടുണ്ട് (Kotheri 1988:13).

ഇവയിൽനിന്നും നമുക്ക് താഴെ കാണുന്ന നിരീക്ഷണങ്ങൾ നടത്താവുന്നതാണ്.

i) സ്വാതന്ത്ര്യപൂർവ്വ ഘട്ടത്തിലെ ബുദ്ധിജീവികൾ പ്രധാനമായും പരിഷ്ക്കർത്താക്കളും ആക്ടിവിസ്റ്റുകളുമായിരുന്നു. സ്വാതന്ത്ര്യത്തിനുവേണ്ടി അവർ നടത്തിയിട്ടുള്ള കോളനി വിരുദ്ധ സമരങ്ങളിൽ ഇന്ത്യയുടെ സ്വത്വം, പാരമ്പര്യവും ആധുനികതയും തമ്മിലുള്ള ബന്ധം, ശാസ്ത്രവും മതവും തമ്മിലുള്ള ബന്ധം തുടങ്ങി ഇന്ത്യയുടെ ഭാവിയെക്കുറിച്ചുള്ള ചിന്തകളിലാണ് അവർ ഏർപ്പെട്ടിരുന്നത്. ഇത്തരം പ്രശ്നങ്ങൾ ഇപ്പോഴും അവസാനിച്ചിട്ടുണ്ടെന്ന് പറയാനാവില്ല. സ്വാതന്ത്ര്യലബ്ധിക്കു ശേഷം ബുദ്ധിജീവികൾ കുറെക്കൂടി പ്രയാസകരമായ യത്നങ്ങളിലാണ് ഏർപ്പെട്ടിരുന്നത്. ദേശരാഷ്ട്രത്തെ ശക്തിപ്പെടുത്താനും സാങ്കേതികാധുനികതയെ മുന്നോട്ടു കൊണ്ടുപോകാനും അവർ ശ്രമിച്ചു. അപ്പോഴാണ് നെഹ്റു ബുദ്ധിജീവികൾക്ക് കുറെക്കൂടി പ്രധാനപ്പെട്ട സ്ഥാനം കൽപ്പിച്ചുകൊടുത്തത്. അവർ മിക്കവാറും പരിശീലനം സിദ്ധിച്ചവരായിരുന്നു. സാമൂഹ്യ ശാസ്ത്രജ്ഞർ, സാമ്പത്തിക ശാസ്ത്രജ്ഞർ, സാങ്കേതിക വിദഗ്ധർ, കലാകാരന്മാർ, പത്രപ്രവർത്തകർ തുടങ്ങിയ ഈ ബുദ്ധിജീവികൾ പല സ്ഥാപനങ്ങളിൽ ജോലി ചെയ്യുന്നവരായിരുന്നു.

ii) സ്വാതന്ത്ര്യാനന്തര ഘട്ടത്തിലെ പരിശീലനം ലഭിച്ച ബുദ്ധിജീവികൾ സാമൂഹ്യപരിഷ്ക്കരണത്തോടും സാമൂഹ്യമാറ്റത്തോടും താൽപ്പര്യമില്ലാത്തവരായിരുന്നില്ല. അവർ വർഗീയതയും മതനിരപേക്ഷതയും തമ്മിലുള്ള സംഘർഷങ്ങളിലും ഇടപെട്ടിരുന്നു. അധ്യാപകർ ആസൂത്രകർ, നയങ്ങൾ രൂപപ്പെടുത്തുന്നവർ, ഉപദേഷ്ടാക്കൾ എന്നീ നിലകളിലെല്ലാം ദേശരാഷ്ട്രത്തിന്റെ അജണ്ട തീരുമാനിക്കുന്നതിൽ അവർ പ്രധാന പങ്കുവഹിച്ചു. എങ്കിലും പരിശീലനം ലഭിച്ച ബുദ്ധിജീവികളായതുകൊണ്ടുതന്നെ ജനങ്ങളുടെ സാമൂഹ്യ രാഷ്ട്രീയ പ്രസ്ഥാനങ്ങളുമായി നേരിട്ട് ബന്ധമുണ്ടായിരുന്നില്ല. അവരൊക്കെ മിക്കവാറും സവിശേഷമായ സാമൂഹ്യസ്ഥാപനങ്ങളിലിരുന്നുകൊണ്ടോ കേന്ദ്രങ്ങളിലിരുന്നുകൊണ്ടോ ഇടപെടാനാണ് ആഗ്രഹിച്ചത്. പരിശീലനത്തിലൂടെ ലഭിച്ച നൈപുണിയായിരുന്നു അവർക്കുണ്ടായിരുന്നത്

എന്നതുകൊണ്ടുതന്നെ സങ്കേതജഡിലമായിരുന്നു അവരുടെ ഭാഷ. അവരുടെ ആസൂത്രണത്തിൽ പലതും പുറന്തള്ളപ്പെട്ടു. അതുകൊണ്ടു തന്നെ ആധികാരികമായ ഒരു വിനിമയശേഷി അവർക്കുണ്ടായിരുന്നില്ല. ജനങ്ങളുമായി അടുപ്പമോ, അവരുടെ ബുദ്ധിമുട്ടുകളും പ്രയാസങ്ങളും മനസ്സിലാക്കാനുള്ള ശേഷിയോ ഈ ബുദ്ധിജീവികൾക്കുണ്ടായിരുന്നില്ല. ഇത്തരത്തിലുള്ള പല പരിമിതികളും നെഹ്രുവിയൻ കാലഘട്ടത്തിലെ ബുദ്ധിജീവികൾക്കുണ്ടായിരുന്നു.

iii) സമകാല ഇന്ത്യയിലെ ബുദ്ധിജീവികൾക്കിടയിൽ വീണ്ടും ഗാന്ധിയിലേക്ക് തിരിയാനുള്ള ഒരു പ്രവണത കാണുന്നുണ്ട്. അതേസമയം ഗാന്ധിക്കെതിരായ വിമർശനങ്ങളും വളരെ ശക്തമായി വരുന്നുണ്ട്. ഉദാഹരണത്തിന് ദളിത് ബുദ്ധിജീവികളും കീഴാളചരിത്രകാരന്മാരും ഗാന്ധിയുമായി ഐക്യപ്പെടുന്നവരല്ല. സവർണ്ണ പ്രത്യയശാസ്ത്രത്തിന്റെ അഥവാ ഹൈന്ദവതയുടെ വക്താവായാണ് അവർ ഗാന്ധിയെ കാണുന്നത്. അതേസയമം 'വിപ്ലവവത്കരിക്കപ്പെട്ട ആത്മം' എന്ന ഗാന്ധിയുടെ സങ്കല്പം പല ബുദ്ധിജീവികളേയും ഇന്ന് സ്വാധീനിക്കുന്നുണ്ട്. സാങ്കേതിക ജ്ഞാനം, സാമ്പത്തികാധുനികത എന്നിവയോടുള്ള അദ്ദേഹത്തിന്റെ വിമർശനത്തോടും ജനങ്ങളുടെ ശബ്ദം കേൾക്കാനുള്ള അദ്ദേഹത്തിന്റെ മനസ്സിനോടുമൊക്കെ ആളുകൾക്ക് ഇപ്പോൾ വലിയ ആഭിമുഖ്യം തോന്നാൻ തുടങ്ങിയിട്ടുണ്ട്. ഗാന്ധിയെ വീണ്ടും കണ്ടെത്തുക എന്ന പ്രക്രിയ പുതിയ ബുദ്ധിജീവികളുടെ സവിശേഷഗണം രൂപപ്പെടുന്നതിലേക്കു തന്നെ നയിച്ചിട്ടുണ്ട്. പരിശീലനം സിദ്ധിച്ചവരെ മാത്രമല്ല ഗാന്ധി ആവേശിക്കുന്നത്. അധികാര വികേന്ദ്രീകരണം, സാംസ്കാരികവും പാരിസ്ഥിതികവുമായ പ്രസ്ഥാനങ്ങൾ, ആധുനികതയ്ക്കെതിരെ ഉയർന്നുവന്ന അസംതൃപ്തി തുടങ്ങിയവയെല്ലാം നെഹ്രുവിയൻ ആധുനികതയെ ചോദ്യം ചെയ്യുന്ന രീതിയിൽ വളർന്നുവരുന്നുണ്ട്. അവരെല്ലാം ഇന്ന് ഗാന്ധിയിലേക്ക് തിരിഞ്ഞുകൊണ്ടിരിക്കുകയാണ്.

iv) ഇന്ത്യയിലെ ഭരണവർഗ്ഗം വ്യവസായ മുതലാളിമാരും ഭൂസ്വാമിമാരുമാണ്. അക്കൂട്ടത്തിൽ മൂന്നാമത്തെ ഭരണവർഗ്ഗം എന്ന നിലയ്ക്കാണ് ബുദ്ധിജീവികൾ പരിഗണിക്കപ്പെടുന്നത് എന്ന് അശോക് രുദ്ര അഭിപ്രായപ്പെടുന്നു. പ്രത്യയശാസ്ത്രത്തെ ഉൽപ്പാദിപ്പിക്കുന്നവരാണ് ഈ ബുദ്ധിജീവികൾ. ഭരണവർഗത്തിന്റെ താൽപ്പര്യങ്ങൾ സംരക്ഷിക്കുന്നവരായാണ് അവർ ഇന്ത്യയിൽ പ്രവർത്തിക്കുന്നത്. എല്ലാ ബുദ്ധിജീവികളും ഭരണവർഗത്തിന്റെ തടവിൽ കഴിയുന്നവരാണ് എന്നു പറയാൻ കഴിയില്ലെങ്കിലും ധാരാളം ആളുകൾ ഇത്തരത്തിലുണ്ട്. അതിനെ സാമാന്യവൽക്കരിക്കുക പ്രയാസമാണ്. തങ്ങളുടെ സുരക്ഷിതമായ താവളങ്ങളിൽനിന്നു

പുറത്തുവന്ന് ജനങ്ങളുടെ പ്രശ്നങ്ങളിൽ ഇടപെടാൻ സാധിക്കുന്നവരുണ്ട്. അങ്ങനെയുള്ളവർ പൂർണമായും ഭരണകൂടത്തിന്റെ താൽപ്പര്യങ്ങൾ സംരക്ഷിക്കുന്നവരാണെന്ന് പറയാനാവില്ല. മാത്രമല്ല ബുദ്ധിജീവികളിൽ ഒരു ചെറിയ വിഭാഗമെങ്കിലും അവർക്ക് എന്തു ലഭിക്കുന്നു എന്നത് പരിഗണിക്കാതെ അവരുടെ വിമർശനപരതയും ചിന്താപരമായ ധീരതയും നിലനിർത്തുന്നുണ്ട്. അവർ വലിയ വിപ്ലവകാരികളാവണമെന്നില്ല. പക്ഷേ അവർ യാഥാസ്ഥിതികരല്ല. ഇത്തരത്തിൽ ഇന്ത്യൻ ബുദ്ധിജീവിതത്തെ നമുക്ക് പലതരത്തിൽ മനസ്സിലാക്കാം (Pathak 2013: 69-71).

ആത്മപരിശോധനയുടെ ആവശ്യകത

ബുദ്ധിജീവി പാരമ്പര്യത്തെക്കുറിച്ച് സംക്ഷിപ്തമായി നാം നടത്തിയ ഈ ആലോചന മുന്നോട്ടുവെക്കുന്നത് വൈവിധ്യമാർന്ന സാധ്യതകളാണ്. ഇന്ത്യയിൽ നടന്ന സാമൂഹ്യചിന്തയുമായി ബന്ധപ്പെട്ട സംവാദങ്ങളുടെ അർത്ഥം മനസ്സിലാക്കുന്നതിൽ ബൗദ്ധിക പാരമ്പര്യങ്ങളെക്കുറിച്ചുള്ള ധാരണ നമ്മെ സഹായിക്കുന്നു. ഇന്ത്യയിൽ വളർന്നുവരുന്ന സാമൂഹ്യ യാഥാർത്ഥ്യങ്ങളെ മനസ്സിലാക്കാനും ഈ അറിവ് സഹായകമാണ്. ഇന്ത്യയിൽ പലതരം ബൗദ്ധികപാരമ്പര്യങ്ങൾ ആവിർഭവിക്കുകയും വളരുകയും ചെയ്തിട്ടുണ്ട്. അവയിൽ പലതും പരസ്പര വിരുദ്ധമായ അഭിപ്രായങ്ങളാണ് മുന്നോട്ടുവച്ചിട്ടുള്ളതെങ്കിൽപ്പോലും ആദർശാത്മകമായ ഒരു സങ്കല്പ്പവും അവ പൊതുവെ മുന്നോട്ടുവച്ചിട്ടുണ്ട്. എന്നാൽ പിന്നീട് ഈ ബുദ്ധിജീവി പാരമ്പര്യത്തിന്റെ വളർച്ചയെ മുരടിപ്പിച്ച ഘടകങ്ങളും ഉണ്ട്. അവയെ ആണ് ഇനി പറയുന്നത്.

ജീവിതത്തിന്റെ കച്ചവടവൽക്കരണം

ജീവിതത്തോട് ഒരു തരത്തിലുള്ള ഉപകരണാത്മക ബന്ധമാണ് ഇന്നു നാം പുലർത്തുന്നത്. പൊതുവെ മധ്യവർഗത്തിന്റെ സ്വഭാവമാണിത്. ആ തരത്തിലുള്ള ഉപകരണാത്മകയുക്തി ഒരു ബൗദ്ധിക പരിസരത്തെ ഉണ്ടാക്കുന്നതിന് തടസ്സമാണ്. കാരണം പ്രായോഗികമായ ആവശ്യങ്ങൾക്കപ്പുറം വസ്തുതകളെ ആരായാനും തന്റെ തന്നെ ജീവിതം അത്തരം കാര്യങ്ങൾക്കുവേണ്ടി സമർപ്പിക്കാനും തയ്യാറാവുമ്പോൾ മാത്രമാണ് അഥവാ ജീവിതവുമായി ബന്ധപ്പെട്ട മൗലികമായ ചോദ്യങ്ങൾ ഉന്നയിക്കാൻ തയ്യാറാവുമ്പോഴാണ് ഒരാൾ ബുദ്ധിജീവിയെന്ന സവിശേഷ നാമകരണത്തിന് അർഹമാവുന്നത്. പലപ്പോഴും ഉപകരണാത്മകമായ യുക്തിയാണ് ഒരാൾ തൊഴിൽ സ്വീകരിക്കുന്നതിൽപ്പോലും നിയാമകമായിത്തീരുന്നത്. പെട്ടെന്നുള്ള പകിട്ടും ദൃശ്യതയും ഭൗതികവിജയവും നൽകുന്ന തൊഴിലുകൾ എന്ന നിലയ്ക്ക് കംപ്യൂട്ടർ,

മാനേജ്മെന്റ്, പരസ്യകല തുടങ്ങിയവയോടാണ് ആളുകൾ കൂടുതൽ താൽപ്പര്യം പ്രകടിപ്പിക്കുന്നത്. സ്കൂളുകളിലും കോളേജുകളിലും മികച്ച പ്രകടനം കാഴ്ച വയ്ക്കുന്നവർ അധ്യാപനം, ഗവേഷണം തുടങ്ങിയ മേഖ ലകളിലേക്ക് വരാതിരിക്കുകയും ചെയ്യുന്നു. ബൗദ്ധിക പാരമ്പര്യത്തെ കുട്ടികളെ പരിചയപ്പെടുത്തുകയും ആ അർത്ഥത്തിൽ ബുദ്ധിജീവികളെ നിർമ്മിക്കുകയും ചെയ്യുന്ന ഒരു ജോലിയാണ് അധ്യാപനം, ഗവേഷണം തുടങ്ങിയ മേഖലകളിൽ നടക്കേണ്ടത്. ആരും ബുദ്ധിജീവികളാവാൻ ആഗ്രഹിക്കുന്നില്ല എന്നതിന് സ്ഥിതിവിവരക്കണക്കുകൾ എടുക്കേണ്ട ആവശ്യമേയില്ല. ആളുകൾ കോർപ്പറേറ്റ് എക്സിക്യൂട്ടീവുകളോ ബ്യൂറോ ക്രാറ്റുകളോ ആവാനാണ് ഇന്ന് ആഗ്രഹിക്കുന്നത്. സർവകലാശാല കളിലും കോളേജുകളിലുമൊക്കെ ഗൗരവമായ അന്വേഷണങ്ങളോ ആലോചനകളോ നടക്കാതെ പോവുന്നു. മാത്രമല്ല ഈ രംഗത്തു പ്രവർ ത്തിക്കുന്നവർക്കുതന്നെ സ്വന്തം തൊഴിലിനോട് ധനാത്മകമായ മനോ ഭാവമില്ല. അതുകൊണ്ടു തന്നെ ബുദ്ധിജീവിതം തന്നെ ഒരു തൊഴിലായും ഒരു ജീവിതമാർഗ്ഗമായും സ്വീകരിക്കുന്ന വിദ്യാർത്ഥികളെ സൃഷ്ടിക്കാൻ കഴിയാതെ പോയി. ഈ പറഞ്ഞ അന്തരീക്ഷത്തിനു മാറ്റം വന്നാൽ മാത്രമേ ആരോഗ്യകരമായ ബൗദ്ധികാന്തരീക്ഷം രൂപപ്പെടുകയുള്ളൂ. അതായത് ഉപകരണാത്മക യുക്തിക്കും വാണിജ്യമനോഭാവത്തിനും ബുദ്ധിജീവികൾ വഴിപ്പെട്ടു പോവരുത് (Pathak 2013:71-72)

സ്ഥാപനങ്ങളുടെ പ്രതിസന്ധി

ബുദ്ധിജീവികളെ ഉണ്ടാക്കുന്ന പ്രധാനപ്പെട്ട രണ്ടു സ്ഥാപനങ്ങ ളാണ് രാഷ്ട്രീയപ്പാർട്ടികളും സർവകലാശാലകളും. ഇവ രണ്ടും ഇന്ന് പ്രതിസന്ധിയിലാണ്. വോട്ടുബാങ്ക് മാത്രം മുന്നിൽക്കണ്ടുകൊണ്ടുള്ള പ്രവർത്തനംമൂലം പെട്ടെന്നുള്ള നേട്ടങ്ങൾക്കപ്പുറം ഒരു ചിന്താപ ദ്ധതി രൂപ്പെടുത്താനോ പ്രത്യയശാസ്ത്രം വികസിപ്പിക്കാനോ രാഷ്ട്രീ യപ്പാർട്ടികൾക്കു സാധിക്കുന്നില്ല. ഗാന്ധിയെയോ നെഹ്രുവിനെയോ എം.എൻ. റോയിയെയോ അംബേദ്ക്കറേയോ പോലെ ഗൗരവമായ ആലോചനകളുള്ള രാഷ്ട്രീയ നേതാക്കന്മാരുടെ കാലം കടന്നുപോയി രിക്കുന്നു. അതുകൊണ്ട് ഇന്നത്തെ ഒരു രാഷ്ട്രീയ പ്രസ്ഥാനത്തിന്റെയും നേതാവിനെ നിങ്ങൾക്ക് ചിന്തകനെന്നോ ദാർശനികനെന്നോ വിളി ക്കാനാവില്ല. വോട്ട് കയ്യിലാക്കി അധികാരത്തിൽ വരിക എന്നതിന പ്പുറം ഒന്നും സംഭവിക്കുന്നില്ല. 'ഹിന്ദ് സ്വരാജ്' എന്നൊരു പുസ്തകമോ 'വിശ്വചരിത്രാവലോകനം' എന്നൊരു പുസ്തകമോ 'ജാതിയുടെ ഉൻമൂലനം' എന്ന പുസ്തകമോ ഇന്നു ഒരു രാഷ്ട്രീയനേതാവിൽനിന്നും പ്രതീക്ഷിക്കാനാവില്ല (Pathak 2013:72-73).

സർവകലാശാലകളുടെയും കോളേജുകളുടെയും നില വ്യത്യസ്തമല്ല. ബൗദ്ധികമായ ഒരന്തരീക്ഷം ഉണ്ടാക്കുന്നതിൽ പരാജയപ്പെട്ട സ്ഥാപനങ്ങളാണിവ. താൽപ്പര്യമില്ലാത്ത അധ്യാപകരും താൽപ്പര്യമില്ലാത്ത വിദ്യാർത്ഥികളും വന്നുചേരുന്ന വേണ്ടത്ര ഫണ്ടുകളോ വിഭവങ്ങളോ ലഭിക്കാത്ത, ആളുകൾ വന്നു നിറയുന്ന ഈ യൂണിവേഴ്സിറ്റികളും കോളേജുകളും ഡിഗ്രികളും ഡിപ്ലോമകളും വിതരണം ചെയ്യുന്ന ഫാക്ടറികളായി മാറിയിരിക്കുന്നു. ഗൗരവമായി ഗവേഷണം ചെയ്യുന്നവരും ഉണ്ടാകാം. അവർ നിരന്തരം അപമാനിക്കപ്പെടുകയും നിരുത്സാഹപ്പെടുത്തപ്പെടുകയും ചെയ്യുന്നു. അതേസമയം വൻകിട നഗരങ്ങളിലെ ബുദ്ധിജീവികൾക്ക് സാധാരണക്കാരുടെ ഇടയിൽ പ്രവർത്തിക്കുന്ന ബുദ്ധിജീവികളുമായി വിനിമയം നടത്താൻ താൽപര്യവുമില്ല. അതുകൊണ്ടുതന്നെ അവരുടെ സാധ്യതകൾ ജനങ്ങളിൽ എത്താതെ പോവുകയും ചെയ്യുന്നു (Pathak 2013:73).

ഉന്നതവിദ്യാഭ്യാസകേന്ദ്രങ്ങൾ എന്ന പേരെടുത്തവയിലും സ്ഥിതി വ്യത്യസ്തമല്ല. ഭരണപരമായ തടസ്സങ്ങളും ഉദ്യോഗസ്ഥദുഷ്പ്രഭുത്വവും സ്വതന്ത്രവും ആരോഗ്യകരമായ ബൗദ്ധിക പാരമ്പര്യത്തിനുവേണ്ട സമത്വാന്തരീക്ഷത്തെ നശിപ്പിക്കുന്നു. മറ്റൊന്ന്, സ്വകാര്യവൽക്കരണമാണ് ഈ മേഖലയിലെല്ലാം നടക്കുന്നത്. വ്യവസായവുമായി ബന്ധപ്പെട്ട് അറിവിനെയും ഗവേഷണത്തെയും നേരിട്ട് ബന്ധിപ്പിക്കുന്ന സാഹചര്യം വന്നതോടുകൂടി കമ്പോളത്തിന്റെയും വ്യവസായത്തിന്റെയും ആവശ്യങ്ങൾക്കായി നിർവ്വഹിക്കപ്പെടുന്ന ഒന്നായി ജ്ഞാനോൽപ്പാദനം മാറി. ധൈര്യത്തോടുകൂടിയും ആത്മവിശുദ്ധിയോടുകൂടിയും സംസാരിക്കുന്ന ഒരു ഭാഷ വികസിപ്പിച്ചെടുക്കേണ്ട ബാധ്യത ഇന്ത്യയിലെ ബുദ്ധിജീവികൾക്ക് ഇപ്പോഴുണ്ട് (Pathak 2013: 73).

വിശേഷാവകാശത്തിന്റെ രോഗലക്ഷണശാസ്ത്രം

പ്രാദേശിക ബുദ്ധിജീവികൾക്ക് ഭരണത്തിൽ പങ്കുണ്ടാവുന്നില്ല. പകരം മെട്രോപൊളിറ്റൻ ബുദ്ധിജീവികൾക്ക് ഭരണത്തിൽ സ്വാധീനം ചെലുത്താൻ സാധിക്കുന്നു. രാഷ്ട്രവും എജൻസികളും അവരിൽനിന്ന് ഉപദേശങ്ങൾ സ്വീകരിക്കും. അവർക്ക് കൂടുതൽ വാർത്താപ്രാധാന്യം ലഭിക്കുകയും കൂടുതൽ പ്രസിദ്ധീകരണങ്ങളുണ്ടാവുകയും ധാരാളം പ്രൊജക്ടുകൾ ലഭിക്കുകയും വിദേശയാത്രകൾ നടത്താൻ സാധിക്കുകയും അവരുടെ ബുദ്ധിജീവിതത്തെ വിലമതിക്കുന്ന തരത്തിലുള്ള പദവികൾ ലഭിക്കുകയും ചെയ്യും. ബുദ്ധിജീവികൾക്കിടയിലുള്ള ഈ ശ്രേണീവൽക്കരണമാണ് ബൗദ്ധികമായ പാരമ്പര്യം ഇന്ത്യയിൽ വളർന്നുവരുന്നതിന്

വലിയ തടസ്സമായി നിലനിൽക്കുന്നത് (Pathak 2013:73).

മെട്രോപൊളിറ്റൻ ബുദ്ധിജീവികൾ പ്രാദേശിക ബുദ്ധിജീവികളെ അവജ്ഞതയോടെയാണ് നോക്കിക്കാണുന്നത്. അവരുടെ അനുഭവങ്ങളെയും ചിന്തകളെയും പങ്കുവെക്കുന്നതിനു പകരം ഉപദേശിക്കുന്നതിനും പഠിപ്പിക്കുന്നതിനും അതുവഴി ഈ ശ്രേണീവൽക്കരണത്തെ നിലനിർത്താനുമാണ് മെട്രോപൊളിറ്റൻ ബുദ്ധിജീവികൾ ശ്രമിക്കുന്നത്. ചില ആളുകളെ ഒഴിച്ചുനിർത്തിയാൽ Delhi School of Economics, JNU തുടങ്ങിയ സ്ഥലങ്ങളിലെ അക്കാദമിക് ബുദ്ധിജീവികൾ, അറിയപ്പെടാത്ത കോളേജുകളിലും യൂണിവേഴ്സിറ്റികളിലും പഠിപ്പിക്കുന്നവരേക്കാൾ തങ്ങളാണ് ഉയർന്നത് എന്ന ധാരണ വച്ചുപുലർത്തുന്നു. ഇങ്ങനെ വിശേഷാവകാശങ്ങൾ അനുഭവിക്കുന്ന ബുദ്ധിജീവികൾ അതുകൊണ്ടുതന്നെ സമത്വം പോലുള്ള ആദർശങ്ങൾക്കു വേണ്ടി അധികം സംസാരിക്കുകയില്ല (Pathak 2013:74).

മെട്രോപൊളിറ്റൻ ബുദ്ധിജീവികൾക്കാണ് യൂറോപ്പുമായൊക്കെ നേരിട്ട് ബന്ധമുണ്ടാക്കാനാകുന്നത്. പുതിയ സിദ്ധാന്തങ്ങളും ആശയങ്ങളും അവരിലൂടെയാണ് താഴെതട്ടിലേക്കു വരുന്നത്. അതുകൊണ്ട് നമ്മുടെ പ്രൊഫസർമാരൊക്കെ എന്തെങ്കിലുമൊരു അവസരം ലഭിച്ചാൽ വിദേശത്തേക്കു പോകും. അവർ ഇന്ത്യയിലെ ജാതി, വർഗീയത, ദാരിദ്ര്യം, തൊഴിലില്ലായ്മ എന്നിവയെപ്പറ്റി യൂറോ-അമേരിക്കൻ സർവകലാശാലകളിലിരുന്ന് പഠിക്കും. അക്കാദമിക് ബുദ്ധിജീവിതത്തിനകത്ത് ഇടപെടുന്ന ഓരോരുത്തരും നേരിടുന്ന ചോദ്യമാണ് 'നിങ്ങൾ വിദേശത്തു പോയിട്ടുണ്ടോ' എന്നത്. എല്ലാ കാര്യങ്ങളിലും യൂറോപ്പിനെ ആശ്രയിച്ചാണ് മെട്രോപൊളിറ്റൻ ബുദ്ധിജീവിതം നിലനിൽക്കുന്നത് (Pathak 2013:74).

അതുകൊണ്ടുതന്നെ മെട്രോപൊളിറ്റൻ ബുദ്ധിജീവികൾ പലപ്പോഴും അവസരവാദികളായിരിക്കുകയും പറയുന്ന കാര്യങ്ങളും പ്രവർത്തിക്കുന്ന കാര്യങ്ങളും തമ്മിൽ ബന്ധമില്ലാതിരിക്കുകയും ചെയ്യും. അവരുടെ മൗലിക ചിന്ത പുസ്തകങ്ങളിലും ഗവേഷണ പ്രബന്ധങ്ങളിലും ഒതുങ്ങി നിൽക്കും. ഇത്തരം സാഹചര്യങ്ങൾ മാറേണ്ടതുണ്ട്. നമുക്ക് ഒരു പുതിയ ബൗദ്ധികാന്തരീക്ഷമാണ് ആവശ്യം. അതുകൊണ്ടുതന്നെ മെട്രോപൊളിറ്റൻ ബുദ്ധിജീവികൾ ഒരു സ്വയംവിമർശനത്തിനു തയ്യാറാവേണ്ടതുണ്ട്. അമിതമായ ഒരു വിശേഷാവകാശം അവർക്ക് ലഭിക്കുന്നുണ്ടെങ്കിൽ, അത് അവരുടെ സ്വാതന്ത്ര്യത്തേയും സത്യസന്ധതയേയും ബാധിക്കും. പുസ്തകങ്ങളിലും ഗവേഷണപ്രബന്ധങ്ങളിലും എഴുതിയ കാര്യങ്ങളേക്കാൾ പ്രധാനമാണ് ജീവിതം എന്ന ബോധ്യം

ബുദ്ധിജീവികൾക്കുണ്ടാവേണ്ടതുണ്ട്. സംവാദങ്ങളാണ് വാസ്തവത്തിൽ ബുദ്ധിജീവിതത്തെ ശക്തിപ്പെടുത്തുന്നത് (Pathak 2013:74).

അന്യവൽക്കരിക്കുന്ന ഭാഷ

പല ബുദ്ധിജീവികളും നിഗൂഢവും മൂടിവയ്ക്കുന്നതും സുതാര്യമല്ലാത്തതുമായ ഭാഷയിൽ എഴുതുന്നുണ്ട്. സങ്കീർണമായ ചിന്ത, സാങ്കേതികഭാഷയുടെ അനിവാര്യത, സാങ്കേതിക പദങ്ങൾ എന്നിവയുടെയൊക്കെ പേരിൽ ഇത് അനുവദിക്കപ്പെടുകയാണ് ചെയ്യുന്നത്. ചില സിദ്ധാന്തങ്ങൾ ലളിതമായ ഭാഷയിലെഴുതിയാൽ തുച്ഛവൽക്കരിക്കപ്പെടും എന്നത് ശരിയാണ്. ചില എഴുത്തുകൾക്ക് സാങ്കേതികമായ ഭാഷ വേണ്ടിവരും. പക്ഷേ, സംസ്കാരം, രാഷ്ട്രീയം, സമൂഹം, സമ്പദ്ശാസ്ത്രം എന്നിവയെപറ്റി എഴുതുമ്പോൾ അത് കൂടുതൽ ആളുകൾക്ക് മനസ്സിലാവുന്ന ഭാഷയിൽ എഴുതുക എന്നത് പ്രധാനം തന്നെയാണ്. ഗാന്ധി, വിവേകാനന്ദൻ, നെഹ്റു തുടങ്ങിയ ആളുകളെല്ലാം തന്നെ വലിയ കാര്യങ്ങൾ പറഞ്ഞവരാണ്. പക്ഷേ അവരെല്ലാം ലളിതമായ ഭാഷയിലാണ് ആശയവിനിമയം ചെയ്തത്. ലാളിത്യമാണ് ബുദ്ധിജീവികളുടെ ഏറ്റവും പ്രധാനപ്പെട്ട ഗുണമായി ഉണ്ടാവേണ്ടത്. ജനങ്ങളിലേക്ക് എത്തുന്ന ഭാഷയിൽ എഴുതുന്നതാണ് ലാളിത്യം. എല്ലാവരിലേക്കും എത്താനുള്ള ഭാഷയും ഭാവനയുമാണ് യഥാർത്ഥത്തിൽ അവർക്ക് ഉണ്ടാവേണ്ടത് (Pathak 2013:75).

അമിതമായ സവിശേഷവൽക്കരണവും അതിന്റെ പരിമിതികളും

അമിതമായ സവിശേഷവൽക്കരണത്തിന്റെ ഒരു കാലമാണിത്. അതിൽനിന്നുമാറി സമഗ്രതയിലൂന്നിക്കൊണ്ട് നാം കാര്യങ്ങളെ കാണേണ്ടതുണ്ട്. വിശാലമായ പൊതുപ്രശ്നങ്ങളെ കൈകാര്യം ചെയ്യാൻ സാധിക്കാത്ത സ്പെഷലിസ്റ്റുകളും വിദഗ്ധരുമുണ്ട്. ഒരാൾക്ക് തന്റെ സവിശേഷമായ വിഷയത്തിന്റെ തടസ്സങ്ങളെ മറികടന്നുകൊണ്ട് ഒരു സമഗ്രമായ ചിന്തയും പ്രവൃത്തിയും സ്വീകരിക്കാൻ കഴിയേണ്ടതുണ്ട്. മാത്രമല്ല ഒരു പൊതുപ്രശ്നത്തിൽ ഇടപെടാതിരിക്കുന്നത് അയാളുടെ ഉത്തരവാദിത്തമില്ലായ്മയെയാണ് കാണിക്കുന്നത്. ഉദാഹരണത്തിന് ബുദ്ധിജീവിയായ ഒരാൾക്ക് ലിംഗനീതി തന്റെ വിഷയമല്ലാത്തതുകൊണ്ട് സ്ത്രീകളുടെ പ്രശ്നങ്ങളിൽ തനിക്ക് ഇടപെടാനാവില്ല എന്നോ സാമൂഹ്യതുല്യതയിൽ ഒരാൾ ഗവേഷണം നടത്തിയില്ലെന്നതുകൊണ്ട് റിസർവേഷനെക്കുറിച്ച് അഭിപ്രായം പറയാനാകില്ല എന്നോപറയാനാവില്ല. അറിവിന്റെ മാനവികമായ മൂല്യമാണ് ഇതിലൂടെ ഇല്ലാതാവുന്നത്.

സ്പെഷലിസ്റ്റുകളും വിദഗ്ധരും അവരവരെത്തന്നെ പൊതുസമൂഹത്തിൽനിന്നും മാറ്റി നിർത്തുമ്പോൾ പൊതുജനങ്ങളുമായുള്ള ആശയ വിനിമയമോ സംവാദങ്ങളോ ഉണ്ടാകുന്നില്ല. പൊതുജനങ്ങളുമായി എല്ലാ കാര്യങ്ങളിലും സംവാദത്തിലേർപ്പെടാനുള്ള ശേഷിയാണ് ഒരു ബുദ്ധിജീവിക്കുണ്ടാവേണ്ടത്. ഒരു സ്പെഷലിസ്റ്റ് ആവാൻ എളുപ്പമാണ്. പക്ഷേ ബുദ്ധിജീവി ആവുക എന്നത് ബുദ്ധിമുട്ടേറിയ ഒന്നുമാണ് (Pathak 2013:75-6).

പാരമ്പര്യം, ആധുനികത, രാഷ്ട്രപുനർനിർമ്മാണം എന്നിവയുമായി ബന്ധപ്പെട്ട സംവാദങ്ങളിൽ ബുദ്ധിജീവികൾ എങ്ങനെയാണ് പങ്കെടുത്തത് എന്നാണ് നാം ഈ അധ്യായത്തിൽ അന്വേഷിച്ചത്. ഭൂതകാലത്തേയും വർത്തമാനകാലത്തേയും ഭാവിയേയും പരസ്പരം ബന്ധിപ്പിക്കുന്ന ആധുനികത, മതം, ശാസ്ത്രം, പാരമ്പര്യം എന്നിവയെക്കുറിച്ച് വ്യക്തമായ ബോധമുള്ള, നന്നായി മനുഷ്യരോട് ആശയം വിനിമയം ചെയ്യാൻ കഴിയുന്ന ഒരാളാണ് ബുദ്ധിജീവി. ആധുനിക ഇന്ത്യയുടെ രൂപീകരണത്തിൽ അത്തരത്തിലുള്ള ബുദ്ധിജീവികളുടെ പങ്കാളിത്തം വളരെ പ്രധാനമാണ്. കാരണം, അവർ വിമർശനാത്മകമായ മാനവിക ബോധം മുന്നോട്ടുവച്ചവരാണ്.

ഗ്രന്ഥസൂചി

Acomb, Frances, 1950, *Anglophobia in France, 1763-1789: an essay on the history of constitutionalism and nationalism* Durham, NC: Duke University Press,.

Adorno, Theodor W, 2002, and Max Horkheimer, 1947. *Dialectic of Enlightenment,* tr. by Edmund Jephcott and edited by Gunzelin Schmid Noerr. Stanford: Stanford University Press.

Ahmed, Nizar, 2006, A Note on Gandhi, Nation & Modernity, *Social Scientist,* Vol.34, No. 5/6.

Alam, Javed, 2009, Beyond Enlightenment: Democratising Modernity, *Social Scientist,* Vol.37, No.9/ 10.

Alan Sheridan, *1980, Michel Foucault: The Will* To Truth London: Tavistok Publications, 1980.

Alario, Margarita & William Freudenburg, 2003, The Paradoxes of Modernity: Scientific Advances, Environmental Problems and Risks to the Social Fabric, *Sociological Forum,* Vol. 18, No.2.

Aloysius, G, 1997, *Nationalism without a Nation in India,* Oxford, Oxford University Press.

Aloysius, G., 2009, *The Brahminical Inscribed in Body-Politic,* New Delhi, Critical Quest.

Aloysius, G., 2018, *Demystifying Modernity* , New Delhi, Critical Quest.

Amin, Samir, 2011, Modernity & Religious Interpretations, in Lansana Keita edited, *Philosophy and African Development Theory & Practice,* Dakar, Council for the Development of Social Sciences Research in Africa.

Anderson, Benedict, [1983]1991, *Imagined Communities: Reflections on the Origin and Spread of Nationalism,* 2/E ,London: Verso Editions.

Anderson, Perry, 1974, *Lineages of the Absolutist State* London: Verso.

Angus, Ian H, 1983, Disenchantment and Modernity: The Mirror of Technique, *Human Studies,* vol.6, No.2.

Anthony Giddens, 1990, *The Consequences of Modernity* , Cambridge: Polity Press.

Antonio Granisci, 1971, *Selections from the Prison Notebooks* ,London: Lawrence and Wishart, .

Arnason, Johann P, 2000, Communism and Modernity, *Daedalus,* vol.129. No.1, pp 61-.

Arnason, Johanri P., 1989, The Imaginary Constitution of Modernity, *Revue Europeenne des Sciences Sociales,* Vol. 27, No. 86.

Ashish Nandy, 1988, "Science as Reason of State" in Ashish Nandy (ed.), *Science, Hegemony and Violence: A Requiem for Modernity* (Delhi: Oxford University Press.

Ashish Nandy, 1983, *The Intimate Enemy: Loss and Recovery of Self under Colonialism* Delhi: Oxford University Press.

Ashok Rudra, 1989,"Emergence of the Intelligentsia as a Ruling Class in India", *Economic and Political Weekly* ,January 21.

Aulard, Alphonse, *1921, Le Patriotisme Francaise de la Renaissance a la Revolution* Paris: Etienne Chiron.

Avijit Pathak, 1994, "On Teachers and Teaching: Reflections on Existing Pedagogical Practices",*Mainstream,* April 19.

Avijit Pathak, 2013, *Indian Modernity Contradictions, Paradoxes and Possibilities*, New Delhi: Gyan publishing house.

Bacon, F. 2000, 1620. *The New Organon (Novum Organum),* ed.

by Lisa Jardine and Michael Silverthorne, Cambridge: Cambridge University Press.

Bagchi, Jasodhara, 1996, Europe and the Question of Modernity, *Social Scientist,* Vol.24, No.7/8.

Batteaux, C., 1746. *Les beaux arts reduit a un meme principe (The Fine Arts Reduced to a Single Principle).* Paris: Chez Durand.

Bauman, Zygmunt, 2000, *Liquid Modernity,* Cambridge, Polity Press.

Bayle, P., 1697 (2nd ed. 1702). *Historical and Critical Dictionary,* tr. by R. Popkin, Indianapolis: Bobbs Merrill, 1965.

Beaune, Colette,1985, *Naissance de la Nation France* Paris: Gallim.ard.

Beck, Ulrich, 2003, *Postmodernity or the Second Modernity?* Conversation 1.

Beloff, M., "Russia,1953" in A. Goodwin, ed.. *The European Nobility in the Eighteenth Century* ,London: A & Ch. Black.

Bendix, Reinhard, *1978,Kings or People: Power and the Mandate to Rule* , Berkeley: University of California Press.

Berger, Peter L., 1979, Berger, Brigitte, and Kellner, Hansfried, *The Homeless Mind* New York: Random House.

Berlin, Isaiah, 1997. *The Proper Study of Mankind,* edited by Henry

Hardy and Roger Hausheer, New York: Farrar, Straus, Giroux.

Berlin, Isaiah, 1997., 1999, *The Roots of Romanticism,* edited by Henry Hardy, Princeton: Princeton University Press.

Bhikhu Parekh, 1991,"Nehru and the National Philosophy of India", *Economic and Political Weekly* January, 5-12.

Bhikhu Parekh, *1989, Colonialism, Tradition and Reform: An Analysis of Gandhi's Political Discourse* ,New Delhi: Sage Publications,

Black, C.E., *1966, The Dynamics of Modernization: A Study in*

Comparative History New York: Harper & Row.

Blum, J., 1977,"Russia," in D. Spring, ed., *European Nobility in the Nineteenth Century* , Baltimore: Johns Hopkins University Press.

Blum, Jerome, 1998, *The End of the Old Order in Rural Europe,* Princeton University Press.

Boileau; N., 1683. *The Art of Poetry,* tr. by William Soames, revised by J. Dryden, London: Printed by R. Bcntlcy and S. Magnes.

Brey, P, 2003, *Theorising Technology and Modernity,* in Thomas Misa et al edited, Modernity and Technology, MIT Press.

Bristow, William, 2011, *Enlightenment*, New Delhi: Critical Quest.

Bruford, W.H., *1935, Germany in the Eighteenth Century: The Social Background*

of the Literary Revival , Cambridge: Cambridge UniVersity Press.

Brunschwig, Henri, *1974, Enlightenment and Romanticism in Eighteenth-Century Prussia* , Chicago: University of Chicago Press.

Calinescu, Matei, 1993, Modernity, Modernism, Modernization: Variations on Modern Themes, *Symploke,* Vol.1, No. 1.

Cassirer, Ernst, 1955. *The Philosophy of the Enlightenment,* tr. Fritz C.A. Koelin and James P. Pettegrove, Boston: Beacon.

Chatterjee, Partha, 1997, *Our Modernity,* Sephis - Codesria.

Chaussinand-Nogaret, Guy,1985, *The French Nobility in the Eighteenth Century: From Feudalism to Enlightenment* ,Cambridge: Cambridge University Press.

Church, William F., *Constitutional Thought in Sixteenth Ceiitiiry France: A Study in the Evolution of Ideas* (Cambridge, MA: Harvard University Press, 1941).

Church, William F.,1972, *Richelieu and Reason of Stat* ,Princeton, NJ: Princeton University Press.

Clarke, S., 1998, *A Demonstration of the Being and Attributes of God,* ed-

ited by Ezio Vailati, Cambridge: Cambridge University Press, 1998.

Clarke, S., 1964, *A Discourse Concerning the Unchangeable Obligations of Natural Religion,* Stuttgart-Bad Cannstatt: F. Frommann.

Cohn, Samuel K., 2006, *Lust for Liberty: The Politics of Social Revolt in Medieval Europe 1200-1425,* Cambridge, Harvard University Press

Collins, A., 1984, *A Discourse of Free Thinking,* (published together with Collins' *An Essay Concerning the Use of Reason* (1707)), ed. by Peter Schouls, republished New York: Garland Press.

Condillac, Abbe de, 1930, *Treatise on Sensations,* tr. by Geraldine Carr, Los Angeles: University of Southern California School of Philosophy, 1930.

Condorcet, Marquise de, (Jean-Antoine-Nicolas de Caritat), 1955, *Sketch for a Historical Picture of the Progress of the Human Mind,* tr. by June Barraclough, intro. by Stuart Hampshire, New York: Noonday Press.

Cooper, Thomas, *1969,Thesaurus Linguae Romanae & Britannicae* [1565] (Menston: The Scholar Press.

Crocker, Lester, 1959, 1963. *Nature and Culture: Ethical Thought in the French Enlightenment,* Baltimore: Johns Hopkins University Press.

Crocker, Lester, 1959. *An Age of Cisis: Man and World in eighteenth cen-*

tury French Thought, Baltimore: Johns Hopkins University Press.

Dallmayr, Fred, 2004, The Underside of Modernity, *Constellations,* Vol. 11, No.1.

Dange S.A.,1974, "Gandhi vs Lenin" in his *Selected Writings:* Vol. I ,Combay: Lok Vangmaya Griha.

David Harvey,1989, *The Conditions of Postmodernity* ,Oxford: Blackwell, 1989.

David-Fox, Michael, 2006, Multiple Modernities Vs Neo-Traditionalism: On Recent Debates in Russian and Soviet History, *Jahrbucher fur Geschichte Osteuropas,* Vol.55, No.4.

De Moor Tine, 2008, Silent Revolution: A New Perspective on the Emergence of Commons, Guilds and other forms of Corporate Collective Action in Western Europe, IRSH 53, Supplement .

De Tocqueville, Alexis, 2011, *The Ancient Regime and the French Revolution,* Cambridge, Cambridge University Press.

Desai A.R.,1982, *Social Background of Indian Nationalism,*Bombay: Popular Prakashan, 1982.

Descartes, R., 1996. *Meditations on First Philosophy,* ed. by John Cottingham, Cambridge: Cambridge University Press.

Deutsch, Karl, *1953, Nationalism and Social Communication: an Inquiry into the Foundations of Nationality* , New York: Wiley.

d'Holbach, Baron (Paul-Henri Thiry), 1984, *System of Nature,* three volumes, tr. by Richardson, New York: Garland Press.

Diderot, D., 1967,1751-1772. *Encyclopedia: Selections,* ed. by Stephen J. Grendzier, New York: Harper and Row.

Domingues, Jose Mauricio, 2008, *Latin America & Contemporary Modernity a Sociological Interpretation,* NY, Routledge.

Doshi, S L, 2003, *Modernity, Postmodernity & Neo-Sociological Theories,* Jaipur, Rawat Publications.

Doyle, William, 1993, *The Old European Order 1660-1800,* Oxford University Press, USA

Doyle, William, 2009, *Aristocracy and its Enemies in the Age of Revolution,* Oxford, Oxford University Press

Dube, Saurab, 1997, *Issues of Modernity: Antimonies, Subjects, Enchantments,* Seminar Paper, Academia Sinica.

Duby, Georges, 1980, *The Three Orders: The Feudal Society Imagined,* Chicago, University of Chicago Press.

Dupre, Louis, 2004. *The Enlightenment and the Intellectual Foundations of Modern Culture,* New Haven: Yale University Press.

Durkheim, Emile, *1964, The Division of Labor in Society* [1893], George Simpson, trans. Glencoe, IL: Free Press.

Dussel, Enrique, 1993, Eurocentricism and Modernity, *boundary 2,* Vol. 20, No. 3.

Edward Shits, 1972, *The Intellectuals and the Powers and Other Essays* ,Chicago : University of Chicago Press.

Eisenstadt S.N., 1987, *Patterns of Modernity,* Vol. II (London: Frances Printer.

Eisenstadt, S N, 2000, Multiple Modernities, *Daedalus,* Vol. 129, No.1.

Eisenstadt, S N, 2001, The Civilisational Dimension of Modernity: Modernity as a Distinct Civilisation, *International Sociology,* Vol.16, No. 3.

Eisenstadt, S N, 2004, Social Evolution and Modernity: Some Observations on Parson's Comparative and Evolutionary Analysis: Parson's Analysis from the Perspective of Multiple Modernities, *The American Sociologist,* Winter Issue.

Eisenstadt, S.N., 1985, "Macro-Societal Analysis — Background, Development and Indications," in S.N. Eisenstadt and H.J. Helle, eds.. *Sodological Theory: Perspectives on Sociological Theory, vol.* 1, London: Sage.

Elton, Geoffrey R., 1955, *England under the Tudors,* London: Methuen.

Elvin, Mark, 1986, A Working Definition of "Modernity?", *Past & Present,* No. 113.

Elyot, Thomas, *1970, Latin-English Dictionary* [1538] (Menston: The Scholar Press.

Evans, Peter et al., 1985. *Bringing the State Back In* (New York: Cambridge University Press.

Featherstone, Joseph, 1978, Rousseau and Modernity, *Daedalus,* Vol.107, No. 3.

Feng, Ziyi & Lijun Xing, 2006, A Contemporary Interpretation of Marx's Thoughts on Modernity, *Frontiers of Philosophy in China,* Vol.', No. 2.

Figgis, John.1965, *The Divine Right of Kings* [1896] ,New York: HarperTorchbooks.

Bottomor,Tom. 1984, *The Frankfurt School* ,Sussex: Ellis Horwood; London: Tavistok Publications.

Ford, Franklin, 1953, *Robe and Siuord: The Regrouping of the French Aristocracy after Louis XIV* Cambridge, MA: Harvard University Press.

Forman, Paul , 1971, "Weimar Culture, Causality and. Quantum Theory, 1918- 1927", *Historical Studies in Physical Sciences 3.*

Forsyth, Murray, 1987, *Reason and Revolution: The Political Thought of Abbe Sieyes,* Leicester.

Friedman, Susan Stanford, 2001, Definitional Excursions: The Meanings of Modern/Modernity/Modernism, *Modernism/ Modernity,* Vol.8, No.3.

Gail Omvedt1994, *Dalits and the Democratic Revolution: Dr Ambedkar and the Dalit Movement in Colonial India* (New Delhi: Sage.

Kancha Ilaiah, 1996, *Why I am not a Hindu: A Sudra Critique of Hindutva Philosophy, Culture and Political Economy* (Calcutta: Samya.

Gandhi M.K., 1927, *An Autobiography of The Story of My Experiments with Truth* Ahmedabad: Navajivan Publishing House.

Gandhi M.K., 1938, *Hind Swaraj or Indian Home Rule* , Ahmedabad: Navajivan Publishing House.

Gardiner, S.R., 1906, ed.. *The Constitutional Documents of the Puritan Revolution, 1623-1660,* 3/E , Oxford: Clarendon Press.

Gay, Peter, 1966-69. *The Enlightenment: An Interpretation,* New York: Knopf.

Gellner, Ernest, 1987, *Culture, Identity & Politics, Cambridge,* Cambridge University Press.

Gellner, Ernest,1983, *Nations and Nationalism* ,Oxford: Basil Blackwell.

Giddens, Anthony, 1993, Modernity, History and Democracy, *Theory and Society,* Vol.22, No.2.

Gilbert, William, 1958, *De Magnete* [1600], Fleury Mottely, trans. New York: Dover.

Gillespie, Michael A., *The Theological Origins of Modernity,* Chicago, University of Chicago Press.

Gooch, G.P.1966, *Germany and the French Revolution* ,New York: Russell and Russell.

Goodwin, A., 1953, "Prussia," in A. Goodwin, ed.. *The European Nobility in the Eighteenth Century* , London: A & Ch. Black.

Greenfeld, Liah and Chirot, Daniel,1994, "Nationalism and Aggression," *Theory and Society* 23:1February.

Greenfeld, Liah,1987, "Science and National Greatness in Seventeenth-Century England," *Minerva* XXV: 1-2.

Greenfeld, Liah, 1991, "The Emergence of Nationalism in England and France," *Research in Political Sociology* 5 .

Greenfeld, Liah, 1990, "The Formation of the Russian National Identity: The Role of Status Insecurity and *Ressentiment" , Comparative Studies in Society and History* 32:3 ,July .

Greenfeld, Liah, 1995, "The Worth of Nations: Some Economic Implications of Nationalism," *Critical Review* , Fall.

Greenfeld, Liah, 1993, "Transcending the Nation's Worth," *Daedalus* 122:3 , Summer.

Greenfeld, Liah, 1992,*Nationalism: Five Roads to Modernity,* Massachusetts, Harvard University Press.

Greenfeld, Liah, 2006, *Nationalism and Mind Essays on Modern Culture,* Oxford, One World Publications.

Greenfeld, Liah, 2012, *Nationalism & Modernity,* New Delhi, Critical Quest.

Gregor Mc Lennan, 1992,"The Enlightenment Project Revisited" in Stuart Hall, David Held and Tony McGrew (eds)., *Modernity and Its Futures* ,Cambridge: Polity Press.

Guinard, Patrice, 2001, *Alexis De Tocqueville, the Visionary of Modernity,* http: / / cura. free. fr/ docum/ 10toc-en.html

Gusfield, Joseph R, 1967, Tradition and Modernity: Misplaced Polarities in the Study of Social Change, *The American Journal of Sociology,* Vol. 72, No. 4.

Habermas, Jungen, 1985, *Theory of Communicative Action, Vol H: Life World and System, A Critique of functionalist Reason,* Boston, Beacon Press.

Habermas, Jungen, 1987, *The Philosophical Discourse of Modernity,* Oxford, Polity Press.

Habermas, Jungen, 1996, The Unfinished Project of Modernity in Passerin d'Entreves, Maurizio & Seyla Benhabib, edited, *Habermas and the Unfinished Project of Modernity,* Cambridge, The MIT Press.

Haferkamp, Hans & N *J* Smelser (edited), 1992, *Social Change and Modernity,* Berkeley, university of California Press.

Hall, A. Rupert and Hall, Marie Boas,1966-73, eds.. *The Correspondence of Henny Oldenburg, Vols.* I-IX. Madison, WI: University of Wisconsin Press.

Hall, Stuart &Bram Gieben, 1992, *Formations of Modernity,* Cambridge, Polity Press.

Hanreich, Herbert, 2008, *A Quest for Modern Modernity: History (Hegel) or Morality (Kant)?* Seminar Presentation in Philosophical Association, Taiwan.

Harpham, G G, 1994, So...What is Enlightenment? An Inquisition into Modernity, *Critical Inquiry,* Vol.20, No.3.

Hart, Marjolein C.'t, *The Making of a Bourgeois State: War, Politics and Finance during the Dutch Revolt* , Manchester: Manchester University Press.

Healy, Marsha, 1997, The Holocaust, Modernity and the Enlightenment, *Res Publica,* Vol.III, No.1.

Hechter, Michael, 1975, *Internal Colonialism: The Celtic Fringe in British National Development, 1536-1966* ,London: Routledge and Kegan Paul.

Hegde, Shasheej, 2000, Modernity's Edges: A Review Discussion, *Social Scientist,* Vol.28, No. 9/10, pp 33-86.

Hegde, Shasheej, 2009, Reassembling Modernity: Thinking at the Limit, *Social Scientist,* Vol.37, No.9/ 10.

Heller, Agnes, 1999, *A Theory of Modernity,* Oxford, Blackwell.

Heller, Agnes, 2005, The Three Logics of Modernity and the Double Bind of Modern Imagination, *Thesis Eleven,* 81.

Helvetius, C. A., 1970, *De l'esprit, or, Essays on the Mind and its several faculties,* New York: B. Franklin.

Helvetius, C. A., 1969, *De l'homme, A Treatise on Man; his intellectual faculties and his education,* tr. by W. Hooper, New York: B. Franklin.

Hobbes, T., 1991, *Leviathan,* ed. by R. Tuck, Cambridge: Cambridge University Press.

Hobsbawm, Eric,1990, *Nations and Nationalism Since 1780* ,Cambridge: Cambridge University Press.

Hume, D.,1975, *A Treatise of Human Nature,* ed. by L. A. Selby- Bigge, 2nd ed. revised by P. H. Nidditch, Oxford: Clarendon.

Hume, D., 1975, *Enquiny Concerning Human Understanding,* in *Enquiries Concerning Human Understanding and Concerning the Principles of Morals,* ed. by L. A. Selby-Bigge, 3rd ed. revised by P. H. Nidditch, Oxford: Clarendon.

Hume, D., 1980, *Dialogues Concerning Natural Religion,* second edition, ed. by R. Popkin, Indianapolis: Hackett.

Hutcheson, F., 1725, An *Inquiry into the Original of our Ideas of Beauty and Virtue,* in *Two Treatises,* London: W. and J. Smith.

Hyslop, Beatrice,1934, *French Nationalism in 1779 according to the General Cahiers* New York: Columbia University Press.

Inkeles, Alex,1983, *Exploring Individual Modernity* (New York: Columbia University Press.

Israel, Jonathan I., 2006, *Enlightenment Contested,* Oxford, Oxford University Press.

Israel, Jonathan I., 2011, *Democratic Enlightenment,* Oxford, Oxford University Press.

Israel, Jonathan, 2001, *Radical Enlightenment,* Oxford, Oxford University Press.

Israel, Jonathan, 2001. *Radical Enlightenment: Philosophy and the Making of Modernity 1650-1750,* Oxford: Oxford University Press.

Jacobson, Janet R, 1995, Deconstructing the Paradox of Modernity, the *Journal of Religious Ethics,* Vol.23, No.2.

Jain, Anil K et al, 2002, *Facing Another Modernity: Individualisation & Post Traditional Ligatures,* Internet.

Jawaharlal Nehru, *An Autobiography* ,New Delhi: Jawaharlal Nehru Memorial Furwl, 1984.

Jawaharlal Nehru, *The Discovery of India* ,New Delhi: Jawaharlal Nehru Memorial Fund, 1983.

Jones, Richard F., 1982, *Ancients and Moderns: A Study of the Rise of the Scientific Movement in England* , New York: Dover.

Joraysky, David,1973, *Soviet Marxism and Natural Science 1917-1932,*New York: Columbia University Press.

Junqing, Yi, 2006, *Dimensions of Modernity & their Contemporary Fate,* Front. Philos. China, Vol.1.

Kant, I, 1959, "What is Enlightenment?" in *Foundations of the Metaphysics of Morals* and *What is Enlightenment,* tr. by L. W. Beck, New York: Liberal Arts Press.

Kant, I., 1998, *Critique of Pure Reason,* tr. and ed. by P. Guyer and A. Wood, Cambridge: Cambridge University Press.

Karl Mannheim,1960, *Ideology and Utopia: An Introduction to the Sociology of Knowledge* , London : Routledge and Kegan Paul.

Karl Marx,1976, *Theses on Feuerbach* in Marx and Engels, *The German Ideology,* Moscow: Progress Publishers,

Kaviraj, Sudipto, 2000, Modernity and Politics in India, *Daedalus, Vol.129,* No. 1.

Kaviraj, Sudipto, 2006, An Outline of a Revisionist Theory of Modernity, *European Journal of Sociology.*

Kellner, Douglas, N A, *Engels, Modernity and Classical Social Theory,* http:/ /www.gseis.ucla.edu/ faculty/ kellner/ kellner.html

Kellner, Douglas, N A, *Modernity and its Discontents: Nietzsche's Critique,* (http: / /www.gseis.ucla.edu/ faculty/ kellner/)

Kivy, Peter, 1973. "Introduction" to *Francis Hutcheson: An Inquiry Concerning Beauty, Order, Harmony, Design,* The Hague: Martinus, Nijhoff.

Kohn, Hans, 1967, *Prelude to Nation-States: The French and German Exp6ience, 1779-1815* , Princeton, NJ: Van Nostrand.

Kozlarek, Oliver, 2006, Theodor W Adorno & Octavia Paz: Two Visions of Modernity, *Culture, Theory & Critique,* Vol. 47, No.1.

Krarnnick, Isaac, 1995. "Introduction" to *The Portable Enlightenment Reader,* New York: Penguin.

Kraynak, Robert P, 2001, Conservative Critics of Modernity; Can they Turn Back the Clock?, *The Inter-Collegiate Review* Fall.

Lee, Benjamin & Edward LiPuma, 2002, Cultures of Circulation: Imaginations of Modernity, *Public Culture,* vol. 14, No. 1.

Lee, Raymond L M., 2005, Bauman Liquid Modernity and Dilemmas of Development,-Thesis *Eleven,* No. 83.

Lee, Raymond L M., 2006, Reinventing Modernity Reflexive Modernisation.Vs Liquid Modernity Vs Multiple Modernities, *European Journal of Social Theory,* Vol. 9, No.3.

Leonard, John, 1996, *Modernity,* Published by the Author, Australia.

Lessing, G. E., 1766. *Laocoon: An Essay on the Limits of Painting and Poetry,* fr. by E. A. McCormick, Indianapolis: Bobbs-Merrill, 1962.

Levine, Thelma Z & C J Robinson, 1991, *Modernity & The Spirit of Naturalism,* Proceedings and Addresses of the American Philosophical Association, Vol.65, No.3.

Lewandowski, Joseph D, 1994-95, Modernity and its Vicissitudes, *Cultural Critique,* No.29.

Link, Jurgen, 2004, On the Contribution of Normalism to Modernity and Postmodernity, *Cultural Critique* 57.

Linkenbach, Antje, 2000, Anthropology of Modernity: Projects and Contexts, *Thesis Eleven,* No.61.

L'lniprovisateur francais, Par S S. . . de l'Oise, Paris: chez Goujon fils, an xii (1804), vol.

Lloyd I. Rudolph and Susanne Hoeber Rudolph,1967, *The Modernity of Tradition,* Chicago and London: The University of Chicago Press.

Locke, J, 1960. ,*Locke's Two Treatises of Government,* ed. by Peter Laslett, Cambridge: Cambridge University Press.

Locke, J, 1965. *The Reasonableness of Christianity, as delivered in Scripture,* ed. by G. W. Ewing, Chicago: Regnery.

Locke, J., 1975, *An Essay concerning Human Understanding,* ed. by P. H. Nidditch, Oxford: Clarendon.

Loyseau, *1608, Traite des Seigneuries* , Paris.

Lyotard J.F.,1979, *The Postmodern Condition: A Report on Knowledge* (Manchester: Manchester University Press.

Lyotard, Jean-Francois, 1987, Re-Writing Modernity, *SubStance,* Vol.16, No. 3.

Mably, 1794-95, "De l'etude de l'histoire" in *Collection complete des oeuvres ??? l'Abbe de Mably, v.* XII. (Paris: Desbriere, L'an III de la Republique.

MacCaffrey, Wallace T.,1965, "England: The Crown and the New Aristocracy, 1540-1600," *Past and Present* 30 .

Madison, J., 2008, "Federalist No. 10," in *The Federalist Papers,* ed. by Lawrence Goldman, Oxford: Oxford University Press.

Mandeville, B., 1970, *Fable of the Bees: or Private Vices, Public Benefits,* ed. by P. Harth, Harmondsworth: Penguin.

Mann, Michael,1988, *State, War and Capitalism* , Oxford: Basil Blackwell.

Mayer, Arno J., 1981, *The Persistence of the Old Regime: Europe to the Great War,* New York.

McMylor, Peter, 1994, *Alasdair McIntyre, Critic of Modernity,* London, Routledge.

Meehen-WaterS, Brenda,1982, *Autocracy and Aristocracy: The Russian Service Elite of 1730* , New Brunswick, NJ: Rutgers University Press.

Merton, Robert K., 1973,"Science and the Social Order," in Robert K Merton, ed.. *The Sociology of Science: Theoretical and Empirical-Investigations* ,Chicago: University of Chicago Press.

Merton, Robert,1970, *Science, Technology and Society in Seventeenth Century England* [1938] , New Brunswick, NJ: Humanities Press.

Metbie, J.O. de la, 1912, *Man a Machine, tr.* by G. C. Bussey, La Salle, IL: Open Court Press.

Michael Pusey,1987, *Jurgen Habermas* ,Chichester: Ellis

Horwood Ltd.; London and New York: Tavistok Publications, 1987.

Michael, Andreas, 1997, Differentiation Vs Disenchantment: The Persistence of Modernity from Max Weber to Jean-Francois Lyotard, *German Studies Review,* Vol. 20, No. 3.

Milton Singer,1972, *When a Great Tradition Modernizes: An Anthropological* Approach *to Indian Civilization* , Delhi: Vikas Publishing House.

Mitchell, Timothy, 2000, The Stage Of Modernity, in (ed.) *Questions of Modernity,* Minnesota, University of Minnesota Press.

Montesquieu, Baron de (Charles-Louis de Secondat), 1949, *The Spirit of the Laws, tr.* . by T. Nugent, New York: Dover.

Mouzelis, Nicos, 1999, Modernity: A Non-European Conceptualisation, *British Journal of Sociology,* Vol. 50, No.1.

Nairn, Tom,1977, *The Break-up of Britain: Crisis and Neo-Nationalism,* London: New Left Books.

Najita, Tetsuo, 1993, Reflections on Modernity and Modernization, *The Journal of Asian Studies,* Vol. 52, No. 4.

Nanda, Meera, 2001, Hitching Dalit Modernity to Anti-Modernist Wagon, *Economic and Political Weekly,* Vol. 36, No. 17.

Natraj, V K, 2003, Caste and 'Modernity.' *Economic and Political Weekly,* Vol.38, No. 51.

Newton, I, 1952, *Opticks or Treatise of the Reflections, Refractions, Inflections an .d Colors of Licht,* New York: Dover Publications.

Newton, I., 1972, *Philosophiae naturalis Principia Mathematica,* ed. by A. Koyre and I. B. Cohen, 2 vols., Cambridge: Cambridge University Press.

Nietzsche, Friedrich,1927, "Genealogy of Morals" [1887], in *The Philosophy of Friedrich Nietzsche* , New York: The Modern Library.

Nisbet, Robert A.,1966, *The Sociological Tradition* ,New York: Basic Books.

Oakes, Timothy, 1997, Place and the Paradox of Modernity, *Annals of the Association of the American Geographers,* Vol. 87, No. 3.

Orsi, Robert A., 2004, the Disciplinary Vocabulary of Modernity, *International Journal,* Vol. 59, No. 4.

Osborne, Peter, 1992, Modernity is a Qualitative, not Chronological Category, *New Left Review,* Vol. 1/192.

Palmer, Robert R., 1940, "The National Idea in France Before the Revolution," *Journal of the History of Ideas* 1.

Panikkar K.N.,1986, "The Intellectual History of Colonial India: Some Historiographical and Conceptual Questions" in Sabyasachi Bhattacharya and Romila Thapar (eds.), *Situating Indian History* , Delhi: Oxford University Press.

Panikkar K.N.,1995, *Culture, Ideology, Hegemony: Intellectuals and Social Consciousness in Colonial India* , New Delhi, Tulika.

Parekh, 1995, "Nehru and the National Philosophy of India", p. 46. Also see his "Jawaharlal Nehru and the Crisis of Modernisation" in Upendra Baxi and Bhikhu Parekh (eds.), *Crisis and Change in Contemporary India* , New Delhi: Sage Publications.

Partha Chatterjee,1986, *Nationalist Thought and the Colonial World: A Derivative Discourse* , Delhi: Oxford University Press.

Partha Chatterjee,1994, *The Nation and Its Fragments: Colonial and Post-Colonial History* , New Delhi: Oxford.

Paulo Freire,1972, *Pedagogy of the Oppressed* , Penguin Books, 1972.

Peter L. Berger; Brigitte Berger and Hansfried Kellner, *The Homeless Mind* , Penguin Books.

Pieterse, Jan Nederveen, 2001, Emancipation and Regulation: Two Pillars of Modernity? *European Journal of Social Theory,* Vol. 4, No. 3.

Poole, Ross, 1991, *Morality & Modernity,* London, Routledge.

Pope, A., 1951, *An Essay on Man,* ed. by M. Mack, New Haven, CT: Yale University Press.

Popkin, R. H., 1979. *The History of Scepticism from Erasmus to Spinoza,* Berkeley: University of California Press.

Porter, Jene M, 2002, *Modernity: It's Nature and the Causes of it's Growth.*

Powell, Jason L., 2003, The Challenge of Modernity: 19Habermas and Critical Theory, *Theory & Science,* Vol. 4, No. 1.

Prendergast, Christopher, 2003, Codeword Modernity, *New Left Review,* No. 24.

Rabindranath Tagore,1941, Crisis *in Civilization* ,Bombay: International Book House.

Rajni Kothari,1988, *State Against Democracy: In Search of Humane Governance,* Delhi: Ajanta Publications.

Ramachandra Guha (ed), 1994, *Social Ecology* , Delhi: Oxford University Press.

Ranjit Guha,1982, "On Some Aspects of the Historiography of Colonial India" , *Subaltern Studies I: Writings on South Asian History and Society,*Ranjit Guha (ed.), Delhi: Oxford University Press.

Ranjit Guha,1989, "Dominance Without Hegemony and its Historiography" , *Subaltern Studies VI,* Ranjit Guha (ed.) , Delhi: Oxford University Press.

Ranum, Orest A., 1963, *Richelieu and the Councillors of Louis* XIII (Oxford: Clarendon Press.

Raynal, Guillaume Thomas Francois l'abbe, 1776, *Histoire philosophique et politique des etablissements et du commerce des Europeens dans les deux Indes,* V. 6,La Haye.

Read, Christopher, 2003, National History as Social Critique? Tocqueville's Unconventional Modernity, *Studies in Social and Political thought,* Issue 8.

Reckling, Falk, 2001, Interpreted Modernity: Weber And Taylor on Values and Modernity, *European Journal of Social Theory,* Vol. 4, No. 2.

Reinhard, Maurice, 1956, "Elite et noblesse dans la seconde moitie du XVIII siecle," *Revue d'histoire moderne et contemporaine* 3.

Robert Nisbet, *1967, The Sociological Tradition* ,London: Heinemann.

Romila Thapar,1978, "The Academic Professional", *Seminar* , No. 222, February.

Rousseau, J. J.,1979. *Emile, or On Education,* tr. by A. Bloom, New York: Basic Books.

Rousseau, J. J., 1988. *On the Social Contract,* tr. by M. Cranston, New York: Viking Penguin.

Rousseau, Jean-Jacques, 1972, *Government of Poland,* W. Kendall, trans, Indianapolis, In: The Bobbs Merrill Co.

Rousseau, Jean-Jacques, 1952, *Social Contract,* in G.D.H. Cole, trans.. *The Social Contract and Discourses* , London: Everyman's Library.

Rushworth, J., ed., 1659, *Historical Collections,* London: T. Newcomb for G. Thomason.

Saler, Michael, 2006, Modernity and Enchantment: A Historiographic Review, *The American Historical Review,* Vol. 111, No. 3.

Sanjay Sethi,1995, *Marxist Theory and National Politics: The Case of Colonial India* (New Delhi: Sage.

San-Simon, 1901, *Memoirs,* B. St. John, tr., Akron, OH: St. Dunstan Society.

Schabert, Tilo, 1979, A Note on Modernity, *Political Theory,* Vol. 7, No. 1.

Schama, Simon,1989, *Citizens: A Chronicle of the French Revolution* ,New York: Alfred A. Knopf.

Schein, Louisa, 1999, Performing Modernity, *Cultural Anthropology,* Vol.14, No. 3.

Scheler, Max,1961, *Ressentiment* [1912] , Glencoe, IL: The Free Press.

Schmidt, James (ed.), 1996. *What is Enlightenment? Eighteenth-Century Answers and Twentieth-Century Questions,* Berkeley, CA: University of California Press.

Seidman, Steven, 1985, Modernity and the Problem of Meaning: The Durkheimian Tradition, *Sociological Analysis,* Vol. 46, No. 2.

Sewell, William H., 1985, Ideologies and Social revolution: Reflections on the French Case, *The Journal of Modern history,* Vol. 57, No. 1.

Shaftesbury, Third Earl of, (Anthony Ashely Cooper), 1999, *Characteristics of Men, Manners, Opinions, Times,* ed. by L. E. Klein, Cambridge: Cambridge University Press.

Sieyes, Emmanuel Joseph, 1963, *What is the Third Estate,* translated by S E Finer, London Pall Mall Press.

Simonsen, Dorthe, 2005, Accelerating Modernity, Time-Space Compression in the wake of the Aeroplane, *The Journal of Transport History,* Vol. 26, No.2.

Smith, A., 1976. *An Inquiry into the Nature and Causes of the Wealth of Nations,* Oxford: Oxford University Press.

Smith, Anthony D.,1995, *Nations and Nationalism in the Global Era* , Cambridge: Polity Press.

Smith, Anthony D., 1986, *The Ethnic Origins of Nations* ,Oxford: Basil Blackwell.

Spinoza, B, 2001, *Theological-Political Treatise,* tr. by S. Shirley, Indianapolis: Hackett.

Spinoza, B., 1985, *Ethics,* Volume 1 of *The Collected Writings of Spinoza,* tr. by E. Curley, Princeton: Princeton University Press.

Sprat, Thomas, 1958, *History of the Royal Society* [1667], St. Louis: Washington University Studies.

Sri Aurobindo,1959, *The Foundations of Indian Culture* , Pondicherry: Sri Aurobindo Ashram.

Srinivas M.N., 1972 , *Social Change* in *Modern India* New Delhi: Orient Longman.

Stone, Lawrence,1972, *The Causes of the English Revolution,* 1529-1624 (London: Routledge and KeganPaul.

Stone, Lawrence,1972, *The Crisis of the Aristocracy,* 1558-1641, Oxford: Clarendon Press.

Sumit Sarkar, 1985, *A Critique of Colonial India* , Calcutta: Papyrus.

Sumit Sarkar, 1983, *Modern India: 1885-1947,*Madras: Macmillan.

Susan J. Hekrnan,1986, *Hermeneutics and the Sociology of Knowledge* (Cambridge: Polity Press.

Susobhan Sarkar, 1979, *On the Bengal Renaissance* , Calcutta: Papyrus.

Swami Vivekananda, 1991"The Common Bases of Hinduism" in *The Complete Works of Swami Vivekananda,* Vol. III.

Swami Vivekananda,1991, "The Mission of the Vedanta" in *The Complete Works of Swami Vivekananda,* Vol. DI, Calcutta: Advaita Ashrama.

Swami Vivekananda,1991, "The Work Before Us" in *The Complete Works of Swami Vivekananda,* Vol. III.

Swami Vivekananda, 1991,"Vedanta in its Application to Indian Life" in *The Complete* Works *of Swami Vivekananda,* Vol. III.

Tapan Raych.audhuri,1987, *Three Views of Europe from Nineteenth Century Bengal,* Calcutta: K.P. Bagchi and Company, 1987.

Taylor, Charles, 1991, *Ethics of Authenticity,* Massachusetts, Harvard University Press.

Taylor, Charles, 1992, *Modernity and the Rise of PubliC Sphere,* The Tanner Lectures on Human Values.

Taylor, Charles, 1995, Two Theories of Modernity, *The Hastings Center Report,* Vol. 25, No. 2.

Taylor, Charles, 2009, *Modern Social Imaginaries,* New Delhi, Critical Quest.

Taylor,. Peter J, 1999, *Modernities A Geo-historical Interpretation,* Oxford, Polity Press.

The Marx-Engels Reader, 1972,New York: W. W. Norton Company.

Tilly, Charles,1990, *Coercion, Capital, and European States, A.D. 990-1990* ,Cambridge, MA: Basil Blackwell.

Tindal, M., 1978,*Christianity as Old as Creation,* New York: Garland Press.

Tiryakian, Edward A., 1985, "Nationalism and Modernity," in Edward Tiryakian and Ronald Rogwoski, *New Nationalisms of the Developed West* (Boston: Allen and Ulwin.

Tjomsland, Marit, 1996, *A Discussion of Three Theoretical Approaches to Modernity: Understanding Modernity as a Globalising Phenomenon,* Working Paper WP 2, Chr. Michelson Institute of Development Studies and Human Rights.

Toennies, Ferdinand, 1963, *Community and Society* [1887], Charles Loomis, trans. ,New York: Harper & Row.

Toland, J., 1696. *Christianity Not Mysterious,* London: printed for Sam Buckley.

Trohler, Daniel, 2000, The Global Community, Religion and Education: The Modernity of Dewey's Social Philosophy, *Studies in Philosophy and Education,* Vol. 19.

Turnbull, H. W.,1955-1977, *Correspondence of Isaac Newton* ,Cambridge: Cambridge University Press.

Van Bijlert, Victor A, 2003, The Ethics of Modernity in Indian Politics: Past and Present, *Journal of Human Values,* Vol. 9, No.1.

Van Der Veer, Peter, 1998, The Global History of "Modernity", *Journal of the Economic and Social History of the Orient,* Vol.41, No. 3.

Veena Das, 1989, "Subaltern as Perspective" in Ranjit Guha (ed.), *Subaltern Studies VI,* Delhi: Oxford University Press.

Voltaire (Francois-Marie d'Arouet), 2002, *Philosophical Letters (Letters on the English Nation, Letters on England),* ed. by L. Trancock, New York: Penguin.

Voltaire (Francois-Marie d'Arouet), 2002. *Philosophical Dictionary,* ed. by T. Besterman, London: Penguin.

Wallerstein, Immanuel, 1995, The End of What modernity? *Theory and Society,* Vol. 24, No. 4.

Wallerstein, Immanuel, 1974, *The Modern World System* , New York: Academic Press, .

Washbrook, David, 1997, From Comparative Sociology to Global· History: Britain and India in the Pre-history of Modernity, *Journal of the Economic and Social History of the Orient,* Vol. 40, No. 4.

Washbrook, David, 2008, *Intimations of Modernity in South India,* Yale University Seminar Paper.

Weber, Max,1978, *Economy and Society* , Berkeley: University of California Press.

Weber, Max, 1958, *The Protestant Ethic and the Spirit of Capitalism,* Talcott Parsons, trans., New York: Charles Scribner's & Sons.

Wolff, C, 1963, *Preliminary Discourse on Philosophy in General,* tr. by R. J. Blackwell, Indianapolis: Bobbs Merrill.

Wolff, C, 1730. *Philosophia prima sive ontologia methodo scientifica pertractata qua omnis cognitionis humanae principia continentur (First Philosophy or Ontology),* Frankfurt, 1730.

Wolff, C., 1770. *Logic, or Rational Thoughts on the Powers of the Human Understanding with their use and application in the Knowledge and Search for Truth* (German Logic), London: Printed for L. Hawes, W. Clarke, and R. Collins.

Yogendra Singh,1973, *Modernization of Indian* Tradition , New Delhi: Thomson Press.

York, Richard et al, 2003, Footprints on the Earth: The Environmental Consequences of Modernity, *American Sociological Review,* Vol. 68, No. 2.

Zagorin, Perez,1971, *The Court and the Country: the Beginning of the English Revolution* ,New York: Antheneum.

Zernatto, Guido,1944, "Nation: The History of a Word," *Review of Politics* 6 .

Ziyi, Feng, 2006, A Contemporary Interpretation of Marx's Thoughts on Modernity, *Frontiers of Philosophy in China,* Vol.2.

Zuckert, Rachel, forthcoming. "Aesthetics" in Aaron Garrett (ed.), *Companion to Eighteenth Century Philosophy,* London: Routledge.

Zygmunt Bauman,1987, *Legislators and Interpreters: On Modernity, Post-Modernity and Intellectuals* , Cambridge: Polity Press.

Zygmunt, Bauman, 2001, *Modernity and the Holocaust,* Cornell University Press.

Zygrnunt Bauman,1987, *Legislators and Interpreters: On Modernity, Post-Modernity and Intellectuals* , Cambridge: Polity Press.

സാങ്കേതിക പദസൂചി

Absoluteness	-	കേവലവൽക്കരണം
Abstraction	-	അമൂർത്തവൽക്കരണം
Active agent	-	സക്രിയ കാര്യകർത്താവ്
Activist	-	പ്രവൃത്യാർ
Aesthetics	-	സൗന്ദര്യശാസ്ത്രം
Age of reason	-	യുക്തിയുടെ കാലം
Alienation	-	അന്യവൽക്കരണം
Alternative	-	ബദൽ
Anomic	-	അവ്യവസ്ഥ
Artificial Religion	-	കൃത്രിമ മതം
Atheism	-	എത്തിയിസം/നിരീശ്വരവാദം
Capitalism	-	മുതലാളിത്തം/മൂലധന വ്യവസ്ഥ
Class system	-	വർഗ്ഗവ്യവസ്ഥിതി
Cognitive Faculty	-	ധാരണാശേഷി
Collective destiny	-	കൂട്ടായ വിധി
Commodity	-	ചരക്ക്
Community formation	-	സമൂഹ രൂപീകരണം
Concept	-	സങ്കൽപനം
Conceptualization	-	സങ്കൽപനവൽക്കരണം
Contextualization	-	സന്ദർഭവൽക്കരണം

Critical thinking	-	വിമർശനാത്മകചിന്ത
Cultural Nationalism	-	സാംസ്കാരിക ദേശീയവാദം
Decolonization	-	അപകോളനീകരണം
Deconstruction	-	അപനിർമ്മാണം
Deduction method	-	നിഗമനരീതി
Deism	-	ദീയിസം
Demand	-	ചോദന
Demodernisation	-	അപ ആധുനികവൽക്കരണം
Demystification	-	അപഗൂഢവൽക്കരണം
Dialogue	-	സംവാദം
Disinterested pleasure	-	അഹത്തിൽ കേന്ദ്രീകരിക്കാത്ത ആനന്ദം
Dominance	-	അധീശത്വം
Double edged	-	ഇരുതലമൂർച്ച
Duality	-	ദ്വന്ദ്വാത്മകത/ ദ്വന്ദ്വകൽപന
Economic modernity	-	സാമ്പത്തികാധുനികത
Empiricism	-	അനുഭവൈകവാദം
Empiricist	-	അനുഭവൈകവാദികൾ
Enlightment	-	ജ്ഞാനോദയം
Equality	-	സമത്വവൽക്കരണം
Essence	-	സത്ത
Ethical subjectivism	-	ധാർമ്മികമായ ആത്മനിഷ്ഠത
Faculty	-	മനുഷ്യന്റെ ശേഷി
Fideism	-	ഫിദിയിസം
Forms of living	-	ജീവിതത്തിന്റെ ബഹുരൂപ മാതൃകകൾ
Free play	-	സ്വതന്ത്രലീല
Functional	-	ധർമ്മാത്മകം
Gender justice	-	ലിംഗനീതി
General will	-	പൊതുവായ ഇച്ഛ

Humanity	-	മനുഷ്യത്വം
Ideal nature	-	ആദർശാത്മക പ്രകൃതി
Ideal observer	-	ആദർശാത്മകമായ സാക്ഷി
Imaginary	-	സങ്കൽപനപരം
Impersonality	-	നിർവൈയക്തികത
Inductive reasoning	-	ആഗമികരീതി
Industrialism	-	വ്യാവസായികത
Intellectual	-	ബുദ്ധിജീവി
Iron cage	-	ഇരുമ്പുപഞ്ജരം
Liberal Democracy	-	സ്വതന്ത്ര ജനാധിപത്യം
Liberal Humanity	-	ഉദാരമാനവികത
Liberalism	-	ഉദാരതാവാദം
Liberty of conscience	-	മനഃസാക്ഷിയുടെ സ്വാതന്ത്ര്യം
Modernity	-	ആധുനികത
Modernization	-	ആധുനികവൽക്കരണം
Monarchy	-	ഏകാധിപത്യം
Monolithic	-	ഏകശിലാത്മകം
Moral demand	-	ധാർമ്മികമായ ആവശ്യപ്പെടൽ
Moral equality	-	ധാർമ്മികമായ സമത്വം
Moral Sensibility	-	ധാർമ്മിക ഭാവുകത്വം
Nation state	-	ദേശരാഷ്ട്രം
National Identity	-	ദേശീയസ്വത്വം
Nationalism	-	ദേശീയത/ദേശീയവാദം
Nationalization	-	ദേശീയവൽക്കരണം
Natural Religion	-	സ്വാഭാവികമതം
Objective structure	-	വസ്തുനിഷ്ഠ ഘടന
Ontology	-	ഭവശാസ്ത്രം
Optimism	-	ശുഭാപ്തി വിശ്വാസം
Organic intellectual	-	ജൈവബുദ്ധിജീവി
Original contract	-	മൗലികകരാർ

Paradigm	-	വിചാരമാതൃക
Pathology	-	രോഗലക്ഷണശാസ്ത്രം
Patriarchy	-	ആൺകോയ്മ
Patrimonial state	-	പിതൃരാഷ്ട്രം
Pessimism	-	നിരാശാവാദം
Political Institution	-	രാഷ്ട്രീയസ്ഥാപനം
Popular Culture	-	ജനകീയ സാഹിത്യം
Positivism	-	പ്രത്യക്ഷവാദം
Postmodernism	-	ഉത്തരാധുനികത
Power	-	അധികാരം
Pragmatism	-	വ്യാവഹാരികത
Private use of reason	-	യുക്തിയുടെ സ്വകാര്യ പ്രയോഗം
Privilege	-	വിശേഷാവകാശം
Problemetization	-	പ്രശ്നവൽക്കരണം
Public sphere	-	പൊതുമണ്ഡലം
Public use of reason	-	യുക്തിയുടെ പൊതു പ്രയോഗം
Qualitative	-	ഗുണാത്മകം
Quantitative	-	പാരിമാണികം
Radical practice	-	മൗലിക പ്രവൃത്തികൾ
Rationalist naturalism	-	യുക്തിവാദപരമായ പ്രകൃതിവാദം
Re imagining	-	പുനർസങ്കൽപനം
Religion of the heart	-	ഹൃദയത്തിന്റെ മതം
Representation	-	പ്രതിനിധാനം / പ്രതിനിധാനാത്മകത
Rule of law	-	നിയമവാഴ്ച
Secular	-	മതേതരം
Secular hierarchy	-	മതേതര ശ്രേണീവൽക്കരണം
Secular reason	-	മതനിരപേക്ഷ യുക്തി
Secularization	-	മതേതരവൽക്കരണം
Self Interested sentiments	-	സ്വാർത്ഥപരമായ വൈകാരികത

Self-reflexivity	-	ആത്മപ്രതിഫലനാത്മകത
Sensationalism	-	ഇന്ദ്രിയ ബോധൈകജ്ഞാനവാദം
Sense of Identity	-	സ്വത്വബോധം
Sensibility	-	ഭാവുകത്വം
Skepticism	-	സന്ദേഹവാദം
Social contract	-	സാമൂഹ്യകരാർ
Social contract theory	-	സാമൂഹ്യകരാർ സിദ്ധാന്തം
Social Ecology	-	സാമൂഹ്യപരിസ്ഥിതി വിജ്ഞാനം
Social hierarchy	-	സാമൂഹ്യശ്രേണി
Social order	-	സാമൂഹ്യക്രമം
Social physiology	-	സാമൂഹ്യശരീര ശാസ്ത്രം
Social structure	-	സാമൂഹ്യഘടന
Sociology of knowledge	-	അറിവിന്റെ സാമൂഹ്യശാസ്ത്രം
Subjectivity	-	കർതൃത്വം
Superstructure	-	ഉപരിഘടന
Technological rationality	-	സാങ്കേതികം യുക്തി
Traditional modernizer	-	പാരമ്പര്യവാദിയായ പരിഷ്കാരി
Truth value	-	സാധുതാ മൂല്യം
Umbrella term	-	കുടവാക്ക്
Unegoistic sentiments	-	അഹംഭാവമില്ലാത്തവൈകാരികത
Universality	-	സാർവ്വലൗകികത
Utilitarianism	-	പ്രയോജനവാദം
Westernism	-	പാശ്ചാത്യവാദം

www.ingramcontent.com/pod-product-compliance
Lightning Source LLC
LaVergne TN
LVHW101422051026
849519LV00005BC/1845
* 9 7 8 9 3 5 5 1 7 0 4 2 2 *